'தலைமுறைக்கும் போதும்'
இசைக் கட்டுரைகள்

‘தலைமுறைக்கும் போதும்’

உ.வே. சாமிநாதையர் (1855 – 1942)

பதிப்பாசிரியர்: **ப. சரவணன்**

‘ஐயர் பதிப்பு’ என்று கொண்டாடத்தக்க அளவில் ஆகச் சிறந்த பதிப்பாசிரியராகத் தன்னை நிலைநிறுத்திக் கொண்ட உ.வே. சாமிநாதையர் எழுத்தாளராகவும் ஆராய்ச்சியாளராகவும் விளங்கினார் என்பதற்குச் சான்றாவன அவர்தம் கட்டுரைகள். மனித மனத்தின் அடியில் படிந்து கிடக்கும் இயல்புகளில் ஒன்றித் திளைத்து வெளிப்படுத்தும் அவரின் சுவையான உரையாடல்கள் எவர் ஒருவரும் கொண்டாடக் கூடியவை. உணர்ச்சிப் போக்கும் உரையாடல் போக்கும் கலந்த நாடகத் தன்மையுடன் கூடிய விவரிப்பு நடையை அவரது எழுத்துக்களில் காணலாம். நேரிடையாகத் தெளிவான மொழியில் எவ்வித அலங்காரமுமின்றி இக்கட்டுரைகள் எழுதப்பட்டுள்ளன. அவர் காலச்சூழலையும் வரலாற்றுப் பின்புலத்தையும் அறிய முடிவதோடு இன்றும் வாசிப்புத்தன்மை கொண்டு வசீகரிப்பன இக்கட்டுரைகள். 1901இல் *சுதேசமித்திர*னில் தொடங்கிப் பின்பு *தென்னிந்திய வர்த்தமானி, கலைமகள், ஆனந்த விகடன், தினமணி, தாருல் இஸ்லாம்* எனப் பல்வேறு பத்திரிகைகளில் கிளை பரப்பியது அவரது எழுத்தாற்றல். வெகுசன ஊடகம் சார்ந்தும் வெற்றி பெற்ற கட்டுரைகள் இவை.

சாமிநாதம் (2015) என்னும் நூலின் மூலமாக உ.வே.சா.வின் முன்னுரைகளை முழுவதுமாகத் தொகுத்துப் பதிப்பித்த ப.சரவணன் தற்போது அவரது கட்டுரைகளின் மூலத்தைத் தேடிச் சென்று ஒருசேரத் தொகுத்து அவற்றைப் பொருண்மை அடிப்படையில் பகுத்துச் செம்பதிப்பாக ஆக்கியுள்ளார். தமிழ்ச் சமூக வரலாறு தொடர்பான ஆவணப்படுத்துதலில் குறிப்பிடத்தக்க பங்களிப்பை நிகழ்த்திவரும் சரவணன் ‘திருப்பூர் தமிழ்ச்சங்க விருது’, ‘தமிழ்ப்பரிதி விருது’, ‘தமிழ்நிதி விருது’, ‘சுந்தர ராமசாமி விருது’ ஆகியவற்றைப் பெற்றவர். தற்போது சென்னை மாநகராட்சி பள்ளி ஒன்றில் முதுநிலைத் தமிழாசிரியராகப் பணியாற்றி வருகிறார்.

ப. சரவணனின் பிற நூல்கள்

எழுதியவை

- அருட்பா x மருட்பா (2001)
- கானல்வரி ஒரு கேள்விக்குறி (2004)
- வாழையடி வாழையென... (2009)
- நவீன நோக்கில் வள்ளலார் (2010)

பதிப்பித்தவை

- ஔவையார் கவிதைக் களஞ்சியம் (2001)
- மயிலை சீனி. வேங்கடசாமி ஆய்வுக் கட்டுரைகள் (6 தொகுதிகள்) (2001)
- நாலடியார் (1892) (2004)
- மநு முறைகண்ட வாசகம் (1854) (2005)
- வேங்கடம் முதல் குமரி வரை (2009)
- அருட்பா மருட்பா: கண்டனத் திரட்டு (2010)
- கமலாம்பாள் சரித்திரம் (2011)
- சாமிநாதம்: உ.வே.சா. முன்னுரைகள் (2014)
- உ.வே.சா. கட்டுரைகள் (பொருண்மை அடிப்படையில் 5 தொகுதிகள்) (2016)
- தாமோதரம்: சி.வை.தா. பதிப்புரைகள் (2017)

உரையெழுதியவை

- வேமன நீதி வெண்பா (1892) (2008)
- சிலப்பதிகாரம் (2008)
- கலிங்கத்துப் பரணி (2013)
- தமிழ்விடு தூது (2016)

உ.வே. சாமிநாதையர்

'தலைமுறைக்கும் போதும்'
இசைக் கட்டுரைகள்

பதிப்பாசிரியர்
ப. சரவணன்

காலச்சுவடு பதிப்பகம்

'தலைமுறைக்கும் போதும்'✦இசைக் கட்டுரைகள்✦ஆசிரியர்: உ.வே.சா.✦ பதிப்பாசிரியர்: ப.சரவணன்✦©நூலமைப்பு: ப.சரவணன் ✦ முதல் பதிப்பு: மே 2016, ஐந்தாம் (குறும்) பதிப்பு: பிப்ரவரி 2021✦வெளியீடு: காலச்சுவடு பப்ளிகேஷன்ஸ் (பி) லிட்., 669 கே.பி. சாலை, நாகர்கோவில் 629001

'talaimuRaikkum pootum' ✦ Music Articles ✦ Author: U.Ve.Saa.✦ Edited by: P. Saravanan✦© Compilation, editorial formate and arrangement: P. Saravanan✦Language: Tamil✦First Edition: May 2016, Fifth (Short) Edition: February 2021 ✦Size: Demy 1x8 ✦Paper:18.6 kg maplitho ✦ Pages: 288

Published by Kalachuvadu Publications Pvt. Ltd., 669 K.P. Road, Nagercoil 629001, India✦Phone:91-4652-278525✦e-mail: publications @kalachuvadu.com ✦ Printed at Compuprint Premier Design House, Chennai 600086

ISBN: 978-93-5244-029-0

02/2021/S.No. 705, kcp 2877, 18.6 (5) uss

மேலகரம் **ஸ்ரீலஸ்ரீ சுப்பிரமணிய தேசிகர்**
அவர்களுக்கு

உ.வே.சா (1855–1942)

செம்பரிதி ஒளிபெற்றான்; பைந்நறவு
 சுவைபெற்றுத் திகழ்ந்தது; ஆங்கண்
உம்பர்எலாம் இறவாமை பெற்றனர்என்று
 எவரேகொல் உவத்தல் செய்வார்?
கும்பமுனி எனத்தோன்றும் சாமிநா
 தப்புலவன் குறைவுஇல் சீர்த்தி
பம்பல்உறப் பெற்றனன்ஏல், இதற்குஎன்கொல்
 பேர் உவகை படைக்கின்றீரே?

அன்னியர்கள், தமிழ்ச்செவ்வி அறியாதார்
 இன்று எம்மை ஆள்வோரேனும்,
பன்னியசீர் மஹாமஹோ பாத்தியா
 யப்பதவி பரிவின் ஈந்து,
பொன்நிலவு குடந்தைநகர்ச் சாமிநா
 தன்தனக்குப் புகழ் செய்வாரேல்,
முன்இவன் அப்பாண்டியர்நாள் இருந்திருப்பின்
 இவன் பெருமை மொழியல்ஆமோ?

'நிதிஅறியோம், இவ்வுலகத்து ஒருகோடி
 இன்பவகை நித்தம் துய்க்கும்
கதிஅறியோம்' என்றுமனம் வருந்தற்க;
 குடந்தைநகர்க் கலைஞர் கோவே!
பொதியமலைப் பிறந்தமொழி வாழ்வுஅறியும்
 காலம்எலாம் புலவோர் வாயில்
துதிஅறிவாய், அவர்நெஞ்சின் வாழ்த்துஅறிவாய்,
 இறப்பின்றித் துலங்குவாயே.

— சுப்பிரமணிய பாரதி

பொருளடக்கம்

	முன்னுரை	13
	அணிந்துரை: உதிராத மலர்கள்	
	– ஆ. இரா. வேங்கடாசலபதி	21
1.	கனம் கிருஷ்ணையர்	51
2.	கோபாலகிருஷ்ண பாரதியார்	88
3.	மகா வைத்தியநாதையர்	147
4.	ராமதாசர்	199
5.	ஸ்ரீ முத்துசாமி தீக்ஷிதர்	207
6.	சங்கராபரணம் நரசையர்	217
7.	வேங்கடராம பாகவதர்	222
8.	பெரிய வைத்தியநாத ஐயர்	228
9.	ராஜா கனபாடிகள்	241
10.	பெரிய திருக்குன்றம் சுப்பராமையர்	247
11.	பாபநாச முதலியார்	256
12.	'தலைமுறைக்கும் போதும்'	260
13.	'அவன் போய்விட்டான்'	265
14.	சங்கீதப் பயிற்சி	270
15.	பொறாமைத் தீ	275
16.	'கிர்ர்ர்ரனி'	281

முன்னுரை

> ஐயர் அவர்கள் பழந்தமிழை உலகிற்கு உதவிய பெருமையோடு புதுத்தமிழ் நடைக்கும் வழிகாட்டிய பெருமையினையும் படைத்தவர்கள். சிந்தாமணி எழுதிய அவரது திருக்கரம் சிறுகதையும் எழுது கிறது. அன்று தமிழுக்கு இலக்கணம் அருளிய அகஸ்தியர் இன்று தமிழுக்குப் புது இலக்கியத்தைத் தந்தருளுவதைக் கண்கூடாகக் காண்கிறோம்.
>
> (சில்பஸ்ரீ, Vol. I, 1939, ப.199)

பத்தொன்பதாம் நூற்றாண்டின் நடுக்கூறில் பிறந்து இருபதாம் நூற்றாண்டின் நடுக்கூறுவரை வாழ்ந்து மறைந்த மகாமகோபாத்தியாய தாக்ஷிணாத்ய கலாநிதி டாக்டர் உ.வே. சாமிநாதையர் (1855 – 1942), தலைசிறந்த பதிப்பாசிரியர் மட்டுமல்லர்; படைப்பாசிரியரும் ஆவார். ஆறுமுக நாவலர், இராமலிங்க அடிகள், சி.வை. தாமோதரம் பிள்ளை முதலிய அக்காலத்திய உரைநடையாசிரியர்களின் வரிசையில் உ.வே.சா. அவர்களுக்குத் தனியிடம் உண்டு. கடுநடையைப் பிரயோகித்து மற்றவர்கள் எழுதிவந்த அக்காலத்திலேயே எளிய நடையையும், சிறுசிறு வாக்கியப் பகுதிகளாக அமைக்கும் முறையையும் தாம் எழுதத் தொடங்கிய போதிருந்தே அவர் கைக்கொண்டிருக்கிறார். அத்துடன் எடுத்துக் கொண்ட விடயத்தை விளக்கமுறையில் கூறுதல் அவரது உரைநடையை இன்னும் எளிமை ஆக்கியிருக்கிறது எனலாம். அவரது பதிப்பு முன்னுரைகளை ஒருசேரப் பார்க்கும்போது இது உறுதிப்படுகிறது.

மணிமேகலைப் பதிப்பில் விரிவாக எழுதப்பட்டு, பின்னர் தனிநூலாக வெளிவந்த பௌத்தத் தத்துவத்தை விளக்கும் ‘பௌத்த மும்மணிகள்’ அவரது உரைநடை துலங்கியதற்கு உதாரணம் என்பார் பெருமாள்முருகன். அவரது பதிப்பு முறையும் விளக்கங்களை நோக்கிச் செல்வதாக அமைந்த காரணத்தால், அவரின் உரைநடை மேலும்மேலும் எளிமைப்பட்டு வெகுசனத் தன்மை கொண்டதாக மாற்றம் பெற்றது என்கிறார் அவர்.

சீவகசிந்தாமணியை முதன்முதலில் பதிப்பிக்கும்போது நச்சினார்க்கினியரின் தெளிவற்ற உரையினால் தாம் பட்ட துன்பத்தைத் தம்முடைய எழுத்துக்களில் விவரித்திருக்கிறார் உ.வே.சா. சிந்தாமணி உரையில் நச்சினார்க்கினியர் விளக்கமாக எதையும் கூறாமல் “என்றார் பிறரும்” என்று போகிறபோக்கில் சொல்லிவிட்டுச் செல்வார். ‘ஏக்கழுத்தம்’ – அதாவது கழுத்தை மேலே உயர்த்துதல் – என்பதன் பொருளைக்கூடப் பின்னாளில் சிறுபஞ்சமூலத்திலும் நீதிநெறி விளக்கத்திலும் கண்டறிந்ததை ‘என் சரித்திர’த்தில் காணலாம். நூல் பெயரைக் குறிப்பிடும்போது ஆசிரியர் பெயரைக் குறிப்பிடாமலும், ஆசிரியர் பெயரைக் குறிப்பிடும்போது நூல் பெயரைக் குறிப்பிடாமலும் பெரும்பாலும் எழுதிச் செல்வது நச்சினார்க்கினியரது வழக்கம். அதனால் பதிப்பித்தலில் தாம் பட்ட துன்பங்களை உணர்ந்த உ.வே.சா., அத்தகு துன்பங்களைப் பிறர் அடையக்கூடாது என்பதாலேயே தம்முடைய பதிப்புமுறையை விளக்கங்களை நோக்கி நகர்த்தினார். விளக்கத்தை நோக்கிச் செல்லும் நடை எளிமைப்பட்டு நிற்பதில் வியப்பில்லைதானே!

~~

1901முதல் வெகுசன இதழ்களில் உ.வே.சா.வின் படைப்புகள் வெளிவரத் தொடங்கிவிட்டன என்றாலும் 1927வரை அங்கொன்றும் இங்கொன்றுமாகவே அவரது கட்டுரைகள் வெளிவந்திருந்தன. அதன் பிறகுதான் பரவலாக அவரது கட்டுரைகள் அனைத்து இதழ்களிலும் தொடர்ந்து வெளிவரலாயின. ஆண்டு மலர், தீபாவளி மலர் முதலியவற்றில் வெளிவந்த கட்டுரைகள் ஒருபுறம்; ஆங்காங்கே நிகழ்த்திய உரைகள்வழி உருப்பெற்றவை மற்றொரு புறம் என்றிருக்க மாதந்தோறும் அவரது படைப்புகளைத் தாங்கிவந்த பத்திரிகைகளும் அக்காலத்தில் இருந்தன. குறிப்பாக 1932இல் தொடங்கப்பட்ட கலைமகளில் – தொடக்கத்திய ஓரிரு இதழ்கள் நீங்கலாக – அவரது படைப்புகள் மாதந்தோறும் வெளிவந்திருப்பது கண்கூடு.

1901இல் *சுதேசமித்திரனில்* தொடங்கித் *தென்னிந்திய வர்த்தமானி, செந்தமிழ், விவேகபோதினி, கலைமகள், சிவநேசன், தனவணிகன், தாருல் இஸ்லாம், ஆடல் பாடல், ஆனந்த விகடன்,*

ஜெயபாரதி, ஜோதி, தினமணி, ஹனுமான், மணிக்கொடி, சில்பஸ்ரீ, சக்தி, ஆனந்த போதினி என அக்காலத்து இதழ்களில் 160க்கும் மேற்பட்ட கட்டுரைகள் வெளிவந்துள்ளன. (இது ஒரு உத்தேசமான கணக்கு மட்டுமே.) அத்துடன் அய்மென் ஷண்முகானந்தா திங்கள் மலர், கௌமார குருகுலக் கல்விப் பிரசுரம், ஸ்ரீ சாரதா ஸ்திரீகள் சங்க வெள்ளி ஜூபிலி வெளியீடு, பிரிசிடென்ஸி காலேஜ் நூற்றாண்டு மலர், கொழும்பு–இராமநாதன் கல்லூரி வெள்ளி விழா மலர், செய்யுள் வாசகத் திரட்டு (பாகம் 2) என்னும் பாடத்திட்டத் தொகுப்பு நூல் ஆகியவற்றில் வந்துள்ள கட்டுரைகளையும் ஒருங்கே திரட்டிப் பார்க்கும்போது மொத்தம் 175 கட்டுரைகள் காணக்கிடைக்கின்றன.

இப்படி வெளிவந்த கட்டுரைகளில் சில அவரது காலத்திலேயே நல்லுரைக் கோவை, நான் கண்டதும் கேட்டதும், புதியதும் பழையதும், நினைவு மஞ்சரி எனக் குறுநூல்களாக வெளிவந்தன. (நினைவு மஞ்சரி இரண்டாம் பாகம் அவரது மறைவிற்குப் பின் வெளிவந்தது.) வித்துவான் தியாகராச செட்டியார், கோபாலகிருஷ்ண பாரதியார், கனம் கிருஷ்ணையர், மகா வைத்தியநாதையர் ஆகியோரைப் பற்றி அவர் எழுதிப் பின்னர் தனி நூலாக வெளிவந்த தொடர் கட்டுரைகளையும் இவற்றுடன் சேர்த்துக்கொள்ளலாம். ஆனால் இவையெல்லாம் பொருண்மை அடிப்படையில் அமைந்தனவல்ல என்பது குறிப்பிடத்தக்கது.

இப்போதுதான் முதல்முறையாக உ.வே.சா.வின் கட்டுரைகள் அனைத்தும் பொருண்மை அடிப்படையில் பதிப்பிக்கப்படுகின்றன. அவை: இலக்கியம், செவிவழி, தன் வரலாறு, வாழ்க்கைவரலாறு, இசைவாணர் என ஐந்து பிரிவுகளில் அடங்கும். உட்பிரிவுகள் சிலவும் உண்டு.

பிரபலமானவர்களின் கட்டுரைகள் தங்களது பத்திரிகைகளில்/மலர்களில் இடம்பெற வேண்டும் என்னும் நோக்கத்தில், பிரசுரமான பழைய படைப்புகளையே மீண்டும் பிரசுரித்தல் அக்காலத்திய வழக்கங்களில் ஒன்று. இந்த அடிப்படையில் உ.வே. சா.வின் கட்டுரைகளில் சில, ஒருமுறைக்கு மேல் வெவ்வேறு இதழ்களில் வெளிவந்துள்ளன. சங்கராபரணம் நரசையர் பற்றி *விவேகபோதினியிலும்* (1916), உடையார்பாளையம் கட்டுரையில் இடம்பெறும் கோழிமங்கலம் இராமா சாஸ்திரிகள் பற்றிச் *சுதந்திரச் சங்குவிலும்* (1933), வித்துவான் தியாகராச செட்டியார் பற்றிக் 'கரந்தை வெள்ளிவிழா மல'ரிலும் (1938) மீண்டும் பிரசுரிக்கப்பட்டிருப்பதை இதற்குக் காட்டாகக் கூறலாம். அத்தகையவற்றின் முதல் பிரசுரப் பிரதி மட்டுமே இங்கு எடுத்துக்கொள்ளப்பட்டுள்ளது.

அத்துடன் புதிதாகச் சில கட்டுரைகளும் இத்தொகுப்புகளில் சேர்க்கப்பட்டுள்ளன. அவற்றுள் தன்வரலாறு, வாழ்க்கை வரலாறு தொடர்பான கட்டுரைகள் சிலவே. பெரும்பாலும் இலக்கியம் சார்ந்த கட்டுரைகளே அதிகம். குறிப்பாக 1937இல் வெளிவந்த 'செய்யுள் வாசகத் திரட்டு' என்னும் பாடநூலில் உள்ள பன்னிரண்டு கட்டுரைகளில் எட்டுக் கட்டுரைகள் தற்போது முதன்முறையாக இத்தொகுப்பில் இடம்பெறுகின்றன. நான்கு கட்டுரைகள் ஏலவே *கலைமகளிலும் சுதேசமித்திரனிலும்* வெளிவந்து பின்னர் 'நல்லுரைக் கோவை'யில் இடம்பெற்றுள்ளன. 'செய்யுள் வாசகத் திரட்டு' ஆர். விசுவநாத ஐயருடன் இணைந்து உ.வே.சா. வெளியிட்ட ஒரு தொகுப்பு நூல். ஆனால் இதில் உள்ள கட்டுரைகள் அனைத்தும் உ.வே.சா. எழுதியவையே என்பதில் ஐயமில்லை. 1919இல் பணியிலிருந்து ஓய்வுபெற்ற உ.வே.சா.வுக்கு அப்போது மாநிலக் கல்லூரியில் பணியாற்றிக் கொண்டிருந்த விசுவநாத ஐயர் பொருளுதவி நோக்கில் இத்தொகுப்பு நூலுக்கு உதவியிருக்கிறார் எனக் கருத இடமுண்டு. பணியிலிருக்கும் ஒருவரது படைப்பைப் பாடத்திட்டத்தில் உடனடியாகச் சேர்ப்பதற்குரிய இலகுவான சூழல் அன்றைய கல்விப்புலத்தில் நிலவியது என்பர். எனவேதான் விசுவநாத ஐயருடனான இந்த இணையாசிரிய வேலை! முன்பு பூண்டி அரங்கநாத முதலியாரும் உ.வே.சா.வுக்குப் பொருளுதவி செய்யும்பொருட்டுச் சீவகசிந்தாமணியின் சில காதைகளை மாணவர்களுக்காக எழுதத் தூண்டியதும் இங்கு நினைவுகூரத் தக்கது. அது நடைபெறாமல் போனது வேறு கதை.

உ.வே.சா. தம்முடைய வாழ்நாளில் ஒரேயொரு முறை எழுதிய புத்தக மதிப்புரை (கே.ஜி. சேஷையரின் 'சங்ககாலத்துச் சேர மன்னர்கள்'), மதுரை தமிழ்ச் சங்கத்தைப் பற்றிய குறிப்பு முதலிய முக்கியமான பதிவுகளும் இந்த இலக்கியப் பகுப்பில் உண்டு.

~~

உ.வே.சா.வின் உரைநடைப் படைப்புகளைத் தற்போது மகாமகோபாத்தியாய டாக்டர் உ.வே. சாமிநாதையர் நூல் நிலையம் மீளச்சுச் செய்து வருகின்றது. ஆனால் உ.வே.சா. வெளியிட்ட பதிப்புக்களுக்கும் மீளச்சு நூல்களுக்குமான இடைவெளி அதிகம். உதாரணமாகப் 'புதியதும் பழையதும்' என்னும் நூலில் உள்ள இருபது கட்டுரைகளிலும் உள்ள மாறுபாடுகளை வாசகர்கள் ஒப்பிட்டுக் கண்டுகொள்ளலாம். அதே போல 'நான் கண்டதும் கேட்டதும்' நூலில் உள்ள 'மானங்காத்த மைந்தர்' கட்டுரையில் வரும் 'தேரோடும் வீதியெலாம்' என்னும் செய்யுளுக்கான பொருளை உ.வே.சா.

அடிக்குறிப்பாகத் தந்திருப்பார். “இந்தப் பொருள் என்னுடைய ஆசிரியர் மகாவித்துவான் ஸ்ரீ மீனாட்சிசுந்தரம் பிள்ளையவர்களால் முன்பு தெரியவந்தது” என்னும் அந்த உயிர்ப்பான அடிக்குறிப்பில் ஒரு வரி விடுபட்டுக் குழப்பப்பட்டிருப்பதை என்னென்பது? இவையெல்லாம் பானைச் சோற்றுக்குப் பருக்கைச் சான்றுகள்.

வரிகள் விடுபடல், உ.வே.சா. கூறாததைச் சேர்த்தல், நடையை மாற்றுதல் எனப் பல்வேறு அவலங்கள் அந்த மீளச்சுப்பதிப்பில் அரங்கேறியுள்ளன. பிழைபட்ட அந்தப் பதிப்புகளே தொடர்ந்து இன்றுவரை வெளியிடப்பட்டும் வருகின்றன. இவையெல்லாம் களையப்பட்ட அவரது கட்டுரைகள் தற்போதுதான் செம்மையான நூலாகப் பதிப்பிக்கப்படுகிறது. ‘இந்த மாற்றத்தினால் என்ன பயன் விளைந்துவிடப் போகிறது’ என்ற முணுமுணுப்பும் காதில் விழாமல் இல்லை. எந்த நிலையிலும் ‘பாடத்தை’ மாற்றாத ஒருவரின் எழுத்தை நாமும் மாற்றாமல் பதிப்பித்தோம் என்னும் மனநிறைவுக்கு ஈடாக வேறென்ன கைம்மாறு கருத வேண்டியுள்ளது!

~~

பொருண்மை அடிப்படையில் வகைதொகை செய்யப் பட்ட இத்தொகுப்பு நூல்களில் இடம்பெறும் கட்டுரைகள் வேண்டும் அளவுக்குக் காலவரிசையிலும் பதிப்பிக்கப்பட் டுள்ளன. பத்திரிகையில் வெளிவந்த காலமுறை இதற்காகப் பின்பற்றப்பட்டுள்ளது; நூல் வெளிவந்த காலம் கணக்கில் கொள்ளப்படவில்லை. அத்துடன் கட்டுரைகளின் வெளியீட்டு விவரம் அந்தந்தக் கட்டுரைகளின் இறுதியில் தரப்பட்டுள்ளது. ஆண்டில் ஐயமிருப்பின் அது அடைப்புக்குறிக்குள் இடம்பெற் றுள்ளது. கிடைக்கப் பெறாத ஒருசில கட்டுரைகளின் வெளியீட்டு விவரத்தைக் கண்டறியும் தொடர் முயற்சியும் நடந்தவண்ணம் உள்ளது.

எல்லாவற்றிற்கும் மேலாகக் கட்டுரைகளில் ஏராளமான படங்கள்—உ.வே.சா. முன்பே சேர்த்திருக்கும் இருபது படங்களுடன்—புதிதாகக் கண்டறிந்து உரிய இடத்தில் சேர்க்கப்பட்டுள்ளன. உ.வே.சா.வின் ‘என் சரித்திர’த்தில்கூட இடம்பெறாத (நான் கூறுவது **1940**இல் ஆனந்த விகடனில் வெளிவந்த தொடரையும், **1950**இல் வெளிவந்த முதல் பதிப்பையும்.) ஹிருதாலய மருதப்ப தேவர், ராஜராஜேஸ்வர சேதுபதி, சவராயலு நாயக்கர், ஜூலியன் வின்ஸோன், மேலகரம் சுப்பிரமணிய தேசிகரின் அரிய புகைப்படம் முதலியவற்றை இத்தொகுப்புகளில் அதாவது தன் வரலாற்று/வாழ்க்கை வரலாற்றுத் தொகுப்புகளில் காணலாம். பிற தொகுப்புகளிலும் சில புதிய படங்கள் சேர்க்கப்பட்டுள்ளன. இவற்றோடு கட்டுரைகள் பத்திரிகைகளில் வெளிவந்தபோது வரையப்பட்ட ஓரிரு கோட்டோவியங்களும் தொகுப்பில் உண்டு.

பொருண்மை அடிப்படையில் வழங்கப்பட்டுள்ள இந்த ஐந்து தொகுதிகளிலும் ஒரே அணிந்துரையும் ஒரே முன்னுரையும் இடம்பெற்றிருப்பதை வாசகர்கள் தவறாகக் கருதிவிடக் கூடாது. ஐந்து தொகுதிகளையும் ஒருசேர வாங்கும் வாசகர் இதைத் தேவையற்றது என்று கருதக்கூடும். எனினும் தனக்குப் பிடித்த ஏதேனும் ஒரு தொகுதியை மட்டும் வாங்கும் வாசகருக்கும் பயனுடையதாக இருக்க வேண்டும் என்னும் நோக்கத்தின் காரணமாக இது தவிர்க்க இயலாததாகிவிட்டது. இத்தகு பெரும்பணியில் இம்மாதிரியான சிறு அசௌகரியத்தைப் பொருட்படுத்தாது பொறுத்தருளுமாறு வாசகர்களை வேண்டுகிறேன்.

~~

கடந்த ஆண்டு உ.வே.சா.வின் முன்னுரைகளை எல்லாம் திரட்டிச் 'சாமிநாதம்' *(2015)* என்னும் பென்னம்பெரிய நூலைக் காலச்சுவடு வாயிலாக வெளியிட்டபோதே கட்டுரைகளையும் ஒருசேரத் தொகுத்து வெளியிட வேண்டும் என என்னைப் பணித்தவர் அண்ணன் ஆ. இரா. வேங்கடாசலபதி அவர்கள். இந்த நூல் இவ்வளவு செப்பமாக வெளிவருவதற்கு அவரே வித்து. இதற்கு அவர் அளித்துள்ள அணிந்துரை நான் பெற்ற பேறு.

கட்டுரைகளைப் பொருண்மை அடிப்படையில் பிரித்தறிந்ததைச் சரியாக மேற்பார்த்துத் தந்தவர் சென்னை, மாநிலக் கல்லூரித் தமிழ் இணைப் பேராசிரியர் பெ.முருகன். உ.வே.சா.வின் படைப்புகள் வெளிவருவது குறித்த அவரது கனவை மேலும் ஒருவகையில் நான் நிறைவேற்றியிருப்பதாகக் கருதுகிறேன். "உ.வே.சா.வின் கட்டுரைகள் சில, தொகுப்புகளில் வெளிவராமல் விடுபட்டிருக்க வாய்ப்புண்டு என்னும் கோணத்தில் நாம் தேடவேண்டும்" என்று அவர் சொல்லிய சொல்லே புதிய கட்டுரைகளை நான் கண்டறிய ஏதுவாயிற்று.

நூலினுள் இடம்பெறும் பல படங்கள் பல்வேறு இடங்களிலிருந்து நான் திரட்டியவை. அவற்றை அனுப்பி உதவியவர்களுக்கெல்லாம் நன்றிகூறக் கடமைப்பட்டிருக்கிறேன்.

மேலகரம் ஸ்ரீலஸ்ரீ சுப்பிரமணிய தேசிகரின் அரிய புகைப்படத்தை நான் கேட்டவுடனேயே அனுப்பியுதவியவர் தவத்திரு ஊரன் அடிகளார் அவர்கள்.

ஊற்றுமலை ஜமீந்தார் ஹிருதாலய மருதப்ப தேவரின் படத்தைப் பாவூர்சத்திரம் 'தமிழன் ஸ்டூடியோ' சு. இராஜேந்திரன் அவர்கள் வாயிலாகப் படமெடுத்து அவரது வாரிசுகளில் ஒருவரான

எஸ்.எம். பாபுராஜா (எ) மருதப்பப் பாண்டியர் அவர்களிடமிருந்து பெற்று உதவியவர் பேராசிரியர் ஆ. திருநீலகண்டன் அவர்கள்.

இதேபோலப் பாண்டித்துரை தேவரின் தந்தையார் பொன்னுசாமி தேவரின் படத்தையும், சிறுவயல் அரண்மனை ஜமீந்தார் முத்துராமலிங்க தேவரின் படத்தையும் சிவகங்கையி லிருந்து அனுப்பியவர் திரு. இரா. தங்கமுனியாண்டி. இதற்குரிய ஏற்பாட்டைச் செய்தவர் நண்பர் க. சுப்புராஜ்.

மதுரை தமிழ்ச் சங்கப் புகைப்படங்கள் சிலவற்றைக் கொடுத்தவர் டாக்டர் ந. இராஜேந்திரன். மேலும், பர்னல் அவர்களின் புகைப்படத்தைத் தஞ்சாவூரிலிருந்து ஆய்வாளர் சே. முனியசாமி மூலம் அனுப்ப ஏற்பாடு செய்தவரும் இவரே. 'செந்தமிழ்' இதழ்களிலிருந்து சில கட்டுரைகளை மதுரையிலிருந்து படியெடுத்து அனுப்பியவர் பொ. இராஜா. அவரது உதவி சொல்லி மாளாது.

சவராயலு நாயகர் பற்றிய ஆய்வு நூலையும் படத்தையும் தனது மகன் மூலமாக அனுப்பியுதவியவர் பேராசிரியர் ஆ. சுசித்ரா அவர்கள். இதற்காகப் பரிந்துரைத்தவர் 'பில்க்' பேராசிரியர் இரா. சம்பத் அவர்கள்.

உ.வே.சா.வின் பாரீஸ் நண்பர் ஜூலியன் வின்ஸோன் புகைப்படத்தைப் பகிர்ந்து கொண்டவர் புதுவை பிரஞ்சு நிறுவனம் எம். கண்ணன் அவர்கள்.

உ.வே.சா.வின் புதிய கட்டுரைகளைக் கண்டறிவதில் எனக்கு உதவியவர் உ.வே.சா. நூலகத்தில் பணிபுரிந்த திரு. எஸ். சாய்ராமன் அவர்கள். இதில் மேலும் உதவியவர் நூலகர் திருமதி சுப்புலெட்சுமி.

நூல் ஒப்பீட்டுப் பணியில் பெரிதும் ஒத்துழைப்பு நல்கியவர் எனது ஒருசாலை ஆசிரியை த. கவிதா.

நூல் முழுவதையும் ஒருசேரப் படித்துப் பார்த்ததோடு மெய்ப்புத் திருத்தத்திலும் எனக்கு உதவியவர்கள் திருமதி சித்ரா பாலசுப்ரமணியம், அ. அபிராமி ஆகியோர்.

தொகுப்பில் அமைந்துள்ள படங்கள் அனைத்தையும் அச்சுக்கேற்பச் சீர்செய்தவர் அ.ச.ஜோ. அலாய்சியஸ் தேவதாஸ் அவர்கள். அட்டைப் படத்தை உயிர்ப்புடன் வடிவமைத்திருப்பவர் ஓவியர் மணிவண்ணன் அவர்கள்.

இந்தக் கட்டுரைத் தொகுப்புகள் வெளிவருவதில் ஏற்பட்ட சங்கடங்களைக் களைந்து நூலை வெளிக்கொணர்ந்திருப்பவர் 'காலச்சுவடு' கண்ணன் அவர்கள்.

நூல் வெளிவருவதற்கு முன்பாகவே அதுகுறித்த செய்தியை *தி ஹிந்து* ஆங்கில நாளேட்டில் வெளியிட்டு வாசகர்களின் எதிர்பார்ப்பைத் தூண்டியவர் திரு. ப. கோலப்பன் அவர்கள்.

என்னுடைய இலக்கியப் பணியை அருகிருந்து அரவணைப்போராய் இன்றும் தொடர்பவர்கள் அய்யா 'இலக்கிய வீதி' இனியவன் அவர்களும், நண்பர் துரை. இலக்குமிபதி அவர்களும் ஆவர்.

உ.வே.சா.வின் முதல் பதிப்புக்களை ஒப்புநோக்குவதிலும் அவர்தம் எழுத்துக்கள் வெளிவந்த பழைய இதழ்களைப் பார்வையிடுவதிலும் எனக்குப் பெரிதும் உதவியவை ரோஜா முத்தையா ஆராய்ச்சி நூலகம், உ.வே. சாமிநாதையர் நூலகம், மறைமலையடிகள் நூல்நிலையம் ஆகியவை.

பல்வேறு நிலைகளில் இந்நூலாக்கத்திற்கு உதவியவர்கள் பேராசிரியர் கி. சுப்பிரமணியன் (ஐ.கே.எஸ்), பேராசிரியர் மா.சு. அண்ணாமலை, பேராசிரியர் இரா. இராமன்; டாக்டர் இரா. பன்னிருகை வடிவேலன், கவிஞர் ரவி சுப்பிரமணியன், ஆ. அறிவழகன், ஆய்வாளர் கண்ணதாசன், 'காவல் கோட்டம்' சு. வெங்கடேசன்.

என்னுடைய லௌகிக விடயங்களைச் சரிவரப் பார்த்து அனுசரிக்கும் என் மனைவி தேவி, மகன் இரவிவர்மன் ஆகியோர்.

செம்மையான முறையில் இந்நூலை அச்சுக்கோத்திருப்பவர் திருமதி பா. கலா முருகன் மற்றும் காலச்சுவடு ஊழியர்கள். இறுதி வடிவமைப்பைச் செய்திருப்பவர் நண்பர் கீழ்வேளூர் பா. இராமநாதன்.

அனைவருக்கும் நன்றியும் அன்பும்.

மகாவித்துவான் மீனாட்சிசுந்தரம் பிள்ளையவர்களின் மறைவுக்குப் பிறகும்கூட உ.வே.சா. அவர்களை 'மடத்துப் பிள்ளை'யாகவே வைத்துப் பாதுகாத்தவர் திருவாவடுதுறை ஆதீனகர்த்தராக விளங்கிய பதினாறாம் பட்டம் மேலகரம் ஸ்ரீலஸ்ரீ சுப்பிரமணிய தேசிகர் அவர்கள். 'பிள்ளையவர்கள் இல்லாத குறையைத் தேசிகரின் அபய வார்த்தைகளே போக்கின' என்பது உ.வே.சா.வின் வாக்குமூலம். உ.வே.சா.வுக்கு ஆசிரியராகவும் அடுத்த நிலையில் அமைந்த அவருக்கு இத்தொகுதிகளைக் காணிக்கையாக்குவதில் பெருமகிழ்ச்சியடைகிறேன்.

சரன்

'கவிப்பொழில்'
17/33 சி, திரு.வி.க. 4ஆம் தெரு
வில்லிவாக்கம்
சென்னை 600 0049
பேசி 9941278810
psharanvarma@gmail.com

அணிந்துரை

உதிராத மலர்கள்

ஆ. இரா. வேங்கடாசலபதி

(உ.வே. சாமிநாத) அய்யரவர்கள் தமிழ் இலக்கியத்தின் மெய்க்காப்பாளர் மட்டுமல்ல; பழைய சம்பிரதாயங்கள், பழைய மனப்பான்மைகள் இவற்றின் பிரதிநிதி. அரசியல் நிலைமையாலும் மற்றும் இதர சந்தர்ப்ப விசேஷங்களாலும் வேகத்தை அடிப்படையாகக் கொண்ட நாகரிகப் போக்கின் தன்மை பெற்ற தீவிர மனப்பான்மை கொண்டவர்களுக்குப் பொறுமையும் ஸ்ரீ அய்யரவர்களுக்கு அவகாசமும் இணைவது துர்லபம். ஆனால் இச்சிறு கோவைகளான 'நினைவுச் சாளரங்கள்' இவ்விருவர்களிடையிலும் ஒரு தொடர்பை ஏற்படுத்த ஒரு சிறந்த சாதனமாகும்...

— புதுமைப்பித்தன்[1]

க

1855இல் உ.வே. சாமிநாதையர் பிறந்தபொழுது தமிழகத்தில் இரயில் வண்டிகள் ஓடத் தொடங்கியிருக்கவில்லை. இருப்புப் பாதையிலேயே பெரிதும் பயணம் செய்து தமிழகமெங்கும் பழந்தமிழ்

---

1. உ.வே.சா.வின் 'நல்லுரைக் கோவை' நூல் மதிப்புரை, *தினமணி*, 19 ஜூலை 1937. 'அன்னை இட்ட தீ' (பதிப்பு: ஆ. இரா. வேங்கடாசலபதி), காலச்சுவடு பதிப்பகம், 1998, ப. 140.

ஏடுகளைத் தேடிய உ.வே.சா., ஜப்பானிய விமானக் குண்டுத் தாக்குதலுக்கு அஞ்சி, சென்னை நகரைப் பலரும் காலி செய்து சென்றபொழுது, திருக்கழுக்குன்றத்திற்குக் குடிபெயர்ந்து 1942இல் மறைந்தார். 'முதல் விடுதலைப் போர்' எனப்படும் 1857ஆம் ஆண்டின் எழுச்சி அவர் பிறந்த இரண்டாண்டுகளுக்குப் பிறகே நிகழ்ந்தது. கிழக்கிந்தியக் கம்பெனி ஆட்சியில் பிறந்த உ.வே.சா. காலமானபொழுது இந்தியா விடுதலை பெறுவது முடிவாகிவிட்டிருந்தது. இரயிலறியாத காலம் முதல் விமானத் தாக்குதல் சாதாரணப் போர் நடவடிக்கையாக மாறிவிட்ட காலம் வரை ஒரு நெடுங்காலத்தை உ.வே.சா. நேராகப் பார்த்தறிந்தார். பத்தொன்பது, இருபது என இரண்டு நூற்றாண்டுகளின் செம்பாகமும் அவருடைய வாழ்வோடு ஒட்டி அமைந்திருந்தது.

எல்லிஸ் முதல் புதுமைப்பித்தன் வரை தமிழுக்குத் தொண்டு செய்வோரை விரைவில் கவர்ந்துசென்ற 'அறனில் கூற்ற'த்திட மிருந்து நல்லூழாக உ.வே.சா.வை மட்டும் தமிழன்னை எப்படியோ காத்துவிட்டாள்.

எண்பத்தேழு ஆண்டுகள் நிறைவாழ்வு வாழ்ந்த உ.வே.சா., மகாவித்துவான் மீனாட்சிசுந்தரம் பிள்ளையிடம் பழமுறைப்படி தமிழ்க் கல்வி கற்று, திருவாவடுதுறை மடத்தில் மாணவராகவும் பின்பு ஆசிரியராகவும் அமர்ந்து, மேற்கத்தியக் கல்விமுறையில் அமைந்த கும்பகோணம் மற்றும் மாநிலக் கல்லூரிகளில் அரசு பணியாற்றினார். பழந்தமிழ் நூல்களைத் தேடித்தேடிப் பதிப்பிப்பதையே ஒரே நோக்கமாகக் கொண்டு, வேறு திசை திரும்பாமல் முழுமூச்சாகப் பணியாற்றினார். தமிழ்ப் பதிப்பியலின் முன்னோடியான சி.வை.தாமோதரம் பிள்ளை 1901இல் மறைந்து, 1920களின் இறுதியில் ச. வையாபுரிப் பிள்ளை பதிப்பாசிரியராக மலரத் தொடங்கும்வரை இத்துறையில் உ.வே.சா.வுடன் போட்டி யிடுவாரில்லை.

உ.வே.சா.வின் அரும்பணிக்கு உரிய அங்கீகாரம் இயல்பாக வாய்த்தது. வடமொழி அறிஞர்களுக்கு மட்டுமே பெரிதும் வழங்கப்பட்ட 'மகாமகோபாத்யாய' (பெரும்பேராசிரியர்) பட்டத்தைத் 'தமிழ்ச் செவ்வியறியாத' ஆங்கிலேயரிடமிருந்து தமிழ் மட்டுமே அறிந்த உ.வே.சா. பெற்றார். (இப்பட்டம் பெற்ற மற்றொரு தமிழறிஞரான பண்டிதமணி மு. கதிரேசன் செட்டியார் வடமொழியிலும் வல்லவர்.) இதனால் பாரதியின் வாழ்த்தும் கிடைத்தது. (இதன் சிறப்பை உ.வே.சா. உணர்ந்திருந்தாரா என்பது வேறு.)

சென்னைப் பல்கலைக்கழகம் அவருக்கு மதிப்புறு டாக்டர் பட்டத்தை 1932இல் வழங்கியது. சென்னைப் பல்கலைக்கழகத்தில்

தமிழில் முதல் பிஎச்.டி. பட்டம் பெற்றவர் பி.சா. சுப்பிரமணிய சாஸ்திரி. தமிழில் இலக்கணக் கோட்பாடுகளின் வரலாறும் சமஸ்கிருத இலக்கண நூல்களுடனான அவற்றின் தொடர்பும் என்ற பொருளில் எழுதிய ஆய்வேட்டுக்கு 1930இல் இப்பட்டம் அவருக்குக் கிடைத்தது. யாப்பியல் பற்றி ஆய்வேடு எழுதி டாக்டர் பட்டத்தை அ. சிதம்பரநாதன் செட்டியார் அண்ணாமலைப் பல்கலைக்கழகத்தில் பெற்றது 1940ஆம் ஆண்டளவில்தான். இந்த ஆய்வேடுகளெல்லாம் ஆங்கிலத்தில் எழுதப்பட்டவை. (1970கள் வரையும்கூடத் தமிழில் பிஎச்.டி. பட்டம் பெறுவதற்கு ஆங்கிலத்தில்தான் ஆய்வேடு அமைய வேண்டியிருந்தது.) அவ்வகையில் உ.வே. சாமிநாதையருக்கு வழங்கப்பட்ட டாக்டர் பட்டம் தனிஒருவருக்குக் கிடைத்த அங்கீகாரமாக அல்லாமல் தமிழுக்கே கிடைத்த அங்கீகாரமாகும்.

அரசாங்கப் பட்டங்கள் ஒருபுறமிருக்க, காஞ்சி மடம் உ.வே.சா.வுக்கு 'தாக்ஷிணாத்ய கலாநிதி' (தென்கலைவாணர்) என்ற பட்டம் வழங்கியது. காந்தியடிகளின் தலைமையில் உரையாற்றிய பெருமையும் இவருக்கு உண்டு. 1919இல் சென்னைக்கு வந்திருந்தபொழுது இரவீந்திரநாத தாகூர் இவரை நேரில் வந்து சந்தித்தார். அவருடைய எண்பதாண்டு நிறைவு தமிழகத்தில் மட்டுமல்லாமல் இந்தியாவின் பிற பகுதிகளிலும், பர்மா, இலங்கை முதலான வெளிநாடுகளிலும்கூடச் சிறப்புறக் கொண்டாடப்பட்டதோடு, ஓர் அரிய மலரும் வெளியிடப்பட்டது. அவர் மறைந்த பிறகு கடலைப் பார்த்தவாறு மாநிலக் கல்லூரி வளாகத்தில் அவருடைய உருவச் சிலையும் அமைக்கப்பட்டது.

நிறைவாழ்வு வாழ்ந்து, தமிழுக்கு அளப்பரிய தொண்டாற்றிய உ.வே.சா.வுக்கு, ஒரு தமிழறிஞர் இன்றளவும் நினைத்தும் பார்க்க முடியாத அனைத்துப் பெருமைகளும் அவர் வாழ்நாளிலேயே அடையும் அரிய பேறு வாய்த்தது. எவரின் ஆற்றலையும் முழு மலர்ச்சி பெறவிடாத தமிழ்ச் சூழலில் உ.வே.சா. என்னும் ஆளுமையின் விகசிப்பு எவ்வளவு அரிதானது என்று சொல்ல வேண்டியதில்லை.

உ

அரிய தமிழ் நூல்களைத் தேடியெடுத்துச் செம்மையாகப் பதிப்பித்த உ.வே.சா. எழுதிய 'என் சரித்திரம்' நூலுக்கு நவீனத் தமிழில் ஒரு தனி இடம் உண்டு. மணிமேகலைப் பதிப்பு வெளியான 1898ஆம் ஆண்டுவரையான நிகழ்ச்சிகளோடு இடைநிற்கும் இந்த நிறைவுபெறாத தன்வரலாறு தவிர, இரண்டாயிரம் பக்கங்களுக்கு மேற்பட்ட சுயசரிதைத்

தன்மையிலான நூற்றைம்பதுக்கு மேற்பட்ட கட்டுரைகளையும் ஐந்து முழு அளவிலான வாழ்க்கை வரலாறுகளையும் உ.வே.சா. எழுதினார். நவீனத் தமிழ்ச் சமூகத்தின் உருவாக்கத்தைப் புரிந்துகொள்ள உ.வே.சா.வின் இத்தன்மையிலான எழுத்துகள் மிக முக்கியமான சான்றாதாரங்கள் என்பதில் இரண்டு கருத்துகள் இருக்க முடியாது. கணிசமான அளவுக்கு இந்த வகையான, சுயசரிதைத் தன்மையிலமைந்த கட்டுரைகள் எழுதுவதற்கு உ.வே.சா.வின் நீண்ட வாழ்நாள் அனுபவங்களும் அவருக்குக் கிடைத்த சமகால அங்கீகாரமும் முக்கியக் காரணிகளாகும். இக்கட்டுரைகள் அவர் காலத்திலேயே பெரும்பாலும் தொகுத்தும் வெளியிடப்பட்டன. ஒரு தொகுப்புக்கான கட்டுரைகள் சேர்ந்த உடனேயே அவை நூலாக்கம் பெற்றன. 'நான் கண்டதும் கேட்டதும்', 'புதியதும் பழையதும்', 'நல்லுரைக் கோவை', 'நினைவு மஞ்சரி' என்ற அவற்றின் தலைப்புகளே அவை எந்தப் பொருண்மை அடிப்படையிலும் தொகுக்கப்படவில்லை என்பதைக் காட்டிவிடும். அவர் மறைந்த பிறகும் அவை அப்படியே மறுஅச்சிடப்பட்டுவந்தன.

அவை பொருள் ஒழுங்கில், காலவரிசை பற்றிய ஓர்மையுடன் வகைதொகைப்படுத்தப்பட்டு வெளிவர வேண்டும் என்ற தமிழன்பர்களின் நெடுநாள் கனவு ப. சரவணனின் முயற்சியால் இன்று ஈடேறியிருக்கிறது. இலக்கியம், மொழி, தன்வரலாறு, சுவடி தேடியது, ஊர், சான்றோர், இசைவாணர், வரலாறுகள், தனிப்பாடல், மாந்தர் என்று பொருத்தமான பிரிவுகளில் நூற்றுஎழுபத்தைந்து கட்டுரைகள் இந்நூலில் அடங்கியுள்ளன. உ.வே.சா.வின் கட்டுரைகளைக் காத்திரமாக மதிப்பிடுவதற்கு இதன்மூலம் வழிசமைந்துள்ளது என்பதில் தடையில்லை. 'என் சரித்திரம்', 'ஸ்ரீ மீனாட்சிசுந்தரம் பிள்ளையவர்கள் சரித்திரம்' நீங்கலான பிற அனைத்துக் கட்டுரைகளும் இதில் அடங்கிவிட்டன என்று சொல்லலாம்.

உ.வே.சா.வின் உரைநடை நூல்களில் முதலிடம் பெறுபவை அவர் எழுதிய வாழ்க்கை வரலாறுகளே. 1933–34இல் இரு பகுதி களாக அவர் எழுதி வெளியிட்ட 'ஸ்ரீ மீனாட்சிசுந்தரம் பிள்ளை யவர்கள் சரித்திரம்' பத்தொன்பதாம் நூற்றாண்டின் இலக்கியச் சூழல் பற்றிய மிக விரிவான பதிவாகும். மேலைமுறையிலான கல்வி கால்கொள்வதற்கு முன்பான தமிழ்க் கல்வி, சைவ மடங்களின் நிலை, இலக்கிய உற்பத்திக்கும் புரவலர்களுக்குமான உறவு, மரபுவழிப் புலவர்களின் உருவாக்கமும் செயல்பாடும், இலக்கிய வகைமைகள் முதலானவற்றைப் புரிந்துகொள்வதற்கான அரிய ஆவணம் இது.

புலவர்கள் பற்றிய நம்பகமான வரலாறுகள் இல்லை என்பதை உணர்ந்து, அந்த ஓர்மையோடு தம் ஆசிரியரின் வரலாற்றைப் பயபக்தியுடன் உ.வே.சா. எழுதியிருக்கிறார். நாற்பதாண்டுகளுக்கு மேற்பட்ட தேடலின் விளைவான நூல் இது. 'நான் அறிந்தன போக வேறு செய்திகள் கிடைக்கலாமென எண்ணிப் பிள்ளையவர்களோடு பழகிய பலர்பாற் சென்று சென்று விசாரித்தேன்; இவருடைய கடிதங்கள், தனிப்பாடல்கள், நூல்கள் முதலியன கிடைக்குமென்று அறிந்த இடங்களுக் கெல்லாம் சென்றுசென்று தேடினேன்...' என்று அவர் கூறியிருப்பதற்கிணங்க, இவ்வரலாற்றில் பல கடிதங்களும் தனிச் செய்யுள்களும் சிறப்புப் பாயிரங்களும் இருப்பதைக் காணலாம். தாம் இத்தகைய வரலாறு ஒன்று எழுத இருப்பதை **1900, 1931** ஆகிய ஆண்டுகளில் இருமுறை *சுதேசமித்திரன்* நாளிதழில் விளம்பரம் செய்து அவர் தகவல்களை வேண்டியிருக்கிறார். கிடைத்ததைப் பதிவுசெய்ததோடு, கிடைக்காததையும் அவர் பதிவுசெய்திருப்பது முக்கியமானது.

> இவர் காலத்தில் படம் எடுக்கும் கருவிகள் இருந்தும் இவரோடு பழகியவர்களுள் ஒருவரேனும் இவருடைய படத்தை எடுத்துவைக்க முயலாதது வருத்தத்தை விளைவிக்கிறது... இக்கவிச் சக்ரவர்த்தியினுடைய பூத உடம்பின் படம் இல்லையே என்னும் வருத்தம் இருந்தாலும் இவருடைய புகழுடம்பின் படமாக நூல்களும் செய்யுட்கள் முதலியனவும் இருக் கின்றன வென்றெண்ணி ஒருவகையாக ஆறுதல் அடைகின்றேன்.[2]

இச்செய்தியை, இவ்வரலாற்றின் இரண்டாம் பாகத்திலும் உ.வே.சா. குறித்திருக்கிறார். (இப்பொழுது உலவும் மீனாட்சி சுந்தரம் பிள்ளையின் படம் எப்படிக் கிடைத்தது என்பது தனியே ஆராய்வதற்குரியது. படங்களைச் சேகரிப்பதில் உ.வே.சா. காட்டிய ஆர்வம் ப. சரவணனையும் தொற்றிக் கொண்டுள்ளது; பழையதும் புதியதுமாகச் சற்றொப்ப நூறு படங்களை இவர் இந்நூலில் திரட்டியுள்ளார்.) நூலாகவே திட்டமிட்டு எழுதிய இச்சரித்திரத் திலும்கூடத் தன்னளவில் முழுமையான கட்டுரைகளாகக் கருதத்தகும் பகுதிகள் உள்ளன. 'தருக்கடங்கின எழுத்தாளர்' போன்ற பகுதியை அவர் தனியாகவும் வெளியிட்டிருக்கிறார்.

நூலாகவே எழுதி வெளியிட்ட மீனாட்சிசுந்தரம் பிள்ளை வரலாறு தவிர, உ.வே.சா.வின் மற்றொரு ஆசிரியர் எனத்தக்க தியாகராச செட்டியாரின் வரலாற்றையும், கனம் கிருஷ்ணையர்,

2. உ.வே. சாமிநாதையர், ஸ்ரீ மீனாட்சிசுந்தரம் பிள்ளையவர்கள் சரித்திரம், சென்னை, 1933, ப. xix.

கோபாலகிருஷ்ண பாரதியார், மகாவைத்தியநாதையர் ஆகிய இசை விற்பன்னர்களின் வரலாற்றையும் கலைமகளில் தொடராக எழுதிப் பின்பு தனி நூல்களாகவும் வெளியிட்டார். இவ்வாறு தனி வாழ்க்கை வரலாற்று நூல்களாக எழுதியதோடு, தமக்குத் தொடர்புடைய பல பெருமக்களின் வரலாற்றையும் கட்டுரை வடிவில் எழுதினார். பூண்டி அரங்கநாத முதலியார், சேஷையா சாஸ்திரி, பொன்னம்பலம் இராமநாதன், வி. கிருஷ்ணசாமி ஐயர், மணி ஐயர் (எஸ். சுப்பிரமணிய ஐயர்), வேங்கடராம பாகவதர், அனந்தராம ஐயர், பெரிய வைத்தியநாதையர் ஆகியோர் பற்றிய கட்டுரைகள் இத்தகையவை.

இவர்களில் பலருடைய வரலாற்றை உ.வே.சா. எழுதியிரா விட்டால் அவர்களைப் பற்றி எந்தத் தகவலுமே தெரியாமல் போயிருக்கும் என்பது கவனத்தில் கொள்ள வேண்டிய உண்மை. கோபாலகிருஷ்ண பாரதி, தியாகராச செட்டியார் முதலானோர் பற்றி இவர் எழுதவில்லை என்றால் அவர்களைப் பற்றித் தமிழுலகம் ஒன்றுமே அறியாமல்போயிருக்கும். இக்காரணம் பற்றியே 'என் சரித்திரம்' எழுதுவதினும் வித்துவான் தியாகராச செட்டியார் வரலாற்றை எழுதுவதில் தம் இறுதிநாளில் உ.வே.சா. முனைப்பு காட்டியிருக்கிறார். சேலம் இராமசாமி முதலியார் பற்றி அவர் எழுதாமல் போனது எவ்வளவு பெரிய இழப்பு என்பதை இன்று உணர முடிகிறது. பூண்டி அரங்கநாத முதலியார், சேஷையா சாஸ்திரி, பொன்னம்பலம் இராமநாதன், வி. கிருஷ்ணசாமி ஐயர், மணி ஐயர் முதலானோர் பற்றி ஆங்கிலத்தில் நூல்கள் உண்டென்றாலும் அவர்களின் தமிழ் சார்ந்த பங்களிப்புகள் பற்றி அவற்றில் அதிகம் இல்லை.

மேலும், குமரகுருபரர், சிவஞான முனிவர், முத்துசாமி தீக்ஷிதர் போன்ற அவர் காலத்துக்கு முந்திய பெருமக்களைப் பற்றிய வழக்காறுகளையும் உ.வே.சா. தொகுத்து எழுதியிருக் கிறார். இன்றைக்கு இரண்டேகால் நூற்றாண்டுக்கும் மேற்பட்டவ ரான சிவஞான முனிவர் இவர் காலத்திற்கு இரண்டு மூன்று தலைமுறைகளே முன்னவர் என்பதைக் கருதும்போது செவிவழிச் செய்திகள் கூடுதல் நம்பகத்தன்மை உடையவை எனக் கொள்ள இடமுண்டு. 'எங்கள் பாவம் எங்கள் பாவம் எங்கள் பாவம் ஈசனே' என்னும் பாடல் எழுந்த கதை அக்கால மடங்கள் பற்றிய அரிய, சுவையான பதிவாகும்.

'இசையில் அதிகப் பழக்கம் வைத்துக்கொண்டால் இலக்கண இலக்கியத்தில் தீவிரமாகப் புத்தி செல்லாது' என்று மீனாட்சிசுந்தரம் பிள்ளை அறிவுறுத்தியவுடன் கோபால கிருஷ்ண பாரதியிடம் இசை பயின்றுவந்ததை உ.வே.சா. கைவிட்டாரெனினும், அவர் வாழ்நாள் முழுவதும் இசை

ஈடுபாடு அவரை விடவில்லை. அவர் எழுத்து நெடுகவும் இசையின் அதிர்வுகளைக் கேட்கலாம். மாணவர்களுக்குப் பயிற்றுவிக்கும்பொழுது செய்யுள்களை இசையுடன் பாடி வகுப்பெடுக்கும் வழக்கம் அவருக்கு இருந்துள்ளது. இசை சார்ந்த உருவகங்கள் அவர் கட்டுரைகளில் இறைந்துகிடக்கின்றன. மொழி அமைதியையும் சுருதி சுத்தத்தையும் இணைத்துக்காட்டும் 'எது தமிழ்?' கட்டுரை இங்கு நினைக்கத்தக்கது. கர்நாடக இசை யாகக் கட்டமைக்கப்படுவதற்கு முன்பு தமிழகத்தில் சாஸ்திரிய சங்கீதம் பற்றிய விரிவான பதிவுகளை உ.வே. சாமிநாதையரிடம் அன்றி வேறு யாரிடமும் காணவியலும் என்று சொல்ல முடியாது.

பலப்பல தலபுராணங்களைப் பாடியவரிடம் பாடம் பயின்ற உ.வே.சா. பல்வேறு ஊர்களைப் பற்றி எழுதிய கட்டுரைகளும் சுவையானவை. புராணம் சார்ந்த தலச்சிறப்புகளோடு வேறு பல செய்திகளையும் தொகுத்துச் சொல்வது ஊர்கள் பற்றிய உ.வே.சா. கட்டுரைகளின் பாங்காகும். இந்த வகையில் அரியிலூர், உடையார்பாளையம், திருமலைராயன்பட்டினம், கும்பகோணம், பெரும்புலியூர் ஆகியவற்றின் பதிவுகள் அமைந்திருக்கின்றன.

பெர்லினில் தமிழறிஞராக விளங்கிய டாக்டர் ஹ. பைதான் என்பவருக்கு உ.வே.சா.வின் எழுத்தைப் படித்ததும் கும்பகோணம் ஞாபகம் வந்திருக்கிறது.[3] உ.வே.சா.வுக்கு பெர்லினிலிருந்து அவர் எழுதிய கடிதம் *(25–8–1939)* சுவையானது. (இந்தக் கடிதம் ஜூலியன் வின்சோன் பற்றிய 'கடல் கடந்து வந்த தமிழ்' கட்டுரையோடு ஒத்து எண்ணத்தக்கது.)

> *கலைமகள்* என்னும் சஞ்சிகையின் ஒரு சந்தாதார் நான். வாசிக்கையில் எப்பொழுதும் நீங்கள் எழுதி யிருக்கிற உரைகளை முதலிலே எதிர்பார்த்திருக் கிறேன். அதினால் எனக்கு அளவிறந்த சந்தோஷம் உண்டாகும். உங்கள் பெயரைப் பார்த்தால் கும்பகோணம் காவேரி பச்சையுள்ள கரை[யி]ன் படம் என் கண்ணுக்கு முன் தோன்றுகிறது. ... ரெயில்வேய் ஸ்டேஷன் அப்புறமிருக்கிற 'கழுதைத் தோப்பு' என்று சொல்லப்பட்ட இடம் எனக்கு 'அஷ்ரமாக' இருந்தது (நான் அந்தக் காலத்தில் கலியாணமில்லாத துறவி). ஜெர்மன் மிஷனில் கிறிஸ்தவகுரு வேலை செய்தவன். காலிட்ஜில் திருவிழா கொண்டாடப்பட்டப்போது நானும் வரவழைக்கப்பட்டுச் சில சமயங்களில் அங்கே போயிருந்தேன். ... நீங்கள்

---

3. இக்கட்டுரையில் சுட்டப்படும் கடிதங்கள் அனைத்தும் சென்னை உ.வே. சாமிநாதையர் நூல்நிலையத்தில் பேணப்பட்டுவரும் கடிதக் கருவூலத்தில் பார்வையிடப்பட்டவை.

கும்பகோணத்தில் இருக்கிற சமணர்களைப் பற்றி எழுதின உரை எனக்கு அதிக சிரிப்பு உண்டாக்கினது. சமணர்களிலும் ஒருவர் எனக்கு முகம் தெரிந்தவர்; அவர் கர்ணம் *(surveyor)*. நான் மகாமகம் குளத்தின் சமீபத்தில் ஒரு பள்ளிக்கூடத்தை ஸ்தாபித்தப்போது அவரோடு பழகினேன்; வெகு யோக்கியன். அந்தக் காலத்தில் நான் கும்பகோணம் என்னும் மொழியின் மர்மமான அர்த்தத்தையும் தெரியவந்தேன். மாயவரம் பிள்ளை என்னும் ஒரு போக்கிரிப் பிள்ளையும் (பெயர்போனவன்) ஒரு பிராமணக் கிழவனும் எனக்கு இவ்விஷயத்தில் குருவாக விளங்கினார், தக்ஷிணமும் சம்பளமும் இன்றி! பார்ப்பான் எனிடத்தில் 50 ரூ வாங்கிச் செய்ய வேண்டியவைச் செய்யாமல் மறைந்து அருளினார், பலவிதமான வாத்தியங்கள் முழங்காமலும் பூ சொரியாமலும் மறைந்துவிட்டருளினாரே! அப்போது தெரிய வந்துவிட்டது எனக்கு கும்பகோணம் என்னும் மொழியின் அர்த்தம்! ஆயினும் இது ஹாஸ்யமாக மட்டும் சொல்லுகிறேன். *Peccator intra muros et extra!* எந்த ஊரிலும் போல் கும்பகோணத்திலும் நல்லவரும் உண்டு, நல்லவரோடுக் கெட்டவரும் கலந்திருக்கிறார்கள். அது நிற்க!

செவிவழிச் செய்திகளின்மூலம் தம் ஆய்வுகளுக்குத் தகவல்கள் திரட்டியவர் உ.வே.சா. கர்ண பரம்பரையாக (செவிவழியாக) வழங்கிவந்த கதைகளையும் உ.வே.சா. சுவைபட விவரிக்கிறார். 'பொன் காத்த கிழவி', 'அன்னம் படைத்த வயல்', 'மல்லரை வென்ற மாங்குடியார்', 'அம்பலப்புளி' போன்றவை இத்தன்மையானவை. சுவையான கதைப் போக்குடையவையாக இருக்கும் இந்த விவரிப்புகளைப் போலவே தம்முடைய வாழ்வில் நிகழ்ந்தவற்றையும் உ.வே.சா. கட்டுரைப்படுத்தியிருக்கிறார். 'அழைத்த காரணம்', 'அப்படிச் சொல்லலாமா?' முதலான கட்டுரைகள் இதற்கு எடுத்துக்காட்டுகள். 'இருந்தமிழே உன்னால் இருந்தேன்; இமையோர் விருந்தமிழ்தம் என்றாலும் வேண்டேன்' என்ற விழுமிய வரிகளைக் கொண்ட 'தமிழ் விடு தூது' நூலின் ஓலைப்பிரதி எப்படிக் கிடைத்தது என்று உ.வே.சா. விவரிக்கும் 'இன்னும் அறியேன்' கட்டுரை இத்தகைய விவரிப்புக்குச் சிறந்த உதாரணம். முற்காலத்துத் தனிப்பாடல்கள் சில எழுந்த சூழலை விவரிக்கும் முகமாகவும் இருபது கட்டுரைகளுக்கு மேல் அமைந்துள்ளன. 'நெருப்பு வட்டமான நிலா' என்ற ஈற்றடியையுடைய 'பிச்சைப் பாட்'டை யார்தான் மறக்க முடியும். தனிப்பாடல் திரட்டை முதன்முதலில் தொகுத்த சந்திரசேகர

கவிராஜ பண்டிதருக்கு இதைவிடச் சிறந்த நினைவுச் சின்னம் இருக்க முடியுமா?

ந

இந்தக் கட்டுரைகளெல்லாம் அக்கால வெகுசனப் பத்திரிகைகளி லேயே வெளிவந்திருக்கின்றன. பெரும்புலவரான உ.வே.சா. ‘தமிழ்ப் பொழில்’, ‘செந்தமிழ்ச் செல்வி’ போன்ற புலமை இதழ்களில் எழுதவில்லை என்பது முக்கியமான செய்தி. விதிவிலக்காகச் ‘செந்தமி’ழில் மட்டும் இரண்டொரு கட்டுரைகளும் ஒரு மதிப்புரையும் வெளிவந்துள்ளன. ‘வியாசம்’, ‘வசன காவியம்’ என்று பலவாறாகச் சுட்டப்பட்டுவந்த ஓர் இலக்கிய வகைமை, ‘கட்டுரை’ என்னும் வடிவமெடுத்தது **1920**க்குப் பிந்திய காலத்திலாகும். தமிழில் சிறுகதை வடிவம் நிலைபெற்ற காலமும் இதுவே. இலக்கியக் கட்டுரை, சிறுகதை ஆகிய வடிவங்களுக்கு நெருக்கமான ஒரு சொல்முறையினை உ.வே.சா. தன் கட்டுரைகளில் கையாண்டுள்ளார். கட்டுரைத் தலைப்புகளே ஓர் ஈர்ப்பைத் தருவனவாக, வாசகரைப் பிரதிக்குள் இழுப்பனவாக அமைந்திருப்பதைக் காண முடிகின்றது. கட்டுரையின் மையமான ஒரு தொடரையே மேற்கோள் குறிக்குள் கட்டுரைத் தலைப்பாகப் பலமுறை அவர் அமைத்திருக்கிறார். இலக்கியச் செழுமையோடு அமையும் தலைப்புகளும் பல உள்ளன. நிலவொளியில் முல்லைப்பாட்டை இனங்கண்டதை விவரிக்கும், ‘நிலவில் மலர்ந்த முல்லை’ என்னும் முரண்அணி துலங்கும் தலைப்பையும், பூக்களை நிரல்படுத்தும் குறிஞ் சிப் பாட்டின் வரிகளைக் கண்டெடுத்ததைப் பற்றிய ‘உதிர்ந்த மலர்கள்’ என்னும் தலைப்பையும் எவரும் மறக்க முடியுமா என்ன? அவை உதிரா மலர்கள் அல்லவா? ‘கிர்ர்ர்ரனி’, ‘டிங்கினானே!’ என்னும் விளையாட்டான தலைப்புகளை ஒரு முதுபெரும் அறிஞர் கையாளும்பொழுது வாசகர்கள் உடனே அதில் கவனம் செலுத்தினால் பிழை சொல்ல முடியுமா?

உ.வே.சா.வின் நுவல்முறை நாடகத் தன்மையோடு அமைந்திருப்பதும் அவர் கட்டுரைகளின் வெற்றிக்கு ஒரு காரணம். பொருத்தமும் சுவையும் மிக்க கட்டுரைத் தலைப்பு, பெரும்பாலும் ஆவலைத் தூண்டும் செய்தியுடனோ பின்னணிப் பீடிகையுடனோ கூடிய தொடக்கத்திற்கு வாசகரை இட்டுச் செல்கிறது. மெல்லக் கதையின் முடிச்சவிழ்ந்து, முத்தாய்ப்புடன் முடிகின்றது. கட்டுரையை எங்கே முடிக்க வேண்டும் என்று பெரும்பாலும் தெரிந்தவராகவே உ.வே.சா. இருக்கிறார்.

தமிழ்ப் புலவர்களுக்கு நகைச்சுவை உணர்வு இல்லை என்பார்கள். உ.வே.சா.வுக்கு அமர்த்தலான நகைச்சுவை

கைவரும் என்பதற்குப் 'பங்கா இழுத்த பாவலர்' ஒரு புகழ்பெற்ற உதாரணம்.

கட்டுரைகளின் ஈர்ப்புக்கு மற்றொரு காரணம், அவற்றில் உ.வே.சா. 'தான் கலந்து' இருப்பது. உ.வே.சா.வின் சாதனைகளை மனத்தில் இருத்திப் படிக்கும் வாசகருக்கு, அவருடைய கட்டுரைகள் பல செய்திகளைத் தெளிவுபடுத்துவதோடு, கட்டுரைகளுக்குச் செறிவையும் ஆழத்தையும் கனத்தையும் நம்பகத்தன்மையையும் தருகின்றன. நூலறிவே புலமை என்று கருதப்படும் மரபில் அதனைக் கடந்து கள ஆய்வைச் செய்தவர் உ.வே.சா. செவிவழிச் செய்திகளைப் புறக்கணிக்காத பாங்கினை மேலே சுட்டினோம். களஆய்வின் பதிவுகள் சுவையான கட்டுரைகளாகியிருக்கின்றன. 'கும்மாயம்', 'செண்டலங்காரர்', 'இடையன் எறிந்த மரம்', 'கள்ளனும் புலியும்' போன்ற கதைக்கட்டுரைகள் உ.வே.சா. என்னும் பெரும் பதிப்பாசிரியர் எழுதியதனாலேயே முழுப் பொருள் பெறுகின்றன.

செவிவழிச் செய்திகளும் கள ஆய்வுச் செய்திகளும் உ.வே. சா.வுக்குத் தற்செயலாக வாய்க்கவில்லை. மிகுந்த ஓர்மையுடனும் தன்னுணர்வுடனுமே இவற்றை அவர் தொகுத்துள்ளார்.

> கும்பகோணத்தில் நான் இருந்த காலத்தில் ஒரு முறை திருவையாற்றில் நடைபெறும் ஸப்தஸ்தான உத்ஸவத்திற்குப் போக வேண்டுமென்ற விருப்பம் எனக்கு உண்டாயிற்று... ஸப்தஸ்தானத்திற்கு முதல்நாள் நான் புறப்பட்டேன். ஐயம்பேட்டை என்னும் ரயில்வே ஸ்டேஷனில் இறங்கிக் காவிரிக்கரை மார்க்கமாகச் சென்றேன். இடையிலேயுள்ள ஸ்தலங்களில் சில நேரம் தங்கி அந்தஅந்த ஸ்தல சம்பந்தமான விஷயங்களை விசாரித்து நன்கு தெரிந்துகொண்டேன். எந்த ஊருக்குப் போனாலும் அவ்வூரில் இருந்த புலவர்கள் பிரபுக்கள் முதலியவர்கள் வரலாறுகளையும் சரித்திரம் புராணம் என்பவற்றையும் கர்ண பரம்பரைச் செய்திகளையும் விசாரித்துத் தொகுப்பது வழக்கம். இதனால் பல நாளாகத் தெரியாமலிருந்த அரிய விஷயங்கள் மிக எளிதில் விளங்கியதுண்டு. ('அன்னம் படைத்த வயல்')

உ.வே.சா.வின் கடிதப் போக்குவரத்தைக் கவனிக்கும் பொழுது கடிதங்கள்வாயிலாகவும் அவர் ஏராளமான செய்திகளை திரட்டியுள்ளது தெரிகிறது.

௪

உ.வே.சா.வின் கட்டுரைகளில் ஏறத்தாழ ஒரு நூற்றாண்டுத் தமிழகச் சமூகமும் அச்சமூகத்தின் மாற்றங்களும் பதிவாகி,

முக்கிய வரலாற்று ஆதாரங்களாக விளங்குகின்றன. முதல் பகுதியில் விவரித்ததுபோல் உ.வே.சா.வுக்கு அமைந்த வாழ்வு, வளம், காலம், ஆற்றல் ஆகியவை வேறு எவருக்கும் வாய்க்க வில்லை. உ.வே.சா. தம் சுயசரிதையை எழுதத் தயங்கியபொழுது டி.கே.சி.யும் கல்கியும், 'தங்களுடைய சுயசரித்திரம் என்றால், அது தமிழ்நாட்டின் எண்பது வருஷத்துச் சரித்திரமாக அல்லவா இருக்கும்?' என்று வற்புறுத்தி, 'ஆனந்த விகட'னில் எழுதவைத்தது இதனால்தான். இவ்வாறு அவர்கள் வலியுறுத்தியதற்குக் காரணமாக அமைந்தது அவர் எழுதிவந்த கட்டுரைகளேயாகும். இந்த நோக்கமே உ.வே.சா.வின் கட்டுரைகளில் ஓர்மையோடும் ஓர்மையில்லாமலும் அடியோட்டமாக அமைந்திருக்கிறது. நவீனத்துவத்தை எதிர்கொண்ட இந்திய / தமிழ் மனம், நாம் எதையோ இழந்துவிட்டோம் / இழந்துவருகிறோம் என்னும் கவலையினையும் அச்சத்தையும் கொண்டது. உ.வே.சா.வின் பதிவுகள் இவ்வுணர்வுகளைப் பொதிந்துவைத்திருப்பதோடு, அவ்வுணர்வுகளுக்குத் தீனியும் போடுகின்றன. (கட்டுரைகளில் இடம்பெறும் அடிக்குறிப்புகள் வழக்கிழந்துபோன சொற்களையும் தொடர்களையும் ஒழுகலாறுகளையும் விளக்குவனவாக இருப்பதும் இதனால்தான்.) இதன் காரணமாகவே அவருடைய எழுத்துகளிலெல்லாம் 'அந்தக் காலம் x இந்தக் காலம்' என்னும் இருமை தொடர்ந்து தொழிற்படுவதைக் காண முடிகின்றது.

> 'பிள்ளைகளுக்கும் பெண்களுக்கும் இளம் பருவத்திலேயே கல்யாணம் செய்துவிடும் வழக்கம் **அக்காலத்தில்** அதிகமாகப் பரவியிருந்தது.'[4] (*என் சரித்திரம்*, ப. 113)
>
> '**அக்காலத்தில்** நந்தன் சரித்திரம் தமிழ்நாடு முழுவதும் பரவியிருந்தது.' (ப. 116)
>
> 'பதினாறு வயசுடைய ஒருவன் விவாகமாகாமல் பிரமசாரியாக இருந்தால் ஏதோ பெரிய குறை யுடையவனைப் போல **அக்காலத்தவர்** எண்ணினார்கள்.' (ப. 121)
>
> 'காலையில் காப்பி என்பது **அக்காலத்தினர்** அறியாதது.' (ப. 125)
>
> 'கல்யாணப் பெண்ணைக் கல்யாணத்திற்கு முன்பு பிள்ளை பார்ப்பதென்ற வழக்கம் **அக்காலத்தில்** பெரும்பாலும் இல்லை.' (ப. 126)

---

4. இங்கு மேற்கோள் காட்டப்படும் பகுதிகளுக்குப் பயன்படுத்தியுள்ள பதிப்பு, *என் சரித்திரம்*, உ.வே. சாமிநாதையர் நூல்நிலையம், சென்னை, 1990 (மூன்றாம் பதிப்பு).

இப்படிப் பட்டியலை நீட்டிக்கொண்டே போகலாம். 'அக்காலமும் இக்காலமும்' வேறுவேறு என்பதில் உ.வே.சா. வுக்குச் சிறிதும் ஐயமில்லை. அவருடைய சார்பு எதன் பக்கம் என்றும் சொல்ல வேண்டியதில்லை. இழந்தவை பெரியவை; விழுமியவை; சிறந்தவை. அவற்றைப் பதிவாக்கும் முயற்சியே உ.வே.சா. கட்டுரைகள். இக்காரணம் பற்றியே, தம் மனைவியின் பெயரை (மதுராம்பிகை) ஒரே ஒருமுறை மட்டுமே குறிப்பிடும் (அதனையும் பொருளடைவில் தவிர்த்து விட்டிருக்கிறார்கள் 'என் சரித்திர'த்தை வெளியிட்டவர்கள்!) உ.வே.சா., தம் திருமண நிகழ்ச்சியை, ஓர் இனவரைவியலாளரே தோற்றுவிடும் அளவுக்கு, ஓர் இயல் முழுவதும் விவரிக்கிறார்.

உ.வே.சா.வின் 'அக்காலம்' ஒரு பொற்காலமாகும். தமது பூர்வீக ஊரான உத்தமதானபுரம் பற்றிய அவரது விவரிப்பு வருமாறு:

> உத்தமதானபுரத்தில் தச்சர், கொல்லர், தட்டார், வலைஞர், நாவிதர், வண்ணார் என்பவர்களுக்கும் மானியங்களுண்டு. அவர்கள் அவற்றை அனுபவித்துக் கொண்டு தத்தம் வேலைகளை ஒழுங்காகப் பார்த்து வந்தார்கள் . . .
>
> மூப்பச் சாதியார் முதலிய குடியானவர்களிற் பலர் அந்தணர்களுடைய நிலங்களைக் கவனித்துக் கொண்டு அவர்களுடைய மனைக் கட்டுகளில் குடியிருந்துவந்தனர். அவர்கள் அந்த நிலங்களைக் கண்ணுங் கருத்துமாகப் பாதுகாத்துவந்தார்கள். தம் யஜமானர் வீடுகளில் அவசியமான வேலைகளையும் குறைவின்றிச் செய்துவந்தனர். இவற்றிற்காக அவர்களுக்கு அந்தணர்கள் எல்லா வசதிகளையும் கொடுத்து ஒரு கவலையும் ஏற்படாமல் பார்த்து வந்தார்கள். அதனால் அவர்கள் அடைந்த திருப்தி பெரிதாக இருந்தது. அவர்கள் வஞ்சமின்றிப் பாடு பட்டனர். நிலத்தின் சொந்தக்காரரைவிட அவர்களுக்கே பூமியில் சிரத்தை அதிகமாக இருந்தது. இரு சாராரும் மனவொற்றுமையும் அன்பும் உடையவர்களாகி ஒருவருக்கொருவர் இன்றியமையாத நிலையில் வாழ்ந்துவந்தனர். ('என் சரித்திரம்', ப. 6, 7)

சமூக முரண்பாடுகள் பற்றிய பாலபாடங்களுக்கு முற்றிலும் மாறான இவ்வகைச் சித்தரிப்புகளே உ.வே.சா.வின் 'அக்காலம்' என்பதைக் கட்டமைக்கின்றன. பெரிதும் சமூகத்தின் மேலடுக்கு களையே சார்ந்த தமிழ் வாசக மனத்திற்கு இது மிக உவப்பான தாக இருந்திருக்கின்றது.

தமிழ்ச் சமூக வரலாற்றுக்கு உ.வே.சா.வின் சித்தரிப்பு களை ஆதாரமாகக் கொள்வது பற்றிச் சில விமரிசனங்கள் அண்மையில் எழுந்துள்ளன. உ.வே.சா.வின் சித்தரிப்புகளை மெய்ம்மையின் நேர்ப் பிரதிபலிப்பாகக் கொண்டால் சிக்கல்தான். எந்தவோர் ஆதாரத்தையும் அதன் சூழலில் பொருத்தி, அதன் சொல்லாடலின் இலக்கணத்துக்கேற்பவே பயன்படுத்த வேண்டும். உ.வே.சா.வின் நோக்கங்களுக்கு மாறாக, பிரதிலோமமாக *(reading against the grain)* வாசித்தால் மிக அதிக வரலாற்றுப் பயன் உண்டு.

தம் மனைவியின் பெயரை ஒரே ஒரு முறை மட்டுமே குறிப்பிடும் உ.வே.சா., தம் தந்தையைப் பலப்பல இடங் களில் குறிப்பிடுகிறார். உ.வே.சா.வின் 'சுயம்' எவ்வாறு கட்டமைக்கப்படுகின்றது என்பதை இதன் மூலம் ஆய்வது பயன் தரும். மீனாட்சிசுந்தரம் பிள்ளை சரித்திரத்தில் அவருடைய மனைவியை இருமுறை மட்டுமே குறிப்பிடும் அதே உ.வே.சா.தான் வீட்டைவிட்டு வெளியே வராத ஒரு சமண மூதாட்டியிடம், வாயிலிலிருந்தவாறே 'பவ்ய ஜீவன்' என்னும் சமணக் கருத்தாக்கத்தின் தத்துவ விளக்கத்தைப் பெறுவதையும் பதிவுசெய்கிறார்.

'ஹரதத்தரின் சிவபக்தி' என்னும் கட்டுரையில் ஒரு நிகழ்ச்சியை உ.வே.சா. பதிவுசெய்கிறார். ஒரு நாள் திருவிடைமருதூர் ஆலயத்திற்குள் நுழையும்பொழுது,

> ஒரு பெண்ணின் அழுகுரல் கேட்டது. 'இல்லை; இனிமேல் இல்லை' என்று அவள் சொல்லிச்சொல்லி அழுதாள். . . ஆலய வாசலின் ஒரு பக்கத்தில் அந்த ஆலயத்தைச் சேர்ந்த உருத்திர கணிகையர் சிலரை ஆலய மணியகாரர் தண்டித்துக் கொண்டிருந்தார். முதலில் ஒருத்திக்கு அண்ணாந்தாள் பூட்டி அவள் முதுகில் கல்லை ஏற்றிக் கையில் பிரம்புடன் அவளைப் பயமுறுத்திக் கொண்டிருந்தார். கணிகையோ தண்டனையைத் தாங்க முடியாமல் கதறினாள்.

விசாரித்ததில், கோயில் கைங்கர்யங்களில் தவறியதற்காகத் தேவரடியாள்களுக்குத் தண்டனை தரப்படுவதை அறிந்தார். அதைக் கேட்டதும் ஹரதத்தர் விம்மிவிம்மி அழத்தொடங்கிவிட்டார். சுற்றியிருந்தோர், அத்தாசிகள் கடமை தவறியதற்கு ஹரதத்தரே காரணம் என்று நினைத்து, எந்தப் புற்றில் எந்த பாம்பு இருக்குமோ என்று உச்சுக்கொட்டுகின்றனர். பிறகுதான் 'பரமேசுவரனது கைங்கரியத்தைச் சரியாகச் செய்யவில்லை என்று நம்மையும் தண்டித்து ஈசுவர கைங்கரியத்திலிருந்து மாறாமல் இருக்கும்படி

செய்பவர்கள் இல்லையே என்றுதான் துக்கித்தேன்' என்று அவர் விளக்குகிறார். ஹரதத்தரின் சிவபக்திக்குச் சான்றாக உ.வே.சா. எழுதிய கட்டுரையில் அக்காலத்தில் கோயில் தேவரடியார்கள் நடத்தப்பட்ட முறையும், சித்ரவதைக் கருவிகளும் தண்டனையும், அதைக் கோயில் பக்தர்கள் அன்றாட வாடிக்கையாகச் சலனமின்றி எடுத்துக்கொண்டதும் வெளிப்படுகின்றன.

இவ்வாறு உ.வே.சா.வின் கட்டுரைகளை மீள நோக்குவது பயன்தரும். அவர் கூறுவதை அப்படியே ஏற்றுக்கொள்ளத் தேவையுமில்லை.

ரு

கல்லூரிப் பணியிலிருந்து 1919இல் உ.வே.சா. ஓய்வுபெற்றார். அதற்கடுத்த சில ஆண்டுகளில் அவருடைய பெரும் பதிப்புப்பணிகள் முடிவுற்றன. 1924இல் வெளியான பெருங்கதைக்குப் பிறகு பெரிதும் சிற்றிலக்கிய நூல்களை வெளியிடுவதிலேயே அவருடைய கவனம் சென்றது. இதற்குப் பிறகான காலகட்டத்தில்தான் தமிழகத்தில் பத்திரிகைகள் வெகுசனத் தன்மை அடைந்து, விரிவான சுற்றெண் பெற்றுவரலாயின. பத்தாயிரக்கணக்கில் தமிழ் இதழ்கள் விற்பனையானது சட்டமறுப்பு இயக்கக் காலமான 1920களின் கடைசியிலிருந்துதான். இவ்விரிவாக்கத்தோடு, தொழில்நுட்ப வளர்ச்சியால் 'ஆப்டோன்' அச்சுக்கட்டைகளும் பரவலாகி, மலிவானபொழுது இந்தப் பத்திரிகைகள் தீபாவளி, பொங்கல் மற்றும் ஆண்டு மலர்கள் வெளியிடலாயின. கௌரவமான பிரமுகர்களிடம் கட்டுரை பெற்று வெளியிடுவதும் பெருவழக்கானது. இந்தச் சூழலில்தான் உ.வே.சா. ஏராளமான கட்டுரைகள் எழுதத் தொடங்குகிறார். 1926 வரை நான்கைந்து கட்டுரைகள் மட்டுமே எழுதியிருந்த உ.வே.சா., அதன் பிறகு 160க்கும் மேற்பட்ட கட்டுரைகளை வரைந்திருக்கிறார். 1927க்குப் பிறகு சராசரியாக மாதத்திற்கு ஒரு கட்டுரை எழுதியிருக்கிறார்.

1932இல் தொடங்கப்பட்ட *கலைமகள்* ஒவ்வோர் இதழிலும் உ.வே.சா.வின் எழுத்தையோ பதிப்பையோ தாங்கிவருவதெனக் கங்கணம் கட்டியிருந்ததெனலாம். அவருடைய கட்டுரை இடம்பெறாத சிறப்பு மலர்களே இல்லையென்ற நிலை 1930களில் ஏற்பட்டு விட்டது. *ஆனந்த விகடன், தினமணி, சுதேசமித்திரன், ஜெயபாரதி, ஹனுமான், தனவணிகன்* முதலான இதழ்களின் மலர்களில் உ.வே.சா.வின் கட்டுரைகள் வெளிவந்தன. 1932 முதல் அவருடைய கட்டுரை இடம்பெறாத ஆனந்த விகடன் தீபாவளி மலர் ஒன்று மட்டுமே. உ.வே.சா.வின் மாணவர் எனத்தக்க பா.தாவூத் ஷா தம்முடைய 'தாருல் இஸ்லாம்'

மலருக்குக் கட்டுரை பெற்று வெளியிட்டிருக்கிறார். பர்மாவில் *தனவணிகன்* இதழை நடத்திவந்த ஏ.கே. செட்டியார் அவரிடம் விரும்பிக் கேட்டு 'தமிழ்நாட்டு வணிகர்' என்ற கட்டுரையை வெளியிட்டிருக்கிறார். டி.கே.சி., கல்கி ஆகிய இருவரும் நேரில் சென்று வற்புறுத்தியதன் பேரிலேயே உ.வே.சா., 1940 முதல் *ஆனந்த விகடனில்* தம் சுயசரிதையை எழுதத் தலைப்பட்டார்.

ஏராளமான இதழ்கள் உ.வே.சா. கட்டுரைகளை விரும்பி வெளியிட விழைந்துள்ளன. எல்லாவற்றுக்கும் கட்டுரை அனுப்பும் சூழலும் நேரமும் அவருக்கு வாய்க்கவில்லை. *கலைவாணி* (1941), *தியாக பூமி* (1938), *மதுர மித்திரன்* (1939), *இந்திரா* (1941) முதலான இதழ்களுக்கு எழுத இயலாமைக்குப் பதில் கடிதம் விடுத்திருக்கிறார்.

சில சமயங்களில் அனுப்பிய கட்டுரை தவறியும் போயிருக்கிறது. 1935இல் பிரதிவாதி பயங்கரம் அண்ணங்கராசாரியரின் இதழுக்கு உ.வே.சா. எழுதி அனுப்பிய கட்டுரை 'தௌர்பாக்கியத்தினால்' கைதவறியிருக்கிறது. அப்படியும் அண்ணங்கராசாரியர் துணிந்து 'இம்மாதத்து சஞ்சிகையில் வெளியிடுவதற்கு உரியதாகவும் சிறிது விரிவாகவும் தாங்கள் ஒரு வியாஸம் அவசியம் அநுக்ரஹிக்க வேணும்' என்று செப்டம்பர் 1936இல் கேட்டிருக்கிறார். அவ்வளவு பெரிய அறிஞருக்கே உ.வே.சா.வால் கட்டுரை எழுதியனுப்ப முடியாமல் போயிருக்கிறது.

சா

உ.வே.சா.வின் கட்டுரைகள் வெளிவந்தபோது அவை தமிழ் வாசகர்களிடம் பெரும் வரவேற்பைப் பெற்றிருக்கின்றன. உ.வே.சா. வுக்கு வந்த கடிதங்கள் காணாததைக் கண்ட உணர்வை வெளிப்படுத்துகின்றன. உற்சாகம் கொப்புளிக்கும் கடிதங்கள் சரமாரியாக அவரை வந்து அடைந்திருக்கின்றன.

உ.வே.சா.வின் மாணவரும் மகாபாரதத்தின் முழுத் தமிழாக்கத்தைப் பதிப்பித்தவருமாகிய ம.வீ. இராமாநுஜாசாரியர், அவர்கள் '*கலைமகளிலும் ஆனந்த விகடனிலும்* எழுதிவருகிற விஷயங்கள் தமிழுலகத்திற்கு ஒரு நல் பெருவிருந்தாக இருக்கின்றன. அவை வந்தவுடன், ஸ்ரீமத் ஐயர் அவர்கள் எழுதுகிற விஷயங்களைப் படித்துத்தான் கீழே வைக்கிறது. பின் அவை பல இடங்களுக்குப் போய் அவரவர்கள் தாகத்தைத் தீர்த்துவிட்டுத் திரும்பி வருகின்றன' (13–2–1940) என்று எழுதுகிறார்.

கட்டுரைகளின் வாசிப்புச் சுவையைப் பற்றி 'தங்கள் அனுபவ கதாஸரித்ஸாகரத்தில் இன்ப நீராடுகிறேன். கதையுலகிற்கே

தாங்கள் ஒரு புதிய வழிகாட்டுகிறீர்கள். தங்கள் சுயசரிதம் வெளிவரும் நாளை ஆவலாக எதிர்பார்க்கிறேன்' என்று பலபடப் பாராட்டுகிறார் சுத்தானந்த பாரதி *(19–4–1939)*. கதாசரித்சாகரம் என்ற ஒப்புமை பொருள் பெதிந்தது என்பதில் ஐயமில்லை. 'ஆனாலும் *ஆனந்த விகடனில்* 'என் சரித்திரத்தை' வாசிக்கும்போதெல்லாம் தங்களை நேரில் கண்டு உரையாடக் கேட்ட மாதிரியே இருக்கிறது. அப்படியே அனுபவிக்கவும் முடிகிறது' என்று புளகமடைந்த ரசிகமணியாகிய டி.கே. சிதம்பரநாத முதலியார் *(23–6–1940)*, 'தங்கள் புஸ்தகங்களையோ இலகுவாய் தோம்பராக் கட்டிலில் படுத்தவண்ணமாய் அனுபவித்து வாசித்துக்கொண்டே போகலாம்' என்கிறார் *(10–8–1936)*.

வி. கிருஷ்ணஸ்வாமி ஐயரின் மகனும் எழுத்தாளருமாகிய கி. சந்திரசேகரனின் உற்சாக வெளிப்பாடு *(7–9–40)* தொடரமைப்பு மயக்கத்துடன் பின்வருமாறு அமைந்திருக்கிறது.

> விஷயத்தின் அருமையும், நகைச்சுவை அங்கங்கே பதிந்து கிடப்பதினால் வாசிக்கும்பொழுதே ஓர்வித அபூர்வ உணர்ச்சியும், மற்றும் தமிழ் ஆராய்ச்சியின் பயனும், தாய் பாஷையின் வளமும் தங்கள் நினைவு களில் காணப்படுவது போல் எங்கும் காணப்படாது. அதிலும், தங்கள் சொல்லின் தெளிவும், விஷய பரிசீலனையில் பிழையில்லாப் பேருபகாரமும் எந்நாளும் தமிழ்நாட்டில் மறக்கவொண்ணா அதிசயமென்று சொல்வது மிகையாகாது.

உ.வே.சா.வின் கட்டுரைகள் அதுகாறும் தமிழ் அறிவுலகம் காணாத புதிய பார்வையை வழங்கியதாகப் பலர் கருதினர். உற்சாகப் பெருக்கில் எழுதிய டி.கே.சி.யின் சொற்கள் இவை *(10–8–1936)*.

> கனம் கிருஷ்ண ஐயரைப் பற்றியும் அவருடைய கீர்த்தனங்களைப் பற்றியும் தற்காலத்து சங்கீத ரசிகர்கள் அனுபவிக்கும் விதமாகக் குறிப்புக்கள் எழுதிவிட்டு முகவுரையில் குற்றங்குறைகளை உள்ளதை உள்ளபடி எழுதியிருக்கிறது தமிழுக்குப் புதிது என்றால் குற்றம் இல்லை. ஏனென்றால் தற்காலத்து ஆராய்ச்சியாளர்கள் எந்தப் புலவரைப் பற்றி எழுத நேர்ந்தாலும் சரி 'புலவர் சிகாமணி', 'கடாக்ஷ வித்வான்,' 'தெய்வப் புலவர்', 'புலவர் பெருமான்' என்ற சொற்றொடர்களைச் சரமாரியாய்ப் பெய்து விடவேண்டியது எழுத்து தர்மம் என்று எழுதிவிடுகிறார்கள். உண்மையைச் சொல்ல வேண்டுமேயென்ற அக்கறையேயில்லை. ஆகவே அநேக தமிழ்ச் சொற்கள் பொருளற்றனவாய்ப்

போய்விட்டன. இது காரணமாகத்தான் தாங்கள் எழுதிய குறிப்பு ரொம்பப் பிரயோசனத்தைத் தருமென்று எண்ணுகிறேன்.

நந்தனார் சரித்திரமோ தற்கால சமுதாயக் கிளர்ச்சி சம்பந்தமாக வட இந்தியாவிலுங்கூடத் தெரிந்ததாய் இருக்கிறது. கீர்த்தனைகளையும், கண்ணிகளையும் நாடகமேடையிலோ, காலக்ஷேபத்திலோ, பிச்சைக்காரனிடத்திலோ எங்கே கேட்டாலும் மனசைக் கவருதாய் இருக்கிறது. அதனாலேயே புஸ்தகத்தைப் பலரும் அனுபவிப்பார்கள். மேல் நாட்டில் இந்த மாதிரி நேர் அனுபவங்கூடிய புஸ்தகம் ஒன்று ஒரு கவி சம்பந்தமாக வந்துவிட்டால் அது ஒரு கொண்டாட்டமாய் இருக்கும். நம்மவர்களுக்கு நம்மைச் சேர்ந்தவர்கள் சம்மந்தமாக ஆர்வமும் உத்ஸாகமும் என்றைக்குத்தான் வரப்போகிறதோ தெரியவில்லை. கோபாலகிருஷ்ண பாரதியின் ஜாதகம் இது. புஸ்தகங்களில் கையாண்டிருக்கிற நடையோ சக்கரவர்த்தி ராஜகோபாலாசாரியர் அவர்கள் சொல்லுகிறது போல் தெளிவாகவும் நேர்முகமாகவும் இருக்கிறது. ஏற்படுகிற காலம் கலங்கிப்போகிறது கிடையாது. தற்காலத்து உயர்ந்த நடையென்றால் வழக்கொழிந்த சொற்களையும் புலமைத் திறத்தையும் ஒன்றாய்ப் பெய்து கலக்கி விஷயம் தெரியவொட்டாதபடி ஒரே மண்டியாய் ஆக்கிவிடுகிறதுதான்.

'தங்கள் ஜீவ்ய சரித்திரமும் தங்களா லியற்றப்பெற்ற நூல்களும் தமிழுக்காகத் தங்களுடன் கலந்துழைத்தவர்கள் அன்பு பாராட்டியவர்கள் ஆதிய பலவும் எழுதப்பெற வேண்டுமென்பது எனது விருப்பம்' என்று *சிவநேசன்* மாத இதழின் ஆசிரியர் பலவான்குடி இராமசாமி செட்டியார் (6–5–1933) எழுதியிருக்கிறார்.

இழந்துகொண்டிருக்கிற உலகத்தை மீட்டுத்தரும் ஓர் அவதாரமாக அவரைப் பலர் பார்த்திருக்கின்றனர். '*கலைமகளில்* தாங்கள் எழுதிவரும் அனுபவக் கதைகளும், புதிய நூல்களும் இதன் உள்ளத்தைக் கவருகின்றன. தாங்கள் இவ்வாறு வெளியிடாவிட்டால் தமிழுலகிற்கு இப்பழைய வரலாறுகளெல்லாம் இழந்த செல்வமே யாகுமன்றோ?' என்று சுத்தானந்த பாரதி (27–3–1938) புதுச்சேரியிலிருந்து எழுதியிருக்கிறார்.

இதன் தொடர்பில் புதுமைப்பித்தன் எழுதிய மதிப்புரை அவருடைய கூர்மையான பார்வைக்குச் சான்றாகும். உ.வே.சா.

என்ற பழமைபாராட்டிக்கும் நவீன நாகரிக மாற்றத்துக்கும் இடைப்பட்ட வெளியை அவதானித்த புதுமைப்பித்தன், உ.வே.சா.வின் கட்டுரைகள் இரண்டுக்குமான பாலம் என்று மதிப்பிடுகிறார்.

அவருடைய கட்டுரைகளைப் படித்த முன்னாள் மாணவர்கள் பழைய நினைவுகள் மீதூரக் கடிதம் எழுதியிருக்கின்றனர். 'பூண்டி அரங்கநாத முதலியார் சரிதையைக் கலைமகளிற் கண்டு களிப்புற்றேன். படிக்குங்கால் சென்னையில் பி.ஏ. கிளாசில் சிற்சிலகால் ஷை முதலியாரைப் பற்றிச் சொன்னவை நினைவுக்கு வந்து மகிழ்வூட்டின. ஷையார் குமாரர் முருகேச முதலியார் காலேஜில் படித்தனர். "சிந்தாமணி விஷயமாக முதலியார்க்கெழுதியதாகச் சொன்ன நந்தாத வான்பொருளைப் புலவோர்க்கு நயந்தளிக்கும் சிந்தாமணி' என்னும் கவியும் நினைப்புக்கு வந்தது. அந்நாட்கள் இன்பமயமாய் இருந்தன" என்று வே. முத்துஸாமி ஐயர் *(31–3–1936)* எழுதியிருக்கிறார்.

'மாணாக்கர் விளையாட்டுகள்' என்ற கட்டுரை பலரைக் கவர்ந்துள்ளது. அதைப் படித்த திருச்சி தென்னூரைச் சேர்ந்த மருத்துவர் திரு. வா. சுவாமிநாதன் *(1–1–1937)*, 'உடனே நான் தங்களிடம் படித்ததும், ஒன்றிரண்டு செய்யுட்களுக்கு புதிய அர்த்தங்கள் கொடுத்ததும், ஒரு நாள் வைணவ நாமத்துடன் வகுப்புக்கு வந்ததும் எனது ஞாபகத்திற்கு வந்தது. மகிழ்ச்சியும் அடைந்தேன். தங்களிடம் பாடம் படித்த எந்த மாணவரும் தங்களை மறக்க இயலாது' என்று எழுதியிருக்கிறார்.

ஒய்.எச். பொன்னல் என்பவர் *(21–10–1936)* எழுதிய கடிதம் பல்வேறு தரப்பு வாசகர்களையும் உ.வே.சா. கட்டுரைகள் ஈர்த்திருப்பதைக் காட்டுகிறது.

> சில நாட்களுக்கு முன் தாங்கள் அனுப்பிய தங்களுடைய பத்துப் புத்தகங்களையும், தங்களுடைய அருமையான கடிதத்தையும் வரப்பெற்று ஆநந்தித்தேன். இன்றுதான் 'நான் கண்டதும் கேட்டதும்' என்ற தங்கள் புஸ்தகத்தை வாசித்து முடித்தேன். அது இனிமையான தமிழில், கடின பதங்களின்றி, சிறுசிறு வாக்கியங்களில், வாசிப்போருக்கு இனிமை பிறக்கத்தக்க விதமாய் எழுதப்பட்டிருக்கிறது. கல்வி விஷயத்தில் தாங்கள் இந்துக்கள் கிறிஸ்தவர்கள் என்கிற பேதம் பார்க்கிறவர்கள் அல்லவென்பது அதில் தாங்கள் சவேரிநாத பிள்ளை, வேதநாயகம் பிள்ளை என்போரைப் பற்றி எழுதியிருப்பதினால் தோன்றுகிறது. மேலும் தாங்கள் செப்டெம்பர்

மாதம் நாலாம் தேதி சென்னை வாலிபர் சங்கக் கட்டடத்தில் கனம் சற்குணர் நாடார் விஷயத்தில் செய்த உபந்நியாசத்தால் தாங்கள் ஜாதிபேதம் மதபேதம் பார்க்கிறவர்கள் அல்லவென்பதைக் கண்டு கொண்டேன்.

பத்திரிகைகளில் வெளிவரவரக் கட்டுரைகளைப் படித்தவர்கள் அவை புத்தக வடிவம் பெற்றதும் மேலும் ஆர்வத்துடன் அவற்றைப் படித்துள்ளனர். 1936 தொடங்கி அடுத்தடுத்து ஏழு கட்டுரைத் தொகுப்புகள் வந்தன. கி. சந்திரசேகரன் பின்வருமாறு எழுதுகிறார் (7–9–1940).

தங்களுடைய அரிய 'நினைவு மஞ்சரி'யின் தமிழ் மணம் தனிதான் என்று என் மனத்தில் ஓர் எண்ணத்தை அது கிளப்பிவிட்டது. அதிலடங்கிய கட்டுரையில் அநேகவற்றை நான் *கலைமகளில்* கண்டதுண்டானாலும், மறுபடியும் புத்தக ரூபமாய் பார்க்க நேரிட்டதில் கொஞ்சம்கூட முந்தியைவிட மகிழ்ச்சி குறையவில்லை. அதிகமாயிற்றென்றுகூட சொல்லத் தயார். காரணம், தங்களுடை அழகிய எண்ணங்களும், அவைகளுக்கு அநுகுணமான வசனநடையுமென்று நான் புதிதாகச் சொல்ல வேண்டியதில்லை. நண்பர் ஸ்ரீ டி.கே. சிதம்பரநாத முதலியார் அவர்கள் அடிக்கடி சொல்லுவார். அதாவது, பத்திரிகையில் வெளிவரும் நல்ல கட்டுரையை புத்தகத்தில் பார்த்தால்தான் நம் மனதிற்கு அதின் நிஜ ஸ்வரூபம் நன்கு புலப்படும் என்று. பலநாள் வாழக்கூடிய அரிய அபிப்பிராயங்களை அவ்விதம் செய்வதாகப் பயன்படுத்திக்கொள்ள வகைப்படுகிறது.

உ.வே.சா.வின் கட்டுரைகளைப் படித்தவர்கள் சில கூடுதல் செய்திகளைத் தெரிவித்து உதவியுள்ளனர். சிலர் தவறுகளைச் சுட்டிக்காட்டியுள்ளனர். கொற்கைக்கு அருகிலுள்ள பெருங்குளத்திற்குச் சென்ற வ.சு. செங்கல்வராய பிள்ளை அங்குள்ள மூர்த்தி உக்ர பளூதீசுவரர் அல்ல, வழுதீசுரர் என்று சுட்டிக்காட்டியிருக்கிறார் (24–8–1940 கடிதம்). ஆனால் என்ன காரணம் பற்றியோ அதை உ.வே.சா. ஏற்றுக்கொள்ளவில்லை.

இதே போல் வெள்ளகால் ப. சுப்பிரமணிய முதலியார் (20–12–1940) 'கள்ளனும் புலியும்' என்ற கட்டுரையில்

'கள்ளராற் புலியை வேறல்' எனத் திருத்தக்கதேவர் பாடியிருப்பாரென்றும், பிரதி செய்வோர் 'வெல்லுதல்'

> என்ற பொருளுடைய 'வேறல்' என்பதன் பொருளைத் தெரியாமையால் அதை 'வேறு' எனத் தப்பாகத் திருத்தியெழுதியிருக்கலாம் அல்லது 'றல்' என்பது ஒரு பிரதியெழுதுவோரால் திருத்தமாக எழுதப்படாமல், அதனை அவருக்குப் பின் பிரதியெழுதினார் 'று' மயங்கித் தாம் தெளிவாக 'று' என்றே எழுதிவிட, அதன் பின் பிரதியெழுதினவர்களெல்லாம் 'று' என எழுதிவந்திருக்கலாமென்றும் என் மனத்தில் தோன்றியதைத் தெரிவித்துக்கொண்டேன்

என்று எழுதியிருக்கிறார். உ.வே.சா.வின் கட்டுரைகள் அறிஞர்களால் ஊன்றிப் படிக்கப்பட்டதை இக்கடிதங்கள் காட்டுகின்றன.

அறிஞர்கள் மட்டுமல்லாமல் சாதாரண வாசகர்களும் தம் கருத்துகளை எழுதி அனுப்பியிருக்கின்றனர். அஷ்டஸகஸ்ர பிராமண வகுப்பினர் பற்றி *ஆனந்த விகடனில்* அவர் எழுதிய விரிவான பகுதியைப் படித்த ஏ. நாகராஜன் என்ற விழுப்புரம் நகராட்சிப் பள்ளிக்கூடத் தலைமையாசிரியர், 'நந்திவாடி என்ற சிற்றூர் விழுப்புரம் தாலூகாவில் நேர்வடக்கில், செஞ்சி மார்க்கத்தில் சுமார் 12 மைலிலுள்ளது' என்றும், அதற்கு 'இரண்டு மூன்று மைலுக்கப்பால் எண்ணாயிரம் என்ற ஓர் சிற்றூர்... சுமார் ஆயிரம் வருஷத்துக்கு முன் சோழ அரசர்கள் காலத்தில் மிகப் பெரிய நகரமாக சிறப்புற்று விளங்கி'ற்றென்றும், 'இந்த எண்ணாயிரம் என்ற கிராமமே பல ஆயிரக்கணக்கான பிராமணர்கள் வசித்துவந்த இடமாயிருக்க வேண்டும். தற்போதும் இதைச் சுற்றிலுமுள்ள பல அக்கிரஹாரங்களில் அஷ்டஸகஸ்ர பிராமணர்கள் வசித்துவருகிறார்கள் எனவும் தெரியவருகிறது . . . இந்த ஊரின் பெயராலேயேதான் இந்த வகுப்பினரது பெயராயிருக்கலாமோ என்று பலர் கருதுகிறார்கள்' என்று எழுதியிருக்கிறார் **(19–1–1940)**.

இதைப் போல் தங்கள் ஊர்ப் பெருமை பேசுப்படுவதைப் பற்றிப் பலருக்குப் பெருமிதம் உண்டாயிருக்கிறது (பிக்ஷாண்டார் கோயில் மிராசுதார் இராஜகோபால பிள்ளை கடிதம், **10–4–40**).

சிலருக்கு அவர்கள் குடும்பத்தைப் பற்றி எழுதியது மகிழ்ச்சி தந்தாலும் சில மனக்குறைகளும் இருந்திருக்கின்றன. பம்பாயிலிருந்து எழுதிய **(4–7–1940)** ராஜாங்க சபேசன் என்பவர், 'எனது மூதாதையரான ஸ்ரீ ராஜாங்கம் அண்ணாவையரின் வரலாற்றைப் பற்றின விஷயதானஞ் செய்தமைக்கு என் சார்பாகவும், ராஜாங்கக் குடும்பத்தின் சார்பாகவும் தங்களுக்கு வந்தனத்தை'த் தெரிவித்துக்கொண்டாலும், 'தாங்கள் அனேக

வருஷங்களுக்குமுன் எனது பாட்டனார் ராஜாங்கம் பிரணதார்த்திஹரய்யரவர்கள் மூலமும், வேறு இடங்களிலிருந்தும் கிடைத்த தகவல்களை ஆதாரமாகக்கொண்டு எழுதியுள்ள வரலாறு, சிற்சிலவிடங்களில் மாறாக இருப்பதை'க் குறிப்பிட்டாலும், 'தங்களது திருக்கரத்தினால் இன்னும் ஒருமுறையாவது எனது குடும்பத்தைப் பற்றி ஏதேனும் ஒன்றை எழுதி அருள ப்ரார்த்திக்கின்றேன். காலங்கடந்த விருந்தாக இருந்த குடும்ப நிலையை தங்கள் கட்டுரை கண்ணுக்குமுன் நேராகக்கொண்டுவந்து காட்டுவதுபோல் இருந்தது' என்று மகிழ்ந்திருக்கிறார்.

திருவனந்தபுரம் ஆசிரியர் கல்லூரியின் விரிவுரையாளரான எஸ். முத்துக்கிருஷ்ண கரையாளர் *(20–7–1940)*,

> தாங்கள் கலைமகள் பத்திரிகையில் வடகரை தானாதிபதி பொன்னம்பலம் பிள்ளை யவர்களைப் பற்றி எழுதிய கட்டுரைகள் அநேகத்தை வாசித்திருக்கிறேன். எனக்கு முன்னமே அவைகள் தெரியுமானாலும் தாங்கள் எழுதும்பொழுது அவைகளுக்கு ஒருவித புதுமை ஏற்படுகிறது. இன்னும் புஸ்தகத்தில் வராத அநேக கதைகள் அவரைப் பற்றிச் சொல்வதுண்டு. தங்களுக்கு அவைகளைப் பற்றிக் கேட்க ஆசை யுண்டெனில் அவைகளைப் பற்றி எழுதுவதற்கு பிரயத்தனம் செய்வேன்.

வெகுசன வாசகர்களின் வரவேற்பு ஒருபுறமிருக்க, பாடநூல்களிலும் உ.வே.சா.வின் கட்டுரைகள் மறுபதிப்பிடப்பட்டு வந்தன. அதற்குக் காரணம் இல்லாமல் இல்லை. உ.வே.சா. வின் கட்டுரைகள் நல்ல தமிழில் பயிற்சி அளிப்பதோடு மரபுவழிப்பட்ட விழுமியங்களையும் இளம்மனங்களில் புகட்டும் என்று பலர் நம்பியுள்ளனர். 'பள்ளிக்கூடத்தில் மாணாக்கர்களுக்குத் தமிழ்நாட்டைப் பற்றி நன்றாக அறியும்படி புகட்ட இம்மாதிரி 'நினைவு மஞ்சரி'யைத் தவிர வேறு சாதனம் வேண்டுமா!' என்று வியக்கிறார் கி. சந்திரசேகரன் *(7–9–1940)*.

> பள்ளிக்கூடத்தில் வைத்திருக்கிற பாடப் புஸ்தகங்களில் தென்னிந்திய சரித்திரத்தைப் பற்றியும் புஸ்தகங்கள் உண்டு. ஆனால் மாணவர்களுக்கோ வாசிக்கிற வேறு யாருக்குமோ சரித்திர உணர்ச்சி ஒன்றும் ஏற்படுகிற தில்லை. வாழ்க்கையோடு ஒட்டிய குறிப்பு ஒன்றும் அவைகளில் இருப்பதில்லை. சிங்கத்தைக் கண்டவனைக் கண்ட அதிசயமாகத்தான் எல்லாமிருக்கும். ஆனால் தாங்கள் எழுதியிருக்கிற குறிப்புகள் எல்லாம் தங்கள்

நேர் அனுபவமாகவும் நம்மவர்களுடைய பூர்வமான இயல்பையும் ஆர்வத்தையும், திறமையையும், அறியாமையையுமே அவைகளுக்கு ஒத்த காலங்களில் வைத்து ரஸம்படக் காட்டுகிறதாகவும் இருக்கின்றன. இவைகளில்தான் உண்மையான சரித்திர உணர்ச்சி பிறக்கிறது. . . . (10–8–1936)

என்று டி.கே.சி. இவற்றின் கல்விப் பயனை வற்புறுத்தியிருக்கிறார்.

மேற்கண்ட காரணங்களாலும், உ.வே.சா. மதிப்புக்குரிய பிரமுகர் என்பதாலும் பாடப்புத்தகங்களில் அவருடைய கட்டுரைகளைச் சேர்க்க வேண்டும் எனப் பலர் அவரை நச்சரித்துள்ளனர். அக்காலத்தில் பாடநூல் வெளியீட்டுக் குழு என்று தனியே எதுவும் இல்லை. பாடத்திட்டக் குழு வரையறுத்த உள்ளடக்கத்தைக் கொண்டு பள்ளி ஆசிரியர்களும் பதிப்பகங்களும் நூல்களைத் தயாரித்து வெளியிட்டு, பாட நூற் குழுவின் ஒப்புதலைப் பெறுவர். பின்னர் அந்த ஒப்புதல் குறிப்பை நூல் முகப்பில் அச்சிட்டு, பல்வேறு மாவட்ட வாரியப் பள்ளிகளுக்குப் பாடநூலாக்க முனைவர். இவ்வாறு தயாரிக்கப்படும் நூல்களில் உ.வே.சா. கட்டுரைகளைச் சேர்த்தால் ஒப்புதல் பெறுவது எளிது என்றும் பலர் நினைத்திருக்கிறார்கள். பாலக்காடு அரசு விக்டோரியா கல்லூரி, கும்பகோணம் கல்லூரி, திருச்சி புனித ஜோசப் கல்லூரி, புதுக்கோட்டை மகாராஜா கலாசாலை, வி.சூ. சுவாமிநாதன் (பரிதிமாற்கலைஞரின் மகன்), கு. அருணாசலக் கவுண்டர், பாலூர் கண்ணப்ப முதலியார் முதலானோர் இவ்வாறு கட்டுரைகளை வெளியிட்டிருக்கின்றனர்.

பாடநூல்களில் சேர்த்துக்கொள்வதற்கான அனுமதியை முதலில் இலவசமாகவே கொடுத்திருக்கிறார் உ.வே.சா. எவ்வாறு அனுமதி பெறப்பட்டது என்பதைப் புரிந்துகொள்ள உ.வே.சா.வின் மகன் கலயாணசுந்தர ஐயருக்கு அ. கந்தசாமி பிள்ளை என்பவர் எழுதிய கீழ்க்காணும் கடிதம் (2–11–1936) ஒரு சான்று.

கலைமகளில் ஸ்ரீமத் ஐயா அவர்கள் தந்துள்ள 'எனது நோக்கம்' என்னும் கட்டுரையும் ஷ புத்தகங்களில் ஒன்றிற் சேர்க்க அநுமதியளிக்கவும் வேண்டி, அன்று ஸ்ரீ ஐயா அவர்களிடம் கேட்டுக்கொண்டேன். தங்களுக்கு இவ்விஷயம் தெரிவித்துவிட்டுப் பிரசுரிக்கலாம் என்றார்கள்.

இவ்விஷயத்தை மறுபடியும் நேற்றுச் சிதம்பரத்தில் ஞாபகப்படுத்த அவகாசம் கிடைக்கவில்லை எனினும் ஸ்ரீமத் ஜகந்நாதய்யரவர்களிடம் எல்லாம் சொல்லி வந்தேன். தங்கள் அன்பார்ந்த பதில் வேண்டுகிறேன்.

ஆனால், பின்னாளில் பலரின் தொந்திரவு தாங்காமல் உ.வே.சா. கட்டணம் வசூலிக்கத் தொடங்கியிருக்கிறார். கட்டுரைக்குப் பதினைந்து ரூபா என்ற அளவில் கட்டணம் அமைந்திருக்கிறது. இதன் தொடர்பில் அக்காலத்தில் கல்வித் துறை அதிகாரியாக விளங்கிய தமிழறிஞர் ச. சச்சிதானந்தம் பிள்ளைக்கு உ.வே.சா. எழுதிய கடிதம் (11–10–1939) வருமாறு.

தமிழ் ஆலோசனைச் சங்கத்தார் 1941ஆம் வருஷத்து எஸ்.எஸ்.எல்.ஸி. தமிழ்ப் பாடப் புத்தகத்தில் என்னுடைய கட்டுரையாகிய 'இசை இன்பம்' என்பதைச் சேர்த்துக்கொள்ளலாமென்று மேலதிகாரிகளுக்குத் தெரிவித்திருப்பது தெரிந்து சந்தோஷ மடைகிறேன்.

பாடப் புத்தக விதிகளில் சில மாறுதல்கள் ஏற்பட்டிருப்பதாகவும் அதனால் புத்தகங்களைப் புதுமாதிரியாகப் பதிப்பிக்க வேண்டியிருப்பதாகவும் சில வாரங்களாகச் சில புத்தக வியாபாரிகளும், ஆசிரியர்களும், என்னுடைய கட்டுரைகளில் இன்னஇன்னவை வேண்டுமென்று எழுதிக்கொண் டிருக்கிறார்கள். வேறு சிலர் நேரிலும் வந்து கேட்கிறார்கள். இதனால் உள்ள தாக்ஷண்யமும் தொந்தரவும் அதிகமாக உள்ளன. இதைக் கருதி, கட்டுரையைப் புத்தகங்களில் உபயோகிப்பதாயிருந்தால், கட்டுரையொன்றுக்கு ரூ. 15 வீதம் கொடுக்க வேண்டுமென்று ஒரு முடிவு செய்து அவர்களுக்குத் தெரிவித்தேன். அதற்குச் சிலர் இசைந்துள்ளார்கள். ஆதலால் தாங்களும் இதை நன்கு யோசித்துத் தக்கபடி செய்தால் அனுகூலமாக இருக்கும். தங்களுக்கு இவ்விதம் எழுதுவதும் முறையன்று. ஆயினும் இப்போதுள்ள நிலைமையைக் கருதி இங்ஙனம் எழுதலானேன். மன்னிக்க வேண்டுகிறேன்.

எ

'கற்றார்க்கன்றி மற்றார்க்குக் களியாதே' என்றவாறு எழுதிய உ.வே.சா., தம் வாழ்நாளின் கடைப்பகுதியில் எவ்வாறு இவ்வளவு புதிய தமிழில், பலரும் விரும்பும் நடையில் எழுதி வெற்றியும் பெற முடிந்தது என்ற வியப்புடன்கூடிய கேள்வி எழுகிறது. சமகாலத்தில் சிலருக்கு வியப்புடன் ஐயமும் ஏற்பட்டிருக்கிறது. உ.வே.சா.வின் பிற்கால உரைநடையைப் பற்றிப் பேராசிரியர் வையாபுரிப் பிள்ளை ஐயப்பட்டிருக்கிறார். உ.வே.சா. மறைந்து ஆறாண்டுகளான தறுவாயில் (1948) எழுதிய கட்டுரையில் அதைப் பின்வருமாறு புலப்படுத்தியிருக்கிறார்.

இப்பிற்காலத்தில் பல வசன நூல்களும் ஐயரவர்களால் வெளியிடப் பெற்றுள்ளன. இவைகள் இவர் நெடுங்காலமாகத் திரட்டிவைத்துள்ள குறிப்புக்களினின்றும் எழுதப்பட்டவை. இவர் எழுதியது என நாம் நன்கறிந்துள்ள உரைநடைக்கும் இவ்வசன நூல்களிலுள்ள உரைநடைக்கும் பெரிதும் வேறுபாடுள்ளது. ஆங்கில மணமும் இளமை எழுச்சியும் கலையுணர்ச்சியும் இவற்றில் பெரிதும் காணப்படுகின்றன. ஆனால் இவற்றிற் காணும் பொருள் அனைத்தும் ஐயர்க்கே உரியன என்பதில் சிறிதும் ஐயப்பாடில்லை.[5]

இந்த ஐயப்பாடு சமகாலத்தில் பரவலாக இருந்திருக்கும் போலும். உ.வே.சா.வின் கட்டுரைகள் வரிசையாக *ஆனந்த விகடன்* தீபாவளி மலர்களில் பத்தாண்டுகளுக்கு வெளியிட்டவரும், 'என் சரித்திரம்' வெளிவருவதற்கான வினையூக்கியாகவும் விளங்கிய கல்கி,

சாதாரணமாக மனுஷ்யர்களுக்கு வயதாக ஆக, நோக்கம் குறுகிப்போவதையும், புதிய எண்ணங்களைக் கிரஹிக்கும் சக்தி குன்றிவிடுவதையும் பார்க்கிறோம். அதிலும் தமிழ்ப் புலவர்கள் வயது ஆக ஆகக் கறடு தட்டிய 'பண்டித' மனப்பான்மையை அடைகிறார்கள். டாக்டர் உ.வே.சாமிநாதய்யரிடம் இதற்கு நேர் விரோதமான இயல்பைக் கண்டோம். வயதாக ஆக, அவருடைய மனம் விசாலமாகி வந்தது. தமிழ் வசனநடையில் ஏற்பட்டுவந்த மாறுதல்களை அவர் பெரிதும் ரஸித்து அநுபவித்தார்! அதைவிட ஆச்சரியம் என்னவென்றால், புதிய எளிய தமிழ் நடையைத் தாமே பின்பற்றி எழுதவும் தொடங்கினார்; அதில் வெற்றியும் அடைந்தார். இலக்கிய உலகில் இது ஒரு பெரிய அற்புதம் என்றே கூறவேண்டும்[6]

என்று எழுதியது இதைப் போன்ற ஐயங்களுக்கு விடையாகத்தான் என்று கொள்ள இடமுண்டு. ஆனாலும் ஐயங்கள் ஓய்ந்தன என்று சொல்ல முடியாது. உ.வே.சா.வின் பிற்கால உரைநடையை அவரது மாணவரான கி.வா. ஜகந்நாதன் செப்பம் செய்தார் என்று செவிவழிச் செய்திகள் தொடர்ந்து நிலவுகின்றன.

---

5. எஸ். வையாபுரிப் பிள்ளை, *தமிழ்ச் சுடர் மணிகள்*, வையாபுரிப் பிள்ளை நினைவு மன்றம், 1995, ப. 188.

6. கல்கி, *பாரதி பிறந்தார்*, தமிழ்ப் பண்ணை, சென்னை, 1946, ப. 160.

இந்தச் சிக்கலின்மீது புது வெளிச்சம் பாய்ச்சும்வகையில் 'அனந்தன்' என்பவர் 1990இல் எழுதி வெளியிட்ட *நாமறிந்த கி.வா.ஜ.* என்ற நூலில்[7] சில செய்திகள் உள்ளன. கி.வா.ஜ.வின் நாட்குறிப்பு, உ.வே. சாமிநாதையர் கி.வா.ஜ.வுக்கு எழுதிய கடிதங்கள், குடும்பத்தினர் வழங்கிய தகவல்கள் முதலானவற்றைக் கொண்டு, '1906 முதல் 1927 வரையில் கி.வா.ஜ.வின் இளமைப் பருவத்தைச் சுருக்கமாகவும், பின்பு 1927 முதல் 1942 வரை 15 ஆண்டுகள் ஸ்ரீமத் உ.வே. சாமிநாதையரிடம் மாணவராக இருந்து ஆற்றிய பணிகளை நூலின் பெரும்பகுதியாகவும் அமைந்த' நூல் என்ற ஓரத்தாள் குறிப்புடன் 475 பக்கங்கள் கொண்ட வாழ்க்கை வரலாறு இது.

உரைநடை எப்படி அமைய வேண்டும் என்ற உ.வே.சா.வின் கருத்தைக் கி.வா.ஜ.வின் நாட்குறிப்பில் உள்ளவாறு நூலாசிரியர் பின்வருமாறு காட்டுகிறார்.

பிழையின்றி இயன்றவரையில் யாவருக்கும் விளங்கும் சொற்களையே உரைநடையில் எழுதும் பழக்கத்தை மேற்கொள்வதே நல்ல முறையாகும். வழக்கற்ற சொற்களையும் திரிசொற்களையும் உரைநடையில் கூடியவரை விலக்குதல் நன்று. தமிழ்நாட்டினர் தம் கருத்தை எளிதில் அறிந்துகொள்ள வேண்டுமென்பதை எழுதுபவர்கள் தம் மனத்தில் கொண்டு எழுதுவதுதான் பயனை அளிக்கும். பேசினாலும் எழுதினாலும் கருத்தை அறிவிக்கும் நோக்கத்தை முக்கியமாகக் கொள்ள வேண்டுமேயன்றிக் கடின நடையைக் கைக்கொள்ளுதல் கூடாது.

இந்த அறிவுரைப்படி கி.வா.ஜ. தம் நடையை மாற்றியமைத்துக் கொண்டார் என்று கூறும் 'அனந்தன்', அதன் பிறகு சொல்வது முக்கியமானது.

ஐயரவர்கள் சொல்வதை அப்படியே குறித்துக்கொண்டு, பின்னர்த் தொடர்பு பொருந்த எழுதி, ஆசானிடம் படித்துக் காட்டினார். அவர் செய்யும் திருத்தங்களுடன், திரும்பவும் நன்றாக எழுதி, அவரது ஒப்புதலுடன் கலைமகளில் அச்சிடத் தந்தார்.

இப்படி வெளியானவையே 'வண்டானம் முத்துசாமி ஐயர்', 'வறுமைப் புலி' முதலான கட்டுரைகளாம். (ப. 297–8)

---

7. 'அனந்தன்', *நாமறிந்த கி.வா.ஜ.*, அல்லயன்ஸ் கம்பெனி, சென்னை, 1990.

இதைப் போலவே ஆனந்த விகடனில் ஜனவரி 1940இல் முதல் தொடராக வெளிவந்த உ.வே. சாமிநாதையரின் 'என் சரித்திர'த்தையும் 'ஸ்ரீமத் ஐயரைக் கேட்டுக்கொண்டு இவர் (கி.வா.ஜ.) அவரது சுயசரிதம் முதல் அத்தியாயத்தை எழுதி அண்ணாவிடம் (உ.வே.சா.வின் மகன் எஸ். கல்யாணசுந்தரம் ஐயர்) கொடுத்தார். அண்ணாவுக்கும் அதைப் படித்துப் பார்த்ததும் திருப்தி உண்டாயிற்று.' அதன் பின் இருவருமாக ஆனந்த விகடன் அலுவலகம் சென்று அதன் ஆசிரியர் கல்கியிடம் அதனை ஒப்படைத்திருக்கிறனர். (ப. 446)

சுயசரிதைத் தொடர் வெளிவரத் தொங்கிய சில வாரங்களிலேயே ஐயரின் சிறுநீர்க் குழாயில் புண் ஏற்பட்டு அல்லலுற்றிருக்கிறார். அதைப் பார்வையிட்ட டாக்டர் திரிமூர்த்தி புற்றுநோய் என்று கண்டறிந்து அறுவை சிகிச்சை செய்தார். அவர் மருத்துவமனையில் இருந்த சமயம், கி.வா.ஜ. ஒவ்வொரு நாள் காலையும் மாலையும் மருத்துவமனைக்குச் சென்று அங்கேயே ஐயரிடம் தகவல்களைக் கேட்டுக்கொண்டு, பிறகு அவற்றை ஒழுங்குபடுத்தி எழுதி எடுத்துச் சென்று படித்துக் காட்டுவாராம். ஐயர் கூறும் திருத்தங்களை ஏற்று, திருத்தப்படி எழுதி ஆனந்த விகடனுக்குச் சேர்ப்பித்திருக்கிறார் கி.வா.ஜ. (ப. 446 – 8).

இதற்கிடையில், என் சரித்திரத்தைவிட வித்துவான் தியாகராச செட்டியார் வரலாற்றை எழுதி முடிக்க வேண்டும் என்ற ஆத்திரம் உ.வே.சா.வைப் பற்றிக்கொண்டுள்ளது. கலைமகளில் ஐயரின் சிற்றிலக்கியப் பதிப்புகளை வெளியிடல், ஆனந்த விகடனில் சுயசரிதைத் தொடர், தம் தந்தையாரின் உடல் நலக் குறைவால் அவரை மோகனூரிலிருந்து சென்னைக்கே குடிமாற்றல் எனப் பல இடர்களுக்கிடையில் தம் ஆசிரியரின் விருப்பத்தைப் பூர்த்தி செய்ய வேண்டி தியாகராச செட்டியாரைப் பற்றி ஸ்ரீமத் ஐயர் சொன்ன தகவல்களை வைத்துக்கொண்டு அவரது சரித்திரத்தை கி.வா.ஜ. எழுதினார். ஸ்ரீமத் ஐயரிடம் அவ்வப்போது படித்துக் காட்டித் தியாகராச செட்டியாரின் சரித்திரத்தைக் கலைமகளில் மாதந்தோறும் வெளிவரும்படி செய்தார் (ப. 456 – 8).

ஜப்பானிய குண்டுவீச்சுக்கு அஞ்சி சென்னை காலி செய்யப்பட்டபொழுது உ.வே.சா. திருக்கழுக்குன்றத்திற்குக் குடிமாறினார். கி.வா.ஜ.வும் இடையிடை அங்குச் சென்றதைத் தொடர்ந்து 'என் சரித்திர'த்தின் சில இயல்கள் இவ்வாறே எழுதப்பட்டிருக்கின்றன. இதற்கிடையில் மோசூருக்குக் குடிமாறியிருந்த கி.வா.ஜ.வின் தந்தை 25 ஏப்ரல் 1942இல் உடல் நலிவுற்றுக் காலமானார். அதற்கு மூன்று நாள் கழித்து உ.வே. சாமிநாதையரும் காலமானார். கி.வா.ஜ.வுக்கு இரட்டை இடி.

இதற்கிடையில் *ஆனந்த விகடனில்* பல மாற்றங்கள். எஸ்.எஸ். வாசனோடு ஏற்பட்ட கருத்து வேறுபாட்டால் கல்கி அதிலிருந்து விலகி, தம் பெயரிலேயே ஒரு பத்திரிகையைத் ஆகஸ்டு 1941இல் தொடங்கிவிட்டார். காகிதத் தட்டுப்பாடு முதலான காரணங்களால் பக்கத்தைக் குறைத்து வெளியிட முடிவு செய்த *ஆனந்த விகடன்* அடுத்து இரண்டொரு இயல்களை வெளியிடுவதோடு 'என் சரித்திர'த்தை முடித்துக்கொள்ள முடிவு செய்துவிட்டது. அந்தச் சமயத்தில் சொந்த ஊருக்கு ஒரு வாரம் சென்றுவிட்டுத் திரும்பிய கி.வா.ஜ.வுக்கு ஒரு பேரதிர்ச்சி காத்திருந்தது. உ.வே.சா. சுயசரிதை தொடர்பாக அவர் எழுதி வைத்திருந்த அனைத்துக் குறிப்புகளையும் கல்யாணசுந்தர ஐயர் வேறு யாரிடமோ கொடுத்து, அவரையே எழுதி முடிக்குமாறு பணித்திருக்கிறார்.

மனத்தாங்கலுக்குக் காரணம் ஒரு சின்ன விஷயம். *கலைமகள்* அவருக்கு அனுப்புவது நிறுத்தப்பட்டிருக்கிறது. திருக்கழுக்குன்றத்திலிருந்து 19 ஜூன் 1942இல் சென்னைக்கு வந்த கல்யாணசுந்தர ஐயரைப் பார்க்கச் சென்ற கி.வா.ஜ. விடம் 'நான் என்ன சந்தா அனுப்புகிறேனா, எனக்குக் '*கலைமகள்*' அனுப்பிவைக்க!' என்று அவர் கேட்டதோடு, 'வேறொருவரை வைத்துக்கொண்டு நானே பாக்கி வரலாற்றை எழுதி முடிக்கப்போகிறேன். நீர் எழுத வேண்டாம்' என்று சொல்லியிருக்கிறார் (ப. 464–5).

உ.வே.சா. காலமான ஒரு மாதத்தில், 28 மே 1942இல் சென்னையிலிருந்து திருக்கழுக்குன்றத்திலிருந்த கலயாணசுந்தர ஐயருக்குக் கி.வா.ஜ. எழுதிய கடிதமும் இதற்கு அரணாக உள்ளது. 'நான் இன்று காலையில் இங்கே சௌக்கியமாக வந்துசேர்ந்தேன். நேற்று மோகனூரிலிருந்து எழுதிய கடிதமும் அனுப்பிய 'என் சரித்திர'ப் பகுதியும் கிடைத்திருக்குமே. அதைப் பிரதி பண்ணி *ஆனந்த விகடன்* காரியாலயத்தினருக்கு அனுப்பக்கூடுமென்று நம்புகிறேன்.'

உ.வே. சாமிநாதையரின் கட்டுரை எழுத்துகள் எவ்வாறு உருவாயின என்பதை இப்பகுதிகள் தெளிவுபட உரைத்து, ஒரு தீர்வை வழங்கியுள்ளதாகக் கொள்ளலாம். உ.வே.சா. சொன்ன தகவல்கள் கி.வா.ஜ. கையால் எழுதப்பெற்று, பின்னர் ஐயரின் திருத்தங்கள் கொள்ளப்பட்ட செம்மையான வடிவமே அச்சேறியிருக்கின்றது என்பது உறுதிப்படுகிறது. பதினைந்தாண்டுக் கால இடைவெளியில் எழுதப்பெற்ற நூற்றுக்கு மேற்பட்ட கட்டுரைகள் ஒரே சீராக அமைந்துள்ளது அவற்றை இயக்கிய உ.வே. சாமிநாதையர் என்ற பேராளுமையின்

புலமையும் அனுபவமும் என்ற விசையே ஆகும் என்று கொள்ளலாம். 'மீனாட்சிசுந்தரம் பிள்ளை சரித்திரம்' நீங்கலாகப் பிற கட்டுரைகள் எல்லாவற்றின் நீர்மையும் அமைதியும் ஒன்றே என்பதும் வெள்ளிடைமலை. கி.வா.ஜகந்நாதன் அவருடைய நெடிய இலக்கிய வாழ்க்கையில் எத்தனையோ கட்டுரைகளும் கதைகளும் எழுதினார். அவை உ.வே.சா.வினுடைய படைப்பு களுக்கு ஈடாகும் என்று ஒருவரும் கருதியதில்லை.

உ.வே. சாமிநாதையரோடு கி.வா.ஜ. கொண்ட தொடர்பு 1927 தொடங்கி இடையறாமல் அமைந்திருக்கிறது. *கலைமகள்* பணியில் 1932இல் அவர் அமர்ந்த பின்னரும் தினமும் சாமிநாதையரைக் காணத் தவறியதாகத் தெரியவில்லை. கி.வா.ஜ. தொடர்பு ஏற்பட்ட சில ஆண்டுகளுக்குப் பின்னரே உ.வே. சாமிநாதையரின் கட்டுரைகள் ஒன்றன்பின் ஒன்றாக மளமளவென்று வெளிவந்துள்ளன. எனவே கி.வா.ஜ.வின் பங்கையும் குறைத்து மதிப்பிடுவதற்கில்லை.

~~

'கிளாசிக்' என்ற செந்தகுதிக்கு உரிய பல கட்டுரைகளை மிக அநாயாசமாக உ.வே.சா. எழுதியிருக்கிறார் என்று தயங்காமல் சொல்ல முடியும். உ.வே.சா. போற்றுதலுக்குரிய பதிப்பாசிரியர் என்பதோடு தமிழின் சிறப்புமிக்க உரைநடையாசிரியரும் ஆவார் என்பதிலும் தடையில்லை. முழுநிலவின் களங்கம் போல் சி.வை. தாமோதரம் பிள்ளை பற்றிய பழிப்புரைகளும் '*என் சரித்திர*'த்திலும் வேறு இரண்டொரு கட்டுரைகளிலும் உண்டு என்பதையும் மறந்துவிடுவதற்கில்லை. ஆயினும் தமிழ்ப் பயிற்சி யும் வரலாற்றுணர்வும் மிகுதிப்படுவதற்கு உ.வே.சா.வின் உரைநடை தக்க கருவி என்பதில் இரு கருத்துகளுக்கு இடமில்லை.

உ.வே. சாமிநாதையரின் பதிப்புரைகளைச் சாமிநாதமாக வழங்கிய சரவணன் இப்போது அவருடைய கட்டுரைகளையும் மொத்தமாகத் தொகுத்து வழங்கியுள்ளார். இதுவரை தொகுக்கப்படாமல் இருந்த சில கட்டுரைகளையும் அவர் கண்டெடுத்துள்ளதோடு ஏறத்தாழ அனைத்துக் கட்டுரை களும் முதலில் வெளியான காலத்தைக் கண்டறிந்து, அவற்றை வகைதொகைப்படுத்தி அளித்துள்ளார். முந்தைய வெளியீடு களில் நுழைந்துவிட்ட பல குளறுபடிகளையும் நீக்கி மிகச் செப்பமாக இத்தொகுப்புகளை வழங்கியுள்ளார். பொதிய மலைப் பிறந்த மொழி வாழ்வறியும் காலமெல்லாம் உ.வே. சாமிநாதையரை துதிக்கும் புலவோர் ப. சரவணனுக்கு நன்றி பாராட்டத் தவற மாட்டார்கள்.

~~~
~~~

இசைக் கட்டுரைகள்

1

கனம் கிருஷ்ணையர்

தாமே முயன்று தம்மை நல்லநிலைக்குக் கொண்டுவந்து புகழ்பெற்றவர்களுள் கனம் கிருஷ்ணையர் என்னும் பெரிய சங்கீத வித்துவான் ஒருவராவர். சங்கீதத்தில் உள்ள கனம், நயம், தேசிகம் என்னும் மூன்று வகைகளுள் கனம் என்பதில் ஒப்புயர்வற்ற தேர்ச்சி பெற்றதனால் இவருடைய பெயர் கனமென்னும் அடைமொழியோடு கூடி வழங்கி வரலாயிற்று. இவருடைய காலத்தில் தமிழ்நாட்டில் கனமார்க்கத்தைச் சிறிதளவு பயின்றவர்கள்கூட மிகச் சிலரே இருந்தார்கள். இளமையிலிருந்து தொடர்ந்து சாதகம் பண்ணி வருபவர்களுக்கே அது கைகூடிவரும். அவ்வழியில் தனி முயற்சியை மேற்கொண்டு எண்ணியதை எண்ணியபடியே எய்திய மனத்திண்மையை உடையார் கனம் கிருஷ்ணையராவர். இவர் இருந்த காலம் ஏறக்குறைய நூறு வருஷங்களுக்கு முன்னதாகும்.

கிருஷ்ணையர் திருச்சிராப்பள்ளி ஜில்லா உடையார் பாளையம் தாலுகாவில் உள்ளதாகிய திருக்குன்ற மென்னும் ஊரிலே பிறந்தவர்; ஸ்மார்த்தப் பிராமணர்களுள்* அஷ்டஸஹஸ்ர வகுப்பினர்; அந்த வகுப்பிலே அத்தியூர்ப் பிரிவைச் சார்ந்தவர்.

திருக்குன்றம்

திருக்குன்ற மென்பது குன்றைவள நாட்டின் தலைநகராகும். அது மிகவும் பழமையானதோர்

---

* எண்ணாயிரத்தவர் என்றும் சொல்லுவார்கள்.

ஊர். அங்கே ஒரு பழைய சிவாலயமும் விஷ்ணுகோயி லொன்றும் உண்டு. திருவிடைமருதூரில் கோயில் கொண்டு எழுந்தருளியுள்ள ஸ்ரீ மகாலிங்க மூர்த்தியிடத்தும் பிருகத் குசாம்பிகை யிடத்தும் இடையறாத அன்புடைய ஒருவருக்கு அவ்வூரில் ஸ்ரீ மகாலிங்க மூர்த்தி அம்பிகையுடன் காட்சியளித்தன ரென்று கூறுவர்; அதற்கு அறிகுறியாக அங்குள்ள சிவபெருமான் திருநாமம் ஸ்ரீ மகாலிங்கம் அல்லது மருதீசரென்றும் அம்பிகையின் திருநாமம் பிருகத்குச நாயகி யென்றும் வழங்கும். முன்பு மருத விருட்சம் ஒன்று இருந்ததென்பர்; இப்பொழுது அது காணப்படவில்லை. அவ்வூர் விஷ்ணுவாலயத்தி லுள்ள பெருமாளின் திருநாமம் ஸ்ரீ செளந்தரராஜ ரென்பது. சிவாலயம் விஷ்ணுவாலயம் இரண்டிற்கும் பண்டைக் காலத்தில் இறையிலி நிலங்கள் (சர்வமான்யம்) மிகுதியாக இருந்தனவென்றும் நித்திய நைமித்தியங்கள் விமரிசையாக நடந்துவந்தன வென்றும் பெரியோர் சொல்லுவர். மருதீசருக்குத் தைப்பூசத்திலும் வருஷப்பிறப்பிலும் திருவிழா நடைபெறுவதுண்டு.

அவ்வூரின் தென்பால் மருதயாறென்னும் பெயருள்ள நதியொன்று ஓடுகிறது; தமிழ் இலக்கண நூல்களில் செந்தமிழ் நாட்டிற்கு எல்லையாக வழங்கப்படும் மருதயாறு அதுவேயாகும். அந்நதி மருதீசருக்கு உரியதென்பர்.

உத்தண்டரென்ற ஐயனாருடைய கோயில் ஒன்று அங்கே இருக்கிறது. அந்த ஐயனார் மிகவரதராக விளங்குகிறார். அவரைக் குலதெய்வமாகக் கொண்ட சைவவணிகர் பல்லாயிரவர் முன்பு அங்கே வாழ்ந்து வந்தார்கள்; பிற்காலத்தில் வரவர நகரம் வளங்குன்றினமையாலும் தங்கள் தங்கள் தொழிலை விருத்திசெய்து கொள்ள எண்ணினமையாலும் அவர்கள் கும்பகோணம், நாகபட்டினம் முதலிய நகரங்கட்குச் சென்று வாழ்ந்து வருவாராயினர். அவர்களிற் கப்பல் வியாபாரிகளும் உண்டு. அவர்கள் வருஷந்தோறும் தவறாமல் அங்கேவந்து அந்த ஐயனாருக்கு அபிஷேகம் முதலியன செய்வித்துத் தங்கள் பிரார்த்தனைகளை நிறைவேற்றிக் கொண்டு செல்லுவது இப்போது வழக்கமாக இருக்கிறது. அவர் பெயர் உத்தாண்டவரென்றும், ஒத்தாண்டவரென்றும் வழங்குகின்றது.

அவ்வூர் மிகப் பழமையுடைய தென்பதற்கு அறிகுறியாக அதனைச் சூழ்ந்துள்ள நிலங்களை வெட்டும் போது *முதுமக்கட்டாழிகள் கிடைத்துவந்தன. அங்கே ஒரு கொல்லையில் ஜைனமுனிவர் பல்லிங்காஸனத்தோடு இருப்பது போன்ற

* பண்டைக் காலத்திலே பிராயத்தால் முதிர்ந்தவர்கள் துன்பமின்றி இருத்தற்கு உபயோகிக்கப்பெற்றுவந்த தாழிகள்; அயலிடங்களில் இப்பெயர் மதமக்கச்சாடி யென வழங்குகின்றது.

சிலாவிக்கிரகம் ஒன்று காணப்படுதலால் அப்பக்கங்களில் ஜைன மதத்தினர் இருந்ததாகவும் சொல்லுவர்.

திருக்குன்றம் பெரியதிருக்குன்ற மென்றும் சின்னத் திருக்குன்ற மென்றும் இரண்டு பகுதியாக உள்ளது. பெரிய திருக்குன்றம் மேற்கிலும் சின்னத் திருக்குன்றம் கிழக்கிலும் உள்ளன. பெரிய திருக்குன்றத்திலேதான் மேலே கூறியவை அமைந்துள்ளன. வடமொழி தென்மொழிகளிலும் சங்கீதத்திலும் பயிற்சியுள்ள பலர் பண்டைக்காலத்தில் அங்கே இருந்துவந்தார்கள்.

தந்தையார்

கனம் கிருஷ்ணையருடைய தந்தையார் இராமசாமி ஐயரென்பவர். பரம்பரைக் கல்வியாகிய சங்கீதத்திலும் தமிழிலும் அவருக்கு நல்ல பயிற்சி இருந்தது; புதிய கீர்த்தனம் முதலியவை இயற்றும் பழக்கமும் உண்டு. அக்காலத்தில் கபிஸ்தலத்தில் இருந்த பெருஞ்செல்வராகிய முத்தைய மூப்பனா ரென்பவர் அவரிடத்தில் அன்புபூண்டு பலவகையில் அவரை ஆதரித்து வந்தார். இராமசாமி ஐயர் மூப்பனாரைப் புகழ்ந்தும் கடவுளைத் துதித்தும் பாடிய கீர்த்தனங்கள் பல.

சகோதரர்கள்

இராமசாமி ஐயருக்கு ஐந்து குமாரர்களும் ஒரு பெண்ணும் இருந்தனர். சுப்பராமையர், வெங்குவையர், சுந்தரமையர் (சுந்தரண்ணா வெனவும் அவர் சொல்லப்படுவர்), கஸ்தூரிரங்கையர் கிருஷ்ணைய ரென்னும் ஐவர்களில் கிருஷ்ணையரே ஐந்தாங் குமாரர். பெண்ணின் பெயர் சுப்பலக்ஷ்மி அம்மாவென்பது.

மேற்கூறிய சுப்பராமையர் முதலிய ஐவரும் முதலில் தந்தையாரிடத்தில் தமிழும் சங்கீதமும் கற்றுக்கொண்டனர். பிறகு அரியிலூரிலிருந்த சண்பகமன்னா ரென்னும் ஸ்ரீ வைஷ்ணவப் பெரியாரிடம் பயின்றுவந்தனர். அவர்களுடைய குடும்பத்திற்குப் பண்டை யரசர்களால் அளிக்கப்பட்ட நன்செய் புன்செய் நிலங்களும் தோட்டங்களும் இருந்தமையின் பொருட்கவலை யில்லாமல் கல்வி பயில்வதற்கு ஏற்ற அநுகூலம் அவர்களுக்கு இருந்தது. அந்த ஐவர்களுள்ளே சுப்பராமையர், சுந்தரமையர், கிருஷ்ணையராகிய மூவரும் சங்கீதப் பயிற்சியை விருத்திசெய்ய நினைந்து தஞ்சாவூர் சென்றனர். அங்கே அக்காலத்தில் இருந்த அரசர் சரபோஜி மகாராஜா என்று கேள்வியுற்றிருக்கிறேன். அந்த அரசருடைய சபை வித்துவான்களுக்கு ஒரு பாதுகாப்பாக இருந்தது. பல வகையிலும் ஆற்றலுடையவர்கள் அந்தச் சபையை அலங்கரித்தனர். அக்காலத்தில் அங்கே இருந்த சங்கீத

வித்துவான்களுள் சிறந்தவராகிய பச்சைமிரியன் ஆதிப்பைய ரென்னும் பெரியாரிடத்தில் சுப்பராமையர் முதலிய மூவரும் சங்கீதத்தில் சிக்ஷை சொல்லிக்கொள்ளத் தொடங்கினர். பரம்பரையாக வந்த வித்தையாதலாலும், குருவாக வாய்த்தவர் சிறந்த வித்துவானாதலாலும், பொருட் கவலை இல்லாமையாலும் அம்மூவரும் சங்கீதத்தில் வரவர மேலான பழக்கத்தை அடைந்து வந்தனர்; அரசரும் செவ்வனே பாதுகாத்தனர். அம்மூவருக்கும் முருகக் கடவுளின் உபாசனை உண்டு.

கிருஷ்ணையர் அழகும் வன்மையும் பொருந்திய மேனியை யுடையவர்; அஞ்சாத நெஞ்சினர்; மேற்கொண்ட காரியத்தை எவ்வாறேனும் முடித்துவிடும் ஊக்கமுடையவர். அவருடைய முயற்சியை அவரோடு பழகினவர் யாவரும் அறிந்து வியந்தனர்.

சகோதரர்கள் மூவரும் பிறகு அந்த ஸம்ஸ்தானத்திலேயே சங்கீத வித்துவான்களாக இருந்தனர்.

அவர்களுடைய சங்கீதத்திறமை சங்கீத வித்துவான்களாலும் அரசராலும் பலவாறு பாராட்டப்பட்டது. சுப்பராமையர் தமிழிலே பல கீர்த்தனங்களும் கற்றுக்கொண்டு பாடி மகிழ்வார்கள். தஞ்சாவூர் சம்ஸ்தானத்தில் ஒவ்வொரு வகையிலும் சிறந்த வித்துவான்கள் உள்ள சபையில் பாடிப் பரிசு பெறுவது அக்காலத்திலே பெருமதிப்பாக இருந்தமையால் அடிக்கடி அயல்நாட்டிலிருந்து உயர்ந்த வித்துவான்கள் பலர் அங்கே வந்து சம்மானம் பெற்றுச் செல்வதை ஒரு தனிக் கௌரவமாக நினைத்தனர்.

கேசவையாவும் கனமார்க்கமும்

பொப்பிலி சம்ஸ்தானத்தில் சங்கீத வித்துவானாக விளங்கிய *கேசவையா என்பவர் ஒரு சமயம் தஞ்சாவூருக்கு வந்தார். இளமை தொடங்கி அவர் சங்கீத மார்க்கங்களுள் மிக அருமையாகிய கனத்தில் உழைத்துப் பயின்று தேர்ச்சி பெற்றவர்; மிக்க மதிப்புடையவர். கனமார்க்க மென்பது மூலாதாரத்திலிருந்து கம்பீரமான ஒலியை உண்டாக்கிப் பாடுவதென்றும் தொடங்கும்போது அந்த ஒலி ஹுங்கார சப்தத்தோடு எழுமென்றும் ஆரோகண அவரோகணத்தில் பலவகையான சங்கதிகள் வரும்படி பாடுவதென்றும் அங்க சேஷ்டைகள் இல்லாமற் பாட வேண்டுமென்றும் சொல்வர்.

* இவர் வைஷ்ணவர்களில் சாத்தாதவர் வகுப்பினரென்று கேள்வி.

இசைத் தமிழில் உள்ள *உள்ளாளப் பாட்டு என்னும் வகை இதைப் போன்றதேயாகும்.

தஞ்சைக்கு வந்த கேசவையா தம்முடைய சங்கீதத்தால் அரசரையும் வித்துவான்களையும் மகிழ்வித்தார்; மன்னருடைய விருப்பத்தின்படி சில மாதங்கள் அங்கே அவர் இருந்துவந்தார். கனமார்க்கத்தைத் தனியே விரிவாக அப்பியாசம் செய்த வித்துவான்கள் அக்காலத்தில் அங்கே இல்லை. ஆதலின் அவரது சங்கீதத்தைக் கேட்ட வித்துவான்கள் யாவரும் அவரை மிகவும் மதித்து மரியாதை செய்துவந்தனர். அவருடைய சாரீரம் சிங்க கர்ஜனை போலிருக்குமென்று சொல்வார்கள். அவரது பாட்டில் ஈடுபட்ட அரசருக்கு, "இவ்வளவு அருமையான மார்க்கத்தைச் சிறப்பாக அப்பியாசம் செய்தவர்கள் இந்தப் பக்கங்களில் இல்லையே!" என்ற வருத்தம் தோற்றி வளர்ந்துவந்தது.

ஒருநாள் அரசருடைய சபையில் பொப்பிலி கேசவையா பாடினார். சம்ஸ்தான வித்துவான்களும் வெளியூர்களிலிருந்து வந்த வித்துவான்களும் சபையில் நிரம்பியிருந்தனர். சுப்பராமையர் முதலிய மூன்று சகோதரர்களும் இருந்தார்கள். பாட்டு முடிந்த பிறகு அரசர் அங்கிருந்த வித்துவான்களை நோக்கி, "கனமார்க்கத்தில் இவரைப்போல் பாடக் கூடியவர்கள் யாராவது இங்கே உண்டா?" என்று கேட்டனர். தங்களுக்கு அப்பியாச மில்லாமையால் அவர்கள் பாட முடியாதென்று சொல்லிவிட்டார்கள்; "உழைத்துக் கற்றுக் கொண்டாவது பாடலாமா?" என்று மீண்டும் அரசர் கேட்டார். அவர்களில் முதியவராக இருந்தவர்கள். "இனிமேல் எங்களால் இது சாத்தியமன்று; இந்த வயஸில் அப்பியாசம் பண்ணமுடியாது" என்று கூறிவிட்டார்கள். வேறு சிலர், "இவர் எவ்வளவோ காலம் கஷ்டப்பட்டு அப்பியாசித்துப் பாடுகிறார். இந்தமாதிரி பாடுவதென்றால் சாமான்யமா? இது நம்மால் ஆகாத காரியம்" என்று தமக்குள் நினைந்து பேசாமல் இருந்தனர். மற்றும் சிலர், "இவர் ஒரு ராஜகரத்தில் வேண்டிய சௌகர்யங்களை யெல்லாம் பெற்றவர்; பரம்பரையாக அப்பியாசம் பண்ணியிருக்கலாம்; திடீரென்று கற்றுக்கொள்வீர்களா என்றால் முடியுமா?"

* "உள்ளாளப் பாட்டுப் பாடுங்கால் இடைபிங்கலையை இயக்கமறுத்து மூலாதார முதல் பிரமரந்தரமளவும் இயக்கமாக்கி நடுவு தொழில் வரப் பாடுதலென்றறிக; . . . 'கண்ணிமையா கண்டந் துடியா கொடிறசையா, பண்ணளவும் வாய்தோன்றா பற்றெரியா – எண்ணினிவை. கள்ளார் நறுந்தெரியற் கைதவனே கந்தருவர், உள்ளாளப்பாட லுணர்' இசைமரபு" (சீவகசிந்தாமணி. 658, நச்சினார்க்கினியருரை) ; "பண்ணொன்று" (சீவக. 735) என்னும் செய்யுளில், "விண்ணின்றியங்கி" என்னும் பகுதிக்கு 'விண்ணென்றது முற்கூறிய உள்ளாளத்திற்குரிய மூலாதாரந்தொடங்கிப் பிரமரந்தரத்தளவு நின்ற வெளியை" என்று நச்சினார்க்கினியர் எழுதிய விசேட உரையும் இதனைப் புலப்படுத்தும்.

என்று தம்முட் பேசிக் கொண்டனர். இளம்பிராயத்தினராக இருந்தவர்கள் அஞ்சி ஒன்றும் பேசாமல் இருந்தனர்.

அந்தக் கூட்டத்தில் இருந்த கிருஷ்ணையர் இயல்பாகவே தைரியமுடையவர்; அரசர் வினவியதற்கு எவரேனும் விடை அளிப்பார்களோவென்று சில நேரம் கவனித்தார். இவருக்கு எவ்வாறேனும் முயன்று அந்த முறையைக் கற்றுக் கொண்டுவிடலாமென்ற நம்பிக்கை ஊழ்வினையின் பலத்தால் உண்டாயிற்று. ஆதலின், யாவரும் மௌனமாக இருத்தலையறிந்த இவர் உத்ஸாகத்தோடு எழுந்து, "கேசவையா எனக்குக் கனஜாதியின் லட்சணங்களை விளங்கச் சொல்லித்தந்தால் நான் உழைத்து அப்பியாசம் செய்து பாடலாமென்று எண்ணுகிறேன்" என்று விநயத்தோடு சொன்னார். அங்கே இருந்த பல்லவி கோபாலையர் முதலிய வித்துவான்கள். "இவர் நிச்சயமாகப் பாடக்கூடியவர்" என்று வியந்து சந்தோஷித்தனர். அரசரும் சந்தோஷித்தார். கேசவையாவும் சொல்லிக்கொடுப்பதாக வாக்களித்தார்.

பிறகு வித்துவான்க ளெல்லோரும் கிருஷ்ணையருடைய தைரியத்தை மிகவும் பாராட்டினார்கள். அன்றுமுதல் அரசருடைய கட்டளைப்படி கிருஷ்ணையர் பொப்பிலி கேசவையாவிடம் கனமார்க்கத்தின் விசேஷ லக்ஷணங்களைக் கேட்டுச் சில நாட்களில் தெரிந்து கொண்டார்; அம்மார்க்கத்தில் தானம் பாடும் முறையையும் அதனுட் சிறந்த சக்ரதானம் பாடும் விதத்தையும் நன்றாக அறிந்தார். எவ்வளவுக் கெவ்வளவு அப்பியாசம் அதிகமாகிறதோ அவ்வளவுக் கவ்வளவு திறமை உண்டாகுமென்ற உறுதி பெற்றார்.

கனமார்க்கப் பயிற்சி

கிருஷ்ணையருடைய தந்தையாருக்கு நண்பராகிய கபிஸ்தலம் முத்தைய மூப்பனாருடைய குமாரரும் சிறந்த தருமவானுமாகிய *இராமபத்திர மூப்பனார் ஒருநாள் தஞ்சைக்கு வந்திருந்தார். கிருஷ்ணையர் கனமார்க்கத்தைக் கற்றுப் பாடிக்காட்டுவதாக அரசருக்குமுன் உறுதிகூறியிருப்பதை வித்துவான்களால் மூப்பனார் அறிந்தார். அவர் உடனே கிருஷ்ணையரிடம் போய்ச் சந்தோஷமாகப் பேசிக்கொண்டிருந்தார். இவருடைய தைரியத்தை வியந்தார். தங்கள் குடும்பத்துக்குப் பரம்பரை உபகாரியாக உள்ள மூப்பனாரிடத்தில் மிகவும் அபிமானத்தோடு இவர் பேசினார்; இடையே, "ஏதோ முருகன் திருவருளால் அப்பியாசம்

---

* இவர் பெரியப்பு மூப்பனாரென்றும் இவர் தம்பி சின்னப்பு மூப்பனாரென்றும் கூறுப்படுவார்.

பண்ணி நிறைவேற்றலா மென்று நம்புகிறேன். ஆனால் இந்த ஊரிலிருந்து சாதகம் பண்ண முடியாது. சாதகம் செய்வதால் உஷ்ணம் அதிகமாகும். நாள் தவறாமல் வேண்டியபோது பசுவெண்ணெய் சாப்பிட்டு வந்தால் உடம்புக்கு அசௌகரியம் உண்டாகாது” என்று சொன்னார். உடனே இராமபத்திர மூப்பனார், “கபிஸ்தலத்துக்கு நீங்கள் வந்துவிடலாம்; அங்கே தனியிடங்கள் இருக்கின்றன; வேண்டிய சௌகரியங்களை நான் கவனித்துக்கொள்ளுகிறேன். உங்களுக்கு உபசாரம் செய்வதற்கு நான் எவ்வளவோ கொடுத்து வைத்திருக்கவேண்டுமே!” என்று சொன்னார்; மீண்டும் மீண்டும் வற்புறுத்தினார். அதனால் மனமகிழ்ந்த கிருஷ்ணையர் அங்ஙனமே செய்வதாகக் கூறித் தம் தமையனார் முதலியவர்களுடைய ஆசிர்வாதங்களைப் பெற்றுக் கொண்டு கபிஸ்தலம் சென்றார்.

கபிஸ்தலத்தில் வடபாலுள்ள ஆற்றங்கரையில் நாணற்காடு உண்டு. அது ஜனங்கள் அதிகமாகச் சஞ்சாரம் செய்யாத இடம். அவ்விடமே தமக்கு ஏற்றதென்று அறிந்து கிருஷ்ணையர் நாள்தோறும் விடியற்காலையிலும் மாலையிலும் சென்று சாதகம் செய்து வரலாயினர். அங்கே மூப்பனாரால் ஒரு சிறிய குடிசை அமைக்கப்பட்டது. இவர் மிக்க வன்மையுள்ள சரீரமுடையவராதலின் சாதகம் பண்ணும்பொழுது அந்தத் தொனி நெடுந்தூரம் கேட்பதுண் டென்பர். ஒரு காட்டில் சிங்கமிருந்து செய்யும் கர்ஜனையைப்போல இவருடைய கம்பீரமான தொனி முழங்கியதென்று சொல்லிக் கொள்வார்கள். இவர் அப்பியாசம் செய்கையில் இராமபத்திர மூப்பனாருடைய வேலைக்காரர்கள் சுத்தமான பசுவெண்ணெயை வைத்துக்கொண்டு அருகில் காத்திருந்து அடிக்கடி வேண்டும் பொழுதெல்லாம் அளித்து வருவார்கள்; வேறு யாரும் அங்கே வாராதபடி பார்த்துக் கொள்வார்கள்; மற்றவேளைகளிலும் இவருக்கு வேண்டிய எல்லாவிதமான சௌகரியங்களையும் மூப்பனார் அமைத்து உபசரித்து வந்தார்.

கிருஷ்ணையர் நாளுக்குநாள் தம்முடைய அப்பியாசத்தால் நற்பயனுண்டாவதை அறிந்தார். இவருடைய திருப்தியையே தமக்குத் திருப்தியாக எண்ணி மூப்பனார் ஆதரித்துவந்தார். பரம்பரை ஆற்றல், நல்ல சரீரம், சிறந்த சாரீரம், அஞ்சாமை, நல்லொழுக்கம், பாதுகாப்பவரின் மெய்யன்பு, இடம், பொருள், ஏவல் ஆகிய எல்லா நலங்களும் ஒருங்கே கூடப்பெற்று இறைவன் திருவருளும் வாய்த்த கிருஷ்ணையர் நாணற்காட்டிற் செய்துவந்த அப்பியாசம் பழுத்தது. ஒரு நல்ல நாளில் தாம் உறுதி கூறியபடி தஞ்சாவூர் சம்ஸ்தானத்தில் அரசருடைய முன்னிலையில் பாடிக்காட்டலா மென்ற தைரியம் இவருக்கு அப்போது

உண்டாயிற்று. அதன் பிறகு மூப்பனாரிடம் விடைபெற்று இவர் தஞ்சை சென்று தம் விருப்பத்தைத் தெரிவித்தார்.

அரங்கேற்றம்

மிகவும் அருமையானதும் மற்றவர்களால் இயலாதென்று கைவிடப்பட்டதுமாகிய ஒரு முறையைக் கருமமே கண்ணாக இருந்து கற்றுக்கொண்ட கிருஷ்ணையருடைய சங்கீதத்தைக் கேட்க அரசர் மிக்க ஆவலுடன் இருந்தார். பெரிய சபை கூட்டப்பட்டது. பொப்பிலி கேசவையாவும் இருந்தார்.

கிருஷ்ணையருக்கு நன்றியறிவு அதிகம். அவ்வளவு பெரிய சபையில் தமக்கு வாழ்நாள் முழுவதும் கௌரவத்தைத் தரும் ஒரு காரியத்தில் தைரியமாக முன்வருவதற்கு முதற்காரணம் தம் தந்தையாருடைய அருளென்பதை இவர் எண்ணினார்; தமக்கு அப்பியாசம் செய்வதற்கேற்ற சௌகரியங்களை யெல்லாம் செய்துதந்த மூப்பானாருடைய உதவியும் இவர் மனத்தே குடிகொண்டிருந்தது. ஆகவே, அங்கே சபையில் பாடத் தொடங்குகையில் எந்த உருப்படியைப் பாடலாமென்று யோசித்தபொழுது இவருக்கு,

> ஏற்றகைக்கெல் லாங்கொடுக்கும்
> எல்லாக்கி முத்தையனைக்
> காத்திருந் தழைத்து வாடி கன்னியே

என்பது ஞாபகத்துக்கு வந்தது. இவருடைய தந்தையார், இராமபத்திர மூப்பனாருடைய தந்தையார்மேற் பாடிய ஒரு சிந்தின் முதற்கண்ணி இது; கன ராகங்களில் ஒன்றாகிய புன்னாகவராளியில் அமைந்தது அந்தப் பாட்டு. முதலில் அந்த ராகத்தை விதிப்படி ஆலாபனம் செய்து அந்த ராகத்தில் தானங்களைப் பாடினார்; பிறகு இந்த ஒரு கண்ணியைப் பாடி இதையே பல்லவியாக வைத்துக் கொண்டு பல சங்கதிகளும் நூற்றுக்கணக்கான கற்பனை ஸ்வரங்களும் பாடியதன் மூலம் சங்கீதத்தின் விசித்திரங்களை யெல்லாம் காட்டினார். அருகில் இருந்த எல்லா வித்துவான்களும் வேறு ஞாபகமில்லாமல் பரவசமுற்று இருந்தபடியே இருந்து கேட்டனர். அரசருக்கு எல்லையற்ற மகிழ்ச்சி உண்டாயிற்று. கனமார்க்கத்தில் நுணுகிய இடங்களை யெல்லாம் அவ்வப்பொழுது மின்னலைப் போலப் பளிச்சுப் பளிச்சென்று கிருஷ்ணையர் காட்டிக்கொண்டு போகவே பொப்பிலி கேசவையாவுக்கு வியப்பு அதிகமாகிக் கொண்டு வந்தது. மூக்கில் விரலை வைத்துக்கொண்டே கேட்டார். எவ்வளவோ சிரமப்பட்டு அவர் கற்ற வித்தையல்லவா அது? அவருக்கல்லவா அதன் உண்மை மதிப்புத் தெரியும்? இடையிடையே சிரக்கம்பத்தாலும் முகக்குறிப்பினாலும்

அவருக்கு உண்டான சந்தோஷத்தை யறிந்த கிருஷ்ணையர் மிகவும் உத்ஸாக முடையராகிப் பாடினார்.

பாட்டு முடிந்தது. அரசர் பொப்பிலி கேசவையாவைப் பார்த்தார். அவர் சிறிதுநேரம் மனமுருகிப் பேசாமல் இருந்தார்; "இந்தமாதிரியான அசகாய சூரர்களை நான் எங்கும் பார்த்ததேயில்லை. காவிரி மகாநதி பாய்கின்ற இந்த மண்ணுக்கும் தஞ்சாவூர் சம்ஸ்தானத்துக்கும் ஒரு தனிப்பெருமை உண்டென்பதை இப்பொழுதுதான் நன்றாக அறிந்தேன். சிலகாலமே என்னிடம் விஷயத்தைத் தெரிந்து தாமே அப்பியாசம் செய்துகொண்டு ஒழுங்காக இதனை இந்த மகாசபையில் பாடிய இவர் பெரிய தீரர். சர்வேசுவரன் தீர்க்காயுளையும் அரோக திடகாத்திரத்தையும் இவருக்கு அளிக்க வேண்டும்" என்றார். தம் நாட்டிலும் சிறந்த கனமார்க்க வித்துவான் ஒருவர் உண்டாகிவிட்டா ரென்னும் பெருமையைத் தாம் அடைந்தது குறித்து அரசருக்குப் பெருமிதம் உண்டாயிற்று. கிருஷ்ணையருக்குச் சிறந்த பரிசுகள் வழங்கப்பட்டன. அன்றுமுதல் கிருஷ்ணையரைக் 'கனம் கிருஷ்ணையர்' என்றே யாவரும் வழங்கி வரலாயினர்.

கனம் கிருஷ்ணையருடைய திறமை தஞ்சாவூரில் அக்காலத்திலிருந்த வித்துவான்களால் மிகவும் கொண்டாடப் பட்டது. இவர் ராஜ ஸம்மானங்கள் பெற்றுத் தஞ்சையிலிருந்து தம் ஊருக்குச் சென்று சிலதினம் இருந்தார். பிறகு கபிஸ்தலம் வந்து இராமபத்திர மூப்பனாரிடம் தம்முடைய நன்றியறிவைப் புலப்படுத்தினார்.

கீர்த்தனங்கள் இயற்றல்

அக்காலத்தில் இவர் தமிழில் கீர்த்தனங்கள் இயற்றும் பயிற்சியை உடையவராக இருந்தார். தம்முடைய தமையனாராகிய சுப்பராமையர் கீர்த்தனங்கள் இயற்றிப் பாடும்போது கவனித்தும் அவற்றைத் தாம் பாடி மகிழ்ந்தும் வந்ததனால் இசைக்குரிய ஸாஹித்திய சக்தி இவர்பால் வளர்ந்துவந்தது. முதலில் தாம் பிறந்த ஊராகிய திருக்குன்றத்தில் எழுந்தருளியுள்ள ஸ்ரீ சௌந்தரராஜப் பெருமாள்மீது சில கீர்த்தனங்கள் பாடிப்பழகினார். நாளடைவில் இப்பழக்கம் விருத்தியாயிற்று; மனத்தில் சந்தோஷம் உண்டாகும் பொழுதெல்லாம் புதிய புதிய கீர்த்தனங்களை இயற்றிப் பாடி வந்தார்.

கபிஸ்தலத்துக்கு இவர் சென்றபோது இராமபத்திர மூப்பனார் இவரை மிகவும் உபசரித்து மகிழ்வித்தார். சிலகாலம் அவ்வூரில் இருக்கும்படி அவர் கேட்டுக் கொண்டார். அவருடைய விருப்பத்தின்படியே இவர் சிலகாலம் அங்கே இருந்துவரலானார்.

அக்காலத்தில் மூப்பனார் கிருஷ்ணையருடைய சங்கீதத்தின் மேன்மையையும் அதனால் விளையும் இன்பத்தையும் உணர்ந்தார். அவ்விருவருக்கும் உள்ள அன்பு முதிர்ந்தது. அப்பொழுது மூப்பனார் மீது கிருஷ்ணையர் சில கீர்த்தனங்கள் பாடினார்; அவை தோடி ராகத்திலுள்ள "அன்னமே நானென்ன செய்வேன்", "எல்லா அருமையையும் எல்லாப் பெருமையையும்" என்பவையும், பைரவியிலுள்ள "மாதே அவர் செய்த வஞ்சனை" என்பது முதலியனவுமாம்.

கீர்த்தனங்களின் அமைப்பு

இவர் இயற்றிய கீர்த்தனங்கள் அந்த அந்த ராகத்தின் மூர்ச்சைகளை எடுத்துக்காட்டுவதற்கு ஏற்றபடி அமைந்திருக்கும். கனமார்க்கத்தில் அக்கீர்த்தனங்களைப் பாடும்பொழுது அந்தத் தொனியில் கம்பீரமும் அதற்கேற்ற பத அமைப்புக்களும் மிக அழகாகப் பொருந்தியிருக்கும். கீர்த்தனங்க ளெல்லாம் எளியநடையிலேயே அமைந்தவை. இவர் பெரும்பாலும் உலகவழக்குச் சொற்களை அமைத்தே பாடியுள்ளார். இயற்றமிழிலக்கண அமைதியைக் காட்டிலும் சங்கீதப் போக்குக்கு ஏற்றபடி அமைப்பதையே இவருடைய கருத்து நாடியது. இயற்றமிழ்த் துறையில் இவருடைய கவனம் செல்லவில்லை. இவருடைய கீர்த்தனங்கள் ராகபாவங்களுக்கு இலக்கியங்களாகச் சிறந்து விளங்கினமையால் அக்காலத்தில் சங்கீதமறிந்த பெரும்பாலோர் அவற்றை மனனம் பண்ணிப் பாடிவந்தார்கள். இவர் இயற்றிய கீர்த்தனங்களிற் பல சிருங்கார ரசத்தை மிகுதியாகக் கொண்டு இருக்கும். ஒவ்வொன்றன் இறுதியிலும் முருகக் கடவுளின் திருநாமத்தை எவ்வகையாகவேனும் அமைப்பது இவருடைய பெரும்பான்மையான வழக்கம். இவருடைய தமையனாராகிய சுப்பராமையரும் இவ்வழக்கத்தை யுடையவர்.

கபிஸ்தல வாசம்

கபிஸ்தலத்தில் இவர் இருந்தகாலத்தில் அங்கே இவருடைய தமையன்மார்களாகிய சுப்பராமையரும் சுந்தரையரும் அடிக்கடி வந்துசெல்வார்கள். சுப்பராமையர் இராமபத்திர மூப்பனாருடைய உயர்குணங்களையும் உபகார சிந்தையையும் அருமையறியும் தன்மையையும் அறிந்து மகிழ்ந்து அவர்மீது ஒரு *குறவஞ்சி நாடகம் இயற்றி அரங்கேற்றினார். மூப்பனார் அவருக்குத் தக்க சம்மானங்களைச் செய்தார். பிறகு அவர் சுந்தரையருடன் தஞ்சைக்குச் சென்று விட்டார்.

---

* இதிற் சில பகுதிகளை நான் கேட்டிருக்கிறேன். இப்பொழுது இந்த நாடகம் கிடைக்கவில்லை.

மூப்பனார் அடிக்கடி கிருஷ்ணையருக்குப் பலவிதமான மரியாதைகளைச் செய்துவந்தார். ஒருமுறை தங்க அரைஞாணும் வைரக் கடுக்கனும் செய்வித்து அணிந்தார். இவர் அவர்மீது சில பதங்களை இயற்றி அணிந்தார்.

திருவிடைமருதூர் வாசம்

இப்படி இவர் கபிஸ்தலத்தில் இருந்தபோது தஞ்சை மகாராஷ்டிர மன்னரது வம்சத்தைச் சேர்ந்த அமரசிம்ம ரென்பவர் திருவிடைமருதூரில் வசித்துவந்தார். கனம் கிருஷ்ணையர் தஞ்சாவூரில் இருந்த காலத்தில் அறிந்து பழகியவர் அவர். அவர் இவரை வரவேண்டுமென்று தக்கவர்கள் மூலம் சொல்லியனுப்பினார்; இவருக்கும் அவரைப் பார்க்கவேண்டு மென்ற விருப்பம் இருந்தது. அதனால் இராமபத்திர மூப்பனாரிடம் விடைபெற்றுக் கொண்டு இவர் திருவிடைமருதூர் சென்றார்.

இவருடைய வரவினால் அமரசிம்மர் மிக்க சந்தோஷத்தை அடைந்தார். அவர் சங்கீதப் பயிற்சியும் அதில் அளவற்ற அன்பும் உடையவர்; சிவபக்தி மிக்கவர். திருவிடைமருதூரிலுள்ள ஸ்ரீ மகாலிங்க மூர்த்திக்கு *வெள்ளி ரதமும் மகாரதத்தின் முன்பு கட்டும் நான்கு குதிரை யுருவங்களும் செய்வித்தளித்தவர்; அவர் செய்த பணிகள் வேறு பலவுண்டு.

கனம் கிருஷ்ணையருடைய சங்கீதத்தைக் கேட்டு அதன் சுவையை நன்றாக அனுபவித்த அவருக்கு, 'இந்த வித்துவானை இங்கேயே இருக்கும்படி செய்ய வேண்டும்' என்ற எண்ணம் உண்டாயிற்று. கிருஷ்ணையரைப் பலவகையாக உபசரித்துத் தம் விருப்பத்தை அறிவித்தார். அருமை யறிபவர்களைக் கண்டால் வித்துவான்களுடைய அன்பு பெருகுவதற்கு என்ன தடை? ஸ்ரீ மகாலிங்க மூர்த்தியின் தரிசனமும் அமரசிம்மருடைய உபசாரங்களும் கனம் கிருஷ்ணையரை அங்கேயே இருக்கும்படி செய்தன.

நாள்தோறும் அமரசிம்மருடைய சமூகத்தில் இருந்து உரிய காலங்களில் சல்லாபம் செய்வதிலும் தம்முடைய சங்கீதத் திறமையைக் காட்டி மகிழ்வித்தலிலும் கனம் கிருஷ்ணையர் காலங்கழித்துக் கொண்டு சுகமாக இருந்துவந்தார். 'இவரால் தமிழ் நாட்டில் கனமார்க்கம் நன்றாகத் தழைத்தோங்கும்' என்று எண்ணிய அமரசிம்மர் இவரது மனங்கோணாமல் நடந்துவரும்படி தம்முடைய ஏவலாளர்களுக் கெல்லாம் கட்டளையிட்டிருந்தார்.

---

* அந்த வெள்ளிரதமும் குதிரையுருவங்களும் இப்பொழுதும் உள்ளன.

ஸ்ரீராமதாசர்

அக்காலத்தில் அமரசிம்மரிடம் ஆஸ்தான வித்துவானாக ஸ்ரீராமதாசர் என்னும் ஒரு பெரியவர் இருந்து வந்தார். அவர் ஹிந்துஸ்தான சங்கீதத்தில் மிகவும் சிறந்த பயிற்சியுடையவர்; நிராசை கொண்ட உள்ளத்தினர்; அமரசிம்மராலே வலிந்து அழைத்து உபசரித்துப் பாதுகாக்கப்பெற்ற பெருமையை யுடையவர்; *நந்தனார் சரித்திரக் கீர்த்தனத்தை* இயற்றிய ஸ்ரீ கோபால கிருஷ்ண பாரதியாருடைய முதல் குரு அவரே. கனம் கிருஷ்ணையர் திருவிடைமருதூரில் இருந்த காலத்தில் கோபாலகிருஷ்ண பாரதியார் ராமதாசரிடம் ஹிந்துஸ்தான மார்க்கத்தை அப்பியாசம் செய்துவந்தார். அவர் கிருஷ்ணையரிடமும் அவ்வப்போது கர்நாடக சங்கீதத்தையும் சில கீர்த்தனங்களையும் கற்றுக்கொண்டார். பாரதியாரே இச்செய்தியை என்னிடம் கூறியதுண்டு.

அமரசிம்மர்மீது கீர்த்தனங்கள்

அமரசிம்மர்மீது கனம் கிருஷ்ணையர் பாடிய கீர்த்தனங்கள் சில உண்டு. அவற்றுள் ஒரு கீர்த்தனத்தின் பகுதியாகிய, "இந்த்ரசபை மாடியில்" என்பது மட்டும் இப்பொழுது என் ஞாபகத்தில் இருக்கிறது. ஸ்ரீ மகாலிங்க மூர்த்தியின்மீது ஆனந்த பைரவி ராகத்தில் *"மருதப்பா" என ஒரு கீர்த்தனமும் வேறு சில கீர்த்தனங்களும் இவர் இயற்றினார்.

ஸ்தலயாத்திரை

இடையிடையே தம்முடைய ஊராகிய திருக்குன்றத்திற்கும் தம்முடைய உறவினர்கள் இருக்கும் ஊர்களாகிய கும்பகோணம், பொன்வேய்ந்த நல்லூர், உடையாளூர், திருப்பழனம், கார்குடி, திருவையாறு, திருப்பூந்துருத்தி, ஸ்வாமிமலை, திருச்சேறை, உத்தமதானபுரம், மன்னார்குடி முதலிய இடங்களுக்கும் இவர் சென்று வருவதுண்டு. அன்றியும் இவரிடத்தில் சிறந்த அன்புபூண்ட பிரபுக்கள் பலர் இவரைத் தங்கள் தங்கள் ஊர்களுக்கு வந்து செல்ல வேண்டுமென்று வற்புறுத்தி அழைக்கும்பொழுது அங்கங்கே சென்று தம்முடைய பாட்டால் அவர்களை மகிழ்வித்து அவர்களுடைய உபசாரங்களைப் பெற்று வருவார். அவ்வவ் விடங்களிலுள்ள ஆலயங்களில் எழுந்தருளியிருக்கும் மூர்த்திகளின் விஷயமாகவும் தம்மை ஆதரித்த உபகாரிகளின்

---

* கனம் கிருஷ்ணையருடைய தமையனாராகிய சுப்பராமையர் இயற்றிய "முருகையனேபன் னிருகையனே" என்பதும் ஆனை ஐயா என்பவர்கள் இயற்றிய "ஐயாறா மிக ஓய்யாரா" என்பதும் இந்த மெட்டில் அமைந்தவை.

விஷயமாகவும் இவர் அப்பொழுது அப்பொழுது பாடிய கீர்த்தனங்கள் பல.

திருக்குன்றத்தில், தெற்கு வீதியில் கனம் கிருஷ்ணையருக்கும் அவருடைய சகோதரர்களுக்குமாக வடக்கு நோக்கிய ஐந்து வீடுகள் உண்டு. இவர்கள் திருக்குன்றத்தில் ஒன்று சேரும் போது மாலைக் காலத்தில் வீதியில் விசிபலகையில் உட்கார்ந்து பாடிப் பொழுது போக்குவார்கள். அப்பொழுது சுப்பராமையர் கனம் கிருஷ்ணையரை ஏதாவது பாடும்படி சொல்லுவார். அவர் செய்த கீர்த்தனங்களை இவர் பாடுவதோடு சௌந்தரராஜப் பெருமாள்மீது புதிய கீர்த்தனங்களையும் இயற்றிப் பாடுவார். அங்ஙனம் இவர் இயற்றிப் பாடியவை, "இன்னமன மிரக்கம் வல்லையோ" (பைரவி), "உன்பதமே ஸதாகதி" (தேசிக தேடி), "என்னத்துக்கு இந்த" (கமாசு), "செருக்கிமயக்க மீறி" (தர்பார்), "நல்லநல்ல நிலவு பறிபோகுதே" (சங்கராபரணம்), "படியளக்கும் பெருமானென்று" (பைரவி), "சௌந்தரராஜப் பெருமாளே உன்திருத்தாள் பணிந்தேன்" (தன்யாஸி) முதலியனவாம்; அவற்றுள் ஒன்று வருமாறு:

(ராகம்: பைரவி – தாளம்: ஆதி)

பல்லவி

இன்னமனம் இரக்கம் வல்லையோ
ஏக நாத மகப்பிரபுவே. (இன்னமனம்)

அநுபல்லவி

பன்னக சயனே பரந்தாமனே ஸ்ரீ
பரம புருஷனே ஹரிஹரி சௌந்தர ராஜனே (இன்னமனம்)

சரணங்கள்

1. பக்தபரா தீனனென்று விருதுபெற்ற வயனமென்ன
பாரமா உனக்கித பாரமா
முக்திதர நீயென்னுள்ளே மூர்த்திகர மாய்நிறைந்த
மூர்த்தியே உனக்கப கீர்த்தியே சூத்ரதாரி (இன்னமனம்)

2. உருக்குக் கம்பத்தி லிருந்துவந்து பிரகலாதனைக் காப்பாற்றின
ஓராமா உனக்கிந்தப் பேராமா
பெருக்கமாயுன் பாதமன்றிப் பேரின்பமும் வேறு முண்டோ
பெருமானே என் பெருமானே ஹரிஹரி (இன்னமனம்)

[இதன் மூன்றாஞ் சரணம் கிடைக்கவில்லை.]

உடையாளூர்

இவர் ஒருமுறை உடையாளூ ரென்னும் ஊருக்குச் சென்றிருந்தார். அங்கே செல்வர்களாகிய சில பந்துக்கள் இருந்தார்கள். அருணாசல கவியின் *இராமாயண கீர்த்தனத்தைப்*

பாடிப் பிரசங்கம் செய்து யாவரையும் மகிழ்வித்து அங்கங்கே பரிசுபெற்றுவருபவரும் நாகூரென்னும் ஊரினருமாகிய ஒரு சங்கீத வித்துவான் அங்கே நாள்தோறும் பிரசங்கம் செய்துகொண்டு இருந்தார். இவர் அவ்வூருக்கு வந்திருத்தலை யறிந்து அவர் இவர்பால் வந்து மிகவும் பயபக்தியோடு இவரை நமஸ்கரித்து நின்றார். இவர் அவரை இருக்கச்செய்து இன்னாரென்று தெரிந்துகொண்டபிறகு சில கீர்த்தனங்களைப் பாடச்சொன்னார். இவருக்குமுன் பாடுவதற்கு அவர் அஞ்சினார். பின்பு சிலவற்றைப் பாடினார். அப்பால் அவரும் அங்கே இருந்த பிறரும் இவரை வேண்டிக்கொள்ள இவர், இராமாயண கீர்த்தனத்திலுள்ள சங்கராபரணத்தி லமைந்த, "தொடத்தானே சரதாரை" என்பதையும், பியாகடா ராகத்தி லமைந்த, "சொன்னான் ஸ்ரீராமன்" என்பதையும் பாடிக்காட்டினார். அவற்றைக் கேட்ட யாவரும் மனமகிழ்ந்தனர்.

அப்பொழுது அந்தக் கிராமதேவதையாகிய செல்லமாகாளி யென்னும் தெய்வத்துக்கு உத்ஸவமாதலின் அந்தத் தேவதை திருவீதியில் வந்தது; அக்காலத்தில் அந்தக் கிராமத்தாருடைய விருப்பத்திற்கு இணங்கிக் கல்யாணி ராகத்தில், "வல்லமையுன் வல்லமையே" என ஒரு கீர்த்தனத்தை இவர் பாடினார். அது வருமாறு:

(ராகம்: கல்யாணி – தாளம்: ஆதி)

பல்லவி

வல்லமை யுன் வல்லமையே
சொல்ல எவர்க் குந்தரமா ? (வல்லமை)

அநுபல்லவி

எல்லாம் உன்செயலே வேறில்லை
*பூபதிராஜ புரந்தனில் வாழும்
செல்ல மாகாளி அம்மையே தேவி பரஞ்சோதி (வல்லமை)

சரணங்கள்

1. பஞ்சமியே பார்வதியே பாவனி பராசக்தி
கஞ்சமலர்ப் பொற்பாதத்தைக் கண்டேன்குறை யொன்றுமில்லை
தஞ்சமென்ற பேர்களையுஞ் சகலரையுங் காப்பாற்றும்
நஞ்சணிகண் டத்தியே நாராயணி பரிபூரணியே. (வல்லமை)

2. அம்மணியே சூலினி கபாலினி ஆநந்தமயீ
நின்மகிமை யேமகிமை நித்தியகல் யாணியே
என்மனதுன் பதியாக எப்போதும் அருளிச்செய்வாய்
உன்மதமா தங்கியே உத்தண்டியேசுக சாமளையே (வல்லமை)

[இதன் 3ஆம் சரணம் கிடைக்கவில்லை.]

---

* பூபதிராஜபுர மென்பது உடையாளூரிலுள்ள ஒரு பகுதி.

திருச்சேறை

ஒருசமயம் திருச்சேறை யென்னும் விஷ்ணு ஸ்தலத்துக்கு இவர் போயிருந்தார். அப்போது அங்கே எழுந்தருளியுள்ள ஸ்ரீசாரநாதப் பெருமாளது ஆலய தருமகருத்தாவாக இருந்த *இஞ்சிக்கொல்லை வேங்கடராமைய ரென்பவர் இவரை மிகவும் உபசரித்துப் பாராட்டி இவருக்கு ஸ்ரீ சாரநாதருடைய தரிசனம் செய்வித்தார். அப்பொழுது இவர் உள்ளம் குளிர்ந்து சில கீர்த்தனங்களை இயற்றிப் பாடினார். பைரவி ராகத்தில், "முன்னழகும் பின்னழகும்" என வரும் கீர்த்தனத்தில் முற்கூறிய வேங்கடராமையரைக் குறித்து.

> முன்னேவந்து நின்று எங்கள் வேங்கடராமனைக் காக்கும்
> முகுந்தனடி எனக்கவர் சொந்தனடி

எனப் பாடியிருக்கிறார். அன்றியும் அந்தக் கீர்த்தனத்திலும் கல்யாணி ராகத்திலுள்ள, "பாரஸகலமும்" என்னும் கீர்த்தனத்திலும் அத்தலத்திற்குரிய சாரநாதர், சாரநாயகி, சாரக்ஷேத்திரம், சாரபுஷ்கரிணி, சாரவிமானம் என்னும் பஞ்சசாரப் பெயர்களை அமைத்திருக்கின்றார்.

மன்னார்குடி

இங்ஙனமே, மன்னார்குடிக்குப் போயிருந்த காலங்களில் ஸ்ரீ ராஜகோபாலப் பெருமாள்மீது இவர் பாடிய கீர்த்தனங்கள் "என்னமோ ஒரு வகையாய் வருகுதே மானே" (கமாசு), "மன்னனார் வலைவீசி மயக்கஞ் செய்தாரோ" (தோடி), "மன்னனா ரொயிலும் வரிசையு மென்சொல்வேன்" (தன்யாஸி) முதலியனவாம்.

கிருஷ்ணராஜபுரம்

இவருடைய உறவினர்கள் இருந்ததும் அகண்ட காவேரியின் தென்கரையி லுள்ளதுமாகிய கிருஷ்ணராஜபுர மென்னும் ஊருக்கு ஒரு சமயம் சென்றிருந்தபோது அங்குள்ள சிவாலயத்தை இவர் தரிசனம் செய்தார்; அப்பொழுது அந்தக் கோயிலின் தர்மகர்த்தாவாக இருந்த திருக்கண்மாலீசுவர ஐயரென்பவரும பிறரும் கேட்டுக் கொள்ள, அங்கே எழுந்தருளியுள்ள ஸ்ரீ மதுகரவேணி யம்பிகை விஷயமாகத் தோடிராகத்தில் †"திருக்கண்மாலீச்வரருக் குகந்த தேவியே" என்னும் முதலையுடைய ஒரு கீர்த்தனத்தை இயற்றிப் பாடினார்.

---

* இஞ்சிக்கொல்லை: திருச்சேறைக்கு அருகேயுள்ளதோரூர்.

† திருக்கண்மாலீச்வர ரென்பது அவ்வூர்ச் சிவபெருமான் திருநாமம்; அம்பிகை ஸந்நிதி விசேஷமானது.

கும்பகோணம்

இவர் அடிக்கடி கும்பகோணம் செல்லுவார். அங்கே திருக்கோயில்கொண் டெழுந்தருளியுள்ள ஸ்ரீ ஆதிகும்பேசர், மங்களாம்பிகை, சார்ங்கபாணிப் பெருமாள், சக்கரபாணிப் பெருமாள் முதலிய மூர்த்திகளின் மீது அந்தக் காலங்களில் இவர் பாடிய கீர்த்தனங்கள் பல; "ஈச்வரி ஜகதம்பா" என்னும் ஆனந்த பைரவி ராகத்தில் அமைந்த கீர்த்தனமொன்று மங்களாம்பிகை ஸ்துதியாக உள்ளது. ஒருமுறை பகற்பத்து விழா நடந்தபோது ஸ்ரீசக்கரபாணிப் பெருமாளது திருவுலாவைத் தரிசித்து மகிழ்ந்து தன்யாஸி ராகத்தில் இவர் பாடிய, "பகல்பத்துத் திருநாளில் சக்ரபாணியைப் பார்த்தேன்" என்னும் கீர்த்தனம் ஒன்று உண்டு. அக்காலத்தில் அவ்வூரில் த்ஸௌகம் சீனுவையங்கார் என்னும் பிரபல சங்கீத வித்துவானும், வாலிஸ் அப்புராயருடை சமுக வித்துவானாகிய சங்கராபரணம் நரசையரும் இருந்தார்கள். அவர்களுடைய பழக்கம் இவருக்கு உண்டு. ஆதலின் கும்பகோணம் செல்லுங்காலங்களி லெல்லாம் இவர் அவர்களுடன் சல்லாபம் செய்து வருவது வழக்கம்.

திருச்சிராப்பள்ளி முதலிய இடங்கள்

திருச்சிராப்பள்ளியிலுள்ள சில செல்வர்கள் இவரை வருவித்துச் சிலநாள் இருக்கச் செய்து உபசரித்து வந்தார்கள். இவருடைய கனமார்க்க சங்கீத அமுதத்தை நுகர்ந்து அப்பக்கங்களிலுள்ள வித்துவான்களும் பிரபுக்களும் இவர்பால் அபிமானம் பூண்டு பாராட்டி வந்தனர். அக்காலத்தில் இவர் திரிசிராமலை, திருவானைக்கா, ஸ்ரீரங்கம் முதலிய தலங்களுக்குச் சென்று தரிசனம் செய்து வருவார். அவ்வக் காலங்களில் இவர் பாடிய சில கீர்த்தனங்கள் உண்டு. வைகுண்ட ஏகாதசியன்று ஸ்ரீரங்கம் சென்று ஸ்ரீரங்கநாதரைத் தரிசனம் செய்த பின்பு கமாசு ராகத்தில், "சொர்க்கவாச லேகாதசியில் ஸ்ரீ ரங்கராஜரை நான் சுந்தரமாய்ச் சேவித்தேன்" என்று ஒரு கீர்த்தனம் இயற்றினார். "ரங்க மயமான எங்கள் ஸ்ரீரங்க ராஜருடன்" என்று காம்போதி ராகத்திலுள்ள கீர்த்தனம் ஒன்றும் உண்டு.

இவற்றையன்றித் தம்முடைய வழிபடு தெய்வமாகிய முருகக் கடவுள்மீது இவர் பல கீர்த்தனங்கள் இயற்றியிருக்கிறார். பைரவி ராகத்திலுள்ள, "வேலவரேயுமைத் தேடி" என்னும் பதம் இப்பொழுது பிரசித்தமாக வழங்கிவருகிறது. ஸ்ரீ ராமபிரான் மீது சில கீர்த்தனங்கள் உள்ளன.

இவ்வாறு பல இடங்களுக்கும் சென்று சென்று தம்முடைய சங்கீத ஆற்றலைக் காட்டிவந்தமையால் இவருடைய பெரும்புகழ்

எங்கும் பரவியது. கனமார்க்கம் இத்தகையதென்பதை வித்துவான்களும் பிறரும் நன்கு அறிந்தனர். பேராற்றல் வாய்த்தவர்களை யல்லாமல் பிறர் அம்மார்க்கத்தில் பயிற்சிபெறல் இயலாதென்பதை அவர்கள் அறியுந்தோறும் கனம் கிருஷ்ணையருடைய மதிப்பு உயர்ந்து கொண்டேவந்தது. இவர்பாற் பொறாமையுள்ள சிலர் மறைவாக, "இவரது சங்கீதம் மிக அருமையானதோ! ஏதோ காட்டில் இருந்து கத்திக் கற்றுக் கொண்ட சங்கீதந்தானே; அந்தக் கத்தலினால் என்ன பிரயோசனம்?" என்று சொல்லிவந்தனர். இவருடைய சங்கீதத்தை நேரிற் கேட்ட பிறகுதான் அவர்களுக்குக் கனமென்பது வெறுங் காட்டுக்கத்த லன்றென்பதும் மிக்க கம்பீரமும் அருமையுமுடைய வித்தை யென்பதும் புலப்பட்டன. அப்பால் அவர்கள் தங்கள் எண்ணத்தை மறந்து இவர்பால் மதிப்புடையவர்க ளானார்கள்.

தியாகையரைச் சந்தித்தது

இவர் திருவையாறு சென்றிருந்த ஒருகாலத்தில் இவருக்கு முன்பே பழக்கமாக இருந்தவரும், ஸ்ரீ ராமபிரானுடைய பக்தியில் ஒப்புயர்வற்றவரும், பல அரிய கீர்த்தனங்களை இயற்றிப் புகழ் பெற்றவருமாகிய ஸ்ரீ தியாகையரையும் அவருடைய கோஷ்டியையும் பார்த்துவர எண்ணி அவருடைய வீட்டுக்குச் சென்றார். சென்றவுடன் அவரை நமஸ்கரித்தார். அவரும் அவருடைய சிஷ்யர்களும் இருந்து பஜனை செய்துகொண்டு காலம் கழித்துவரும் அந்தக் காட்சி இவர் மனத்தைக் கவர்ந்தது. தியாகையர் இவரை மிகவும் பிரியமாக வரவேற்றுப் பேசிக்கொண்டிருந்தார். அப்பொழுது அவருடைய சிஷ்யர்களாகிய *காமரஸவல்லி நாணுவையர், தில்லைஸ்தானம் (திருநெய்த்தானம்) ராமையங்கார் என்னும் இருவரும் அவரால் அடாணாவில் இயற்றப்பட்ட "ஏபாபமு" என்ற கீர்த்தனத்தைப் பாடினார்கள். பிறகு இவரை நோக்கி, "நீங்கள் ஏதாவது பாடவேண்டும்" என்று தியாகையர் குறிப்பித்தார். இவர் உடனே அடாணா ராகத்தை ஆலாபனம் செய்துவிட்டு அந்தப் பல்லவியையே வைத்துக்கொண்டு பல சங்கதிகளையும் பல கற்பனை ஸ்வரங்களையும் நன்றாக அமைத்துப் பாடினார். கேட்டு மகிழ்ந்த தியாகையர், "நீங்கள் செய்த கீர்த்தன மொன்று பாடவேண்டும்" என்றார். இவர் அப்பொழுதே புதிதாக அடாணா ராகத்தில், "சும்மா சும்மா வருகுமா சுகம்" என்று ஒரு பல்லவியை இயற்றிப் பாடலானார். நூற்றுக்கணக்கான சங்கதிகளுடனும் கற்பனை ஸ்வரங்களுடனும் இவர் பாடிவந்தார். அருமை தெரிந்த ஒரு பெரிய சங்கீதவித்துவானும் அவருடைய

---

* காமரஸவல்லி யென்பது கொள்ளிடத்துக்கு வடபாலுள்ளதோரூர்.

ஸ்ரீ தியாகையர்

சிஷ்யர்களும் உள்ள கூட்டத்திலே பாடியதனால் இவருடைய உத்ஸாகம் மிக்கது. இவர் பாடப் பாடக் கனஜாதியின் கம்பீரம் தியாகையருடைய உள்ளத்தை உவப்பித்தது; அவர் கேட்டுக்கேட்டு விம்மிதமுடையவ ரானார். மிக விரிவாக இவர் பாடிமுடித்தவுடன் தியாகையர் இவருக்குத் தம்மிடம் இருந்த ஒரு சால்வையைப் போர்த்தச் செய்து மனங்குளிர்ந்து ஆசீர்வதித்தார். இவர் "ஸதா ஈச்வர ஸேவை செய்து கொண்டு சிஷ்யர்களுடன் பஜனைசெய்து காலத்தைப் போக்கி வரும்

உங்களுடைய பெருமையே பெருமை. இத்தகைய நிலைமை எல்லோருக்கும் கிடைக்காது" என்று அவரை மனமுருகிப் பாராட்டி விடைபெற்றுக்கொண்டார். அப்பால் இவர் ஊருக்கு வந்து உடனிருந்தவர்களின் வேண்டுகோளின்படி "சும்மா சும்மா" என்னும் பல்லவிக்கு இணங்க அநுபல்லவியையும் சரணங்களையும் ஸ்ரீ சௌந்தரராஜப் பெருமாள் விஷயமாக அமைத்து ஒரு கீர்த்தனத்தை முடித்தார்.

இவருடைய மாணாக்கர்கள்

மாயூரத்திற்கு அருகிலுள்ள திருவழுந்தூரில் (திருவிந்தளூரில்) இவர் சிலகாலம் இருந்துவந்தார். அக்காலத்தில் அடிக்கடி பல்லவராயப்பட் டென்னும் ஊரிலுள்ள செல்வவான்களும் மாயூரத்திலுள்ள சில பிரபுக்களும் அழைக்க இவர் அங்கங்கே சென்று அவர்களால் ஆதரிக்கப்பெற்றனர். திருவழுந்தூரில் இருந்த காலத்தில் அங்கே கோயில் நாகசுரக்காரராகச் சுப்பிரமணியர் என்னும் ஒருவர் இருந்தார். அவர் தஞ்சாவூர் சம்ஸ்தானத்தில் பல வித்துவான்கள் முன்னிலையில் வாசித்து அரசரால் முதல்முதல் வெள்ளி நாகசுரம் பரிசுபெற்றவர். அவர் கனம் கிருஷ்ணையரிடம் சில கீர்த்தனங்களை அறிந்ததோடு கனமார்க்கத்தையும் சக்ரதானம் பாடும் முறையையும் கற்றுக் கொண்டார். அவருடைய முதிய பிராயத்தில் அவரை நான் பார்த்திருக்கிறேன்; அப்பொழுது எனக்கு 12 பிராயம் இருக்கும். அக்காலத்தில் மாயூரத்தில் இருந்த கோபாலகிருஷ்ண பாரதியார் அடிக்கடி கிருஷ்ணையர்பால் வந்து கீர்த்தனங்கள் சிலவற்றைக் கற்றுக்கொண்டு சென்றார். திருவழுந்தூரில் இருந்தகாலத்தில் அந்த ஸ்தலத்தில் எழுந்தருளியுள்ள ஸ்ரீ பரிமளரங்கர்மீது இவரால் தர்பார் ராகத்தில் இயற்றப்பட்ட, "பரிமள நாதா" எனவரும் பதமொன்றுண்டு.

இங்ஙனம் இவர் அங்கங்கே சென்று மீண்டு திருவிடை மருதூருக்கு வந்து அமரசிம்மரை மகிழ்வித்து வந்தார். அவர் இவருடைய சங்கீத வித்தையின் பயிற்சி மிகுதியை அறிந்து மகிழ்ந்தார். அக்காலத்தில் இவர்பால் தேப்பெருமாணல்லூர் (தேவைப் பெருமாணல்லூர்) வாசிகளாகிய கிருஷ்ணபாகவத ரென்பவரும் சுப்பராய ஐய ரென்பவரும் சிட்சை சொல்லிக் கொண்டனர்.

சென்னை சென்றது

சென்னையிலிருந்து வந்த சில செல்வர்கள் கிருஷ்ணைய ருடைய சங்கீதத்தைக் கேட்டுத் தாம் அதுகாறும் கேட்டிராத அமைப்புடன் அது விளங்குவதை அறிந்து மகிழ்ந்தனர்; "தாங்கள்

இந்நாட்டில் உள்ளவர்களைத் தங்கள் சங்கீதத்தால் மகிழ்வித்தல் போலச் சென்னை முதலிய இடங்களி லுள்ளவர்களையும் மகிழ்வித்தல் வேண்டும்; அவர்களும் தங்களுடைய சிறந்த கானத்தைக் கேட்கும் பாக்கியம் பெறும்படி தாங்கள் ஒருமுறை அந்தப் பக்கத்திற்கு வந்து போகவேண்டும்” என்று இவரைக் கேட்டுக் கொண்டார்கள். அவர்களுடைய விருப்பத்திற்கு இணங்கி இவர் சென்னைக்குச் சென்றார். அங்கே பல நாட்கள் இருந்தார். இவருடைய சங்கீதத்தின் அருமையை உணர்ந்தவர்கள் இவரைப் பாராட்டி உபசரித்துப் பலவகையான சம்மானங்களைச் செய்தார்கள். அக்காலத்தில் கவர்னராக இருந்த ஸர் தாமஸ் மன்றோ என்பவருக்கு நகரத்திலுள்ள பிரபுக்கள் ஒருநாள் விருந்து அளித்தார்கள். அப்பொழுது இவருடைய சங்கீதக்கச்சேரி நடைபெற்றது. அன்று பாடும் பொருட்டுத் தாம் முன்பே இயற்றியிருந்த ஒரு கீர்த்தனத்தையும் இவர் பாடிக்காட்டி மகிழ்வித்தார். அதில் கவர்னரது பெயர், “மன்றோ சாஹிபு” என்று குறிப்பிடப்பட்டிருந்தது. அன்று அக்கூட்டத்தில் இவருடைய திறமை மிகவும் பிரகாசமடைந்தது.

திருவொற்றியூர் சென்றது

சென்னையில் இருந்தபோது ஒருமுறை திருவொற்றியூருக்கு இவர் சென்றிருந்தார். அங்கே குருமூர்த்தி சாஸ்திரிகளென்ற சிறந்த சங்கீதவித்துவா னொருவர் இருந்தார். அவர் கனம் கிருஷ்ணையரைக் கண்டு மகிழ்ந்து உபசரித்தார். இவர் அங்கே அவர் விரும்பிய சில கீர்த்தனங்களைப் பாடும்பொழுது உடல் சிறிதேனும் அசையாமல் நாதம் மட்டும் பலவித விசித்திர அமைப்போடு எழுவதை அறிந்த அவர் இவரை ஒரு தெய்வப் பிறப்பாகவே கருதிப் போற்றினார். பாடும்பொழுது தலையில் எலுமிச்சம் பழமொன்றை வைத்துக்கொண்டு அது கீழே விழாதவண்ணம் சங்கதிகள் முதலியவற்றோடு இவர் பாடிக்காட்டின ரென்றும், அக்காலத்தில் தலை அசையவில்லை யென்றும், அப்பொழுது குருமூர்த்தி சாஸ்திரிகள் அதிக ஆச்சரியமடைந்து ஸ்தம்பம்போல் நின்றுவிட்டா ரென்றும் சொல்வார்கள். திருவொற்றியூர்த் தியாகேசர்மீது அடாணா ராகத்தில், “திருவொற்றியூர்த் தியாகராஜர் சித்விலாஸ நாதரடி” எனவரும் கீர்த்தனம் இவரால் பாடப்பெற்றது. சென்னையிலிருந்து மீண்டு திருவிடைமருதூர் வந்தவுடன் அமரசிம்மர் அங்கங்கே நிகழ்ந்த செய்திகளை யெல்லாம் இவர்பாற் கேட்டு மகிழ்வுற்றார்.

இராமபத்திர மூப்பனார் கோபம்

தமக்கு இராமபத்திர மூப்பனார் அளித்திருந்த பொன்னரைஞாணையும் வைரக் கடுக்கனையும் ஒரு சமயம்

தம்பால் மிக்க அன்புடையார் ஒருவர் பொருட்டு இவர் விற்க நேர்ந்தது. அச்செய்தியை யாரோ ஒருவர்மூலமாக அறிந்த மூப்பனார், "எப்பொழுதும் அணிந்துகொண்டிருக்க வேண்டுமென்று எண்ணியல்லவோ கொடுத்தோம்? பணம் வேண்டுமென்று குறிப்பித்தால் நாம் கொடுக்கமாட்டோமா!" என்று எண்ணி வருந்தினார். அவருக்கு அங்ஙனம் வருத்தம் இருத்தலை யறிந்த கிருஷ்ணையர் எங்ஙனமேனும் அதனைத் தீர்த்துவிட வேண்டுமென் றெண்ணியிருந்தார்.

இராமபத்திர மூப்பனார் பாபநாசத்துக்குக் கிழக்கே உள்ள தம்முடைய கிராமங்களில் ஒன்றாகிய உத்தானி யென்னும் ஊருக்கு வந்து தமது சத்திரத்தில் தங்கிக் கிராம விசாரணை செய்துகொண்டிருந்தார். அப்பொழுது அவ்வழியே கனம் கிருஷ்ணையர் செல்ல நேர்ந்தது. அங்கே மூப்பனார் தங்கியிருத்தலை யறிந்து இவர் அந்தச் சத்திரத்திற்குள்ளே சென்றார். இவர் வந்ததை அறிந்தும் மூப்பனார் இவருக்கு முகங்கொடாமல் வேறு வேலைகளைக் கவனிப்பவர் போலப் பராமுகமாக இருந்தார். தம்பாலுள்ள கோபத்தினாலேதான் அவர் அங்ஙனம் இருந்தனரென்பது கனம் கிருஷ்ணையருக்கு அப்போது புலப்பட்டது. உடனே இவர் அடாணா ராகத்தில்,

என்னடா சொல்லடா என்சாமி நீயே
என்னடா என்மீது கோபம்

என்ற கீர்த்தனத்தைப் புதிதாகப் பாடத் தொடங்கினார். அந்தக் கீர்த்தனம் மூப்பனாருடைய மனத்தைக் கவர்ந்துவிட்டது; இவர் அந்தக் கீர்த்தனத்தைப் பாடும்பொழுது இவரை நிமிர்ந்து பார்த்தார்; தம்மையறியாமல் அவருக்குப் புன்சிரிப்பு வந்துவிட்டது; "உங்கள் மீது கோபம்வரக் காரணம் ஒன்றும் இல்லையே! பரீட்சார்த்தமாக இப்படி யிருந்தேன். உங்கள் மீது கோபித்துக்கொண்டு உங்களை வெறுத்து இருக்க முடியுமா? கல்மனத்தையும் இளக்கிவிடும் சக்தி உங்களிடம் இருக்கிறதல்லவா?" என்றார் மூப்பனார். "உங்களுடைய பராமுகத்தைக் கண்ட பிறகு என்னால் வேறு என்ன செய்ய முடியும்?" என்றார் கிருஷ்ணையர். "உங்கள் மீது வேறு கோபம் ஒன்றும் இல்லை. உங்களுக்கு என்ன வேண்டுமானாலும் தருவதற்கு நான் காத்திருக்கும்போது நான் ஆசையுடன் செய்து அணிவித்த அரைஞாணையும் கடுக்கனையும் இழந்ததுபற்றியே எனக்கு வருத்தம் உண்டாயிற்று. உங்கள் காது வெறுங்காதாக இருப்பது என்னுடைய கண்ணை உறுத்துகின்றது" என்று சொல்லித் தம்முடைய அன்பை மூப்பனார் காட்டினார். பிறகு இவரைக் கபிஸ்தலத்திற்கு அழைத்துச் சென்று சிலநாள்

இருக்கச் செய்து மீண்டும் தங்க அரைஞாணும் வைரக் கடுக்கனும் செய்து அணிவித்தார்.

அமரசிம்மரின் அன்பு

அப்பால் கிருஷ்ணையர் திருவிடைமருதூருக்கு வந்து இருப்பாராயினர். அக்காலத்தில் உடையார்பாளையத்தில் ஜமீன்தாராக இருந்த *கச்சிரங்க உடையா ரென்பவர் இவருடைய பெருமையைக் கேள்வியுற்றிருந்தார். அவர் சங்கீதத்தில் சிறந்த பயிற்சியுடையவர்; சங்கீத வித்துவான்களின் ஆற்றலை அளந்தறிவதில் மிக்க திறமையுடையவர். கனம் கிருஷ்ணையரைத் தமது சம்ஸ்தான வித்துவானாக இருக்கச்செய்ய வேண்டுமென்ற விருப்பம் அவருக்கு உண்டாகி வளர்ந்து வந்தது. அமரசிம்மருடைய பாதுகாப்பில் இருந்த கிருஷ்ணையர் தம்பால் வருவாரோ மாட்டாரோ என்னும் சந்தேகமும் இருந்தது. அதனால் இவருடைய விருப்பத்தை அறிவதற்காக அந்த ஜமீன்தார் தக்க மனிதர்களை அனுப்பி உடையார்பாளையத்துக்கு வந்து செல்ல வேண்டுமென்று தெரிவிக்கச்செய்தார். கிருஷ்ணையர் கச்சிரங்கரோடு முன்னமே பழக்கமுடையவ ராதலாலும் அவருடைய சங்கீத ஆற்றலையும் அருமையறிந்து பாராட்டும் தன்மையையும் உணர்ந்தவ ராதலாலும் சந்தோஷத்தோடு அங்கே சென்றார். கச்சிரங்கத்துரை இவரைச் சிறப்பாக உபசரித்துப் பாராட்டி இவருடைய பாட்டைப் பலமுறை கேட்டு மகிழ்ந்து பிறகு தமது விருப்பத்தை மெல்லத் தெரிவித்தார். அங்கேயிருந்த ஒழுங்கான அமைப்புகளையும் ஜமீன்தாரின் உயர்குணங்களையும் நல்லன்பையும் உணர்ந்த கிருஷ்ணையருக்கு அங்கே இருத்தல் உவப்பைத் தருவதாகவே யிருந்தது. ஆதலின் தமது உடன்பாட்டைத் தெரிவித்து, அமரசிம்மரிடம் விடைபெற்று வருதாகச் சொல்லிவிட்டுத் திருவிடைமருதூர் வந்தார். அமரசிம்மருக்கு இவரைப் பிரிந்திருப்பது மிகுந்த வருத்ததை விளைவிப்பத்தாகவே யிருந்தது. ஆயினும் ஒருவாறு அதற்கு உடன்பட்டார்.

கனம் கிருஷ்ணையர் உடையார்பாளையத்துக்குப் புறப்படுவதற்குரிய நல்ல நாளொன்றைப் பார்த்து உத்தரவு பெற்றுக் கொண்டார். அமரசிம்மர் தக்க மரியாதைகளைச் செய்தார். புறப்படும் தினத்துக்கு முந்திய நாளே உத்தரவு பெற்றுக்கொண்ட கிருஷ்ணையர் மறுநாள் விடியற்காலையிற் புறப்படும்பொழுது அமரசிம்மருடைய பேரன்பை நினைந்து உருகி மீண்டும் அவரைப் பார்க்க வேண்டுமென்று அரண்மனைக்குச்

---

* இவருடைய சரித்திரத்தை நான் எழுதியுள்ள 'உடையார்பாளையம்' என்னும் கட்டுரையிற் காணலாம்.

சென்றார். அமரசிம்மர் உள்ளே இருந்தார். இவரைக் கண்டவுடன், "என்ன விசேஷம்?" என்று வினாவினார். இவர் உடனே, "ஊருக்குப் போய் வருகிறேன்" என்று தொடங்குவதும் பூபாள ராகத்தி லமைந்ததுமாகிய ஒரு கீர்த்தனத்தைப் பாடினார். அந்தக் கீர்த்தனம் அமரசிம்மருக்கு இன்பத்தை விளைவித்தது. ஆயினும் அதன் பொருளாகிய பிரிவு அவரைத் துன்பக்கடலி லாழ்த்தியது; 'இவ்வளவு சிறந்த வித்துவானோடு இனி அடிக்கடி சல்லாபம் செய்வதற்கு இயலாதே' என்ற நினைவு அவருடைய மனத்தை வருத்தியது; "உங்களுடைய இனிய கானத்தை இனிமேல் அடிக்கடி கேட்டு மகிழ்ச்சியுற முடியாது; விடை கேட்கும்பொழுதுகூட உங்களுடைய சங்கீத சக்தியை நன்றாக வெளியிடுகிறீர்களே. உங்களை நான் எப்படி மறக்க முடியும்? என்னை மறவாமல் அவ்வப்போது இங்கே வந்துபோக வேண்டும்" என்று அமரசிம்மர் தமது பிரிவாற்றாமையை வெளிப்படுத்தி மீண்டும் இவருக்குச் சில மரியாதைகளைச் செய்து விடைகொடுத் தனுப்பினார்.

உடையார்பாளையம் கச்சிரங்கர் ஆதரவு

கனம் கிருஷ்ணையர் உடையார்பாளையத்தை யடைந்து அங்கே வசித்து வரலானார். அப்போது கச்சிரங்கர் இவரைத் தமது ஆஸ்தான வித்துவானாக நியமித்தார். சங்கீத ரஸிகராகிய அவர் இவருடைய சங்கீதத்தினால் அடைந்துவந்த இன்பமும் அதனால் அவர் இவரை ஆதரித்து வந்த அருமையும் ஒருவர்பால் ஒருவரை ஈடுபடச் செய்துவிட்டன. அந்த ஈடுபாடு முதிர முதிர வேறு இடங்களுக்குச் செல்வதையே கனம் கிருஷ்ணையர் நிறுத்திக் கொண்டார். ஜமீன்தாருக்கு இவரைவிட்டு ஒருதினம் பிரிந்திருத்தல்கூட வருத்தத்தை விளைவித்தது. ஆற்றலுடைய வித்துவானும் அருமையறிந்த பிரபுவும் பழகும் போது இருவருடைய வாழ்வும் இன்பமயமாகவே இருக்குமென்பதைச் சொல்லவும் வேண்டுமா? கனம் கிருஷ்ணையருடைய அன்பும் ஆற்றலும் அவ்வப்போது சில சில கீர்த்தனங்களாக வெளிப்பட்டன. கச்சிரங்கருடைய அன்பும் கொடைச்சிறப்பும் அவ்வப்போது கனம் கிருஷ்ணையருக்குரிய சம்மானங்களாக வெளிப்பட்டன.

கிருஷ்ணையர் கச்சிரங்கர்மீது பாடிய கீர்த்தனங்கள் சில. "பச்சிளந்தேமற் படர்ந்த" என்று தொடங்கும் கீர்த்தனம் ஒன்று உண்டு. அது தோடி ராகத்தில் அமைந்துள்ளது. கச்சிரங்கராகிய தலைவரைப் பெறாமையால் வாட்டமுறும் நாயகி ஒருத்தி வருந்துவதை அவளுடைய தோழி தெரிவிப்பதாக அதன் பொருளமைப்பு இருக்கிறது. "கச்சிரங்க ராஜனடி உச்சிதநற் போஜனடி" என்று தொடங்குவதும் சகானார ாகத்தில் அமைந்தது மாகிய சிந்து ஒன்றும் உண்டு.

கிருஷ்ணையர் முன்னமே குதிரையேறிப் பிரயாணம் செய்யும் பழக்கமுடையவர். இராமபத்திர மூப்பனாரால் அளிக்கப்பட்ட குதிரை ஒன்று இவர்பால் இருந்தது. உடையார்பாளையம் வந்த பின்பு கச்சிரங்கர் வேறு சிறந்த குதிரையொன்றை இவருக்கு அளித்து அதனைப் பாதுகாத்தற்குரிய ஏவலாளரையும் நியமித்தார்.

கச்சிரங்க துரையின் சங்கீத அபிமானத்தையும் வித்துவான்களை ஆதரிக்கும் இயல்பையும் அறிந்த வித்துவான்கள் பலர் அடிக்கடி உடையார்பாளையம் வந்து இவரைக்கண்டு இவர் மூலமாக ஜமீன்தாரிடம் தங்கள் தங்கள் திறமையைக் காட்டிப் பரிசு பெற்றுச் செல்வார்கள்; இவருடைய சல்லாபத்தால் அவர்கள் மகிழ்ச்சி யடைவார்கள். வேறு சமஸ்தானங்களிலுள்ள வித்துவான்கள் வந்த காலங்களில் கனம் கிருஷ்ணையருடைய சிறந்த சங்கீதத்தைக் கேட்டு மகிழ்வார்கள்; 'இத்தகைய அருமையான வித்துவான் இந்த இடத்தில் இருக்கிறாரே, இவர் பெரிய ராஜ சமுகங்களில் இருந்து விளங்கவேண்டியவ ரல்லவோ' என்று அவர்களிற் சிலர் எண்ணுவதுண்டு.

கச்சிரங்கேந்த்ரன் சிரக்கம்பம்

ஒரு சமயம் வெளியூர்களிலிருந்து சில சங்கீத வித்துவான்கள் உடையார்பாளையம் வந்திருந்தார்கள். அவர்கள் வழக்கம்போல் ஜமீன்தாரைக் கண்டு பாடிப் பரிசுபெற்றார்கள். பிறகு கனம் கிருஷ்ணையர் இருந்த வீட்டிற்கு அவர்கள் சென்று இவரோடு சல்லாபம் செய்துகொண்டிருந்தார்கள். அப்பொழுது அவர்கள் இவரை நோக்கி, "நீங்கள் தஞ்சாவூர், திருவனந்தபுரம், மைஸூர் முதலிய பெரிய ராஜகரங்களில் இருக்கவேண்டியவர்கள். இந்த ஜமீன்தாரிடத்திலே இருந்து நீங்கள் காலங்கழிப்பது போதாது. அந்த சம்ஸ்தானங்களின் வித்வத் ஸபைகளில் அடிக்கடி தங்கள் உயர்ந்த சங்கீத சக்தி பிரகாசிப்பதற்கு மார்க்கங்கள் ஏற்படும்; நல்ல சம்மானங்களும் கிடைக்கும். இந்த ஊர் காட்டுக்குள்ளே யல்லவா இருக்கின்றது?" என்று சொன்னார்கள். கச்சிரங்க துரையின் உண்மையான அன்பையும் பிற குணவிசேஷங்களையும் அவர்கள் உணர்ந்துகொள்ள வில்லையே யென்று இவர் வருந்தினார்; "நீங்கள் சொல்வதெல்லாம் சரியே; பெரிய ராஜகரங்களில் இருப்பது பெருமைதான்; உயர்ந்த சம்மானங்களும் கிடைக்கலாம்; பட்டமும் கிடைக்கலாம்; இன்னும் எத்தனையோ வகையான பொருள்களும் கிடைக்கலாம். ஆனால் கச்சிரங்க துரை யவர்களுடைய சிரக்கம்பம் அங்கே கிடைக்காதே. கோடி பவுன் கிடைத்தாலும் எனக்கு அது பெரிதன்று; அருமையறிந்த பிரபுவாகிய இவருடைய சிரக்கம்பம் ஒன்றே

இந்த லோகம்பெறும்” என்று மனமுருகிச் சொல்லி அக்கருத்தை அமைத்து ஒரு கட்டளைக் கலித்துறையை இயற்றிப் பாடினார். அதன் ஒரு பகுதியாகிய “கச்சிரங் கேந்த்ரன் சிரக்கம்பம் போதும்” என்பது மட்டும் இப்பொழுது எனது நினைவில் இருக்கிறது. அதனைக் கேட்ட வித்துவான் ஜமீன்தாரிடத்தில் இவருக்குள்ள பேரன்பை யெண்ணி வியந்தார்கள்; “இந்த ஜமீன்தார் பெரிய அதிர்ஷ்டசாலியே. ஒரு சிங்கத்தை வசப்படுத்தித் தம்பால் இருக்கச்செய்தது போல உலகமெல்லாம் சஞ்சரித்து வெற்றியடையும் இந்த மகாவித்துவானுடைய மனத்தை வசீகரித்துத் தம்பால் இருக்கச் செய்து விட்டார். ஆகையால் ஜமீன்தார் பெரிய ரஸிகசிரோமணியாகவே இருக்கவேண்டும்” என்று அவர்கள் தமக்குள் பேசிக்கொண்டார்கள்.

கனம் கிருஷ்ணையர் விரும்பியிருந்தால் ஒரு பெரிய ராஜகரத்தில் இருந்து விளங்குவதற்குரிய நிலையை அடைந்திருக்கக் கூடும். கச்சிரங்கருடைய அன்புக்கு அடிமையாகிய இவர் அத்தகைய நிலையை விரும்பவேயில்லை; ‘உடையார்பாளையம் காட்டுக்குள் மறைந்து இருக்கிறாரே. வெளியிடங்களுக்கு வர மறுக்கிறாரே’ என்று வித்துவான்கள் அடிக்கடி வருத்தமுறுவார்கள். இவருக்குக் கச்சிரங்கன் சிரக்கம்ப மொன்றே பூரண திருப்தியை விளைவித்தது.

பெருமாள் திருப்பணி

கச்சிரங்கதுரை அளித்த குதிரையை இவர் உபயோகித்து வருவாராயினர். ஒருமுறை தம்முடைய ஊராகிய திருக்குன்றத்திற்கு இவர் சென்றிருந்த காலத்தில் அவ்வூர் ஸ்ரீ சௌந்தரராஜப் பெருமாளுடைய ஆலயம் பழுதுபட்டிருப்பதை அறிந்தார். அவ்வூரார் உடையார்பாளையம் ஜமீன்தா ரவர்களைக் கொண்டு திருப்பணி செய்விக்கவேண்டுமென்று இவரைக் கேட்டுக்கொண்டார்கள். அவர்களுடைய விருப்பத்தின்படியே இவர் கச்சிரங்கரிடம் ஒரு கீர்த்தனையின்மூலமாக அக்கருத்தை வெளியிட்டார். அவர் மகிழ்ந்து உடனே திருப்பணிக்குரிய உதவிகளைச் செய்வித்தார். திருப்பணி நிறைவேறிய பின்பு கச்சிரங்கர் அக்கோவிலுக்குக் கும்பாபிஷேகமும் செய்வித்தார்.

கச்சிக் கல்யாணரங்கர் ஆதரவு

இங்ஙனம் இருந்துவந்த காலத்தில் கச்சிரங்கர் பூதவுடம்பை நீத்தார். அக்காலத்தில் அவருடைய குமாரராகிய கச்சிக் கல்யாணரங்க ரென்பவர் பட்டம் பெறவில்லை; வேறு ஒருவர் பெற்றார். கச்சிக் கல்யாணரங்கர் உடையார்பாளையத்தை விட்டு நீங்கித் திருவானைக்கா என்னும் ஸ்தலத்தில் இருந்துவந்தார்.

ஆதலின் கிருஷ்ணையர் தம் ஊருக்குச் சென்று இருக்கலானார். பிரபுக்களால் அழைக்கப்பட்டு இவர் திருச்சிராப்பள்ளிக்குச் செல்லுங் காலங்களில் திருவானைக்காவுக்கும் சென்று கச்சிக் கல்யாணரங்கரோடு சல்லாபம் செய்துவிட்டு வருவார். அவர் இளமைப் பிராய முடையவராயினும் பரம்பரைக்கு ஏற்றபடி வித்துவான்களிடத்தில் அபிமானம் உடையவராகவே யிருந்தார். தம் தந்தையார் கிருஷ்ணையரை உபசரித்து வந்ததை நேரிற் கண்டவராதலின் இவர்பால் அளவற்ற மதிப்பும் பக்தியும் அவருக்கு இருந்துவந்தன. தமக்குப் பட்டம் கிடைத்தவுடன் இவரை வருவித்து உபசரிப்பதை முதற்கடமையாகக் கொள்ளவேண்டுமென்று அவர் எண்ணியிருந்தார்.

1842ஆம் வருஷம் கச்சிக் கல்யாணரங்கர் உடையார்பாளையம் சம்ஸ்தானாதிபதி ஆனார். தாம் ஜமீன்தார் பதவி பெறப்போவதை யறிவித்து அவர் கனம் கிருஷ்ணையரை வருவித்தார். அவர் ஜமீன் தலைமையைப் பெற்றுக்கொண்ட காலத்தில் இவர் பாடிய கீர்த்தனங்கள் சில உண்டு. அவற்றில் அடாணாவிலுள்ள,

மகமேரு மகராஜனே சத்ரபதி

என்ற பல்லவித் தொடக்கத்தை யுடைய கீர்த்தன மொன்றில் கச்சிக் கல்யாணரங்கரது கொடைச் சிறப்பைப் பாராட்டிக் கூறியிருக்கிறார்; அவர் சங்கீத வித்வான்க ளிடத்திலும் தமிழ்வித்வான்க ளிடத்திலும் அதிக அன்புடையவ ரென்பதை, 'கனநயந் தேசிகந் தமிழைக் கணக்கில்லாமல் ஆதரிக்கும்' என்று புலப்படுத்தியிருக்கிறார்.

ஜமீன் பதவியைப் பெற்ற பின்பு கல்யாணரங்கர் கனம் கிருஷ்ணையரை உடையார் பாளையத்திலேயே சம்ஸ்தான வித்துவானாக இருந்துவரும்படி சொல்லி அவருக்கு வேண்டிய சௌகரியங்களைச் செய்தளித்தார். இவருக்கு எந்தவகையிலும் குறை இராதபடி கவனிக்க வேண்டுமென்று அவர் தம் ஏவலாளர்களுக்கு உத்தரவிட்டிருந்தார். பலவகையிலும் இவரை மிகவும் மரியாதையாக நடத்தி வரலானார்.

கனம் கிருஷ்ணையருக்குப் பிராயம் அதிகமாக ஆகக் குதிரை ஸவாரி செய்ய முடியாமல் இருக்குமென் றறிந்த கல்யாணரங்கர் ஓர் அழகிய பல்லக்கை வழங்கி வேண்டிய போகிகளையும் அமைத்தார்; அவர்களுக்குரிய மாதச் சம்பளம் அரண்மனையிலிருந்தே கொடுக்கப்பட்டு வந்தது. ஜமீன்தாருடைய பேரன்பு கிருஷ்ணையருடைய உள்ளத்தைக் குளிர்வித்தது. ஆதலின் மகிழ்ச்சி அதிகமாக உண்டாகும் பொழுதெல்லாம் அவர் விஷயமாக இவர் கீர்த்தனங்கள் பாடிவந்தார். இப்பொழுது கிடைக்கும் இவருடைய கீர்த்தனங்களிற் பெரும்பாலன கச்சிக் கல்யாணரங்கர் விஷயமானவைகளே.

சில கீர்த்தன வரலாறுகள்

கல்யாணரங்கர் எங்கே போனாலும் கிருஷ்ணையரையும் உடன் அழைத்துக்கொண்டே செல்வார். ஸ்ரீமுஷ்ணம், கும்பகோணம், சிதம்பரம் முதலிய ஸ்தலங்களுக்கு அவர் போய் ஸ்வாமி தரிசனம் செய்து வருவார். அக்காலங்களி லெல்லாம் கிருஷ்ணையரும் உடன் சென்று தரிசனம் செய்துவிட்டுச் சில கீர்த்தனைகளை இயற்றிப் பாடுவார். இங்ஙனம் இருவருடைய பொழுதும் இனிதாகப் போய்க்கொண்டிருந்தது. ஸ்ரீமுஷ்ணத்துக்குப் போனகாலங்களில் இவர் பாடிய கீர்த்தனங்கள், “தேவரோயிலும்’ (கமாசு). “பூவராகரே” (அடாணா) முதலியன. ‘தேவரோயிலும்’ எனவரும் கீர்த்தனத்தில், ‘பெருமையுடனே கச்சிக் கல்யாணரங்கன்றன் பேரும் ஊரும் விளங்கத்தருவார்’ என்று கச்சிக் கல்யாணரங்கரைப்பற்றிக் கூறியிருக்கிறார். மற்றொரு கீர்த்தனம் வருமாறு:

இராகம்: அடாணா – தாளம்: ஆதி

பல்லவி

பூவராகரே பரி பூர்ண போத மாதவரே
பூவராகரே

அநுபல்லவி

சேவையுந்தந்து ஆதரித்துவெகு
திவ்யமாய்ச் சிரஞ்சீவி யாகவே
ஈவில்கா்ணன் கச்சிக்கல்யாண
ரங்கனுக்கே கிருபைசெய்யும் (பூவ)

சரணங்கள்

1. வைபவமும்வெகு செல்வமும் தழைக்க
வல்லபமும் மகிமையு மிகக்கொடுத்து
வாசுதேவரே வைகுந்தரே வடமலையாரே முகுந்தரே
தெய்வம் நீரல்லாமல் ஜெக தீசனும்வேறே யுண்டோ மாதவ
சீலமாய் ஜயமாய் வரமும் ஸ்திரமுடனேயும் விளங்கக்
கிருபைசெய்யும் (பூவ)

2. வாமனரூபரே எங்கள் வனத்துளப மாலையாரே
கோமளரே கோவிந்தரே கோகுல தாரியே உயர்
சாமள வர்ணரே செந்தாமரைத் திருக்கண்ணரே
நேமம் உந்தம் பக்தனையும் நிலையாகச் சவரட்சனை செய்யும்
(பூவ)

3. எம்பெருமானே எப்போதும் ஏகநாதரே
உம்போலே தெய்வம் உலகத்தில் வேறுண்டோ சொல்லும்
அன்புடனே மிச்சமாக அர்ச்சனைசெய்த அடிமைக்குத்
தென்புடனே வச்சிரகாயம் ஸ்திரமுடன் விளங்கச் செய்யும் (பூவ)

4. வேல்முருகர் மாமனே வேதாந்த வேத்தியரே
மாலம்புஜவல்லியுடன் மாயவரே என்றைக்கும்
மேன்மைக்கச்சிக் கல்யாணரங்கனுக்கே கடாட்சம் உம்மைப்
போலெவர்க்குக் கிடைக்குமோ பூமண்டலத்தில் உண்டோ சொல்லும்

(பூவ)

கும்பகோணத்துக்குக் கச்சிக் கல்யாணரங்கருடன் ஒருமுறை போயிருந்தகாலத்தில் இவர் ஸ்ரீ சார்ங்கபாணிப் பெருமாளை அவருடன் தரிசனம் செய்த பின்பு கல்யாணி ராகத்தில், “பாரெங்கும் பார்த்தாலும்” என்ற கீர்த்தனத்தை இயற்றிப் பாடினார். அதில், ‘கச்சிக் கல்யாணரங்கனை ஸௌக்கியமாகக் காத்து’ என்று அமைத்திருக்கிறார்.

கச்சிக் கல்யாணரங்கனைப் பாதுகாக்க வேண்டுமென்று உடையார்பாளையம் சிவாலயத்தில் எழுந்தருளியுள்ள ஸ்ரீ குஸும குந்தளாம்பிகையைப் பிரார்த்தித்துப் பியாகடை ராகத்தில் “குஸும குந்தளாம்பிகையே கொஞ்சுகிளியே பஞ்சமியே” என வரும் ஒரு கீர்த்தனையைப் பாடினார்.

ஸ்ரீ தியாகையருடைய சிஷ்ய ரொருவர் ஒருசமயம் உடையார்பாளையத்துக்கு வந்திருந்த காலத்தில் ஜமீன்தாருக்குமுன் சில கீர்த்தனங்களைப் பாடினார். அவற்றுள் காம்போதி ராகத்தில் உள்ள “மாஜானகி” என்ற கீர்த்தனத்தைக் கேட்டு மகிழ்ந்த ஜமீன்தார் அருகிலிருந்த கிருஷ்ணையரை நோக்கி, “இந்த வர்ணமெட்டில் ஏதேனும் கீர்த்தனம் உண்டோ?” என்று கேட்டார். அவருடைய குறிப்பையறிந்த இவர், “எங்கள் ஜானகியை மணஞ்செய்த” என்று அவர் விஷயமாகவே ஒரு கீர்த்தனையை இயற்றிப் பாடினார். ஜானகியென்பது ஜமீன்தாருடைய மனைவியாரின் பெயர். ஜமீன்தாருக்குப் புத்திரபாக்கியம் உண்டாக வேண்டுமென்று பிரார்த்தித்து ஸ்ரீ முற்கபுரீசர் விஷயமாக அடாணா ராகத்தில், “வகுளவனவாசரே முற்கபுரீசரே, வளமாய்ப் புத்திரசந்தானம் வண்மையாகக் கொடுக்கும்” என வரும் கீர்த்தனமொன்றை இயற்றிப் பாடினார்.

உடையார்பாளையம் கோயிலுக்குத் தென்புறத்தே உள்ள காண்டீப தீர்த்தத்தைச் செப்பஞ்செய்வித்துக் கச்சிக் கல்யாணரங்கர் தெப்போத்ஸவத்தை மிகவும் சிறப்பாக நடத்தினார். அந்த உத்ஸவச் சிறப்பை இவர் பாராட்டி ஒரு கீர்த்தனம் இயற்றிப் பாடினார். கொள்ளிடத்துக்கு வடகரையி லுள்ளதும் கும்பகோணத்துக்கு நேர் வடக்கிலுள்ளதுமாகிய மதனத்தூரென்னும் இடத்தில் ஜமீன்தார் ஓர் அன்னசத்திரம் கட்டினார். அக்காலத்தில் இவர் பாடிய கீர்த்தனம் ஒன்று உண்டு.

தத்தனூர்த் தோட்டம்

தத்தனூர் என்னும் ஜமீன் கிராமத்தில் ஜமீன்தாருடைய கட்டளையின்படி ஓர் அழகிய தோட்டம் விசாலமாக அமைக்கப்பட்டது. அதில் பலவகையான கனி விருட்சங்களும் மலர் மரங்களும் செடிகளும் வைத்து வளர்க்கப்பட்டிருந்தன. பழமரங்கள் நன்றாகப் பழுத்துவிளங்கிய காலத்தில் தத்தனூரிலிருந்த குடிகள் கல்யாணரங்க துரையை அழைத்தார்கள். அவர் பரிவாரங்களுடன் சென்றார். பூசாரம் பொருந்திய அவ்விடத்தில் மலர்களையும் பழங்களையும் தாங்கிக்கொண்டு பல மரங்கள் விளங்கிய காட்சி யாவருடைய கண்களையும் கவர்ந்தது. ஜமீன்தாருடன் சென்றிருந்த கிருஷ்ணையர் அந்தத் தோட்டத்தின் வளப்பத்தையும் கச்சிக் கல்யாணரங்கர் சென்ற வைபவத்தையும் குடிகள் அன்புடன் வரவேற்று உபசரித்ததையும் கண்டு மகிழ்ச்சியுற்றார். அதன் பயனாக ஒரு கீர்த்தனம் இவரால் தர்பார் ராகத்தில் வெளிவந்தது. அது, "டாப்பும் சிறப்புமாகப் பவனி வந்த வரிசை" என்று தொடங்குவது. அதன் அநுபல்லவியாகிய,

> மாப்பழுக் குஞ்சோலைசூழ் தத்த நகர்தனிலே
> மகிபன் கச்சிக்கல்யாண ரங்க மஹாராஜன்

என்பது மட்டும் இப்பொழுது என் ஞாபகத்தில் இருக்கிறது. இந்தக் கீர்த்தனத்தின் வர்ணமெட்டை அநேகர் பாராட்டியதுண்டு. அரியிலூரில் இருந்த *சடகோப ஐயங்கார் இந்தக் கீர்த்தனத்தில் ஈடுபட்டுத் தாம் இயற்றிய *ஜீவப்ரம்ம ஐக்கிய சரித்திரம்* என்னும் வேதாந்த நாடகத்தில் இந்த மெட்டில் ஒரு கீர்த்தனத்தை இயற்றி யமைத்திருக்கிறார்; "சுத்த விருத்தியினாலே" என்னும் தொடக்கத்தை யுடையது அது.

செல்வத்திற் பங்கு

தத்தனூரில் உள்ள கரும்புத் தோட்டத்தைப் பார்ப்பதற்காக வேறொரு சமயம் கல்யாணரங்கர் கிருஷ்ணையருடன் சென்றிருந்தார். நல்ல வளம்பெற்றுக் கரும்புகள் தழைத்து நின்றன. அதைப் பார்த்த கிருஷ்ணையர், "இத்தகைய பாக்கியம் சம்ஸ்தானாதிபதிகளுக்கன்றி வேறு யாருக்கு உண்டு? கண்ணுக்கு எட்டிய வரையிலும் கருப்பந் தோட்டமாகவே இருக்கின்றது. இந்தக் காட்சியொன்றே மனத்துக்கு மிக்க இன்பம் விளைவிக்கின்றது" என்று பேசிக்கொண்டிருந்தார். அதனைக் கேட்ட ஜமீன்தார், "இந்தச் செல்வத்தில் உங்களுக்கும் பங்கு தருவேன்" என்று சொல்லி அருகிலிருந்த அதிகாரியிடம் அந்தத் தோட்டத்தில்

---

* இவரைப்பற்றிய வரலாற்றை, நான் எழுதிய 'அரியிலூர்' என்னும் கட்டுரையிற் காணலாம்.

உடையார்பாளையம் கோயிலும் காண்டீப தீர்த்தமும்

ஐந்து காணியை இவருக்கு ஸர்வமான்யமாகக் கொடுக்கும்படி கட்டளையிட்டார்.

சிலகாலம் வரையில் உத்தியோகஸ்தர்களின் பொறாமையி னாலோ வேறு காரணங்களாலோ கிருஷ்ணையருக்கு அந்தக் கருப்பந்தோட்டம் கிடைக்கவில்லை. அதைப் பற்றி இவர் உரிய அதிகாரிகளை விசாரிக்கும்போதெல்லாம் அவர்கள் ஏதோ சாக்குப் போக்குச் சொல்லி வந்தார்கள். இங்ஙனம் அவர்கள் செய்துவந்தது ஜமீன்தாருக்குத் தெரியாது. ஆதலின் இதனை அவருக்கு எப்படியேனும் புலப்படுத்தவேண்டு மென்று எண்ணிய கிருஷ்ணையர் உசேனி ராகத்தில், "கச்சிக் கல்யாணரங்கராஜன் பட்சமே" என்ற ஒரு பதத்தையும், "கன்னலுஞ் செந்நெலும் உன்மனப் பூர்வமாக் காட்டிவிட" என்று தொடங்கும் ஒரு கட்டளைக்கலித்துறையையும் இயற்றிப் பாடினார். பதத்தில் அதிகாரிகள் செயலை, "எல்லாருடைய ஹ்ருதயங்களே தெரியும், எவர் சூதும் நடவாது" என்று குறிப்பாகப் புலப்படுத்தியுள்ளார். இவற்றைக் கேட்டவுடன் ஜமீன்தார் உண்மையை நன்கு விசாரித்தறிந்தார். அவருக்குண்டான கோபத்திற்கு அளவே யில்லை. அந்தச் சமயத்தில் ஒருவாறு அதிகாரிகளின்மேல் குற்றம் ஏற்படாமல் கிருஷ்ணையர் பேசி அவருடைய கோபம் தணியச் செய்தார். உடனே ஜமீன்தார் சோழங்குறிச்சி யென்னுங் கிராமத் தில் விளைச்சலோடு பத்துக்காணி நன்செய் நிலத்தை ஸர்வமான்ய மாகக் கொடுக்கும்படி செய்தார். அந்நிலத்தை நேரிற்சென்றுகண்டு மகிழ்ந்துவந்த கிருஷ்ணையர் கல்யாணரங்கரது வள்ளன்மையையும் பேரன்பையும் எண்ணி எண்ணி உருகினார்; அவரை நேரில் வந்துகண்டார். அப்பொழுது சந்தோஷ மிகுதியால்,

நிறைந்ததே எங்கும் சிறந்ததே – கலி
பறந்ததே உன் பேரைச் சொன்னால்
நிறைந்ததே எங்கும்

என்று தொடங்கும் கீர்த்தனத்தை இயற்றிப் பாடினார்.

திருப்பணிக் கீர்த்தனம்

திருக்குன்றம் ஸ்ரீ சௌந்தரராஜப் பெருமாள் கோயிலின் மகாமண்டபம் பழுதுபட்ட நிலையில் இருந்தது. ஆதலின் அதனைக் கல்யாணரங்கரைக் கொண்டு புதிதாகக் கட்டுவிக்கவேண்டுமென்ற எண்ணம் இவருக்கு உண்டாயிற்று. ஒரு சமயம் அக்கருத்தை இவர் புலப்படுத்தவே, ஜமீன்தார் நன்றாகக் கட்டி முடித்துக் கும்பாபிஷேகமும் செய்வித்தார். அதனால் மனமகிழ்ந்த கிருஷ்ணையர் அடாணா ராகத்தில், "பணிவிடைக் காகவே பாரிலவதரித்து" என்று தொடங்கும் ஒரு கீர்த்தனையை இயற்றிப் பாடினார். மகாமண்டபம் கட்டி வைத்ததை அதில்,

சௌந்தர ராஜப் பெருமாள் மகாமண்டபம்
கட்டிவைக்கும் உன்போல ராஜனுண்டோ

என்று புலப்படுத்தியிருக்கிறார்;

புல்லர் முகந்தன்னிலே விழியாம லெனக்குப்
பூர்த்தியாக மகதைச்வரியங் கொடுத்து
அல்லலில்லாம லேயென்னை
ஆர்ப்பரித்துக் காப்பாற்றும்

என்று தம்மை அவர் பாதுகாத்து வருவதை நன்கு சிறப்பித்திருக்கிறார்;

கல்லாக் கலைகள்கற்ற ராஜரிருந் தாவதென்ன
கானலோலனே கனம்கிருஷ்ணனுடன்
சொல்வாக்கைக் காக்குமெங்கள் துராதுரையே

என்று தமக்கு வாக்குக்கொடுத்தபடி நிறைவேற்றி வைத்ததைப் பாராட்டியிருக்கிறார்;

நன்மை தெரிந்தபிரபுவே நவரத்னம் வைத்திழைத்த
பல்லக்குத் தான்கொடுத்துப் பரிவுடன் கீர்த்தி பெற்று

என்று தமக்குப் பல்லக்கை அளித்ததைப்பற்றி உரைத்திருக்கிறார்;

பெரியதுரை செய்த திருப்பணிக்குக் குறையில்லாமல்

என்று கச்சிரங்கர் முன்பு திருப்பணி செய்வித்ததையும் குறிப்பித்துள்ளார்.

முகாரி ராகக் கீர்த்தனம்

ஒரு சமயம் ஜமீன்தார் அரண்மனை முகப்பின் மேல்மாளிகையில் இவருடன் பேசிக்கொண்டு நின்றார். அப்பொழுது வீதியில் ஒரு தாதன் *கிருஷ்ண விலாஸ* மென்னும் புத்தகத்தி லுள்ளதும் முகாரி ராகத்தில் அமைந்திருப்பதுமாகிய, "மாதே யசோதை கேளம்மா – உன் மகன் சேதியை" என்ற கீர்த்தனத்தைப் பாடிக்கொண்டு சென்றான். அவனுடைய சாரீரம் மிகவும் இனிமையாக விருந்தது. அதைக்கேட்டு இன்புற்ற ஜமீன்தார் கிருஷ்ணையரை நோக்கி, "இந்தக் கீர்த்தனம் நன்றாயிருக்கிறது; முகாரி ராகத்தின் இயல்பை மிகவும் செவ்வையாக இந்த வர்ணமெட்டு விளக்குகிறது" என்றார். கிருஷ்ணையர் அவர் கருத்தை அறிந்துகொண்டு உடனே, "அவர் வருவரோ நான் வரவா என்னடி சொல்லடி" என்ற கீர்த்தனையை இயற்றிப் பாடினார். அது பின்னும் சிறந்த அமைப்புள்ளதாக இருத்தலை அறிந்த ஜமீன்தார் பெரிதும் இன்புற்றார்.

மாற்றிப் பாடிய கீர்த்தனம்

கச்சிக் கல்யாணரங்கர் ஒருமுறை சில பொறாமைக்காரர் களுடைய சொற்களைக் கேட்டு இவர்பால் சிறிது பராமுகமாக இருக்கத் தொடங்கினார். இவர் அதனை ஒருவாறு அறிந்து கொண்டார். ஒருநாள் அரண்மனைக்கு இவர் சென்றபோது ஜமீன்தார் வேறு ஒரு காரியமாக இருப்பதாகவும் பிறகு பார்ப்பதாகவும் சொல்லியனுப்பினார்.

எந்தக் காலத்திலும் தடையில்லாமல் பார்த்து ஸல்லாபம் செய்வது இவருடைய வழக்கம்; ஆதலின் அப்பொழுது இவர் வருத்தமுற்றார். மற்றொருநாள் செல்லுகையில் வேறு வேலையைக் கவனிப்பவரைப் போல அவர் இருந்தார். அங்ஙனம் இருப்பதற்கு ஜமீன்தாரது மனவேறுபாடே காரணம் என்பதை அறிந்த கிருஷ்ணையருடைய உள்ளத்தில் வருத்தமும் சினமும் கலந்து வளர்ந்தன. ஜமீன்தார் சிறிது நேரங்கழித்துத் தலைநிமிர்ந்து பார்த்தார். உடனே இவர் கோபக்குறிப்புடன் சுருட்டி ராகத்தில்,

பத்துப்பை முத்துப்பை வச்ரப் பதக்கமும்
பைபையாப் பணத்தைக் கொடுத்தவர் போலப்
பாடின பாட்டுக்கும் ஆட்டுக்கும் நீரென்னைப்
பசப்பின தேபோதும் பலனறி வேன்காணும்

என்ற பல்லவியை இயற்றிப் பாடத் தொடங்கினார். அதைக்கேட்ட ஜமீன்தாருடைய மனத்தில் தாம் செய்த தவறு உறுத்தியது. 'எவ்வளவோ பெரிய சம்ஸ்தானங்களி லெல்லாம் வலிய

அழைத்தும் போகாமல் இங்கே அபிமானம் வைத்து இருந்து விட்ட இவரை அவமதித்தது பெரும்பிழை' என்பதை அவர் உணர்ந்தார்; உடனே எழுந்துநின்று கைகுவித்துக் கொண்டு, "ஸ்வாமீ, க்ஷமிக்க வேண்டும்; நீங்கள் பெரியதுரை காலம் முதற்கொண்டு அபிமானத்தோடு இருந்து எங்களுடைய சம்ஸ்தானத்துக்குப் புகழை உண்டாக்குகிறவர்க ளல்லவா? இவ்வாறு திருவுள்ளத்தில் கொள்ளக்கூடாது. நான் தெரியாமல் செய்ததை அவமதிப்பாக எண்ணாமல் ஆசீர்வதிக்கவேண்டும். தங்களுடைய அருமை எனக்குத் தெரியாதா? தங்களுடைய அபாரமான திறமைக்கு நான் தரும் சம்மானங்கள் எவ்வளவு? மகாராஜாக்களால் பூஜித்து ஆதரிக்கத் தகும் தங்களுடைய யோக்கியதையை அறியாதவர்கள் யார்? நடந்தவற்றை மறந்துவிட வேண்டும்" என்று வேண்டிக்கொண்டார். அவருடைய பரம்பரைக் குணமாகிய ஸௌலப்யம் அந்த வார்த்தைகளில் பொங்கி வழிந்தது.

கிருஷ்ணையருக்கு உடனே கோபம் தணிந்தது; "உங்கள் மேல் வருத்தம் ஒன்றுமில்லை. ஏதோ மனம் நினைத்தது; இப்போது சமாதானம் ஆகிவிட்டது" என்று சொல்லிவிட்டு இவர் முன்கூறிய பல்லவியையே மாற்றி ஒரு நாயகி கூறுவதாக,

பத்துப்பை முத்துப்பை வச்ரப்பதக்கமும்
பரிந்து கொடுத்து மிகச்சுகந் தந்துபின்
பஞ்சணை மீதினிற் கொஞ்சி விளையாடி
ரஞ்சிதமும் அறிந்த மகராஜனே

என்று பாடத் தொடங்கி அக்கீர்த்தனையைப் பூர்த்தி செய்தார்.

ஜமீன்தார் கனம் கிருஷ்ணையருடைய சாமர்த்தியத்தை நினைந்து வியந்தார்; "பெரியவர்கள் கோபித்தாலும் நன்மையாகவே முடியு மென்பார்கள்; தாங்கள் என்மேல் கோபம் கொண்டாலும் அக்கோபம் நீர்கிழிய எய்த வடுப்போல மாறியதோ டல்லாமல் ஆசீர்வாதம் போன்ற இந்தக் கீர்த்தனம் ஒன்றையும் புதிதாக உண்டாக்கிற்று. இவ்வளவு திறமையையுடைய தங்களோடு பழகும் பாக்கியம் எனக்கு அமைந்தது பல ஜன்மங்களில் நான் செய்த புண்ணியத்தின் பயனேயாகும்" என்று பணிவுடன் சொன்னார்; அப்பொழுது உண்டான உள்ளப் பூரிப்பால் சில வகையான சம்மானங்களையும் செய்தார்.

கீரையர்ச்சனை

இவர் தினந்தோறும் தவறாமல் சிவபூஜை செய்துவருவார். ஒருநாள் அவசரமாக அரண்மனைக்குச் செல்லவேண்டி யிருந்தமையால் சிவபூஜையை விரைவில் செய்து முடித்துவிட்டுச்

செல்லலாமென்று எண்ணி அதனைச் செய்ய அமர்ந்தார். அப்பொழுது என்ன காரணத்தாலோ பத்திரபுஷ்பங்கள் ஸித்தமாக எடுத்து வந்து வைக்கப்படவில்லை. இவர் இன்னது செய்வதென்று தெரியாமல் சிறிது யோசித்தார். சமையலுக்காக ஆய்ந்து வைக்கப்பட்ட கீரைக் குவியல் அருகிலிருந்தது; அது சுத்தமானதாகவும் கண்ணுக்கு அழகியதாகவும் தோற்றியது. "போதும் பெறாவிடிற் பச்சிலையுண்டு" என்னும் திருவாக்கு அப்போது இவர் நினைவுக்கு வந்தது. உடனே அந்தக் கீரையை எடுத்து அதனையே பத்திரமாகக் கொண்டு சிவார்ச்சனையை நிறைவேற்றினார். உடனிருந்தவர்கள் இவருடைய மனநிலையின் சிறப்பை அறிந்து வியந்தார்கள்.

வெண்ணெயில் விருப்பம்

இவருக்கு வெண்ணெயில் மிக்க விருப்பம் உண்டு; 'கிருஷ்ணனுக்கு வெண்ணெயிற் பிரீதி' என்று சிலர் வேடிக்கையாகக் கூறுவார்கள். இவர் இளமையில் கனமார்க்கத்தை அப்பியாசம் பண்ணிய காலத்தில் தொண்டையில் உண்டாகும் துன்பத்தையும் உஷ்ணத்தையும் நீக்கும்பொருட்டு வெண்ணெயை மிகுதியாக உபயோகித்தார்; அதுமுதல் அதனை இடைவிடாது பயன்படுத்தி வந்தார். இவர்பால் அன்புடையவர்கள் இவரைக் காணவரும்போதெல்லாம் நல்ல பசுவின் வெண்ணெயைக் கொண்டுவந்து கொடுப்பார்கள்.

ஸ்ரீ வேங்கடசுப்பையர்

கச்சிக் கல்யாணரங்கதுரையின் ஆஸ்தான வித்துவானாக இவர் அமர்ந்த சில வருஷங்களுக்குப் பின்பு என்னுடைய தந்தையராகிய ஸ்ரீ வேங்கடசுப்பைய ரவர்கள் இவர்பாற் சென்று பன்னிரண்டு வருஷங்களுக்குமேல் இடைவிடாமல் உடனிருந்து பணிவிடை செய்து சங்கீத வித்தையைப் பெற்றார்கள். அவர்களுடைய தாயாரின் அம்மான் கனம் கிருஷ்ணையர். சக்ரதானம் முதலியவற்றை அவர்கள் நன்றாகக் கற்றுக்கொண்டார்கள். தாம் கற்றுக்கொண்டதைக் காண்டீப தீர்த்தத்தின் தென்கரையிலுள்ள திருவாவடுதுறை மடத்தில் விடியற்காலத்திற் சென்று நாள்தோறும் சாதகம் செய்து வந்தார்கள். அக்காலத்தில் அவர்களுக்கு ஜமீன்தார் மாதந்தோறும் பொருளுதவிசெய்து ஊக்கமளித்து வந்தார். கனம் கிருஷ்ணையருடைய கீர்த்தனங்கள் பல அவர்களுக்குப் பாடம் உண்டு. பிற்காலத்தில் அவர்களிடமிருந்து அந்தக் கீர்த்தனங்களைக் கற்றுக்கொண்டோர் பலர்.

அவர்கள் சிவபூஜா துரந்தரர்கள். புகைவண்டியில் ஒருகாலத்தும் ஏறியதில்லை. அயல்வீடுகளில் ஒருபோதும்

ஸ்ரீ வேங்கடசுப்பையர்

ஆகாரம் செய்யாதவர்கள்; எப்போதும் விபூதி ருத்திராட்ச தாரணத்துடன் இருப்பார்கள். அவர்கள் இவரை அடைந்த சிலகாலத்துக்குப் பின் என் தந்தையாரும் உத்தமதானபுரம் கிராம முன்சீபாக இருந்தவருமான ஸ்ரீ சின்னசாமி ஐயரவர்களும் சென்று இவரிடம் அப்பியாசம் செய்து வந்தார்கள்; வீணை வாசிப்பதிலும் அவர்களுக்குப் பழக்கமுண்டு.

கனம் கிருஷ்ணையர்

கனம் கிருஷ்ணையர் என் தந்தையாருடைய கல்யாணத்துக்குப் பொருளுதவி செய்யவேண்டுமென்று விரும்பிக் கச்சிக் கல்யாணரங்கர் மீது ஒரு கட்டளைக் கலித்துறையை இயற்றினார்; அதன் முதலடியாகிய,

வன்ய குலோத்தமன் ரங்க மகீபன் வரிசைமைந்தா

என்பதுமட்டும் இப்பொழுது என் ஞாபகத்தில் இருக்கிறது. ஜமீன்தார் அங்ஙனமே என் தந்தையாரின் மணத்துக்கு வேண்டிய பொருளுதவி செய்தார்.

கிருஷ்ணையருக்குப் பிராயங்கள் ஆக ஆகத் தளர்ச்சி உண்டாயிற்று. வறள்வாயு வென்னும் ஒரு வகை நோயால் இவர் வருந்தினார்; ஆதலின் திருக்குன்றம் சென்று இருக்க விரும்பினார். கச்சிக் கல்யாணரங்கதுரைக்கு இவரைப் பிரிந்திருக்க மனமில்லை; ஆயினும் இவருடைய சரீர நிலையை அறிந்து ஒருவாறு அதற்கு உடன்பட்டார். இவர் தம் ஊர் சென்று அங்கே இருக்கலானார். இவர் விடைபெற்றுக் கொள்ளுகையில் ஜமீன்தார் பொருளுதவி செய்ததன்றி அதன்பின்பும் அவ்வப்போது வேண்டிய பொருள்களை அனுப்பி உதவிவந்தார். தக்கவர்களை அடிக்கடி அனுப்பி இவருடைய நிலையைத் தெரிந்து வரச்செய்தும் அறிந்து கொள்வார்.

இவருடைய மிகத் தளர்ந்த நிலையை உணர்ந்த என் தந்தையார் அதிக வருத்ததை அடைந்தார். அதையறிந்து கிருஷ்ணையர் அவர்களைத் தேற்றி பைரவி ராகத்தில்,

கொடுத்துவைத்தது வரும் ஏறாசையால்மிகக்
குறைப்பட்டால் வருகுமோ பேய் மனதே

என்று ஒரு கீர்த்தனையை இயற்றி அவர்கள்பால் அளித்தார்.

இறப்பதற்கு இரண்டு நாட்களுக்குமுன் தாம் சிதம்பரம் சென்று ஸ்ரீ நடராஜமூர்த்தியைத் தரிசனம் செய்ததாக இவர் கனவு கண்டார். விழித்தவுடன் ஸ்ரீ ஆனந்த நடராஜ மூர்த்தியை நினைந்து மனமுருகி விபூதியைத் தரித்துக்கொண்டு பந்துவராளி ராகத்தில் ஒரு கீர்த்தனத்தை இயற்றினார். அதன் பல்லவி,

தில்லையப்பா உனது பஞ்சாக்ஷரப்படியில்
சின்மயமாய்த் தினந்தினமும் வந்து தரிசிப்பேன்

என்பது.

பிரிவு

இந்த ஸங்கீதசிகாமணி இவ்வுலகை நீத்த காலத்தில் இவருக்கு அறுபது பிராயத்திற்குமேல் இருக்கும். அக்காலத்தில் என் தந்தையா ரவர்கள் உடன் இருந்தார்கள்.

கனம் கிருஷ்ணையருக்கு ஒரு குமாரியார் மட்டும் இருந்தனர்; அவருடைய பெயர் சங்கரியம்மா ளென்பது.

அன்பர்கள் பரிவு

இவருடைய மாணாக்கர்கள் பலர். அவர்களுள் தஞ்சையில் இருந்த ஆதிமூர்த்தி ஐயரை நான் பார்த்துப் பழகியிருக்கிறேன். திருக்குன்றத்திற் கணக்குப் பிள்ளையாக இருந்தவரும் தமிழிலும் சங்கீதத்திலும் ஞானமுள்ளவரும் கார்காத்த வேளாளருமாகிய அருணாசலம் பிள்ளை யென்னும் ஒருவர் இவர் பாடுவதைக் கேட்டுக் கேட்டு அன்புற்று ஊக்கமூட்டி வருவாரென்று கேள்வியுண்டு.

இவர் இறந்தபின்பு இவருடைய சகோதரர்களாகிய சுப்பராமையரும் சுந்தர ஐயரும் மிகவும் வருத்தமுற்று உருகினார்கள். பாடும் பொழுதெல்லாம் இவருடைய நினைவுவந்து அவர்களைத் துன்புறுத்தும். என் தந்தையார் பாடுங்காலங்களில் சுந்தர ஐயர், "கிருஷ்ணனை நினைத்துக்கொண்டு பாடு; சங்கதிகள் இன்னும் நன்றாக வரும்" என்று கூறுவாராம். அவருக்கு இவரிடம் இருந்த பிரேமையும் மதிப்பும் இதனாலும் விளங்கும்.

என் தந்தையார் இவருடைய கீர்த்தனங்களை அடிக்கடி பாடிக் காட்டி மனமுருகி வருந்துவார்கள்; இவருடைய குணங்களையும் கீர்த்தனங்களைப் பாடும் முறைகளையும் சொல்லிச் சொல்லி, "இனி அவர்களைப்போல் யாரைப் பார்க்கப்போகிறேன்!" என்று இரங்குவார். என் சிறிய தந்தையாரும் அங்ஙனமே இரங்குவார்.

கனம் கிருஷ்ணையருடைய வாழ்நாள் முழுவதிலும் சங்கீத சம்பந்தமான நிகழ்ச்சிகளே நிறைந்திருந்தன. இவருடைய மன உணர்ச்சிகளைப் புலப்படுத்தும் கருவியாக இவருடைய ஸாஹித்தியம் பயன்பட்டது. இவரால் தமிழ்நாட்டார் கனமார்க்கத்தின் இனிமையை உணர்ந்தனர்; கனமார்க்க ஸாஹித்தியங்களைப் பெற்றனர். சங்கீத வித்வான்களின் கோஷ்டியில் இவர் ஒரு பிரிவுக்குத் தலைவராக விளங்கினார். இவருடைய கம்பீரமும் சாமர்த்தியமும் வசீகர சக்தியும் இவருடைய வரலாற்றால் விளங்குகின்றன. இந்த அரிய இயல்புகளை நினைந்து நினைந்து பாராட்டி மகிழ்வதையன்றி நம்மாற் செய்யக்கூடியது வேறு யாதுளது?

***கலைமகள்* தொகுதி 6, பகுதி 34 – 36, 1934**

2

கோபாலகிருஷ்ண பாரதியார்

முன்னுரை

தமிழ்நாடு வளர்த்துவரும் அருங்கலைகளில் சங்கீதம் ஒன்று. தமிழர்களுக்கு உரிய பண்கள், திறங்கள், உருக்கள் என்பவற்றின் இலக்கணங்களும் இலக்கியங்களும் பாடும் முறைகளும் வழக்கற்றுப் போனபின்பு கர்நாடக சங்கீதம் இந்நாட்டில் பரவியது. அரசர்களும் பிரபுக்களும் அந்த இசையில் அதிக விருப்பங்கொண்டு அந்த வகையிலே சிறந்த வித்துவான்களை அன்புடன் பாராட்டி ஆதரித்து வந்தார்கள். அதனால் கர்நாடக சங்கீதப் பயிற்சி இந்நாட்டில் மிகவும் பெருகி வேரூன்றியது. தமிழ்நாட்டு வித்துவான்களுக்குள்ளே பலர் இணையற்றவர்களாக விளங்கிக் கர்நாடக சங்கீதத்துக்குரிய தலைமை ஸ்தானமாக இந்நாட்டை ஆக்கினர்.

சங்கீதப் பயிற்சிக்கு ஏற்றபடி சாகித்தியங்கள் முதலில் தமிழ்நாட்டில் உண்டாகவில்லை. தெலுங்கில் பச்சைமிரியன் ஆதிப்பையர், தியாகையர், சாமா சாஸ்திரிகள் முதலியவர்களும், வடமொழியில் முத்துஸ்வாமி தீக்ஷிதரும் பலவகையான கீர்த்தனங்களை இயற்றினார்கள். ஆனைஐயா, ஆதிப்பையர், ஸ்ரீரங்கம் ஸ்ரீநிவாசன், அரியிலூர்ச் சண்பகமன்னார் முதலிய பலர் வேறு பாஷைகளில் கீர்த்தனங்களை இயற்றி யிருப்பதோடு தமிழிலும் செய்திருக்கின்றார்கள். தமிழில் மட்டும் கீர்த்தனைகளை இயற்றியவர்களும் உண்டு.

ஹரி கதைகளையும் சிவ கதைகளையும் செய்பவர்களுக்கு உபயோகமான கீர்த்தனங்கள் முன்பு தமிழில் இல்லை. *இராமாயணம், பாரதம், திருவிளையாடல், காந்தம்* முதலிய இதிகாச புராணங்களைக் கீர்த்தனை வடிவமாகச் சிலர் இயற்றினார்கள். ஆயினும் தனியாக ஒரு கதையை விரித்துச் சொல்லுவதற்கேற்ற கீர்த்தனங்கள் இல்லை.

ஸ்ரீ கோபாலகிருஷ்ண பாரதியா ரென்னும் சங்கீத சாகித்தியமணி அக்குறையை நீக்கித் தமிழில் சரித்திரங்களை இயற்றித் தமிழ் நாட்டாருடைய உள்ளத்தைக் கவர்ந்து கொண்டார். இவருடைய கீர்த்தனங்களிலுள்ள வர்ண மெட்டுக்கள் மிக்க விசித்திரமானவை. இவருடைய பல்லவி யெடுப்பே ஒரு தனிச் சிறப்புடையது; பல்லவிக்கேற்ற சரணங்களைப் பொருத்துவது இவருக்கென வாய்த்த ஓர் ஆற்றல். சரணங்க ளெல்லாம் அவயவங்களானால் பல்லவி அவற்றின் சிகரமாக இருக்கும். சங்கீதத்துக்கு இயைந்த கமகங்களும் தாளக்கட்டும் இவர் கீர்த்தனங்களில் நன்றாகப் பொருந்தி யிருக்கும். எளிய நடையில் அமைந்துள்ள அக்கீர்த்தனங்களில் இயலுக்குரிய இலக்கண அமைதியைக் காட்டிலும் இசையமைதியே தலைமை வகிக்கும். அவற்றில் பக்தியும் ஞானமும் ததும்பிக்கொண்டிருக்கும்.

இளமைப் பருவம்

கோபாலகிருஷ்ண பாரதியார் ஏறக்குறைய நூற்றைம்பது வருஷங்களுக்கு முன்பு, நாகபட்டினத்துக்கு அருகிலுள்ள நரிமணம் என்னும் ஊரிலே பிறந்தவர். இவருடைய தந்தையார் பெயர் ராமசுவாமி பாரதி என்பது. அவர் வருணத்தில் வடமர் என்னும் வகுப்பினர். அவருடைய முன்னோர்கள் சங்கீதப் பயிற்சி யுடையவர்கள்.

பாரதியார் இளமையில் நன்னிலத்துக்குப் பக்கத்திலுள்ள முடிகொண்டான் என்னும் கிராமத்திற் சில வருஷங்கள் இருந்தார். பிறகு மாயூரத்திற்குக் கிழக்கேயுள்ள ஆனதாண்டவபுரத்தில் (ஆனந்தத் தாண்டவபுரத்தில்) இருந்துவரலானார். அவ்விரண்டு கிராமங்களிலும் மாத்திமப் பிராமணர்களாகிய செல்வர்கள் இவரை ஆதரித்து வந்தார்கள். அவர்களுள் அண்ணுவைய ரென்பவர் இவரிடம் அளவிறந்த அன்புகொண்டு பழகிவந்தார். இளமையில் இவர் வடமொழியை முறையாகப் பயின்று காவிய நாடகங்களைக் கற்றனர்; அன்றியும் அத்வைத நூல்களிற் சிலவற்றையும் படித்தார். பிரமசரிய நெறி தவறாமல் ஒழுகி உச்சிக் காலத்தில் பிக்ஷாடனம் செய்து உண்டு வந்தார்.

ஆசிரியர்

அக்காலத்தில் மாயூரத்தில் கோவிந்தசிவ மென்னும் பெரியார் ஒருவர் இருந்தார். இவர் அனுபவஞானி; அத்வைத சாஸ்திரங்களிலும் யோக நூல்களிலும் பயிற்சி யுள்ளவர். பாரதியார் அவரைத் தரிசித்து அவரையே ஞானகுருவாகக் கொண்டு வேதாந்த நூல்களையும் யோக சாஸ்திரங்களையும் பயின்றார்.

முற்பிறப்பிற் செய்த புண்ணிய வசத்தாலும் பரம்பரைப் பெருமையாலும் பாரதியாருக்கு இளமையிலேயே சங்கீதத்தில் விருப்பமும் எளிதிற் பயின்றறியும் ஆற்றலும் உண்டாயின. கிராமந்தோறும் பலவகையான சங்கீத வித்துவான்கள் இருந்த காலமாதலின் கேள்வியறிவு இவருக்கு அதிகமாயிற்று. எங்கே பாட்டு நடைபெற்றாலும் சென்று கேட்பதும், பின்பு கேட்டவற்றில் நயமான முறைகளைப் பயில்வதும் இவருடைய வழக்கம். அதனால் இவருடைய பயிற்சி விருத்தியடைந்தது.

முடிகொண்டானில் இவர் இருந்தமையால் முடிகொண்டான் பாரதியா ரென்றும், ஆனதாண்டவபுரத்தில் இருந்தமையால் ஆனதாண்டவபுரம் பாரதியா ரென்றும் இவரை வழங்குவர்.

நல்லோர் இணக்கத்தாலும் சிவபக்திப் பெருக்காலும் இவருக்கு இல்லற வாழ்வில் வெறுப்பு உண்டாயிற்று. அதனால், பிரமசாரியாகவே இருந்து காலங்கழிக்க வேண்டுமென்று இவர் தீர்மானம் செய்து கொண்டார்.

ஆனதாண்டவபுரத்தில் இருந்த காலங்களில் இவர் அடிக்கடி மாயூரஞ் சென்று அங்கேயுள்ள சங்கீத வித்துவான்களோடு பழகியும் அவர்களுடைய ஆதரவைப் பெற்றும் சில காலம் அங்கே இருந்து வந்தார். தெய்வ ஸ்தோத்திரங்களாகிய கீர்த்தனங்களைப் பாடிக் கொண்டு உஞ்சவிருத்தி பண்ணுகிறவர்களும் கதை பண்ணுகிறவர்களுமாகிய சில வித்துவான்கள் அங்கே இருந்தார்கள். அவர்களுடைய பழக்கமும் இவருடைய பயிற்சிக்கு உறுதியை அளித்தது.

தமிழிலும் பாரதியாருக்கு ஒருவகையான பழக்கம் இருந்தது. கைவல்ய நவநீதம், பிரபோத சந்திரோதயம், தத்துவராயர் பாடுதுறை, தாயுமானவர் பாடல் முதலியவற்றைப் படித்தமையாலும் பல தமிழ்க் கீர்த்தனைகளைப் பாடிப் பாடிப் பழகியதாலும் தமிழறிவு இவருக்கு விருத்தியுற்றது. கீர்த்தனங்களை ஆராய்ந்து அவற்றின் அமைப்பு முறையை அறிந்துகொண்டு தாமே புதிய கீர்த்தனங்களை இயற்றத் தொடங்கினார். இயற்ற இயற்ற அம்முயற்சியில் இவருக்கு அதிக ஊக்கம் உண்டாயிற்று.

அக்காலத்தில் தம் ஞானகுருவாகிய கோவிந்த சிவத்தின்மீது இவர் பாடிய கீர்த்தனங்களுள் ஒன்று வருமாறு:

இராகம்: சுருட்டி

(பல்லவி)

எங்கள்குரு நாதருடைய
இணையடி தொழு வாய்மனமே (எங்கள்)

(அநுபல்லவி)

திங்களுதயம் போலே கோவிந்த
சிவமென்றே இந்தப் பூமியில் வந்த (எங்கள்)

(சரணங்கள்)

1. ஹரிஹரபே தங்கடத்து
அகண்டசச்சி தானந்தமாய்ப்
பரவிநின்றே அபின்னமாய்ப்
பாரடா என்றே
சுருதியுக்தி அநுபவத்தால்
சொல்லிச் சொல்லிப் பலவிதமாய்
விரிந்துநின்ற விஷயவ்ருத்தி
வேரறுத் தாண்டுகொண்ட (எங்கள்)

2. எண்ணித் தொலையாப் பிறவியெடுக்கும்
ஏழைக்கிரங்கி யருளிக்
கண்ணைத் திறந்து பார்த்துக்
கசடுகள் நீக்கி
மண்ணாதி பூதமெல்லாம்
மாய்ந்துவிடும் நாமரூபம்
எண்ணாதே நீ இதையென்
றின்பமுறு வீடுகாட்டும். (எங்கள்)

[இதன் மூன்றாவது சரணம் கிடைக்கவில்லை.]

*ஆனதாண்டவபுரத்தில் இவர் இருந்த காலங்களிலே கர்நாடக சங்கீதப் பயிற்சி இவருக்கு அதிகரித்து வந்தது. பல பழைய வித்துவான்கள் இயற்றிய கீர்த்தனங்களை அறிந்துகொண்டு இடைவிடாமற் பாடி வந்தார். *மாயூரத்தம்மாள், †பாபநாச முதரியார், ‡பெரிய திருக்குன்றம் சுப்பராமையர்*

---

* இவர் சில நூற்றாண்டுகளுக்குமுன் இருந்தவர். கர்நாடக சுத்தமான அமைப்புடன் அத்வைத சாஸ்திரக் கருத்துக்களை யுடையனவாகிய பல கீர்த்தனங்களை இவர் இயற்றியிருக்கிறார். இவருடைய கீர்த்தனங்களை அத்வைத சாஸ்திர அறிஞர்கள் கேட்டு மனம் உருகிப் பாராட்டுவர். இவர் ஸ்ரீ அபயாம்பிகையின் திருவருள் பெற்றவர்; இவருடைய பரம்பரையினர் மாயூரம் கோயில் மேலை மடவளாகத்தில் இப்பொழுதும் இருந்து வருகிறார்கள்.

† இவர் தமிழில் பல தனிக்கீர்த்தனங்களையும் *கும்பேசர் குறவஞ்சி* முதலியவற்றையும் இயற்றியவர்.

‡ இவர் கனம் கிருஷ்ணையருடைய தமையனார். இவர் பல கீர்த்தனங்கள் இயற்றியிருக்கின்றார்

முதலியவர்களுடைய கீர்த்தனங்கள் பல இவருக்குப் பாடம் உண்டு.

ராமதாஸிடம் பயின்றது

இங்ஙனம் இருந்துவருகையில் இவருக்கு இந்துஸ்தான சங்கீதத்திலும் பயிற்சி பெற வேண்டுமென்னும் எண்ணம் உண்டாயிற்று. அக்காலத்தில் திருவிடைமருதூரில் அமரசிம்ம மகாராஜாவால் ஆதரிக்கப்பெற்று ராமதாஸ் என்னும் ஒரு பெரிய சங்கீத வித்துவான் இருந்து வந்தார். அவர் இந்துஸ்தான மார்க்கத்திலே சிறந்த திறமையுடையவர். அவரைப் பற்றிக் கேள்வியுற்ற பாரதியார் அவரிடம் கற்றுக்கொள்ள விரும்பித் திருவிடைமருதூர் சென்று அவரை அடைந்து பணிந்து தொண்டு செய்து கற்றுக்கொள்ளலானார். சிவபக்தியும் நிவ்ருத்தி மார்க்கத்தில் விருப்பமும் கர்நாடக சங்கீதப் பயிற்சியும் இவர்பாற் பொருந்தியிருப்பதை அறிந்த அப்பெரியார் மனமுவந்து இவருக்கு இந்துஸ்தான மார்க்கத்தைக் கற்பித்து வந்தார். இவர் அவ்வகையிலுள்ள அருமையான முறைகளையும் சாகித்திய விசித்திரங்களையும் மகாராஷ்டிரம் முதலிய பாஷையிலுள்ள இசைப்பாட்டுக்களின் போக்கையும் உணர்ந்துகொண்டார். எதையும் ஆழ்ந்து பயிலும் இயல்பினராதலின் அவற்றிலுள்ள வேறுபாடுகளும் சிறப்பான பகுதிகளும் இவருக்கு மிக நன்றாக விளங்கின.

திருவிடைமருதூர் வாசம்

தினந்தோறும் ஸ்ரீ மகாலிங்கமூர்த்தியை இவர் தரிசித்து *அசுவமேதப் பிரதக்ஷிணம் செய்து வருவார். அவ்வப்போது அம்மூர்த்தி விஷயமாக இவர் பாடிய கீர்த்தனங்கள் சில உண்டு.

அக்காலத்தில் அமரசிம்ம மகாராஜாவிடம் †கனம் கிருஷ்ணையர் ஆஸ்தான சங்கீத வித்துவானாக இருந்து வந்தார். அவர் பெரிய ரசிகராயும் கனமார்க்கத்தில் இணையற்றவராயும் இருப்பதையறிந்த பாரதியார் அவரோடு பழகலாயினர். பாரதியார்பால் அன்பு வைத்து அவரும் பல கீர்த்தனங்களைக் கற்பித்தார்; தாம் இயற்றிய தமிழ்க் கீர்த்தனங்களையும் சொல்லிக் கொடுத்தார். அது முதல் இவருக்குக் கனம் கிருஷ்ணையருடைய கீர்த்தனங்களில் ஈடுபாடு உண்டாயிற்று. ராமதாஸும் கனம் கிருஷ்ணையரும் இவருடைய சங்கீதப் பயிற்சியின் சிறப்பை அறிந்து மேலும் மேலும் அன்பு வைத்துப் பாராட்டினார்கள்.

---

* திருவிடைமருதூரில் வெளிப்பிராகாரம் வலம் வருதலை அசுவமேதப் பிரதக்ஷிணமென்பர். முறையாகச் சிலகாலம் இப்பிரதக்ஷிணம் செய்து கொடிய நோய்கள், பைத்தியம், பேய்க்கோள் முதலியவற்றிலிருந்து நீங்கினவர்கள் பலருண்டு. இத்தகைய நிகழ்ச்சி இன்னும் நடைபெறுதலை அங்கே காணலாம்.

† இவர் சரித்திரம் தனியே வெளியிடப்பட்டிருக்கிறது.

பாரதியார் பிக்ஷையெடுத்து உண்பதும் சிவதரிசனம் செய்வதும் கீர்த்தனங்களை இயற்றிப் பாடுவதுமாகிய காரியங்களைத் தவறாமற் செய்துவந்தார். இவருடைய சங்கீத அறிவு இவருடைய ஒழுக்கச் சிறப்பினால் மிக்க விளக்கமுற்றது. சங்கீத வித்துவான்க ளெல்லாரும் இவர்பால் அன்புபூண்டு பழகினர். கும்பகோணம், தேப்பெருமாள் நல்லூர் (தேவைப்பெருமாள் நல்லூர்) முதலிய இடங்களிலிருந்த வித்துவான்கள் இவருடைய கீர்த்தனங்களின் அமைப்பை அறிந்து சந்தோஷித்தனர். இவர் கற்பித்து அமைத்துவந்த கீர்த்தனங்களின் மெட்டுக்கள் சங்கீதத்துக்கு மிகவும் பொருத்தமாக இருப்பதை அறிந்து பலர் அக்கீர்த்தனங்களைப் பாடம் பண்ணிக்கொண்டு பாடலாயினர்.

சிதம்பர பக்தி

கோபாலகிருஷ்ண பாரதியார் இளமை தொடங்கியே சிதம்பர ஸ்தலத்தில் அபிமானம் உடையவர். ஸ்ரீ நடராஜ மூர்த்திக்கு ஆண்டுதோறும் நடைபெறும் ஆறு அபிஷேகங்களுக்கும் தவறாமற் சென்று தரிசித்து வருவார். அத்வைத சாஸ்திரத்தில் தேர்ச்சிபெற்றவ ராதலின் சித்ஸபையினுடைய பரமார்த்த உண்மையையும் நடராஜ தத்துவத்தையும் ஆராய்ந்து ஈடுபட்டார். நடராஜமூர்த்தியைத் தியானம் செய்து உருகுவார். நாள்தோறும் ஓரிடத்தில் இருந்து நியமந் தவறாமல் பிராணாயாமம் முதலியன புரிந்து தியானம் செய்து வருவார்; தம் மனம் ஒருநிலைப்படவேண்டு மென்னும் கருத்துடையவரானார். அந்தத் துறையில் அப்பியாசம் வன்மை பெறப் பெற இவர் அறிவும் வன்மைபெற்றது. இவரிடம் பிறருக்குள்ள மதிப்பும் வளர்ந்து வந்தது.

அனந்த பாரதியார் பழக்கம்

திருவிடைமருதூரில் அனந்த பாரதியார் என்ற ஸ்ரீ வைஷ்ணவ சங்கீதவித்துவான் ஒருவர் இருந்தார். அவர் *பாகவதம், தசமஸ்கந்தக் கீர்த்தனை, திருவிடைமருதூர் நொண்டி நாடகம்* முதலியவற்றை இயற்றியவர். அவருடைய பழக்கமும் கோபாலகிருஷ்ண பாரதியாருக்கு உண்டாயிற்று. தாம் அப்பொழுது அப்பொழுது இயற்றிவரும் கீர்த்தனங்களை இவர் அவருக்குப் பாடிக் காட்டுவார். அவர் இவருடைய மெட்டுக்களின் சிறப்பையும் பல்லவி அநுபல்லவி சரணங்களின் கட்டையும் அறிந்து பாராட்டுவார்.

ஒருநாள் பாரதியார் புதியதாக நாதநாமக்கிரியை ராகத்தில் ஒரு கீர்த்தனம் இயற்றிப் பாடிக்கொண்டிருந்தார். ஸ்ரீ நடராஜமூர்த்தியின் திருவருளை நினைந்து உருகிப் பாடியதாதலின் அது நல்ல பொருளமைதியும் அழகும் உடையதாக விளங்கியது. அது வருமாறு:

(பல்லவி)

இனி இனிமேலெனக் கென்ன விசாரம் – இருக்குதையா
இனி இனிமேலேனக் கென்ன விசாரம்.

(அநுபல்லவி)

*பனிமலை தருசிவ காமியின் நேசா
பக்தர் களுக்குநன் களிக்கும்விச் வாசா
தினமு நடம்புரி ஞானப்ர காசா
**தில்லையில் வாழும் கனகச பேசா (இனி)

[பாடபேதம்: * பனிமலை தருமுமை சிவகாமி நேசா, ** தென்புலியூர்]

(சரணங்கள்)

1. ஆசாபாசக் கயிறுகளெல்லாம் அறுத்தேன் – அகண்டமீறும்
ஆறு குணங்களை $நீறு நீறாகவே இறுத்தேன் – அன்னமயாதி
கோசங்க ளைந்தையும் வேறு வேறாகவே ¶குறித்தேன் – மூலாதாராதி
கோட்டைக் கதிபதிக்காரரைக் §கண்டுடல் ஒறுத்தேன் – அனாதிகர்ம
வாசனையாகிய விதைகளை வறுத்தேன்
மண்டல வாழ்க்கையைக் கண்டு வெறுத்தேன்
நேசமுடனேயடி யார்களை அடுத்தேன்
நிர்விகல்ப சமாதியில் ±தொடுத்தேன் (இனி)

[$ நீறுபோலாகவே, ¶ பிரித்தேன், § கண்டு கண் களித்தேன், ± படுத்தேன்]

2. எப்படியுமெனை ரட்சிக்கும் பொறுப்புனக் கிருக்கும் – சந்தேகமில்லை
$எள்ளளவுங் க்ருபை யிருக்கினும் மனதை நெருக்கும் – ப்ரபஞ்சமெல்லாம்
சொப்பிடு வித்தைக ளாடுதல் போல்ப்ரமை யிருக்கும் – ¶கற்பிதமான
சோடச §வித்தைகளோடவே லாகிரி பெருக்கும் – விஷயம்போக்கி
±எப்பொழுதும் உன் திருவடி பணிவேன்
#ஏகாகாரமான உறுதியை அணிவேன்
பற்பல யோசனை யெல்லாந் தணிவேன்
பரமபதங் கண்டே னென்று துணிவேன் (இனி)

[$ எள்ளளவும் கிருபையாகிலு மனதினிலிருக்கும், ¶ கற்பனையான, § விருத்திகள், ± எப்படியும், # ஏகாக்கிர மனஉறுதியை]

3. ஏற்றமுடனே கோபால கிருஷ்ணன் நிதம் $பாடம் – துதிகள் செய்தே
ஏறுவேன் ராஜயோ காதிகளான பீடம் – ஸம்ஸாரக்கடல்
மாத்திரைப்பொழுதிலே தாண்டவேதேடுவேன் ஓடம் – சிவோகமென்ற
வாக்கிய பாவனை யாகிய ஹ்ருதயக பாடம் – விஸ்தாரமான
சாஸ்திரவேத புராணங்கள் பார்த்தேன்
சம்சயபாவனை மூன்றையுந் ¶தீர்த்தேன்
காத்திரம் உமதென்று தாரையை வார்த்தேன்
கனகசபாபதி யென்றுனைக் காத்தேன் (இனி)

[$ பாடும், ¶ தோற்றேன்]

இந்தக் கீர்த்தனத்தைப் பாடிக்கொண்டே யிருக்கையில் அனந்தபாரதியார் அங்கே வந்தார். அவர் விருப்பத்தின்படி இதை முதலிலிருந்தே அவருக்கு இவர் பாடிக்காட்டினார். பாடும்பொழுதே இவருக்கு உள்ளத்தில் உள்ள அநுபவ

உணர்ச்சியையும் பக்தியையும் கண்ணீரும் மயிர்க் கூச்செறிதலும் புலப்படுத்தின. சாகித்தியத்தின் அழகும் வர்ணமெட்டிலுள்ள பிராஸங்களும் அனந்தபாரதியார் உள்ளத்தைக் கவர்ந்தன. அக்காலம் அவர் *உத்தர ராமாயணத்தைக்* கீர்த்தனங்களாகச் செய்துகொண்டுவந்த காலமாதலின் இந்த வர்ணமெட்டைப் பின்னும் சிறிது விரித்தமைத்து *"மகிபரிபாலனஞ் செய்தானே ராமன் – அயோத்தி தன்னில்" என்ற பல்லவியை யுடைய கீர்த்தனமொன்றை இயற்றிச் சேர்த்தார். பிற்காலத்தில் அரியிலூர்ச் சடகோபையங்கார் இக்கீர்த்தனத்தில் ஈடுபட்டு இதன் மெட்டைப் பின்பற்றி *இராமாயணச் சிந்*தென்ற ஒரு நூலை இயற்றி யிருக்கிறார்; "உனதருள் மகிமையை யாதென்றே சொல்வேன் – உதவாவழி புல்வேன்" என்பது அதன் பல்லவி.

இங்ஙனம் சங்கீத வித்துவான்களும் சாகித்திய வித்துவான் களும் ஒருங்கே வியந்து கொண்டாடும்படி கோபாலகிருஷ்ண பாரதியார் இயற்றிவந்த கீர்த்தனங்கள் விளங்கின. ஸ்ரீ நடராஜ மூர்த்தி விஷயமாக மனமுருகி இவர் அப்பொழு தப்பொழுது பாடிய கீர்த்தனங்கள் அளவில்லாதன.

மாயூரவாசம்

இவர் திருவிடைமருதூரில் இங்ஙனம் சில வருஷங்கள் இருந்த பிறகு ஸ்ரீராமதாஸ் முதலியவர்களிடம் விடை பெற்றுக்கொண்டு மீண்டும் மாயூரத்திற்கு வந்து தங்குவாராயினர். நாளாக நாளாக இவருடைய சங்கீத சாகித்தியச் சிறப்பை யாவரும் மேன்மேலும் பாராட்டி வந்தார்கள். இவரிடம் ஜனங்களுக்குள்ள நன்மதிப்பும் உயர்ந்து வந்தது. இவரை யாவரும் பாரதிக ளென்றே வழங்கலாயினர்.

நாளடைவில் இவர் அத்வைதக் கருத்துக்க ளடங்கிய பல கீர்த்தனங்களை இயற்றினார். அவற்றை மாயூரத்திலும் அதன் அருகிலும் உள்ள வித்துவான்களும் மற்றவர்களும் மனனஞ்செய்து பாடத் தொடங்கினார்கள். எங்கெங்கே வினிகைகள் நடக்குமோ அங்கங்கெல்லாம் இவருடைய கீர்த்தனங்களைப் பாடும்படி சபையினர் விரும்புவதும் பாடகர்கள் அவற்றைப் பாடுவதும் வழக்கமாயின. முன்பு கூறியபடி இவர் ஸ்ரீ நடராஜ மூர்த்தி விஷயமாக இயற்றிய பல கீர்த்தனங்களைத் தமிழுலகம் பெரிதும் பாராட்டியது. அவை யாவும் புதிய புதிய அமைப்புக்களை உடையனவாக இருந்தன. வித்துவான்கள் தங்கள் தங்கள் விருப்பத்திற்கு ஏற்றவண்ணம் சில சில கீர்த்தனங்களை இயற்றியளிக்க வேண்டுமென்று இவரைக் கேட்டுக்கொள்வார்கள். இவரும் அங்ஙனமே இயற்றியளிப்பார்.

---

* ஸ்ரீ ராமர் அரசபுரி சருக்கம், 2.

கலியாண காலங்களிற் பாடுவதற்குரிய நலுங்கு, ஊஞ்சல், லாலி, கும்மி முதலிய வகைகளில் இவர் இயற்றிய பாட்டுக்கள் பல. சிறு பெண்கள் கோலாட்ட ஜோத்ரையிற் பாடுவதற்குரிய பாட்டுக்களையும் இவர் இயற்றி யளித்தார். தெலுங்கு முதலிய வேறு பாஷைகளிலுள்ள கலியாணப் பாட்டுக்களையும் கோலாட்டப் பாட்டுக்களையும் முன்பு பாடிவந்த பெண்கள் அப்பால் இவருடைய பாட்டுக்களையே பாட ஆரம்பித்தனர். எல்லாம் ஸ்ரீ நடராஜா மூர்த்தி விஷயமாகவே இருந்தமையால் கேட்பவர்கள் மிகவும் மகிழ்ச்சியை அடைந்தார்கள்.

பாரதியாருடைய கோலாட்டப் பாட்டுக்களைப் பாடிக்கொண்டு செல்லும் சிறுமியர்களுக்கு வழக்கத்துக்கு மேலே பிரபுக்கள் பொருளுதவி செய்தனர். தங்களுக்கு அதிகப் பணம் சேருவது பாரதியார் பாட்டுக்களாலேயே என்பதை அறிந்த அப்பெண்கள் மீண்டும் மீண்டும் இவர்பால் வந்து புதிய புதிய பாட்டுக்களைக் கற்றுக்கொண்டு போவார்கள். உண்மை ஞானமும் பரோபகார எண்ணமும் உடைய பாரதியார் இளங்குழந்தைகள்பாலும் சிறுவர்கள்பாலும் மிக்க அன்புபூண்டவர்; ஆதலின் அவர்களுடைய ஊக்கத்தை அறிந்து எவ்வாறேனும் ஸ்ரீ நடராஜ மூர்த்தியின் புகழ் நன்கு பரவவேண்டுமென்றும் இளம்பிராயத்திலேயே கடவுள் வாழ்த்தாகிய பாடல்களை அவர்கள் பாடிப் பழகுதல் அவர்களுக்கு எல்லாவித நன்மைகளையும் உண்டாக்குமென்றும் எண்ணி அவர்கள் விரும்பியபடியே சலிப்பில்லாமல் பாடிக் கொடுத்து வந்தார். இவர் பாடி அளித்தவற்றுள் நலுங்குக்குரிய பாட்டு ஒன்று வருமாறு:

இராகம்: மத்தியமாவதி

1. நலங்கிட வாரும்நீர் நடராஜ மூர்த்தி
 சம்போ நடராஜ மூர்த்தி
 நலங்கிட்டே யெனதிஷ்டம் நிறைவேற்ற வருவீர் (நலங்கிட)

2. உலகேழு முண்டோனும் உணராத வுந்தம்
 நலமெல்லாந் தானுணர நானார்குரு நாதா (நலங்கிட)

3. முன்னமென் கைதொட்ட முத்தேயென் மணியே
 இன்னமென் றனைத்தொட்டே இன்பமெலாந் தருவீர் (நலங்கிட)

4. என்னாவித் துணையேநீர் எழுந்திரும் ஐயா
 என்னதான் கோபமோ எழுந்திரும் ஐயா (நலங்கிட)

மாயூரத்தில் காவேரிக்கு வடகரையில் உள்ள வள்ளலார் கோயிலில் எழுந்தருளியிருக்கும் ஸ்ரீ தக்ஷிணாமூர்த்தி சந்நிதியில் இவர் இருந்து தியானம், யோகம் முதலியன செய்துவருவார். இவருடைய கீர்த்தனங்களைக் காலமுறையில் ஆராய்ந்தால் இவர்

பாரமார்த்திகத் துறையில் குருவின் திருவருளால் மேன்மேலும் நல்ல அனுபவத்தை அடைந்துவந்தா ரென்பது தெரியவரும். யோகத்தில் இவருக்கு இருந்த பற்றின் மிகுதியை இவருடைய கீர்த்தனங்களில் அங்கங்கே காணலாம். மாயூரநாதர் கோயிலின் வெளிப்பிராகாரத்தின் தென்மேற்கு மூலையில் ஸ்ரீ அகத்தீசுவரர் என்னும் மூர்த்திக்கு ஆலயம் ஒன்று உள்ளது. அதனருகில் வில்வ மரங்கள் மிகுதியாக உண்டு. அவ்விடம் ஏகாந்தமாக இருக்கும். அதனால் அங்கே ஒவ்வொரு நாளும் தவறாமல் இவர் சென்று அந்த மூர்த்தியின் சந்நிதியில் தியானமும் யோகமும் செய்து வந்தார்.

ஸ்ரீ தியாகையரைக் கண்டது

இங்ஙனம் இருந்துவருகையில் திருவையாற்றில் அக்காலத்தில் இருந்த ஸ்ரீ தியாகையருடைய கீர்த்தனங்களும் அவருடைய ராமபக்தியின் சிறப்பும் எங்கும் பரவியிருத்தலை இவர் பலரால் அறிந்து வந்தார். அப்பெரியாரை எவ்வாறேனும் தரிசித்து வரவேண்டுமென்று இவர் எண்ணினார். அதனால் ஒருநாள் இவர் திருவையாறு சென்று ஸ்ரீ தியாகையரை அவர் வீட்டிலேயே தரிசித்தார். அவர் இவரை முன்பு பாராதவராதலால் இவரை நோக்கியவுடன், "எந்த ஊர்?" என்று விசாரித்தார். இவர், "தாஸன் மாயூரம்" என்றார்.

தியாகையர்: அங்கே கோபாலகிருஷ்ண பாரதியாரென்ற ஒரு சங்கீத வித்வான் இருக்கிறாராமே; தெரியுமா? அவர் சௌக்கியமாக இருக்கிறாரா?

பாரதியார்: தாஸன்தான்.

இங்ஙனம் பணிவுடன் இவர் கூறியதைக் கேட்ட ஸ்ரீ தியாகையர் இவருடைய அடக்கத்தை யறிந்து மிகவும் வியப்புற்றார். அப்பொழுது அங்கே அவருடைய மாணாக்கர்கள், ஆபோகி யென்னும் ராகத்தில் அவர் இயற்றிய, 'ஸ்ரீ ராமஸீதா அலங்கார ஸ்வரூபா' என்னும் கீர்த்தனத்தைப் பாடிக்கொண்டிருந்தார்கள். அவர்கள் அதனைப் பாடி முடித்த பிறகு ஸ்ரீ தியாகையர் பாரதியாரை நோக்கி, "நீங்கள் இந்த ராகத்தில் ஏதேனும் கீர்த்தனம் செய்திருக்கிறீர்களா?" என்று வினாவினார். இவர் ஒன்றுஞ் சொல்லாமல் மௌனமாக இருந்தார். பின்பு மாணாக்கர்கள் வேறு பல கீர்த்தனங்களைப் பாடினார்கள். முதுமையையுடைய ஸ்ரீ தியாகையர் யாதொரு பற்றுமின்றித் தம் மாணாக்கர்களோடு இருந்து ஸ்ரீ ராமபிரானுடைய புகழைப் பாடுவதிலும் பாடுவித்துக் கேட்பதிலுமே தம் காலத்தையெல்லாம் செலுத்தி வருவதை யறிந்து பாரதியார் மனமுருகினார். அவர் ஒரு சிறிய வீட்டில் இருந்துகொண்டு உண்மையான பக்தியோடு ஸ்ரீ ராமபிரானைப்

பிரார்த்தித்துத் துதிக்கும் இன்னிசை இந்த நாடெல்லாம் பரவி முழங்குவது அவருடைய பக்தியின் சிறப்பினாலேதா னென்பதை இவர் நன்கு உணர்ந்தார். ஞானநெறியிற் செலுத்திய சிந்தையையுடைய இவருக்கு இறைவனுடைய பெரும் புகழைக் கீர்த்தன வடிவமாகச் செய்யும் தொண்டைக் காட்டிலும் சிறந்த தொண்டு வேறில்லை என்றிருந்த எண்ணம் அப்பொழுது வன்மையுற்றது.

அன்று மாலையில் பாரதியார் ஸ்ரீ தியாகையரிடம் விடை பெற்றுக்கொண்டு ஆலயஞ் சென்று ஸ்ரீ பிரணதார்த்திஹரரையும் ஸ்ரீ தர்மசம்வர்த்தனியையும் தரிசித்து இன்புற்றார். தியாகையர் ஆபோகியில் ஏதாவது கீர்த்தனம் செய்ததுண்டாவென்று வினவியது இவருடைய மனத்திலேயே இருந்து வந்தது. ஆதலின் தியாகையர் வீட்டில் அவர் மாணாக்கர்கள் பாடிய கீர்த்தனத்தை அடியொற்றி இவர் அன்றிரவே ஒரு கீர்த்தனத்தை இயற்றி முடித்தார்.

மறுநாள் பாரதியார் ஸ்ரீ தியாகையருடைய வீடு சென்று பேசிக்கொண்டிருக்கையில், “தாஸன் இயற்றிய கீர்த்தனமொன்றை இப்பொழுது சொல்லிக் காட்டலாமா?” என்று விநயத்தோடு கேட்டார். “அப்படியே; நன்றாகச் சொல்லலாமே. முன்பு சிலர் உங்களுடைய கீர்த்தனங்களைப் பாடக் கேட்டிருக்கிறேன். ஆயினும் உங்களுடைய கீர்த்தனத்தை நீங்களே பாடக் கேட்பது ஒரு விசேஷமல்லவா?” என்றார்.

உடனே பாரதியார் தாம் புதிதாக இயற்றிய பின்வரும் கீர்த்தனத்தைப் பாடிக்காட்டினார்:

இராகம்: ஆபோகி – தாளம்: ரூபகம்

(பல்லவி)

சபாபதிக்கு வேறுதெய்வம் சமான மாகுமா– தில்லைச்
சபாபதிக்கு வேறுதெய்வம் சமானமாகுமா ?

(அநுபல்லவி)

க்ருபாநிதி இவரைப்போலக் கிடைக்குமோஇத் தாரணியில்

(சபாபதிக்கு)

(சரணம்)

ஒருதரம்சிவ சிதம்பர மென்றே உரைத்தாற்போதுமே
பரகதிக்கு வேறுபுண்யம் பண்ண வேண்டுமா ?
அரிய புலையர் *மூவர்பதம் அடைந்தாரென் றேபுராணம்
பரிந்துசொல்லக் கேட்டோம் கோபாலகிருஷ்ணன்பாடுந் தில்லைச்

(சபாபதி)

* தில்லை வெட்டியான், பெற்றான் சாம்பான், நந்தனாரென்னும் மூவர்.

இதைக் கேட்ட தியாகையர், “நேற்று நான் கேட்டபொழுது ஒன்றும் சொல்லவில்லையே” என்றார். இவர், “இதற்கு முன் ஆபோகியில் ஒன்றும் செய்யவில்லை; நேற்று இங்கிருந்து போன பிறகுதான் ராத்திரி யோசித்துச் செய்தேன். எல்லாம் அவ்விடத்து ஆசீர்வாத விசேஷமே; குற்றமிருந்தால் க்ஷமிக்க வேண்டும்”என்றார். தியாகையர் இவருடைய சாகித்திய சக்தியையும் சங்கீத ஞானத்தையும் நடராஜ பக்தியையும் உணர்ந்து மகிழ்ந்து பாராட்டி ஆசீர்வாதம் செய்தனர். பக்திமானும் பெரியாருமாகிய அவருடைய ஆசீர்வாதம் இவருக்கு ஒரு புதிய ஊக்கத்தை உண்டாக்கிற்று.

மாயூரம் மீண்டது

அப்பால் அவரிடம் விடை பெற்றுக்கொண்டு இவர் மாயூரம் வந்து சேர்ந்தார். அதுமுதல் கோபாலகிருஷ்ண பாரதியார் இயற்றிய கீர்த்தனங்கள் பின்னும் அதிகமாயின. ஸ்ரீ தியாகையருடைய கீர்த்தனங்களைப் போலவே தமிழில் இயற்றித் தரவேண்டுமென்று சில வித்துவான்கள் வேண்ட அங்ஙனமே இவர் இயற்றித் தந்தார். நாட்டை, வராளி, கௌளை, ஆரபி, ஸ்ரீராக மென்னும் ஐந்து கன ராகங்களில் பஞ்ச ரத்தினம் என ஐந்து கீர்த்தனங்கள் ஸ்ரீ தியாகையர் இயற்றியுள்ளார். அவற்றைப் பின்பற்றிப் பாரதியார் ஐந்து கீர்த்தனங்கள் பாடினார். அவற்றுள் ஒன்று வருமாறு:

இராகம்: நாட்டை

(பல்லவி)

ஹரஹரசிவ சங்கரகருணாகரபர மேச்வர
ஆனந்தத் தாண்டவ ராயா (ஹர ஹர)

(அநுபல்லவி)

புரஹரவ்ருஷ பத்வஜபரி பூர்ணகாம (ஹர ஹர)

(சரணம்)

பரமானந்த கூபமும் பஞ்சாட்சரப்படியும் கொடியும்
வரமருள் சந்நிதியும் சிவகங்கையும் மதிலும்
பரவிடுங்கோ பாலகிருஷ்ணன் பாடியகுஞ் சிதபதமும்
தரிசனம் பண்ணித் தெளிந்திடாத ஜன்மம் மனிதஜன்மமல்ல
(ஹர ஹர)

இது ஸ்ரீ தியாகையர் இயற்றிய “ஜகதா நந்தகா” என்பதற்குப் பிரதியாக இயற்றியது. இவற்றையன்றி இக்கொத்தைச் சேர்ந்தவற்றுள் கௌளையிலுள்ள, ‘சரணாகதியென்று நம்பி வந்தேன்’ என்னும் கீர்த்தனத்தையும் ஸ்ரீ ராகத்திலுள்ள, ‘மறவாமல் எப்படியும் நினை மனமே’ என்பதையும் ஆரபியிலுள்ள, ‘பிறவாத

முத்தியைத் தாரும்' என்பதையும் கேட்டிருக்கிறேன். ஸ்ரீ தியாகையர் இயற்றியவை இராமபிரான் விஷயமாக இருப்பவை. அவற்றைப் பாடக் கேட்ட சிவபக்திச் செல்வம் வாய்ந்தவர்களுக்கு இவர் சிவபரமாக இயற்றிய கீர்த்தனங்கள் அளவற்ற மகிழ்ச்சியை அளித்தன. அன்றியும் தமிழில் எளிய நடையில் அமைந்திருந்தலின் இக்கீர்த்தனங்களை வருத்தமின்றி யாவரும் மனனம் செய்து பாடுவாராயினர்.

மாணாக்கர்கள்

பாரதியாரிடம் சிலர் சங்கீதம் பயிலத் தொடங்கினர். இவருடைய கீர்த்தனங்களை அவர்கள் மனனம் செய்து தாம் செல்லுமிடந்தோறும் பாடிக் காட்டினர். அதனால் அவர்களுக்கு மதிப்பும் ஜனங்களுடைய ஆதரவும் உண்டாயின. பாரதியாருடைய சிஷ்யர்களில் முக்கியமானவர்கள்: 1. சிதம்பரம் பொன்னுசாமி தீக்ஷிதர், 2. சிதம்பரம் ஸ்ரீ ராஜரத்ன தீக்ஷிதர், 3. மாயூரம் இராமசாமி ஐயர், அவருடைய தம்பிகளாகிய 4. நடேச ஐயர், 5. சுப்பிரமணிய ஐயர்.

பாரதியார் அடிக்கடி சிதம்பரம் சென்று ஸ்ரீ நடராஜ மூர்த்தியின் திவ்ய தரிசனம் செய்து சில கீர்த்தனங்களை இயற்றி அம்மூர்த்திக்குச் சூட்டி வருவார்; அப்பழக்கம் இவருக்கு வரவர அதிகரித்தது. சிதம்பரத்திலேயே இவர் சில மாதங்கள் தங்கியிருப்பதுண்டு. அக்காலங்களில் இவர் அங்கே கீழை வீதியின் கீழ்ச் சிறகிலுள்ள மேற்கூறிய பொன்னுசாமி தீட்சிதருடைய வீட்டில் தங்குவது வழக்கம்.

பொன்னுசாமி தீட்சிதரும் இவரைப்போலவே பிரமசாரியாக இருந்து காலங் கழித்தவர். பிரமசரிய நிலை அவருடைய பக்தி ஞான வைராக்கியத்திற்கு உதவி புரிந்தது. சங்கீதப் பயிற்சி இயல்பாகவே அவருக்கு உண்டு; முத்துத்தாண்டவராயர் கீர்த்தனங்கள் முதலியன அவருக்குப் பாடம். இவரைக் கண்டு பழகிய கால முதல் அவர் இவர்பால் ஈடுபட்டு இவருடைய கீர்த்தனங்களை முறையே கற்றுக்கொண்டார். அக்கீர்த்தனங்களைப் பாடியதால் அவருடைய இனிய சாரீரம் நற்பயன் பெற்றது. சிதம்பரத்திலுள்ள வேறு பலரும் பாரதியாருடைய கீர்த்தனங்களை அதிக விருப்பத்தோடு கேட்டும் பாடியும் மகிழ்ந்தனர்.

சிவசங்கர தீக்ஷிதர்

அக்காலத்தில் தீக்ஷிதர்களுள் மிக்க சிவபக்திச் செல்வமும் சங்கீத சாகித்திய சக்தியும் உடைய சிவசங்கர தீக்ஷிதர் என்ற பெரியா ரொருவர் இருந்தார். அவருக்கும் பாரதியாருக்கும் பழக்கம் உண்டாயிற்று. அவர் தம் தலையில் ருத்ராக்ஷங்களாலாகிய

*சிவலிங்கத்தை வைத்துக்கொண்டும் வாகுமாலைகளைத் தரித்துக் காலில் கஜ்ஜை கட்டிக்கொண்டும் நாள்தோறும் ஸ்ரீ நடராஜ மூர்த்தியின் சந்நிதானத்தில் நடனம் செய்வார். அவர் சபாநாதர்மீது இயற்றிய *கீர்த்தனங்கள் பல உண்டு. அவருடைய பக்தி பரவசத்தையும் சங்கீத ஞானத்தையும் கண்டு பாரதியார் அவரை விரும்பினர்; பாரதியாருடைய பக்தி நிலையையும் சங்கீத சாகித்ய ஆற்றலையும் கண்டு அவர் இவரை விரும்பினர். அதனால் இருவரும் நெருங்கிப் பழகினர். 'சான்றோர் சான்றோர் பால ராப' (புறநானூறு) என்பது உண்மையன்றோ? சிவசங்கர தீக்ஷிதர் பாரதியாருடைய கீர்த்தனங்களில் மிக்க ஈடுபாடுடையவர். எல்லாம் ஸ்ரீ நடராஜ மூர்த்தியையே லட்சியமாக உடையனவென்பதை உணர்ந்து அவர் அடைந்த மகிழ்ச்சிக்கு எல்லையில்லை. சிதம்பர வாசம் பாரதியாருக்குச் சிவலோக வாசத்தை ஒத்திருந்தது. தீக்ஷிதர்களுடைய பழக்கம் சிவ கணங்களோடு பழகுதல் போன்ற இன்பத்தை அளித்தது. மனமும் செயலும் ஒத்தவர் சேர்ந்து பழகுவதைவிட இன்பம் வேறு என்ன இருக்கிறது?*

நந்தனார் உருவம்

சிதம்பரத்தில் இருக்கும் காலங்களில் இவர் ஆலயம் சென்று, பொன்னம்பலத்துக்குத் தெற்கேயுள்ளதும் கிழக்கு நோக்கி ஊர்த்துவ தாண்டவமூர்த்தி யெழுந்தருளி யிருப்பதுமாகிய நிருத்த சபையின் வெளிமண்டபத்தில் ஜபம் செய்வார்; சில சமயங்களில் அதன் தெற்குச் சுவரோரமாக உள்ள நந்தனார் உருவத்துக்கு அருகில் இருந்து பாடிக்கொண்டிருப்பார். நடராஜமூர்த்திக்கு நேரே அம்மூர்த்தியைத் தரிசித்தவண்ணமாக அத் திருவுருவம் அமைக்கப்பட்டிருக்கிறது. அவ்வுருவத்தின் கையில் கடப்பாரையும் தோளில் மண்வெட்டியும் உள்ளன. பாரதியார் நந்தனாருடைய சிறந்த பக்தியை நினைந்து நினைந்து உருகுவதற்கு அந்த உருவம் ஒரு தூண்டுகோலாக இருந்தது. இவர் அடிக்கடி நந்தனாரைப் பற்றி வியந்து பாராட்டி உரைப்பார். ஒரு சமயம் இவர் அங்கிருந்து பாடிக்கொண்டிருந்த போது உடனிருந்த அன்பர்கள் சிலர், "இந்தச் சந்நிதியிலேயே இருந்து தாம் தரிசனம் செய்ய வேண்டுமென்று நந்தனார் பிரார்த்திப்பதாக ஒரு கீர்த்தனம் இயற்றித் தரவேண்டும்" என்று வேண்டினார்கள். அவர்கள் விரும்பியபடியே இவர், †"எந்த நேரமும் உன்றன் சந்நிதியில் நான் இருக்க வேண்டுமையா"

* இவை புத்தக உருவில் வெளிவந்துள்ளன.

† இக்கீர்த்தனம் தனியாகவே வழங்கப்பட்டு வந்தது. பாரதியார் இயற்றிய நந்தனார் சரித்திரக் கீர்த்தனையின் பிற்காலப் பதிப்புக்களிலே இதைச் சேர்த்துப் பதிப்பித்திருக்கிறார்கள்.

என்னும் பல்லவியையுடைய கீர்த்தனம் ஒன்றை இயற்றினார். அது ஆரபி ராகத்தில் அமைந்துள்ளது.

சிதம்பரக் கும்மி

இங்ஙனமே சில பெண்கள் விரும்பியபடி *சிதம்பரக் கும்மி என்ற ஒன்றை இயற்றினார். அது சிதம்பர ஆலயத்திலுள்ள விநாயகர் முதலியோருடைய சந்நிதிகளை முறையே தரிசித்து வரும்போது அம்மூர்த்திகளைப் பற்றிப் பாடுவதாக அமைந்திருக்கிறது.

சாந்துப் பொட்டுத் தளதளென்ன நல்ல
சந்தன வாடை குமுகுமென்ன
கூந்த லழகுக் காரியெல் லாங்காலைக்
குவித்துக் கும்மி யடியுங்கடி

என்று பெண்கள் ஒருவரை ஒருவர் அழைத்துக் குதூகலமாகக் கும்மியடிப்பதற்குப் பாரதியார் வழி கோலுகிறார்.

தித்தியென் றீச னடனம் புரியமெய்த்
தேவர்கள் பூமழை தான்சொரிய
மத்தளங் கொட்டிய கோபால கிருஷ்ணனை
வாழ்த்திக் கும்மி யடியுங்கடி

என்பதில் தம் பெயரை அமைத்திருக்கின்றார்.

கோவிந்தராஜப் பெருமாளை வழிபடுவதனால் ஸ்ரீ வைஷ்ணவர்களும் அத்தலத்தில் தொடர்புடையவர்கள்; இதை,

சிதம்பரமென்று சொல்லாம லேயிதைச்
சித்திரகூட மென்றுசொல்லி
நிதங்கொண் டாடு மையங்கார் கள்வந்து
நின்றிருக்கிறார் பாருங்கடி

என்று விளக்குகிறார்.

ஏகாந்தமாக இருந்து ஈசுவரத் தியானம் புரிந்து சித்ஸபையில் ஈடுபட்ட இவர் தம் அனுபவத்தை,

ஆகாய லிங்கத்தைக் கண்டேனடி இங்கே
ஆரு மறியாமல் நின்றேனடி
ஏகாந்த மாக இருந்தேனடி மன
தேக்கந் தொலைந்தது பாருங்கடி

என்று எளிய வார்த்தைகளால் தெரிவிக்கிறார்.

இறைவன் திருவருளையன்றி மற்றவற்றை மதியாத தன்மையையுடைய பாரதியார் யோகவின்பத்தில் மூழ்கித் தருக்குவதை,

---

* நந்தனார் சரித்திரக் கீர்த்தனையின் பின்பு இது பதிப்பிக்கப்பட்டிருக்கிறது.

விதியி னெழுத்தைக் கிழித்தாச்சு முன்னே
 விட்ட குறைவந்து தொட்டாச்சு
மதியமிர்தமு முண்டாச்சு தென்று
 வாழ்த்திக் கும்மி யடியுங்கடி

என்பதில் காணலாம்.

‘பார்த்துக் கடன் கொடுங்கள்’

மாயூரத்தில் ஒரு சமயம் ஒருவருடைய வேண்டுகோளின்படி அவருடைய வீட்டிற்குப் பாரதியார் சென்றிருந்தார். காலையில் ஸ்நானம் முதலியன முடித்துக்கொண்டு ரேழியில் (இடைகழியில்) ஜபம் செய்துகொண்டிருந்தார். அப்பொழுது அவ்வீட்டிற்குரிய வரும் வேறொருவரும் இரைந்து பேசிக்கொண்டிருந்தனர். ஏதோ விவாதம் நடப்பதுபோலத் தோன்றிற்று. அந்தச் சத்தத்தால் பாரதியாருடைய ஜபத்திற்கு அதிக இடையூறு ஏற்பட்டது. சிறிது நேரங்கழித்து வீட்டுக்குரியவர் இவரிடம் வந்தார். அவரை நோக்கி இவர், “யாருடனோ இரைந்து பேசிக்கொண்டிருந்தீர்களே; என்ன காரணம்?” என்று கேட்டார். அவர், “அவன் ஒரு கடன்காரன்; என்னிடம் பணம் வாங்கிக்கொண்டு பல வருஷங்களாகியும் திருப்பிக் கொடுக்கவில்லை. கேட்டபோதெல்லாம், ‘ஆகட்டும், இதோ இரண்டு நாளிற் கொடுத்துவிடுகிறேன்’ என்கிறான். அவன் வீதி வழியே போனான். அவனைத்தான் அழைத்துப் பணத்தைப்பற்றிப் பேசிக்கொண்டிருந்தேன். மடையன்; காரணம் இல்லாமல் இரைச்சல் போட்டான்” என்றார். பாரதியார், “ஒருவருக்குப் பணம் கொடுக்கும்போது பரோபகாரமாக அதைத் தருமம் செய்துவிடலாம்; கடன் கொடுப்பதாக இருந்தால் சரியானவர்களைப் பார்த்தே கொடுக்க வேண்டும்” என்று சொல்லிவிட்டுச் சிறிது நேரம் மௌனமாக இருந்தார். பிறகு அவருக்குக் கூறிய அறிவுரையையே விரித்து ஒரு கீர்த்தனமாக இயற்றிப் பாடினார். அது வருமாறு:

இராகம்: காபி — தாளம்: ஆதி

(பல்லவி)

பார்த்துக்கடன் கொடுங்கள் – மனிதரைப்
பார்த்துக்கடன் கொடுங்கள்

(அநுபல்லவி)

பார்த்துக் கடன்கொடுக் காவிடில் பணம் போகும்
பழுதை போலிருந்து பாம்புபோ லாகும் (பார்த்துக்)

(சரணங்கள்)

1. கொடுத்த கடன் வெறும் அடகுவி சாரம்
 கோர்ட்டுக்கச் சேரிக்குப் போவது கோரம்

கடுத்துக்கேட் டாலவர் மனதுவி காரம்
களவு போனால் துன்பம் அதுஒரு வாரம்   (பார்த்துக்)

2. வாது வழக்குகள் பேசக் கொண் டாட்டம்
வாரண்டு வந்தால் காரைக்கா லோட்டம்
பாதக மில்லாமல் குடியிருந் தீட்டம்
பகல்சேர் திருடர் களிலிவர்சி ரேஷ்டம்   (பார்த்துக்)

3. பல்லைக் காட்டிப் பணங்களை வாங்குவர்
பணத்தைத் திருப்பிக் கொடாமலே தூங்குவர்
அல்லும் பகலு மலைந்தாலும் தந்திடார்
அளித்தவர் வாழுத் தெருவிலும் வந்திடார்   (பார்த்துக்)

இதைக் கேட்ட அவ்வீட்டுக்காரர், "உலக அநுபவத்துக்கு இது மிகவும் பொருத்தமாக இருக்கிறது" என்று கூறி வியந்தார்.

இராமசாமி ஐயர்

நிராசையுள்ளவராதலின் பாரதியார் செல்வர்களிடத்தில் வலியச் சென்று பழகுவதில்லை. அதனால் இவர் அதிக சௌக்கியமான நிலையில் அக்காலத்தில் இருக்க இயலவில்லை. ஏழைகளிடத்தில் இவருக்குக் கருணை அதிகம். அவர்கள்பால் அன்பு வைத்துப் பழகுவதும் அவர்களுடைய ஆதரவையே பெரிதாக எண்ணுவதும் இவருடைய இயல்பு. ஸ்ரீ மாயூரநாதர் திருக்கோயிலில் வேலையாக இருந்தவர்களுடைய பரம்பரையிற் பிறந்தவராகிய இராமசாமி ஐயரென்னும் மாணாக்கர் இவரைத் தந்தையிலும் அதிகமாக மதித்துத் தொண்டு பூண்டு கவனித்து வந்தார். இவர் கீர்த்தனங்களிற் பெரும்பாலன அவருக்குப் பாடம் உண்டு. அவருடைய வீடு ஸ்ரீ மாயூரநாதர் கோயிலின் தென்மடவளாகத்தில் ஆலயத்தின் தெற்கு மதில்வாயிலின் கிழக்கே வடக்கு நோக்கி உள்ளது. பெரும்பாலும் அவ்வீட்டின் கீழ்ப்புறத்துள்ள சிறிய திண்ணையிலேதான் பாரதியார் தங்கியிருப்பார்.

தலயாத்திரை

இவர் சில சமயங்களில் சிவஸ்தல யாத்திரை செய்து வருவார். அங்கங்கே நிகழும் விழாக் காட்சிகளைக் கண்டு இன்புற்றுத் தாம் கண்டவற்றைக் கண்டவாறே கீர்த்தனங்களாகவும் சிந்துகளாகவும் வேறு வகையாகவும் இவர் இயற்றி வருவார். இங்ஙனம் இவர் பாடியவை பல.

ஒருமுறை சிதம்பரத்தில் திருவீதிக்கு எழுந்தருளிய பிக்ஷாடன மூர்த்தியைத் தரிசித்தபோது, பெண்கள் அம்மூர்த்தியைப் பார்த்துச் சொல்வது போலக் கௌளிபந்து என்னும் ராகத்தில், 'பிச்சைக்கார வேஷங் காட்டுறீர்' என்று தொடங்கும் கீர்த்தனம் ஒன்றை

இயற்றிப் பாடினார். மற்றொருமுறை திருவண்ணாமலைக்குக் கார்த்திகைத் தீப தரிசனத்துக்காக இவர் சென்றிருந்தார். ஒருமுறை கிரிப் பிரதட்சிணம் செய்தார். அக்காலத்தில் அங்கே உள்ள அன்பர்களின் செயல்களும் பிற காட்சிகளும் இவர் மனத்திற் பதிந்தன. அவற்றையெல்லாம் அமைத்து இவர் கீர்த்தனத்தை இயற்றினர்:

இராகம்: நாதநாமக்கிரியை

(பல்லவி)

கண்ணாலே கண்டேன் – வேறொன்றும்
எண்ணாமலே நின்றேன்.

(அநுபல்லவி)

பண்ணாத புண்ணிய பரிபாக மேதிரு
அண்ணா மலையானை உண்ணா முலையுடன் (கண்)

(சரணங்கள்)

1. காட்டுத் தழைகளைப் பந்தலா யலங்காரம்
செய்திடும் ஒருபுறம்
கால்கள் கண்க ளில்லாத பேதைகள்
கைவி ரித்திடும் ஒருபுறம்
மாட்டுக் கிடைகள் மந்தை மந்தையாய்
வந்து வழங்குவ தொருபுறம்
வாயி லாதவோ ரூமை நாடகம்
காட்டி மறைந்திடு மொருபுறம்
பாட்டுப் பாடுவார் தாளம் போடுவார்
பசிக்கு தின்றொரு காசு தாருமென்
றாட்டங் கொள்ளுவார் நின்று வருந்துவார்
அன்ன தாங்கிரிப் பிரதக்ஷி ணந்தனில் (கண்)

2. ஹரஹ ராசிவ சிதம்ப ராவென்பர்
அம்ப லப்பர தேசிகள்
அருண கிரியின் மகிமை யைக்கொண்
டாடுவார் ஸ்தல வாசிகள்
அரிய தவங்களைப் புரிந்து மூலத்
தழலெ ழுப்புவர் நேசிகள்
ஆனந் தாம்ருதம் கொண்டு தம்மை
அறிவர் ஞானப்ர காசிகள்
பெரிய கோபுர முந்திரு வீதியும்
பிறங்கு சீர்த்திருத் தேருந் தீர்த்தமும்
பிரிய ராங்குகை நமச்சி வாயராம்
பெரிய பக்தர்தம் மடமும் ஜோதியும் (கண்)

3. புந்தி மகிழவே உக்காக் குடித்திடும்
புகையி னாலா மோதமும்
புரையில் லாதவவ் வந்தணர் கூடிப்
புகழ்ந்தி டுஞ்சதுர் வேதமும்

பந்தி பந்தியாய்த் தேவ தாசிகள்
பாடி வருஞ்சங் கீதமும்
பார ளந்தகோ பால கிருஷ்ணன்
பணிந்தி டுந்திருப் பாதமும்
அந்தி வேளையும் மண்ட பங்களில்
ஆரத் திகாப் பூரம் புகைந்திடச்
சிந்தை மகிழவே மலைமு கட்டினில்
தீப தரிசனம் தாபம் தீரவே. (கண்)

இங்ஙனம் பாரதியாருடைய பாட்டுக்கள் பெருகப் பெருகத் தமிழ்நாட்டில் தமிழ்க் கீர்த்தனங்களுக்கு இருந்த பஞ்சம் நீங்கியது. அடுத்தடுத்து இவர் இயற்றிவந்த கீர்த்தனங்கள் ஒவ்வொன்றாக வெளிவரலாயின. இயற்றிய சில நாட்களுள் அக்கீர்த்தனங்கள் பாகவதர்களாலும் வித்துவான்களாலும் தமிழ்நாடு முழுவதும் பரவின. வேறு இடங்களிலுள்ள சங்கீத வித்துவான்கள் மாயூரத்திற்கேனும் அதன் அருகிலுள்ள இடங்களுக்கேனும் வர நேர்ந்தால் ஸ்ரீ கோபாலகிருஷ்ண பாரதியாரிடம் வந்து வணங்கி, "ஏதேனும் புதிய கீர்த்தனம் இயற்றி யிருக்கிறீர்களா?" என்று கேட்பார்கள். தாம் இயற்றியவற்றை இவர் பாடிக் காட்டுவார். அவர்கள் அவற்றை மனனம் செய்துகொண்டு உரிய காலத்தில் உபயோகப்படுத்திக் கொள்வார்கள்.

சிவகதை செய்தல்

அங்கேயுள்ள அன்பர்கள் பாரதியாரை அழைத்துச் சென்று சங்கீத வினிகைகள் செய்யச் சொல்லுவார்கள். இவர் சிஷ்யர்களுடன் சென்று அங்ஙனமே சங்கீத வினிகைகள் செய்வதுண்டு; கதைகளும் செய்வார். அவற்றில் ஸ்ரீ ராமதாஸ் என்னும் பெரியாரிடம் கற்றுக்கொண்ட இந்துஸ்தான மார்க்கத்திலுள்ள உருப்படிகளை இவர் பாடுவார்; உபகதைகளையும் சமயத்துக்கு ஏற்ற ஹாஸ்யமான செய்திகளையும் சொல்லி விளக்குவார். அவற்றைக் கேட்ட பொதுமக்கள் எல்லோரும் இவரது வாக்கில் மிகவும் ஈடுபடுவார்கள்.

இவர்பால் வந்த வித்துவான்களிற் பலர், "சிவ கதையாக ஏதேனும் தங்கள் வாக்கினால் வெளிவந்தால் எங்களுக்கும் தமிழ்நாட்டு ஜனங்களுக்கும் பெரிய உபகாரமாக இருக்கும். தங்களுக்கு மகாராஷ்டிரம் இந்துஸ்தானி முதலியவற்றி லுள்ள பாணியெல்லாம் தெரியுமே. அந்த மார்க்கங்களை யெல்லாம் தமிழிற் கொண்டுவந்து அமைக்கத் தக்கவர்கள் தங்களையன்றி வேறு யார் இருக்கிறார்கள்?" என்று பணிவுடன் வேண்டிக்கொண்டார்கள். மாயூரத்திலிருந்த வித்துவான்களும் சிவபக்திச் செல்வர்களும் அங்ஙனம் செய்வது எல்லாவற்றிலும் சிறந்ததென்று வற்புறுத்தினார்கள். இவர், "நீங்கள் சொல்லுவது

நல்ல காரியந்தான். ஒரு பக்தருடைய சரித்திரத்தை இயற்றினால் ஜன்ம சாபல்யமும் உண்டு. ஸ்ரீ நடராஜ மூர்த்தியின் திருவருள் கிடைத்தால் அப்படியே செய்யலாமென்று எண்ணியிருக்கிறேன்” என்று கூறினார். அது முதல் சிவகதைகளைப்பற்றி ஆராய்வதில் இவருடைய நோக்கம் செல்லலாயிற்று.

சிவகதைகளைப் பிரசங்கம் செய்வதில் ஈடுபட்ட பாரதியார் நாளடைவில் அதன் மூலமாகச் சிறிது சிறிது பொருள் வருவாயையும் அங்கங்கே பெறலாயினர். ஜனங்கள் கூட்டங் கூட்டமாக வந்து இவர் செய்யும் சிவ கதைகளைக் கேட்டு வந்தார்கள். சில ஊர்களிலுள்ள பிரபுக்கள் தங்கள் வீட்டில் கலியாணம் முதலிய சுப விசேஷங்கள் நடைபெறும்போது இவரை வருவித்துச் சிவகதைகளைப் பிரசங்கஞ் செய்வித்துக் கேட்டு மகிழ்ந்து ஆதரித்தார்கள்.

நந்தனார் சரித்திரம் இயற்றத் தொடங்கியது

நாகபட்டினத்திலே கப்பல் வியாபாரியும் சிவபக்திச் செல்வருமாக இருந்த கந்தப்ப செட்டியாரென்னும் பிரபுவின் வீட்டுக் கலியாணத்திற்கு அவர் விருப்பத்தின்படி ஒரு சமயம் இவர் போயிருந்தார். அங்கே சில தினம் இவர் சில சிவ கதைகளைப் பிரசங்கம் செய்தார். பிறகு அப்பிரபு இவரிடம். “ஒரு நாயனார் சரித்திரத்தை நீங்கள் கீர்த்தன ரூபமாக இயற்றவேண்டும்; இந்த விருப்பம் எனக்கு நெடுநாளாக உண்டு; உங்களுடைய புகழைக் கேட்ட காலமுதல் இந்த எண்ணம் எனக்குத் தோன்றி வளர்ந்துவருகிறது; நீங்கள் இங்கே இப்பொழுது செய்து வரும் சிவகதைகளக் கேட்ட பிறகு அந்த எண்ணம் பின்னும் அதிகரித்துள்ளது; உங்கள் திருவாக்கால் அப்படி ஒரு சரித்திரம் வெளிவருமாயின் என்னால் இயன்ற உதவியை நான் செய்கிறேன்; என்னுடைய நண்பர்கள் சிலரிடமும் சொல்லி அந்தச் சரித்திரத்தை எங்கும் பரவும்படி செய்வேன்; சிவபெருமானது புகழையும் சிவபக்தர்களுடைய சிறப்பையும் அறிந்த நீங்கள் சாதாரண ஜனங்களும் கேட்டு உருகும் வண்ணம் செய்யக்கூடுமென்ற நம்பிக்கை எங்களுக்கெல்லாம் உறுதியாக இருக்கிறது” என்று வேண்டிக்கொண்டனர்.

வேறு பல சங்கீத வித்துவான்களும் பிரபுக்களும் இங்ஙனமே பலமுறை தம்மை முன்னமே வேண்டிக் கொண்டதுண் டாதலால் பாரதியார் அவ்வாறே ஒரு நாயனார் சரித்திரத்தைக் கதை வடிவமாக விரைவில் இயற்றத் தொடங்க வேண்டுமென்று நிச்சயித்தார். இறைவன் அருளைத் துணையாகக்கொண்டு ஒருவாறு தொடங்கிவிட்டால் பிறகு எளிதில் நிறைவேறுமென்ற நம்பிக்கை இவருக்கு உண்டாயிற்று. எந்தச் சரித்திரம் இயற்றலாம்

என்ற யோசனை பிறகு தோன்றிற்று. சிதம்பரம் சென்ற காலங்களில் ஆலயத்தில் நந்தனார் பிம்பத்துக்கருகில் இருந்து சிவத் தியானாதிகள் செய்து வந்த பழக்கத்தால் இவருக்கு நந்தனாருடைய நினைவு வந்தது. அன்றியும், சிதம்பரத்தில் ஈடுபாடுடையவ ராதலின் ஸ்ரீ நடராஜப் பெருமானைப் பலவாறு துதிக்கத் தக்க சந்தர்ப்பங்களை உடையதாக அச்சரித்திரம் இருக்கவேண்டுமென்று எண்ணினார். 'சிதம்பரம் போக வேண்டும்' என்று ஒருமையுள்ளத்தோடு இருந்து, 'நாளைப் போவேன், நாளைப் போவேன்' என்று எப்பொழுதும் மனமுருகிக் கூறிக்கொண்டே இருந்ததனால், 'திருநாளைப் போவார்' என்னும் காரணப் பெயரையடைந்த நந்தனாரது சரித்திரமே தம் மனோபாவங்களை விளக்குவதற்கு ஏற்றதென்று தெளிந்தார். ஒரு நல்ல நாள் பார்த்து இவர் தொடங்க எண்ணினார். அந்த நாளும் வந்தது.

அப்பொழுது கந்தப்ப செட்டியார் இவர் இருந்த விடுதிக்குப் பல வகையான பழங்களை யனுப்பினார்; கொணர்ந்த வேலைக்காரன் அப்பழங்களை இவர் முன்னே வைத்தான். இவர் அவற்றைப் பார்த்து, "இது நல்ல சுபசகுனம்" என்று மகிழ்ந்தார். இவர் மனத்தில் பழம் வந்தமை பதிந்தது; 'பழம் நம்மருங்கு அணையும்' என்று நினைந்தார்; அதையே தாம் இயற்றப்புகுந்த சரித்திரத்தின் தொடக்கமாக வைத்துக்கொண்டு *'பழனமருங்கணையும்' என்று தொடங்கினார்.

கீர்த்தனங்களாக உள்ள சரித்திரங்களுக்கு முதலில் பெரும்பாலும் அந்தச் சரித்திரத்தைச் சுருக்கிக் கூறும் ஒரு பகுதி உண்டு. அதற்கு 'நிரூபணம்' என்று பெயர். காப்பியங்களில் முதலில் கதையைச் சுருக்கிச் சொல்லும் பதிகம் என்னும் பகுதி இருத்தலைப்போல அச்சுருக்கம் கீர்த்தன ரூபமாக மகாராஷ்டிர முதலிய பாஷைகளில் அமைந்த கதைகளில் இருக்கும்.

பாரதியார் நந்தனார் சரித்திரத்தைச் சுருக்கமாக மேற்கூறிய பழனமருங்கணையு மென்பதையே முதலாகக் கொண்ட ஒரு சிந்து வடிவத்தில் அமைத்தார். அந்தச் சிந்தை இயற்றியபின் பலர் கூடிய சபையில் பாடிக்காட்டினார். அதில் உள்ள சேரியின் இயற்கை வருணனை முதலியன கேட்டோரை மகிழ்வித்தன. அந்தச் சிந்தில் அமைந்த வரலாற்றையே விரித்துச் சரித்திரமாகச் செய்ய எண்ணியிருப்பதை அன்பர்களிடம் பாரதியார் வெளியிட்டார். கந்தப்ப செட்டியார் முதலியோர் தங்கள் விருப்பம் நிறைவேறும் சமயம் வந்துவிட்ட தென்றெண்ணி அளவற்ற மகிழ்ச்சிகொண்டனர்.

---

* இச்செய்தியை எனக்குச் சொன்னவர் ஸ்ரீ கோபாலகிருஷ்ண பாரதியாரே.

பாரதியார் சில காலம் நாகபட்டினத்திலேயே இருந்து முறையாக நந்தனார் சரித்திரத்தை இயற்றிவரலானார். அப்பொழுதப்பொழுது இயற்றிய பகுதிகளை அன்பர்களுக்குப் பாடிக்காட்டுவார். கேட்டவர்கள், 'இச்சரித்திரம் நிறைவேறினால் தமிழ்நாடு முழுவதும் ஒரு மலர்ச்சியை அடையும்' என்று எண்ணினார்கள். பாரதியார் நாகபட்டினத்திலுள்ள அன்பர்களிடம் தாம் மாயூரம் சென்று சரித்திரம் முழுவதையும் இயற்றி முடித்துக்கொண்டு வருவதாகக் கூறி விடைபெற்றுக் கொண்டார். கந்தப்ப செட்டியார் தக்க பொருளுதவி புரிந்து, "நீங்கள் இந்தச் சரித்திரத்தை இயற்றத் தொடங்கியது சிவபக்தர்கள் செய்த தவப்பயனென்றே சொல்ல வேண்டும்; ஸ்ரீ சிதம்பர சபாநாயகர் திருவருள் நிரம்ப வாய்க்கப் பெற்ற உங்களுடைய பக்தியும் ஞானமும் இதில் பிரதிபலிக்கின்றன; இதனை விரைவிற் பூர்த்தி செய்துகொண்டு இங்கே வந்து பிரசங்கம் செய்து எங்களை உய்விக்க வேண்டும்; எங்களுடைய அளவற்ற ஆசையால் அடிக்கடி வற்புறுத்திச் சொல்வதை நீங்கள் பிழையாக எண்ணாமல் பொறுத்தருள வேண்டும்; மாயூரத்தில் எவ்வளவோ அன்பர்கள் தங்களுடைய அருமையான கதாப் பிரசங்கங்களைக் கேட்பதற்குக் காத்திருப்பார்கள்; அவர்களுடைய விருப்பத்தைப் பூர்த்தி செய்வதில் உள்ளத்தைச் செலுத்தி இந்தச் சரித்திரம் இயற்றுவதில் பராமுகமாக இருக்கக்கூடாது; இச்சரித்திரம் முடியும்வரையில் இங்கேயே இருந்தால் உங்களுக்கு யாதொரு கவலையு மில்லாமல் கவனித்துக்கொள்கிறோம்" என்றார்.

பாரதியார், "உங்களுக்கு இவ்வளவு அன்பும் ஆவலும் இருப்பதற்காகவேனும் நான் ஞாபகத்தைச் செலுத்தி இதனைச் செய்து முடிப்பேன். இதனை இயற்றுவதனால் என்னுடைய மனத்துக்கும் நாவிற்கும் பரிசுத்தமுண்டாகுமே! கரும்பு தின்னக் கூலியா? மாயூரத்திற்குப் போனால் தனியே இருந்து சிந்திப்பதற்கும் தியானம் செய்வதற்கும் உரிய இடங்கள் இருக்கின்றன. அன்றியும் இடையிடையே சிதம்பரம் சென்று ஸ்ரீ நடராஜ மூர்த்தியையும் தரிசித்து வரலாம்; நீங்கள் சிறிதும் கவலைப்பட வேண்டாம். நான் விரைவில் இதை முடித்துக்கொண்டு வருவேன்" என்று கூறவே, செட்டியார் பிரிவாற்றாத வருத்தத்தோடு விடை கொடுத்தனுப்பினார்.

அப்பால் பாரதியார் மாயூரம் வந்து சேர்ந்தார். அது முதல் நந்தனார் சரித்திரத்தை மிக்க ஊக்கத்தோடு இயற்றி வந்தார். பெரியபுராணத்திலுள்ள வரலாற்றை வைத்துக்கொண்டு தமது மனோபாவத்துக்கும் காலத்துக்கும் வேறு சரித்திரப் போக்குக்கும் ஏற்ப அதை விரிவுபடுத்தி அமைத்துக்கொண்டார். அந்த வரலாற்றுக்கு ஏற்றபடி சமயோசிதமான இராகங்களையும்

புதிய மெட்டுக்களையும் அமைத்துக்கொண்டு கீர்த்தனங்களை இயற்றினார். இடையிடையே சிதம்பரம் சென்று ஸ்ரீ நடராஜ தரிசனம் செய்து மீள்வார். தாம் அவ்வப்பொழுது ஸ்ரீ நடராஜப் பெருமான்மீது முன்னமே இயற்றி வைத்திருந்த சில தனிக் கீர்த்தனங்களையும் இந்த நூலில் ஏற்ற இடங்களிற் சேர்த்துக்கொண்டார்.

அரங்கேற்றம்

சில மாதங்களில் நந்தனார் சரித்திரக் கீர்த்தனத்தை இவர் இயற்றி முடித்தார். பல முறை நினைந்து நினைந்து இயற்றியதாதலின் அச்சரித்திரம் இவருடைய உலக அநுபவத்தையும் சிவ பக்திப் பெருக்கத்தையும் யோகானுபவம் முதலியவற்றையும் புலப்படுத்தியது. அது நிறைவேறியதை இவர் நாகபட்டினத்திலுள்ள கந்தப்ப செட்டியாருக்கு அறிவித்தார். அவர் உடனே தக்க மனிதர் ஒருவரை அனுப்பி இவரை அழைத்துவரச் செய்தார்.

பாரதியார் தம் மாணாக்கர்கள் சிலருடன் நாகபட்டினம் சென்றனர். அங்குள்ள அன்பர்கள் யாவரும் அந்தச் சரித்திரம் பூர்த்தியானதை அறிந்து அதன் அரங்கேற்றத்தை எதிர்நோக்கி யிருந்தனர். பெருஞ் செல்வராகிய கந்தப்ப செட்டியார் அந்த அரங்கேற்றம் ஒரு பெரிய திருவிழாவைப்போல நடைபெறுவதற்கு உரிய முயற்சிகளைச் செய்தார். வெளியூர்களிலுள்ள சங்கீத வித்துவான்களும் பிரபுக்களும் பிறரும் வந்து கூடினர்; காரைக்கால் முதலிய இடங்களிலுள்ள உத்தியோகஸ்தர்கள் பலரும் வந்தனர்.

நல்ல நாளில் அரங்கேற்றம் தொடங்கப்பட்டது. மூன்று தினங்கள் அது நடைபெற்றது. ஒவ்வொரு நாளும் பெருங் கூட்டமாக அன்பர்கள் வந்து கதையைக் கேட்டு இன்புற்றனர். யாவரும், ‘இதைப் போன்ற சரித்திரத்தை இதுகாறும் நாங்கள் கேட்டறியோம்!’ என்று வியந்தனர்.

அதிற் கூறப்பட்ட சேரி வருணனையை வியந்தார் சிலர்; கதையமைப்பைப் புகழ்ந்தனர் சிலர்; ஹாஸ்ய ரஸத்தைப் பாராட்டினர் சிலர்; வேதாந்தக் கருத்துக்களைப் போற்றினர் சிலர்; எளிய நடையைச் சிறப்பித்தனர் சிலர்; அதுவரையில் இந்நாட்டில் வழங்காத புதிய சங்கீத மெட்டுக்களைக் கேட்டு இன்புற்றனர் சிலர்; இங்ஙனம் அச்சரித்திரமானது பல வகையான உயர்வுகளை யுடையதாகிச் சிவபக்தியை ஊட்டுவதற்குரிய இணையற்ற கருவியாக விளங்கியது.

அந்த அரங்கேற்றம் நிறைவேறியவுடன் பாரதியாருக்கு ஸம்மானங்கள் பலவாறு வழங்கப்பட்டன. பொது ஜனங்கள்

அந்த மூன்று நாட்களிலும் நந்தனார் சரித்திரத்தை ஒருமுறை கேட்டதோடு திருப்தியடையவில்லை. நாகபட்டினத்திலுள்ள பிரபுக்கள் பலருடைய வீட்டில் தனித்தனியே அவரவர்கள் விருப்பத்தின்படி பாரதியார் நந்தனார் சரித்திரத்தைப் பிரசங்கம் செய்துவந்தார். அதனைக் கேட்கக் கேட்க மேலும் மேலும் கேட்க வேண்டுமென்ற ஆவல் கேட்டவர்களுக்கு உண்டாயிற்று.

நாகபட்டினத்தில் நாள்தோறும் இங்ஙனம் கதை நடைபெற்று வருகையில் காரைக்காலிலிருந்த உத்தியோகஸ்தர்கள் பலர் நாகை வந்து கதையைக் கேட்டு இன்புற்றுத் தங்கள் ஊர் சென்றனர். இரவெல்லாம் கண் விழித்தமையால் அவர்கள் தங்கள் உத்தியோக நிலையங்களில் தூக்கக் கலக்கத்தால் அவஸ்தைப்பட்டார்கள். காரைக்காலிலுள்ள கலெக்டராகிய ஸிஸே துரை யென்னும் ஒரு கனவான் தம் கீழுள்ள உத்தியோகஸ்தர்கள் இங்ஙனம் இருப்பதற்குக் காரணமென்னவென்று விசாரித்தார். நாகபட்டினத்திற் பாரதியார் செய்து வந்த கதாப்பிரசங்கமே அதற்குக் காரணமென்று அறிந்து ஆச்சரியமுற்றார். அவர் சிறிது தமிழ்ப் பயிற்சியும் சங்கீத ஞானமும் உடையவர்; ஆதலின், ‘இந்த உத்தியோகஸ்தர்களை மயக்கும் சரித்திரமாக இருந்தால் அதை நாமும் கேட்க வேண்டாமா?’ என்று எண்ணினார். அதையறிந்த சில தக்க உத்தியோகஸ்தர்கள் பாரதியாரை நாகபட்டினத்திலிருந்து அன்போடு அழைத்து வந்து காரைக்காலில் நந்தனார் சரித்திரப் பிரசங்கத்தை நடத்தச் செய்தனர்.

நந்தனார் சரித்திரப் பதிப்பு

அப்பொழுது ஸிஸே துரையும் வந்து கேட்டு மிகவும் ஈடுபட்டார். அந்தக் கதையைக் கேட்பதற்காகக் கூடிய கூட்டத்தின் மிகுதியை அவர் அதற்கு முன் ஒரு பொழுதும் கண்டதில்லை. அவ்வளவு அருமையான சரித்திரத்தை அச்சிட்டு வெளிப்படுத்தினால் உலகுக்கு உபகாரமாக இருக்குமென்று அந்தத் துரை எண்ணினார். பாரதியாரிடம் அக்கருத்தைத் தெரிவிக்கவே, இவர் அச்சரித்திரம் முழுவதையும் நன்றாக எழுதிக் கொடுத்தார். ஸிஸே துரையே அதை முதன் முதலில் அச்சிட்டு வெளிப்படுத்தினார்.

அப்பதிப்பின் முகப்பு பக்கத்தில்,

‘உ சிவமயம். பெரியபுராணம் அறுபத்துமூன்று நாயன்மார்களில் சிதம்பரத்தில் முத்திபெற்றவராகிய திருநாளைப் போவார் சரித்திரக் கீர்த்தனை. இஃது முடிகொண்டான் பாரதி கோபாலகிருஷ்ணையரால் நூதனமாக வியற்றியதைக் காரைக்கால் கலெக்டர் ஸிஸேதுரை யவர்கள் உத்தரவின்படி

மேற்படியூர் ஞானப்பிரகாச பிள்ளை யவர்களாலும் பிட்டில் அருணாசல பிள்ளை யவர்களாலும் பரிசோதித்து, புரசை க. குண்ணப்பமூர்த்தி அவர்களால் கல்வி விளக்க அச்சுக் கூடத்தில் பதிப்பிக்கப்பட்டது, துன்மதி ஞூ ஐப்பசி மீ உஅ வ'

என்னும் செய்திகள் காணப்படுகின்றன.

காரைக்காலில் பாரதியார் சில காலம் இருந்து பின்பு மாயூரம் வந்து சேர்ந்தார். மாயூரம் முதலிய இடங்களிலும் தொடர்ந்து பல நாட்கள் நந்தனார் சரித்திரத்தை இவர் பிரசங்கம் செய்யலானார். அங்கே வந்து கேட்டுச் சென்றவர்களாலே தமிழ்நாடு முழுவதும் நந்தனார் சரித்திரப் பிரஸ்தாபமே நிறைந்திருந்தது. அச்சரித்திரப் புஸ்தகங்கள் எங்கும் பரவின. அதனை யாவரும் வாங்கிப் படித்து மனனம் பண்ணினர். அதைக் கேட்ட பலர் திருப்புன்கூர் சென்று நந்தி விலகிய நிலையையும், திருக்கோயிற்கு மேற்கே யுள்ளதும் நந்தனாரால் வெட்டப்பட்டதுமான திருக்குளத்தையும் கண்டு இன்புற்று வந்தனர். சிலர் சிதம்பரம் சென்று நந்தனார் தீக்குளித்த இடமாகிய ஓமக்குளத்தைத் தரிசித்து அதில் ஸ்நானம் செய்து வந்தனர்; மற்ற நாயன்மார்களைப் பற்றிக் கேட்டும் அறியாதவர்கள்கூட நந்தனாரைப் பற்றி நன்றாக அறிந்து கொண்டனர். நந்தனார் வரலாற்றுக்கே ஒரு தனி மதிப்பு உண்டாயிற்று. பல ஊர்களில் புதிய பஜனை மடங்களும், பஜனைக் கோஷ்டிகளும் உண்டாயின; நடராஜ பஜனையைத் தமிழ் நாட்டினர் பாரதியாருடைய கீர்த்தனங்களின் உதவியால் நடத்தினார்கள். தமிழ்நாடு முழுவதும் சிதம்பர நினைவு மலிந்தது.

பாரதியாருக்கு நந்தனார் சரித்திரம் புகழுடம்பை நாட்டியது; கோபாலகிருஷ்ண பாரதியாரை நாமெல்லாம் மறவாமல் நினைக்கப் பண்ணுவது இச்சரித்திரந்தான். இவர் வேறு பல வகையான சிறப்புக்களை யுடையவராயினும் நந்தனார் சரித்திரமென்று சொல்லும்போதே யாவருக்கும் கோபாலகிருஷ்ண பாரதியாருடைய ஞாபகம் உண்டாகாமல் இராது.

இச்சரித்திரம் பலருக்குச் சிவபக்தியையும் தமிழ்க் கீர்த்தனங் களில் சுவையையும் உண்டாக்கியது; சங்கீத வித்துவான்களுக்கு இசையின் வேறுபாடுகளை நன்கு தெரிவித்து நல்ல பயிற்சியை அளித்தது.

ஒரு கவிராயரின் பொறாமை

மாயூரத்தைச் சார்ந்த கூறை நாட்டில் அக்காலத்தில் இருந்த கவிராயர் ஒருவருக்குக் கோபாலகிருஷ்ண பாரதியார் அடைந்துவரும் பெருமை பொறாமையை உண்டாக்கிற்று.

அவர் நல்ல தமிழ்ப் பயிற்சியும் சங்கீத ஞானமும் வாய்ந்தவர்; திருநாவுக்கரசு நாயனார் சரித்திரத்தைக் கீர்த்தன உருவத்தில் இயற்றியவர். அவர் பெரும்பாலும் தமிழ் இலக்கண விதிகளைக் கவனித்து அந்தச் சரித்திரத்தை இயற்றினார். சங்கீதப் பயிற்சியுடையவர்கள் அதனை மதிக்கவில்லை. அதனால் அந்தச் சரித்திரம் அதிகமாகப் பரவாமல் அந்தக் கவிராயர் பழகும் இடங்களில் மட்டும் அவரால் பிரசங்கம் செய்யப்பட்டு வந்தது. அவர் எவ்வளவோ முயன்றும் அதற்கு மதிப்பு உண்டாகவேயில்லை. காரணம், நந்தனார் சரித்திரக் கீர்த்தனத்தின் வியாபகமே.

இந்த நிலையில் நந்தனார் சரித்திர வெள்ளத்தில் தமிழ்நாடு முழுவதும் அமிழ்ந்து கிடப்பதைக் கண்ட அக்கவிராயருக்குப் பொறாமை உண்டாவது இயல்பு தானே? அவர் தம்முடைய மனநிலையையும் பாரதியாருடைய மனநிலையையும் ஒப்பிட்டுப் பார்த்தாரல்லர். அவர் தம்முடைய கல்விப் பெருமையை யாவரும் அறிய வேண்டுமென்றும் புகழடைய வேண்டுமென்றுமே எண்ணிச் செய்த சரித்திரம் பாராட்டப்படாமற் போயிற்று; பாரதியார் உள்ளத் தூய்மையோடு சிவ கிருபை யொன்றையே இலக்காகக் கொண்டு இயற்றிய நந்தனார் சரித்திரமோ மேன்மேலும் விளங்கத் தொடங்கியது.

அதனால் கவிராயருடைய பொறாமைத் தீ கொழுந்து விட்டெரிந்தது. பாரதியாரைப்பற்றிப் பல குறைகளை அவர் கூறத் தொடங்கினார். இவர் மீது பல வசைகவிகளைப் பாடித் தமக்குத் தெரிந்த சிலருக்குப் பாடம் பண்ணுவித்துச் சில இடங்களில் பாடச் செய்தார். அவர் அப்படி இயற்றிய கண்டனங்களுள் பின்வரும் கீர்த்தனம் ஒன்று:

(பல்லவி)

நந்தன் சரித்திரத்தைக் கேளாதே – நாளும்
வந்த தரித்திரந்தான் மாளாதே

(அநுபல்லவி)

தந்தன மாகக்கொள்வான் தடிப்பிரம்ம சாரி
தையலர் மேற்பெருங் காமவி காரி (நந்தன்)

(சரணம்)

பெரிய புராணத்திலே இருப்பதை விட்டுப்
பேய்த்தன மாகஇவன் சொன்னதைத் தொட்டு
அரிய புலவர்க்கு வந்ததே சொட்டு
ஐயையோ அத்தனை யுங்கதைக் கட்டு (நந்தன்)

இத்தகைய கீர்த்தனங்களிலும் செய்யுட்களிலும் அக் கவிராயருடைய பொறாமையும் குறுகிய நோக்கமும்

வெளிப்பட்டனவேயன்றி இவற்றால் பாரதியாருக்கு ஒரு குறைவும் உண்டாகவேயில்லை. இந்த வசைப்பாட்டுக்களைப் பாடிக்கொண்டு சென்றவர்களைப் பலர் கண்டித்துப் புத்தி புகட்டினார்கள். அதுமுதல் அவர்கள் தம் செய்கையினின்றும் நீங்கினர்.

அன்பர்களிற் சிலர் பாரதியாரிடம், வந்து, “இதற்குக் கண்டனமாக நீங்கள் சில கீர்த்தனங்கள் பாடித்தர வேண்டும்; துஷ்டர்களுக்கு இடங்கொடுக்கக்கூடாது; கண்டிக்க வேண்டும்” என்று கேட்டுக்கொண்டார்கள்; அவர்களுள் ஒருவர் அந்தத் தமிழ்ப் பண்டிதர் இயற்றிய திருநாவுக்கரசர் சரித்திரத்தைப் பழித்து,

அப்பன் சரித்திரத்தைச் சொல்லாதே
கப்பறையுங் கையுமாய் நில்லாதே

என வரும் ஒரு கீர்த்தனத்தை இயற்றிச் சொல்லிக் காட்டினார். பாரதியார் அவரைப் பார்த்து, “அதை உடனே மறந்துவிடுங்கள். உங்கள் செயலால் எனக்கு அவமதிப்பு அதிகமாகுமேயன்றி நன்மதிப்பு உண்டாகாது” என்று கூறினார். மற்றவர்களைப் பார்த்து, “நான் சர்வக்ஞனா? என்னுடைய கீர்த்தனங்களில் பிழையிருப்பதாக அவருக்குத் தோற்றியதனால் அவர் அங்ஙனம் கூறி வருகிறார். ஆனால் அநாவசியமாக என்னை அவர் கண்டபடி தூஷிப்பதாக நான் கேள்விப்படுகிறேன். சிவ கிருபையையே துணையாகக்கொண்டு நான் சரித்திரத்தை இயற்றினேன். எனக்கு வரும் இகழ்ச்சியும் புகழ்ச்சியும் ஸ்ரீ நடராஜ மூர்த்தியையே சார்ந்தவை. இதன் கண்டனமாக நான் கீர்த்தனங்களை இயற்றத் தொடங்கினால் எனது எண்ணம் பாழ்படும். ஈசுவரனையும் அடியார்களையும் பாடியதனால் புனிதமடைந்த என்னுடைய நாவை வேறுவிதமாக உபயோகித்து அழுக்கடையச் செய்யமாட்டேன். கங்கையில் நீராடி விட்டுச் சாக்கடை நீரில் மூழ்க யாராவது விரும்புவார்களா? அவர் தம்முடைய ஆத்திரத்தை ஒருவிதமாக இந்தப் பாட்டுக்களால் தீர்த்துக்கொள்கிறார். நாமும் அவரைப்போல் செய்ய ஆரம்பித்தால் நமக்கும் அவருக்கும் வித்தியாசம் என்ன? எல்லாம் நடராஜப் பெருமானது திருவருள் என்றெண்ணி அமைதியாக இருப்பதையே விரும்புகிறேன்” என்று உணர்த்தினார். கேட்டவர்கள் பாரதியாருடைய உயர்ந்த பொறுமையை அறிந்து பாராட்டினார்கள்.

நந்தனார் சரித்திர அமைப்பு

நந்தனார் சரித்திரம் பாரதியாருடைய பேராற்றலையும் கற்பனை மிகுதியையும் நன்கு விளக்குகின்றது. *பெரியபுராணத்தில்*

உள்ள சுருக்கமான வரலாற்றை அதில் விரித்து இவர் அமைத்திருக்கின்றார். வேதியரைப் பற்றிய செய்தியேனும் நந்தனாரை அவர் துன்புறுத்திய விஷயமேனும் *பெரியபுராணத்தில்* காணப்படவில்லை. நந்தனார், பழைய கால வழக்கப்படி தம் குலத்திற்கேற்ப ஒரு பண்ணையாளாகத்தான் இருந்திருக்க வேண்டுமென்று ஊகித்து அவருக்கு ஒரு எஜமானனை இவர் உண்டாக்கிக்கொண்டார். நந்தனாருடைய சிவபக்தியும் துறவு நிலையும் சாந்த உள்ளமும் நிறைந்த குணங்களும் பிரகாசிக்க வேண்டுமென்று நினைந்து, அவருடைய இயல்புகளுக்கு மாறாக உள்ளவைகளை அவ்வாண்டைக்குப் பொருத்தினார். இந்த இருவகை நிலைகளும் ஒன்றுக்கொன்று சுவை பயந்துகொண்டு உலகியலை வெளிப்படுத்துகின்றன. நந்தனார் மிக்க ஏழை; கூலி வேலை செய்யும் அடிமை; ஆண்டையோ பெருஞ்செல்வர்; பல அடிமைகளை உடையவர்; இறுமாப்புடையவர். இந்த வேற்றுமைகள் பாரதியாருடைய சரித்திரத்திற்கு அழகைக் கொடுக்கின்றன.

நந்தனாருடைய சிவபக்தி பலவகையில் தடையுறுகின்றது. ஆண்டைக்கே அடிமையென்னும் எண்ணத்தினாலும் நற்பழக்க மில்லாமையாலும் நந்தனாருடைய சுற்றத்தார் எல்லா விதத்திலும் தூய்மையுடைய அவரை வெறுக்கின்றனர். சிலர் அவரோடு சேர்ந்து பஜனை செய்கிறார்கள். இந்த ‘அநியாய’த்தைத் தீர்க்கும் பொருட்டு ஒரு பெரிய கிழவன் நந்தனார் சிறு பயல்களுக்கு உபதேசம் செய்து சேரி முழுவதையும் கெடுத்ததாகக் குறை கூறுகிறான். நந்தனார் அவனையும் வசப்படுத்திக்கொள்கிறார். ஸ்ரீ நடராஜப் பெருமானுக்கே அடிமை நாமென்னும் பக்தி வைராக்கியமுடைய அவர் தம் கடமையில் தவறினாரல்லர். ஆண்டையை ஒவ்வொரு காரியத்திற்கும் உத்தரவு கேட்கிறார். ‘ஆண்டைக் கடிமைக்காரனல்லவே, நான் ஆண்டைக் கடிமைக்காரனல்லவே’ என்று தனித்துத் தேம்பிப் புலம்பிய அவர், ‘காலில் நக முளைத்த நாள் முதலாய் உமக்கு அடிமைக்காரன் ஐயே’ என்று ஆண்டையின் அடியில் வீழ்ந்து கதறுகிறார். இவ்வளவுக்கும் காரணம் தம் பரம்பரையைக் காப்பாற்றிய ஆண்டைக்குத் தாம் அடிமைத் தொழில் செய்வதினின்றும் வேறுபடாதிருப்பது தம் கடமையென்பதை அவர் உணர்ந்திருந்ததே; இந்தச் செய்ந்நன்றி யறிவே அத்தனை வாக்கு வாதங்களுக்கும் காரணமாயிற்று. இல்லையானால் ஆண்டையை விட்டுவிட்டு ஓடிப்போக எவ்வளவு நேரம் செல்லும்?

இந்தச் செய்ந்நன்றி யறிவை நந்தனார் கொண்டிருந்தாரென்ற குறிப்பைப் பாரதியார் சில இடங்களில் வெளியிட்டுள்ளார்:

காசளவு நன்மை செய்தோரை – ஒரு
காலும் மறவாத் தன்மை
தாசனுக் கெப்போது முண்டு

அல்லும் பகலுமுங்க ளாதரவாலே
ஆளாகினே னையே
அன்புடனே நல்ல கதிபெறுவாயென்
றனுப்பவே ணுமையே

என்று கெஞ்சிக் கேட்கும் நந்தனாருடைய விண்ணப்பத்தில் இவ்வுணர்ச்சி விளங்குவதை அறியலாம். அவருடைய தீவிர பக்தியை அந்தணர் உணரவில்லை. சேரியே சிதம்பரமென்று அவ்வாண்டை உபதேசிக்கிறார். கல்லுங் கரையும்படி பல வகையாக நந்தனார் கேட்டுப் பார்க்கிறார். ஆண்டையின் உள்ளம் ஒன்றுக்கும் இரங்கவில்லை.

ஆண்டை வெருட்டுகிறார்; நல்ல வார்த்தை சொல்லுகிறார்; "உன்னைப்போல நல்லவன் இல்லையே; நீ தொட்டதெல்லாம் பொன்னல்லவா?" என்று வரம்பு கடந்து புகழ்கிறார்; "உனக்குச் சிதம்பர தரிசனம் எதற்கு? அது முனீந்திரர்களுக் கல்லவா?" என்று சொல்லுகிறார்; 'கண்டாங்கிச் சேலை' முதலியன தருவதாகக் கூறி உத்ஸாகப்படுத்துகிறார். இவ்வளவுக்கும் நந்தனார் அவர் வழிக்கு வரவில்லை.

நந்தனார், 'இனி இந்த ஆண்டையின் மனத்தை வசமாக்க நம்மால் முடியாது' என்று விட்டுவிட்டு, என்றைக்கும் ஆண்டானாகிய ஸ்ரீ நடராஜப் பெருமானை எண்ணி எண்ணி நைகிறார்; 'நாற்பது வேலி பூமி நடவு நட்டாகவில்லை' என்ற குறையை ஆண்டைக்குத் தீர்த்து வைத்தால் சிதம்பரம் போக உத்தரவு கிடைக்குமென்று எண்ணுகிறார். இனி இந்த ஜன்மத்தில் சிதம்பர தரிசன மில்லையென்று நிச்சயம் செய்துகொண்டு வருந்துகின்றார்.

இறைவன் திருவருளால் நாற்பது வேலி பூமியும் உழுது பயிரிடப்பட்டுக் கதிர் ஒரு முழங் காணும் நிலையில் ஓர் இரவிலே அமைகின்றது. அந்தத் தெய்விக சக்தியின் பயனைக் கண்ட பிறகே வேதியர் நந்தனாரிடத்தில் பயமும் பக்தியும் கொள்ளுகிறார்.

அவருடைய நெஞ்சம் கழிவிரக்கத்தாற் கரைகிறது.

குற்றமெத்தனை செய்தபோதிலும் உன்றன்
சித்தத்தில் நினையாதே – சிவ
பத்தனென்றறியாமல் பதறி வார்த்தைகள் சொன்ன
பாவந் தொலையாதே

என்று அவர் மன்னிப்புக் கேட்கிறார்.

நந்தா நீ குருவுபதேசம் நவின்றிடவேணும்
நான் கடைத்தேற

என்று நந்தனாரிடம் கதறி உருகிப் புலம்பும்பொழுது அவருடைய பழைய நிலை அவ்வளவும் மாறிவிடுகிறது; ‘கல்லை மென்கனியாக்கும் விச்சை’ போல நந்தனாருடைய பக்தி விசித்திரம் அவரை உருகச் செய்துவிடுகிறது.

யோக தத்துவங்களாகிய சில அரிய மொழிகளை வேதியருக்கு நந்தனார் கூறி விடைபெற்றுச் சிதம்பரத்துக்குப் புறப்படுகிறார். இவ் வரலாறெல்லாம் பாரதியார் தாமே கற்பித்தவை.

சிதம்பரம் சென்று தீயில் மூழ்கி நந்தனார் முனிவரது உருவம் பெற்று ஸ்ரீ நடராஜப் பெருமானுடைய குஞ்சித பாதத்தை அடைந்த செய்தி *பெரியபுராணத்திலே* உள்ளது. இவர் அதை விரிவாக்கி அமைத்திருக்கிறார். சிதம்பரம் செல்லும் வழியிலுள்ள காட்சிகளும், சிதம்பரத்தைக் கண்டவுடன் நந்தனாருக்கு உண்டாகும் மனஎழுச்சியும் படிப்பவர்களைப் பரவசமாக்குகின்றன.

நந்தனாருடைய செயல்களை வருணிக்கும் பகுதிகளைப் பார்த்தால் அவர் ஒரு ஜீவன்முக்தரென்றே தோற்றும். வேதாந்த சாஸ்திரப் பயிற்சியுடைய பாரதியார் பக்தியும் யோகமும் ஞானமும் ஒருங்கே வாய்ந்தவராக நந்தனாரைக் காட்டுகின்றார். சேரிப்பழக்க மட்டும் உள்ள நந்தனாருக்கு, ‘வாசியாலே மூலக்கனல் வீசியே சுழன்றுவர மாசறக் குண்டலியை விட்டாட்டும்’ யோகநிலை தெரிந்திருத்தல் இயல்பென்று தோற்றவில்லை; எனினும் பாரதியார் தாம் எங்ஙனம் இருக்கவேண்டு மென்று நினைத்தாரோ அங்ஙனம் நந்தனாரை இருக்கச் செய்தார்; எந்த அநுபவங்கள் உண்மை ஞானியின் இலக்கணங்க ளென்று கருதினாரோ அந்த இலக்கணங்களை நந்தனாருக்கு ஏற்றி உரைத்தனர். நந்தனாருடைய கூற்றுக்களிலே யோகநூற் கருத்துக்கள் பல வந்துள்ளன. பாரதியாரே நந்தனாராக இருந்து தம் உள்ளத்தை அங்கங்கே திறந்து காட்டியிருக்கின்றார். தமது சொந்த அநுபவ உணர்ச்சிகளையே நந்தனாருடைய செயல்களாலும் கூற்றுகளாலும் விளங்கவைத்த பாரதியாருடைய கற்பனையானது தமிழ்நாட்டை உருகச் செய்கின்றது.

ஸ்ரீ மீனாட்சிசுந்தரம் பிள்ளை யவர்களது சிறப்புப் பாயிரம் பெற்றது

இலக்கணப் பிழைகள் நந்தனார் சரித்திரத்தில் அங்கங்கே உண்டு. சிலர் அவற்றை எடுத்துக்காட்டிக் குறை கூறும்பொழுது பாரதியாருடைய மாணாக்கர் பலர், ‘பெரிய வித்துவான்

யாரிடமேனும் சென்று சிறப்புப் பாயிரம் வாங்கிவிட்டால் இவர்கள் பேசாமல் இருந்து விடுவார்கள்' என்று வற்புறுத்தி வேண்டினர்.

அக்காலத்தில் மாயூரத்திலே தமிழில் மகாவித்துவானாகிய ஸ்ரீ மீனாட்சிசுந்தரம் பிள்ளை யவர்கள் வசித்துவந்தார்கள். பாரதியாருடைய சிவபக்தியையும் ஞானநிலையையும் அறிந்த அவர்களுக்கு இவர்மீது அன்புண்டாயிற்று. இருவரும் அடிக்கடி கண்டு சல்லாபஞ் செய்வதுண்டு. பாரதியார் தம் மாணாக்கர் கருத்தைப் பிள்ளை யவர்களிடம் கூறி நிறைவேற்றிக் கொள்ளலாமென்று எண்ணினார். ஒருநாள் அதனைப் பிள்ளை யவர்களிடம் வெளியிட்டனர். பிள்ளை யவர்கள் இவர்பால் அன்புடையவர்க ளாயினும், *நந்தனார் சரித்திரம் பெரியபுராணத்தி* லுள்ளவாறே இயற்றப் படாமையாலும், பிழைகள் உடையதாக இருப்பதனாலும் அதற்குச் சிறப்புப் பாயிரங் கொடுப்பதற்கு விரும்பவில்லை; பாரதியாருடைய விருப்பத்தை மறுப்பதற்கும் மனந் துணியவில்லை. ஆதலின், “சாம்பவர்களாகிய உங்களுடைய கீர்த்தனத்துக்கு எனது சிறப்புப் பாயிரம் எதற்கு? இசை நூலாகிய அதற்கு இசையறிந்தவர்கள் அளித்தால் பொருத்தமாக இருக்கும். அன்றியும் மிகவும் பிரசித்தமாக வழங்கும் அந்நூலுக்குச் சிறப்புப் பாயிரம் வேண்டிய அவசியமே இல்லை” என்று கூறினார்கள். பாரதியார், “எவ்வளவோ சிவ புராணங்களைப் பாடியவர்களும் சிவபக்த சிரோமணிகளுமாகிய உங்களுக்குத்தான் அச்சரித்திர அமைப்பின் அருமை பெருமை தெரியும். சாதாரண ஜனங்களும் பக்தியில் ஈடுபடும் வண்ணம் அமையவேண்டு மென்று எண்ணிச் செய்த அது நடராஜமூர்த்தியின் கிருபையால் ஓர் உருவம் பெற்றது. உங்கள் வாக்கினால் அதற்கு ஒரு சிறப்புப் பாயிரம் இருந்தால் இதுவரையிலும் இல்லாத பெருமை உண்டாகுமென்று எண்ணுகிறேன்” எனறு அடிக்கடி கூறி வற்புறுத்திவந்தார். பிள்ளை யவர்களோ ஒவ்வொரு முறையும் ஏதேதோ சமாதானம் கூறிவந்தனர்.

இப்படி யிருக்கையில் ஒருநாள் பிற்பகலில் பாரதியார் பிள்ளை யவர்களது வீட்டை யடைந்தார். அப்போது பிள்ளை யவர்கள் ஆகாரம் செய்துவிட்டு வழக்கம்போலவே துயின்றுகொண்டிருந்தனர். அதனையறிந்த பாரதியார் வீட்டின் வெளித்திண்ணையிலேயே உட்கார்ந்துகொண்டு பாடத் தொடங்கினார். சங்கீத வித்துவான்கள் தனியே இருக்கையில் இங்ஙனம் தாமே பாடி மகிழ்வது இயல்பு. பாரதியார் தாம் இயற்றிய *நந்தனார் சரித்திரத்*திலுள்ள கீர்த்தனங்கள் சிலவற்றைப் பாடினார். இவருடைய இன்னிசை பிள்ளை யவர்களை எழுப்பிவிட்டது. அவர்கள் எழுந்து படுக்கையிலேயே உட்கார்ந்து

கொண்டார்கள். கீர்த்தனங்களின் இசையும் பொருளும் அவர்கள் மனத்தைக் கவர்ந்தன. உடனே எழுந்து சென்றால் பரதியார் தாமே அநுபவித்துப் பாடுவதை நிறுத்திவிடுவாரென்று எண்ணி அங்கிருந்தபடியே கேட்கலானார்கள். பாரதியார், 'கனகசபாபதி தரிசனம் ஒருநாள் கண்டால் கலிதீரும்' என்ற கீர்த்தனத்தைப் பாடினார். பிள்ளை யவர்கள் ஸ்ரீ நடராஜமூர்த்தி யிடம் உறுதியான பக்திபூண்டவர்கள்; அம்மூர்த்தியின் குஞ்சித சரணத்தை மறவாத உள்ளத்தினர்; தாம் இயற்றும் நூல்களின் இறுதியில் அச் சரணத்தை வாழ்த்தி நிறைவேற்றுவது அவர்களது வழக்கம். ஆதலின் ஸ்ரீ நடராஜமூர்த்தி விஷயமாகவுள்ள அக்கீர்த்தனம் அவர்கள் மனத்தை உருக்கியது. பாரதியார் பின்னும் சில கீர்த்தனங்களைப் பாடினார். பிள்ளை யவர்கள் தம்மையே மறந்து அந்த இசைப் பாட்டுக்களில் ஈடுபட்டிருந்தார்கள்; பக்தி மிகுதியினால் அவர்களுக்குக் கண்ணீர் வெளிப்பட்டது. உடனே எழுந்து வெளியே வந்தார்கள். பாரதியார் எழுந்து நின்றார். அவர்கள் பாரதியாருக்கு அஞ்சலி செய்தார்கள். பின்பு,

> கோமேவு திருத்தில்லை நடராசப் பெருமான்றாள் கூடி யுய்ந்த
> பூமேவு பேரன்பர் திருநாளைப் போவார்தம் புனிதச் சீரைப்
> பாமேவு பலவகைய விசைப்பாட்டா லினிமையுறப் பாடி யீந்தான்
> ஏமேவு கோபால கிருட்டினபா ரதியென்னும் இசைவல் லோனே

என்னும் சிறப்புப் பாயிரப் பாடலொன்றை அன்புடன் பாடியளித்தார்கள்; அளித்துவிட்டு, "பலநாளா, நீங்கள் விரும்பியபடி செய்ய இயலாததற்கு வருந்துகிறேன்; பரம சாம்பவர்களாகிய உங்களை இதுவரையில் அலைக்கழித்ததைப் பொறுத்துக்கொள்ள வேண்டும்" என்று கூறினார்கள்.

உடனே பாரதியார், "எந்தக் காலத்தில் எது நிறைவேற வேண்டுமோ அந்தக் காலத்திலேதான் அது நிறைவேறும். தாங்கள் இப்பொழுதேனும் அளிக்கும்படி செய்த ஸ்ரீ நடராஜப்பெருமான் திருவருளை எண்ணிப் போற்றுகின்றேன்" என்று சொல்லி விடைபெற்றுச் சென்றார்.

வேதநாயகம் பிள்ளையின் பழக்கம்

பிரதாப முதலியார் சரித்திரம், நீதிநூல் முதலியவற்றை இயற்றியவராகிய வேதநாயகம் பிள்ளை யென்பவர் சீகாழியில் முன்சீபாக இருந்து மாயூரத்துக்கு மாற்றப்பட்டு வந்தார். அவர் கிறிஸ்தவ மதத்தினராயினும் எல்லா மதத்தினரிடத்தும் அன்புடையவர்; மீனாட்சிசுந்தரம் பிள்ளை யவர்களிடத்திற் சிலகாலம் பாடங் கேட்டவர்; அழகிய இனிய செய்யுட்களை எளிய நடையில் இயற்றும் பழக்கமுடையவர்; தமிழில் கீர்த்தனங்களையும் இயற்றியிருக்கிறார்.

மாயூரம் வேதநாயகம் பிள்ளை

அவருக்கு இயல்பாகச் சங்கீதப் பயிற்சியில்லை. எனினும் யாரேனும் ஒருவர் ஒரு கீர்த்தனத்தைப் பாடக் கேட்டால் அந்த மெட்டை வைத்துக்கொண்டு புதிதாக ஒரு கீர்த்தனம் இயற்றிவிடுவார். அங்ஙனம் அவர் இயற்றிய கீர்த்தனங்கள் பல; அவற்றை அவர் கோர்ட்டில் உள்ள உத்தியோகஸ்தர்களிலும் வக்கீல்களிலும் சங்கீத ஞானமுள்ளவர்கள் தாமே மனனம் பண்ணி அன்புடன் பாடுவார்கள்; தங்கள் குழந்தைகளுக்கும் கற்றுக்கொடுத்துப் பாடச் செய்வார்கள். இச்செயல்களாலும், அக்கீர்த்தனங்களின் எளியநடை, தொடர்ந்த பொருட்சிறப்பு முதலிய அழகிய அமைப்புக்களாலும், அவை மாயூரத்திலும் அதைச் சார்ந்த இடங்களிலும் மிகுதியாக வழங்கலாயின.

வேதநாயகம் பிள்ளை சீகாழியி லிருந்தபோதே பாரதியாரைப்பற்றி அறிந்தவராதலின் மாயூரத்திற்கு வந்த பின்னர் இவரது பழக்கத்தை முயன்று செய்து கொண்டார்; இவர் இயற்றிய கீர்த்தனங்களை, அறிந்தவர்களால் அடிக்கடி சொல்லக்கேட்டு மகிழ்வார்; அவற்றைப் பின்பற்றித் தாம் இயற்றிய கீர்த்தனங்களை இவரிடம் காட்டி, சங்கீத சம்பந்தமாக இவர் கூறும் யோசனைகளைக் கேட்டு அவற்றிற்கேற்ப அமைப்பார். இங்ஙனம் பழகிவந்ததால் இருவருக்கும் இருந்த அன்பு வளர்ச்சியுற்றது.

தாது வருஷத்தில் நேர்ந்த கொடிய பஞ்சத்தால் ஜனங்கள் பலவகையான துன்பங்களை அடைந்தனர். அப்பொழுது வேதநாயகம் பிள்ளை தாமே பொருளுதவி செய்தும், பல பிரபுக்களிடம் சொல்லிப் பொருளுதவி செய்வித்தும் கஞ்சித் தொட்டிகளை அமைப்பித்து நாள்தோறும் பலபேர்களுக்குக் கஞ்சி வார்க்கச் செய்தார்; அதனால் பல ஏழைகள் இன்புற்றனர். இந்தத் தர்மச் செயலைக் கண்ட பாரதியார் உள்ளங்குளிர்ந்து வேதநாயகம் பிள்ளையின்மீது, "நீயே புருஷ மேரு" எனத் தொடங்கும் ஒரு கீர்த்தனத்தைப் பாடினார். பாரதியார் இயற்றிய கீர்த்தனங்களுள் இவ்வொன்றே நரஸ்துதியாக உள்ளது. வேறு எந்தச் சமயத்திலும் யார்மீதும் பாடியதாகத் தெரியவில்லை.

சில வித்துவான்களின் கூற்று

ஒரு சமயம் மாயூரத்தில் சில தர்க்க வியாகரண வித்துவான்கள் ஒரு பிரபுவின் வீட்டிலே கூடியிருந்தனர். வேறு சிலரும் அங்கே இருந்தனர். அப்பொழுது பாரதியாருடைய அன்பரொருவர், "கோபாலகிருஷ்ண பாரதியாருடைய கீர்த்தனங்கள் எவ்வளவு அழகாக இருக்கின்றன! அவருடைய ஞானம் ஆச்சரியகரமானது. சமஸ்கிருத நூல்களிலுள்ள விஷயங்கள் பல அவற்றில் உள்ளன" என்று பாராட்டினார்.

அதைக் கேட்ட மேற்கூறிய வித்துவான்களுட் சிலர், "அவருக்கு என்ன தெரியும்? காயகர்களுக்குப் பாஷா ஞானம் ஏது? சங்கீதம் அர்த்தமில்லாத சப்த ஜாலந்தானே!" என்று இழிவாகப் பேசினர். அப்போது அங்கே இருந்த பாரதி யாருடைய மாணாக்கராகிய இராமசாமி ஐயரென்பவர் அவர்களுடைய அறியாமையையும் பொறாமையையும் உணர்ந்து நந்தனார் சரித்திரத்திலுள்ள,

வாசியாலே மூலக்கனல் வீசியே சுழன்றுவரப்
பூசைபண்ணிப் பணிந்திடு மாசறக்குண் டலியைவிட்
டாட்டுமே – மனமூட்டுமே – மேலோட்டுமே – வழிகாட்டுமே

முப்பாழும் தாண்டிவந்து அப்பாலே நின்றவர்க்கு
இப்பார்வை கிடையாது

குண்டலி சக்தியைக் கொண்டு
கிளம்பி மண்டலம் புகுந்து

சஞ்சரித்துக் கொண்டார்
குறையா அமிர்தமுண்டார்

என்னும் கீர்த்தனப் பகுதிகளைச் சொல்லி, "இவைகளெல்லாம் உபயோகமற்றவைகளா? எங்கே, இவைகளுக்கு அர்த்தம் சொல்லுங்கள் பார்ப்போம். உங்கள் வியாகரணத்தையும் தர்க்கத்தையும் கொண்டு இவற்றை அறிய முடியுமா?" என்று கம்பீரமாகப் பேசினார். கேட்டவுடனே அவர்கள் ஒன்றும் பேசாமல் மௌனமாக இருந்துவிட்டார்கள்.

ஆறுமுக நாவலர் அன்பு

பாரதியார் ஒருமுறை சிதம்பரம் சென்றிருந்த காலத்தில் ஆலயத்திற் பாடிக்கொண்டிருக்கையில் ஸ்ரீ ஆறுமுக நாவலரவர்கள் இவரைக் கவனித்தனர். அப்பொழுது அவர் இவருடைய சிவபக்தியை அறிந்து வியந்தார்; இவருடைய கீர்த்தனங்களைக் கேட்டு அவை சிவபிரான் திருவருட் சிறப்பைப் பலவகையாக எடுத்துப் பாராட்டுவனவாக இருத்தலை யுணர்ந்து இன்புற்றுச் சென்றார்; மறுநாள் ஆலயத்துக்கு வந்த காலத்தில் இவரைக் கண்டு தம்முடைய ஞாபகத்தின் அறிகுறியாக இருக்க வேண்டுமென்று பத்து ரூபா அளித்தனர்.*

வேறு சரித்திரங்கள்

நந்தனார் சரித்திரம் இயற்றப்பட்ட பிறகும் பாரதியார் அவ்வப்போது சில சில கீர்த்தனங்களை இயற்றி வந்தார். நாகபட்டினத்திலுள்ள வைசியர்கள், "எங்கள் மரபினராகிய நாயனார் ஒருவரது சரித்திரத்தை இயற்றியளிக்க வேண்டும்"

---

* இச்செய்தியைப் பாரதியாரே சொன்னதுண்டு.

என்று வேண்டிக்கொண்டார்கள். அவர்கள் வேண்டியபடியே இயற்பகை நாயனார் சரித்திரத்தையும் இயற்றினார். அதன் பிறகு சிதம்பரத்திலுள்ளார் சிலர் விரும்பியபடி திருநீலகண்ட நாயனார் சரித்திரத்தையும் இயற்றினார்.

இந்த இரண்டும் தமிழ்நாட்டில் நந்தனார் சரித்திரத்தைப்போல அதிகமாகப் பரவவில்லை. திருப்பழனம் பஞ்சாபகேச சாஸ்திரிகள் இயற்பகை நாயனார் சரித்திரத்தை மிகவும் சிறப்பாகக் கதை பண்ணுவதுண்டு; வேறு பலரும் அவற்றைப் பிரசங்கம் செய்து வந்தார்கள். இவ்விரண்டு சரித்திரமும் அச்சிடப்படவில்லை. இவற்றைக் கதை பண்ணுவாரும் அரியராயினர். இவை முழு உருவத்தோடு இருக்கின்றனவோ இல்லையோ என்ற சந்தேகங்கூட இப்பொழுது உண்டாகிறது. முதியவர்களான சில சங்கீத வித்துவான்கள் இவ்விரண்டு சரித்திரங்களிலுமுள்ள சிலசில கீர்த்தனங்களை மட்டும் சொல்லிக்கொண்டிருக்கிறார்கள். இவற்றோடு பாரதியார் காரைக்காலம்மையார் சரித்திரத்தையும் இயற்றியதாகச் சிலர் கூறுகின்றனர்.

நந்தனார் சரித்திரத்தின் பிந்திய பதிப்புகள்

நந்தனார் சரித்திரத்தின் பல பதிப்புகள் பலவகை உருவங்களில் வெளிப்படுத்தப்பட்டுள்ளன. துந்துபி வருஷம் ஆவணி மாதம் இரண்டாம் பதிப்பு வெளியாயிற்று. அதன் முகப்புப் பக்கத்தில்,

> "உ பெரிய புராணம் அறுபத்துமூன்று நாயன்மார்களில் ஒருவராகிய நந்தனாரென்னும் *திருநாளைப் போவார் திவ்ய சரித்திரக் கீர்த்தனையும் சிதம்பரக் கும்மியும்*. இவை சங்கீத சாஹித்ய வித்வாம்சராகிய ஆனை தாண்டாபுரம் – பாரதி கோபாலகிருஷ்ணையரால் நூதனமாக வியற்றியதைப் புதுவையிலிருக்கும் சேலம் வையாபுரி செட்டியார் குமாரராகிய காயல் வெல்ல வியாபாரம் வீரப்ப செட்டியார் அச்சிட்டுத் தரவேண்டுமென்று கேட்டுக்கொண்டபடி, திருவையாறு சாமிநாத தேசிகரால் முன் ரிஜிஸ்டர் செய்தச்சிட்டதுபோல் இரண்டாமுறை விவேக விளக்க அச்சுக்கூடத்திற் பதிப்பிக்கப்பட்டன. துந்துபி வருஷம் ஆவணி மாதம்"

என்பவை காணப்படுகின்றன. அப்பதிப்பிற் காணப்படாத பல தனிக் கீர்த்தனங்கள் பிற்காலப் பதிப்புகளிலே சேர்த்து அச்சிடப்பட்டுள்ளன.

எனது முதற் காட்சி

என் தந்தையாராகிய ஸ்ரீ வேங்கடசுப்பைய ரவர்கள் சிறந்த சங்கீத வித்துவானாதலின் பாரதியாருடைய பழக்கம் பல நாளாக

அவருக்கு இருந்தது. என் ஐந்தாம் பிராயம் முதற்கொண்டே நந்தனார் சரித்திரக் கீர்த்தனங்களை நான் அறிந்து மனனம் செய்து பாடுவதுண்டு. அச்சரிதத்திற்கு நாடெங்கும் இருந்த மதிப்பினை அறிந்த நான் கோபாலகிருஷ்ண பாரதியார் ஒரு மகானென்றும் அவரைத் தரிசிக்க வேண்டுமென்றும் எண்ணினேன். பாரதியார் மாயூரத்திலேயே இருந்து வருவதாக எந்தையார் கூறியிருந்தனர். ஆதலின் மாயூரத்திற்குச் சென்றால் இவரைத் தரிசித்துப் பழகலாமென்னும் ஆவலுடையவனானேன்.

பிரஜோத்பத்தி வருஷம் சித்திரை மாதம் (1871 ஏப்ரலில்), முதன் முதலாக ஸ்ரீ கோபாலகிருஷ்ண பாரதியாரைத் தரிசித்துப் பழகும் பேறு எனக்கு வாய்த்தது. அக்காலத்தில் எனக்குப் பிராயம் பதினேழு.

என் தந்தையா ரவர்கள் மாயூரத்திலிருந்த மகாவித்துவான் ஸ்ரீ மீனாட்சிசுந்தரம் பிள்ளை யவர்களிடம் என்னை ஒப்பித்துத் தமிழ் கற்பிக்கச் செய்ய எண்ணினர். அதன் பொருட்டு என்னை அழைத்துக்கொண்டு மாயூரம் சென்றனர்.*

நானும் என் தகப்பனாரும் மாயூரத்தில் மகாதானபுர அக்கிரகாரத்தில் ஓரன்பருடைய வீட்டுத் திண்ணையில் இருந்து பேசிக்கொண்டிருந்தோம். பிற்பகல் 3 மணி இருக்கும். வீதிவழியே ஒருவர் நடந்து வந்தார். அவரைக் கண்ட என் தகப்பனார் எழுந்து, "பாரதியா ரவர்களா?" என்று கேட்கவே, வீதியிற் சென்ற அவர், "யார் அது? வேங்கடசுப்பைய ரவர்களா? ஏது இவ்வளவு தூரம்?" என்று சொல்லிக்கொண்டே நாங்கள் இருவரும் இருந்த திண்ணைக்கு வந்து அமர்ந்தார். உடனே என்னுடைய தந்தையாரின் கட்டளைப்படி அவரை நான் சாஷ்டாங்கமாக நமஸ்கரித்தேன்.

வந்தவர் கோபாலகிருஷ்ண பாரதியா ரென்பதை யறிந்த நான் மிக்க வியப்பை அடைந்தேன். அவருடைய புகழையும் நந்தனார் சரித்திரத்தின் அழகையும் உணர்ந்து ஈடுபட்டிருந்த என் இளைய உள்ளத்துக்குப் பாரதியார் ஓர் அழகிய உருவத்தை யுடையவராக இருப்பாரென்ற காரணமில்லாத தோற்றமொன்று இருந்துவந்தது. நான் கண்ட காட்சியோ அதற்கு நேர்விரோதமாக இருந்தது.

அகலமான புறங்கால்களுக்குமேல் சூம்பின கால்கள்; பருத்த முழங்கால்கள்; தடித்த இடை; முழங்காலுக்கு மேல் வஸ்திரம்; கூனல் முதுகு; இறுகின கழுத்து; பெருத்த முண்டொன்று

---

* இவ்வரலாறுகளை ஸ்ரீ மீனாட்சிசுந்தரம் பிள்ளை யவர்கள் சரித்திரம், இரண்டாம் பாகத்திற் காணலாம்.

முன்வந்திருக்கும் குரல்வளை; அந்தக் கழுத்தில் ஏக (ஒற்றை) ருத்திராட்சம்; மார்பில் வில்வ ஓட்டு வில்லையோடுள்ள ருத்ராட்ச கண்டி; பூனைக் கண்; குறுக்கே நீண்ட தலை; அதன் மேல் நாணற் பூவைப்போலப் பறந்துகொண்டிருக்கும் பத்து மயிர்; இந்தக் கோலத்தோடு பாரதியார் இருப்பாரென்று நான் கனவிலும் நினைத்ததில்லை. அத்தகைய உருவத்தினால் இவருடைய சங்கீதத்துக்கோ சிவபக்தி வைராக்கியத்துக்கோ இழுக்கு ஒரு சிறிதும் உண்டாகவில்லை. கோணலையுடைய வீணையி லிருந்தல்லவா இனிய இசை எழுகின்றது? ஜடமாகிற அதற்கே அவ்வளவு சக்தி இருக்கும்போது, ஈசுவர சக்தியினால் உண்டாகிய *சாரீர வீணைக்கு எவ்வளவு கோணல் இருந்தால்தான் என்ன?

பாரதியார் கையில் மூங்கிற் கம்பொன்றை ஊன்றிக்கொண்டு நடந்து வந்தார். அவருக்கு அக்காலத்தில் பிராயம் சற்றேறக்குறைய எழுபதுக்கு மேல் இருக்கலாம். ஆயினும் பிரமசரியத்தின் சக்தி அவருடைய பிராயத்தை அடக்கிக் காட்டியது. அறுபதுக்குள்ளே தான் இருக்குமென்று தோற்றியது.

என் தந்தையாரும் பாரதியாரும் ஒருவரையொருவர் க்ஷேமலாபங்களை விசாரித்துக்கொண்டார்கள்.

பாரதியார்: நீங்கள் இங்கே வந்த விசேஷம் என்ன? இந்தப் பையன் யார்?

தகப்பனார்: இவன் என்னுடைய குமாரன்; தமிழ் படித்து வருகிறான். இங்கேயுள்ள மகாவித்துவான் மீனாட்சிசுந்தரம் பிள்ளை யவர்களிடம் தமிழ் படிக்கச் செய்யலாமென்று எண்ணி அவர்களிடம் ஒப்பிக்க வந்திருக்கிறேன்.

பாரதியார்: சங்கீதத்தில் அப்பியாசம் பண்ணி வைக்க வில்லையா? கனம் கிருஷ்ணையருடைய சிஷ்ய பரம்பரை வீணாகப் போகாமல் விளங்க வேண்டாமா?

தகப்பனார்: சங்கீதமும் தெரியும். என்னிடமும் என் தம்பி சின்னசாமி யிடமும் அப்பியாசம் செய்திருக்கிறான். பல உருப்படிகள் பாடம் உண்டு. இங்கே இருந்தால் உங்களிடமும் சில சமயங்களில் வந்து சொல்லிக் கொள்ளலாமல்லவா?

பாரதியார்: பிள்ளை யவர்கள் மிகச் சிறந்த வித்துவானே. அவரைப்போன்ற கவிதாசாமர்த்தியமும் பாடஞ் சொல்லும் திறமையும் நற்குணமும் உபகாரசிந்தையும் உள்ளவர்களைப் பார்க்கமுடியாது. ஆனாலும் அவர் சங்கீத விரோதியல்லவா?

---

* உடம்பைச் சாரீர வீணையென்பார் இசை நூலார்.

அவருக்கும் சங்கீதத்துக்கும் வெகுதூரம். இருக்கட்டும். இவனுக்குக் கனம் கிருஷ்ணையர் கீர்த்தனங்கள் பாடமுண்டா? *"குஸுமகுந்தளாம்பிகையே" என்ற கீர்த்தனம் தெரியுமா?

உடனே என் தகப்பனாரது கட்டளையின்மேல் அந்தக் கீர்த்தனத்தையும் வேறு சில கீர்த்தனங்களையும் பாடினேன். நந்தனார் சரித்திரத்திலுள்ள சில கீர்த்தனங்களையும் பாடினேன். அவர் விரும்பியபடி என் தகப்பனாரும் பல கீர்த்தனங்களைப் பாடிக் காட்டினர். நானும் உடன் பாடினேன்.

கேட்ட பாரதியார் மகிழ்ந்து, "இவனுக்குச் சாரீரம் இருக்கிறது. உங்களுடைய வழிகளை நன்றாக அப்பியாசம் பண்ணியிருக்கிறான். பழக்கத்தை நிறுத்தாமல் மேலும் மேலும் விருத்தி பண்ணிக்கொண்டு வந்தால் நல்லது" என்றார்.

தகப்பனார்: தினந்தோறும் விடியற்காலையில் தங்களிடம் வந்து சிக்ஷை சொல்லிக்கொள்ளும்படி செய்விக்கிறேன். தாங்கள் கிருபை வைத்துச் சொல்லி வைக்க வேண்டும். இவனுக்குத் தெரிந்த கீர்த்தனங்களையும் கேட்டு ஆசீர்வாதம் செய்ய வேண்டும். அதனால் இதுவரையில் தெரிந்துகொண்டவற்றை மறவாமல் இருக்க முடியும். தாங்கள் இருக்கும்போது இவனுக்கு என்ன குறை?

பாரதியார்: ஸ்ரீ நடராஜ மூர்த்தியின் கிருபை பூர்ணமாக இருக்குமென்று நம்புகிறேன். இவன் என்னிடம் அப்பியாசம் பண்ணிவந்தால் எனக்கும் மிகவும் திருப்தியாக இருக்கும். கனம் கிருஷ்ணையர் கீர்த்தனங்களைச் சுத்தமாகப் பாடும்படி சொல்லிக் கொடுத்திருக்கிறீர்கள்.

நான் சங்கீத சிக்ஷை தொடங்கி நிறுத்தியது

பிறகு பாரதியார் தம் இருப்பிடம் சென்றார். நான் பிள்ளை யவர்களிடம் பாடங் கேட்கத் தொடங்கினேன். தினந்தோறும் விடியற்காலையில் எழுந்து பாரதியாரிடம் சென்று இசைப்பயிற்சி செய்து வந்தேன். பாரதியார் எனக்குப் பாடமாயிருந்த கீர்த்தனங்களைக் கேட்டுத் திருத்துவார்; கனம் கிருஷ்ணையர் கீர்த்தனங்களை அடிக்கடி பாடச்செய்து கேட்டு இன்புற்று உருகுவார்; அவற்றின் மெட்டைப் பாராட்டுவார். பாரதியார் இயற்றிய கீர்த்தனங்களையும் வேறு பல பழைய உருப்படிகளையும் அக்காலத்தில் நான் கற்றுக்கொண்டேன். மாலைக் காலங்களில் ஓய்விருந்தால் இவரோடு காவிரியாற்றுக்குச் சென்று சந்தியாவந்தனம் செய்துவருவேன்.

---

* இதனைக் கனம் கிருஷ்ணையர் சரித்திரத்தின்பின் சேர்த்துள்ள கீர்த்தனத் தொகுதியிற் காணலாம்.

நாள்தோறும் நான் பாரதியாரிடம் சென்று பயின்று வருவது பிள்ளை யவர்களுக்குத் தெரியாது. ஒருநாள் அப்புலவர் பெருமானும் பாரதியாரும் சந்திக்க நேர்ந்தது. அப்பொழுது பிள்ளை யவர்கள் பாரதியாரை நோக்கி, "என்னிடம் ஒரு பிராமணச் சிறுவர் பாடங் கேட்கிறார்; செய்யுட்களை இசையோடு படிக்கின்றார்; காதுக்கு இனிமையாக இருக்கிறது. நீங்கள் கேட்டால் உங்களுக்குத் திருப்தியாக இருக்கும்" என்றார்கள்.

பாரதியார்: எனக்கு அவனைத் தெரியும். அவனுடைய தகப்பனாருக்கும் எனக்கும் பல நாளாகப் பழக்கம் உண்டு. அவன் தினந்தோறும் என்னிடமும் வந்து சங்கீத அப்பியாசம் செய்து வருகிறான். சாரீர சம்பத்து இருக்கிறது. தங்களிடம் படித்து வருவதாக அவன் சொன்னான். அவனை நன்றாகப் படிப்பிக்க வேண்டுமென்று நானும் கேட்டுக்கொள்ளுகிறேன்.

பிள்ளை யவர்கள் இதனைக் கேட்டபிறகு திடீரென்று பாரதியாரிடம் விடைபெற்று நேரே தம் வீட்டுக்கு வந்தார். அங்கே அன்பர்களுடன் பாடங்களைச் சிந்தனை செய்துகொண்டிருந்த நான் அவர்களைக் கண்டதும் எழுந்து நின்றேன்; அவர்கள் என்பால் வந்து, "நீர் கோபாலகிருஷ்ண பாரதியாரிடம் இசைப் பயிற்சி செய்வதுண்டோ?" என்று கேட்டார்கள். நான் அவர்களிடம் அதுகாறும் அச்செய்தியை அறிவியாததை நினைந்து அஞ்சினேன்; மெல்ல, "ஆம்; அவர்களிடம் சென்று அப்பியாசம் செய்யும்படி என் தகப்பனார் கட்டளையிட்டார்கள். இதுவரையில் பயின்றவற்றை மறவாமல் இருக்கும்பொருட்டு அங்ஙனம் செய்து வருகிறேன்" என்றேன். அக்கவிஞர்பிரான், "நீர் அங்ஙனம் செய்து வருவதை நான் இதுவரையில் அறிந்து கொள்ளவில்லை; இன்றுதான் பாரதியார் சொன்னார்; இசையில் அதிகப் பயிற்சியும் ஊக்கமும் வைத்துக்கொண்டால் தமிழ் இலக்கிய இலக்கண நூல்களில் நன்றாகப் புத்தி செல்லாது. நூல்களின் கருத்தை நுணுகி ஆராய்ந்து படிக்கும் வழக்கத்தை அது தடுத்து விடும்" என்றார்கள். அவர்களுடைய நோக்கத்தை அறிந்து மறுநாள் முதல் பாரதியாரிடம் இசை பயில்வதை நிறுத்திக்கொண்டேன். வேறொன்றும் சொல்லாமல், "இங்கே வருவதற்கு ஒய்வு இல்லை; படித்தவற்றைச் சிந்திக்க வேண்டும்" என்று இவரிடம் சொல்லிவிட்டேன். அப்பால், நேர்ந்த காலங்களிலே இவரிடம் சென்று பழகிக்கொண்டு மட்டும் வந்தேன். திருவாவடுதுறை சென்று இருந்த காலங்களில் இடையிடையே மாயூரத்திற்குச் செல்லும்போது இவரைப் பார்த்து இவருடைய ஆசீர்வாதம் பெற்று வருவேன்.

பிள்ளை யவர்கள் என்னுடைய இசைப் பயிற்சியைப் பற்றிச் சொன்னபோது பாரதியார், "அவர் சங்கீத விரோதி"

என்று கூறியதன் உண்மை புலப்பட்டது. அதனால் எனக்குப் பிள்ளை யவர்களிடத்தில் சிறிதேனும் வெறுப்பு உண்டாகவில்லை. சங்கீதத்தில் இளமை தொடங்கியே இயல்பாகப் பிரியமிருந்தும், அக்காலம் முதற்கொண்டு என்னுடைய முக்கியமான நோக்கமும் முயற்சியும் தமிழாகவே இருந்தமையினால், அதன் பொருட்டு எதையும் தியாகம் செய்யும் இயல்பை மேற்கொண்டேன். இல்லையாயின், அந்தப் புலவர் சிகாமணியின் அன்புக்குப் பாத்திரமாகித் தமிழ்த்தாயின் திருத்தொண்டைச் செய்து இன்புற்றுவரும் நிலைமை மாறியிருக்கலா மல்லவா?

பிற்காலத்தில் பிள்ளை யவர்கள் அயர்ச்சியுடன் இருக்கும் காலங்களில் தமிழ்ச் செய்யுட்களையும் கீர்த்தனங்களையும் என்னை இசையுடன் பாடச் செய்து கேட்பார்கள். சில சமயங்களில் நந்தனார் சரித்திரத்திலுள்ள கீர்த்தனங்களையும் நான் பாடுவதுண்டு. அவற்றைக் கேட்டு அத்தமிழ்ப் பெரியார் அவற்றிற் பொதிந்துள்ள சிவபக்தி யுணர்ச்சியைப் பாராட்டுவார்கள்.

அன்பர்கள்

மகாவைத்தியநாதையரும் அவருடைய தமையனாராகிய இராமசாமி ஐயரும் மாயூரம் வருங்காலங்களில் பாரதியாரிடம் வந்து வணங்கிப் பேசியிருந்து மகிழ்வார்கள். பிற்காலத்தில் பாரதியார் மாயூரத்தில் தம் மாணாக்கராகிய இராமசாமி ஐயரென்பவர் வீட்டிலே இருந்துவந்தார். மாயூரத்திற்கு வந்தால் மகாவைத்தியநாதையரும் அங்கேயே தங்குவார். அச்சமயங்களில் அவர் பாரதியாருடைய கீர்த்தனங்களைக் கேட்டு மனனம் செய்துகொள்வார். அவருக்கு இவருடைய கீர்த்தனங்களில் பல பாடம் உண்டு.

ஒரு சமயம், மகாவைத்தியநாதருடைய மந்த்ரோபதேச குருவும், அதிவர்ணாசிரமியும், *ஸூத ஸம்ஹிதையை* யாவருடைய மனமும் உருகும்படி பிரசங்கம் செய்ய வல்லவரும், சிவஸ்தலத் திருப்பணி செய்வதில் ஈடுபட்டவருமாகிய கோடகநல்லூர் ஸ்ரீ சுந்தரஸ்வாமிக ளென்னும் பெரியார் மாயூரம் வந்திருந்தார். பாரதியார் அவருடைய வரவையறிந்து சென்று தரிசனம் செய்தனர். அவர் பாரதியாருடைய கீர்த்தனங்களைக் கேட்டு உருகுபவர்; அவற்றிலுள்ள பொருளமைதியால் இவருடைய பக்தி ஞான வைராக்கிய நிலைகளை உணர்ந்தவ ராதலின் இவரை, “சிவபக்தி யென்னும் பயிர் தமிழ்நாடு முழுவதும் தழைத்தோங்கும்படி உங்களுடைய கீர்த்தனங்களாகிய மழை செய்கின்றது. உங்கள் ஜன்மமே ஜன்மம். சிவ பக்தர்களுடைய பெருமையை அறிந்து உருகுவது அருமை; பிறரையும் அறியப்

வந்தார். சில நேரம் பேசிக்கொண்டிருந்த பிறகு, வந்தவர் இவருடைய விருப்பத்தின்படி சில கீர்த்தனங்களைப் பாடினார். அவற்றை நான் முன்பு கேட்டிராமையால் பாரதியாரை நோக்கி, "இவை யாருடைய கீர்த்தனங்கள்?" என்று கேட்டேன். பாரதியார், "இவைகளிற் சில என்னுடைய சங்கீத குருவாகிய ஸ்ரீ ராமதாஸ் அவர்கள் இயற்றியவை; மற்றவை அவர்கள் பாடிவந்த உருப்படிகள். இவைகளை இவர் அவர்களிடத்திற் கற்றுக்கொண்டவர். அவர்களுடைய சிஷ்யர்களுள் இவரும் ஒருவர். கும்பகோணத்தில் தமிழ் வக்கீலாக இருக்கிறார்" என்று கூறிவிட்டு ராமதாஸிடம் தாம் சங்கீதப் பயிற்சி செய்ததைப் பற்றி விரிவாக என்னிடம் கூறினர்.

பிறகு அந்த வக்கீல் சில ராகங்களைப் பாடினார். அவை நான் அதுவரையிற் கேட்டிராத முறையில் இருந்தன. பின்பு சாவேரி ராகம் பாடும்படி அவரை நான் கேட்டுக்கொள்ள அவர் பாடினார். எனக்கு அது வேறு ராகம் போலவே தோன்றியது. "இது வேறு ராகம்போல இருக்கிறதே; இவர் பாடிய கீர்த்தனங்களும் ராகங்களும் புதுமுறையாகத் தோற்றுகின்றனவே!" என்று பாரதியாரைக் கேட்டேன். "உமக்குக் கர்நாடக பாணியிற் கேட்ட வழக்கம் மட்டும் இருக்கிறது. அதனால்தான் இவை நூதனமாகத் தோன்றுகின்றன. இவர் பாடிய ராகத்தைக் கர்நாடக ரீதியிற் பாடினால் தெளிவாக உமக்குப் புலப்படும். இந்த நாட்டிற்கு இந்துஸ்தானி மார்க்கம் புதியது. ஸ்ரீ ராமதாஸ் அவர்களே அந்த மார்க்கத்தை இங்கே விருத்தி செய்தார்கள். என்னுடைய நந்தனார் சரித்திரத்திலும் இப்படிப்பட்ட ராகவழிகளில் கீர்த்தனங்களை இயற்றி அமைத்திருக்கிறேன்" என்றார்.

நந்தனார் சரித்திரத்தில் இந்துஸ்தானி மார்க்கத்திலுள்ள கீர்த்தனங்களையும் பாரதியார் சேர்த்திருப்பது ஒரு புதிய அமைப்பென்று பின்பு எனக்கு விளக்கமாயிற்று.

முதுமைப் பருவம்

பாரதியாருடைய முதுமைப் பருவத்தில் நெருங்கிப் பழகும் பாக்கியம் எனக்கு நேரவில்லை. ஆயினும் எப்பொழுதேனும் சந்திக்கும்போது அன்புடன் க்ஷேமத்தைப்பற்றி இவர் என்னை விசாரிப்பார். கும்பகோணத்திற்கு நான் சென்ற பிறகும் இவர் மாயூரத்தில் இருந்து வந்தார்.

இவர் தொண்ணூற்றைந்து பிராயம் வரையில் வாழ்ந்து வந்ததாக இவருடைய மாணாக்கர்களில் ஒருவராகிய சிதம்பரம் பிரஹ்மஸ்ரீ இராஜரத்தின தீக்ஷித ரவர்கள் சொன்னார்கள்; சிலர் அவ்வளவில்லை என்று கூறுவதும் உண்டு. இவருடைய பிரமசரிய விரதமே இவரது தீர்க்காயுளுக்குக் காரணமாகும். இவர்

சிவபெருமான் திருவடி நீழலிற் கலந்த காலம் ஒரு சிவராத்திரி என்பர். சிவயோகச் செல்வராகிய இவருக்கு அத்தகைய வியோகம் நேர்ந்தது பொருத்தமுடையதே யாகும். இறைவனுடைய புகழை இசையிற் கரைத்துத் தமிழ்நாட்டிற் புகட்டிய இம்மகானுடைய பிறப்பும் வாழ்க்கையும் தேக வியோகமும் சிவபிரானுடைய தொடர்புடையனவாகவே இருப்பதில் வியப்பு ஒன்றும் இல்லை.

இயல்புகள்

பாரதியார் எப்பொழுதும் சந்தோஷமாக இருப்பவர். ஹாஸ்யச் சுவை இவருடைய பேச்சில் நிரம்பியிருக்கும். தம்மோடு பழகுபவர்களிடம் வேடிக்கையாக இவர் பேசும்போது இடையிடையே பழமொழிகளும் உபமானங்களும் விரவி வரும். நொடி பேசுவதில் இவர் மிகவும் சமர்த்தர்.

ஏதாவது ஒரு வார்த்தையைச் சொல்லி சொல்லி அந்த வார்த்தையை வைத்துக்கொண்டு ஒரு புராண கதையை ஆரம்பித்து முடிப்பார். ஒரு சமயம், கனைத்தானென்று நான் சொன்னேன். உடனே, “யமன் கனைத்தான். எதற்குத் தெரியுமா? பரீக்ஷித்து மகாராஜன் தனக்கு இன்ன நாளில் மரணம் நேருமென்பதை யறிந்து அதிலிருந்து தப்பும் பொருட்டுச் சமுத்திரத்தின் மத்தியில் பெரிய பாதுகாப்பில் இருந்தான். அப்பொழுது அதனை யறிந்த யமன், ‘நமக்கு, இவன் தப்பிப் போய்விடுவானா? பார்ப்போம்’ என்று கனைத்தான்” என்று சொல்லி அந்த வரலாற்றை விரிவாகவும் ரஸமாகவும் சொல்லி முடித்தார். இவ்வாறு நான் பல கதைகளை இவரிடம் கேட்டிருக்கிறேன்.

இவருடைய கற்பனாசக்தி நந்தனார் சரித்திரத்தில் வளர்ச்சியுற் றிருப்பதை முன்பு ஒருவாறு எடுத்துக் காட்டினேன். இவருடைய மற்ற இயல்புகளும் இவருடைய கீர்த்தனங்களிற் பிரதிபலிக்கின்றன.

நந்தனார் சரித்திர ஆராய்ச்சி

பாரதியார் நந்தனார் சரித்திரக் கீர்த்தனத்தை யாவரும் கதை பண்ணும் முறையில் அமைத்திருக்கிறார். அதற்கேற்றவாறு இடையிடையே கதை பண்ணுவோர் கூற்றாகச் சில வசனப் பகுதிகளையும் சேர்த்திருக்கிறார். நந்தனார் முதலியோர் கூற்றுக்களாக அமைத்த ஏசல், வாக்குவாதம் முதலியன இச்சரித்திரத்திற் கண்ட புது அமைப்புக்கள்.

நந்தனார் சரித்திரத்தை இயற்றும்பொருட்டு இவர் *பெரியபுராணத்தையும் உபமன்யு பக்த விலாசத்தையும்* படித்து அவற்றிலுள்ள செய்திகளை மனத்திற்கொண்டு மேலே கற்பனை செய்திருக்கின்றார். *ஸ்காந்த புராணம்* முதலிய நூல்களில்

உள்ள பல உண்மைகள் இவருடைய கீர்த்தனைகளில் அமைக்கப்பட்டுள்ளன. இது, பாரதியாரே *நந்தனார் சரித்திரத்தின்* இடையிடையே சேர்த்தமைத்துள்ள வசன பாகங்களாகிய,

> "இவ்வுலகில் பெரிதாகிய வேத சாஸ்திரங்களுக்குள்ளே மிகவும் சாரமாகிய பரமசிவ பக்தியை உண்டுபண்ணுகிற பக்தவிலாசத்தை உபமன்யு பகவானானவர் அநேகம் ரிஷிகள் கேட்கச் சொல்லுகிறார். *பெரியபுராண*மென்று சொல்லப்பட்ட நூல் சேக்கிழார் சுவாமிகளாலே செய்யப்பட்டது. *ஸ்காந்த புராண*த்திலும் பின்னும் அநேக புராணங்களிலும் சொல்லப்பட்ட பக்தி மார்க்கங்களாகிற கடலிலே நீரைக் கையாலள்ளிக் குடித்ததுபோலச் சில கீர்த்தனங்களினாலும் விருத்தங்களினாலும் சிவபக்தர்கள் சரித்திரங்களைக் கொண்டாடுவதுபோல உளறினே னென்று சிதம்பர கோபால கிருஷ்ணையன் பெரியோர் அடிவணங்கி, ஆனந்தம் பெருகிச் சொல்லிய திருநாளைப் போவார் சரித்திரத்தை யாவரும் கேட்கும்படி சிரம் வணங்கி வினாவினேன்"

என்பதனாலும்,

> "சைவ புராணமாகிய *பெரியபுராணத்தில்* திருநாளைப் போவார் நாயனா ரென்னும் இவர் பெயர் சேக்கிழார் சுவாமிகள் சொல்லியிருப்பதால் இடையில் நந்தமாமுனி யென்று வழங்குகின்ற நாளைப்போவார் தில்லை மூவாயிர முனிவர்களோடே கூடப் பொன்னம்பலம் வந்தார். அதற்கப்பால் அவரைக் கண்ட பேர்கள் இல்லையென்று *பெரியபுராணம்* பாடியருளிய சேக்கிழார் சுவாமிகள் சொன்னது. அந்தத் திருநாளைப் போவாரென்னு முனியானவர் புரட்டாசி மாதம் உரோகிணி நட்சத்திரத்தில் கனகசபையில் வந்து கற்பூர ஜோதியைப்போல் தோன்றிச் சிவ சாயுஜ்யத்தை யடைந்தாரென்று உபமன்யு மகரிஷி பண்ணிய *பக்த விலாசத்திலேயும்* சொல்லப்பட்டிருக்கின்றது"

என்பதனாலும் தெரிகின்றது. *பெரியபுராணச்* செய்யுட்களை இச்சரித்திரத்தின் இடையிடையே காணலாம்.

இவருக்கு நந்தனார் சரித்திரத்திலே மனம் சென்றதற்கு முக்கிய காரணம் சிதம்பர ஆலயத்திலுள்ள நந்தனாருடைய பிம்பமென்று முன்பு தெரிவித்தேன். சிதம்பர க்ஷேத்திரத்தில் நந்தனாரைப்போல் வேறு இருவர் முக்தி பெற்றனரென்ற செய்தி பாரதியாருடைய மனத்திலேயே இருந்துவந்தது. ஸ்ரீ நடராஜப் பெருமானுடைய சுலபத் தன்மையை அனுபவித்து உருகுவதற்கு இந்த நினைவு காரணமாயிற்று. அந்த மூவர்களைப்பற்றி இவர் பல இடங்களிற் கூறியிருக்கின்றார்:

"இப்படியே பக்தி செய்தால் போதும், மற்றச் சாதி வர்ணாசிரமங்களினாலே ஒன்றும் பிரயோசன மில்லையென்று ஓர் இதிகாசத்தைச் சொல்லுகிறார்; பூர்வத்திலே தில்லை வெட்டியா னென்றும், பெற்றான் சாம்பானென்றும், ஆதனூர் நந்தன் சாம்பா னென்கிற திருநாளைப் போவா னென்றும் பேறுபெற்ற இம்மூன்று பேர்களில்"

என்ற வசனத்தையும், இவர் இயற்றிய பஞ்சரத்னக் கீர்த்தனங்களில் ஒன்றாகிய, "பிறவாத முத்தியைத் தாரும்" என்பதில் உள்ள,

ஈன சாதியான புலையர் மூவர்க்குப்
பேரின்பம் அளித்ததில்லையா

என்ற பகுதியையும், "சபாபதிக்கு வேறு தெய்வம்" என்ற கீர்த்தனத்திலுள்ள,

அரிய புலையர் மூவர்பதம்
அடைந்தாரென் றேபுராணம்
பரிந்து சொல்லக் கேட்டோம்

என்ற பகுதியையும் காண்க.

பழைய தமிழ் நாடகக் கீர்த்தனங்களிற் காணப்படாத கட்கா, த்விபதை, த்ரிபதை, தண்டகம் முதலியன இவரது *நந்தனார் சரித்திரத்திற்* காணப்படும். இவை மகாராஷ்டிரம் முதலிய பாஷைகளிலுள்ள சரித்திரங்களைப் பின்பற்றி அமைக்கப்பட்டவை.

'நீசனாய்ப் பிறந்தாலும் போதும் – ஐயா – ஆசையுட னம்பலவன் அடியிலிருந்தேத்தும், நீசனாய்ப் பிறந்தாலும் போதும்' என்பது நந்தனார் சரித்திரத்தினால் அறியப்படும் நீதியாகும். இது நந்தனார் வரலாற்றைச் சுருக்கமாகக் கூறும் சிந்தின் பின்பு அமைக்கப்பட்ட கீர்த்தனத்தால் அறியப்படும்.

இந்தச் சரித்திரம் இன்பத்தை அளிப்பது, பக்திச் சுவையை ஊட்டுவது, கேட்டவர்களுடைய பவபந்தத்தை நீக்குவதற்குக் காரணமாவ தென்பவற்றை,

(பல்லவி)

நந்தன் சரித்ர மானந்தம் – ஆனாலும் அத்தி
யந்தம் பக்திரச கந்தஞ் – சொல்லச் சொல்ல (நந்தன்)

(அநுபல்லவி)

நந்தன் சரித்ரம்வெகு – அந்தம் – சிவனாருக்குச்
சொந்தம் – தொலையும்பவ – பந்தம் – கேட்டபோர்க்கு (நந்தன்)

என்ற கீர்த்தனத்தால் இவர் புலப்படுத்துகின்றார்.

இங்ஙனமே திருநீலகண்ட நாயனார் சரித்திரத்தில்,

ஸ்ரீ மகாவைத்தியநாதையர்

பண்ணுவது அதனிலும் அருமை; அந்த அருமையான காரியத்தை நீங்கள் செய்துவருகிறீர்கள்" என்று பாராட்டி இவர் முதுகைத் தடவிக் கொடுத்தனர். பாரதியார், "எல்லாம் ஸ்ரீ நடராஜமூர்த்தியின் திருவருளே. தாங்கள் லோகோபகாரமாகச் செய்துவரும் அருட்செயல்களால் பயனடைந்து வரும் நாங்கள் தங்களைப் பின்பற்றி நடப்பதுதானே முறை?" என்று பணிவாக விடை பகர்ந்தார். பிறகு ஸ்வாமிகள் தாம் அச்சிட்ட வடமொழி வேதாந்த சாஸ்திரங்களாகிய *பிரமகீதை, அமிர்தசாகர* மென்னும் புஸ்தகங்களை இவருக்கு வழங்கினார்.

பாரதியாரை நான் பார்த்த காலத்தில் அவருடைய சாரீரம் கம்மலாக இருந்தது. இவர் பல காலத்துக்கு முன்பிருந்தே பிடில் வாத்தியத்தைப் பழக்கம் செய்து வந்ததுண்டு; முதுமைப் பிராயத்தில் தனியே இருக்கும்பொழுது அதை வாசித்துப் பொழுதுபோக்கி மகிழ்ந்து இன்புற்றிருப்பார்.

சுப்பிரமணிய தேசிகர் பழக்கம்

திருவாவடுதுறை யாதீனத்தில் 16ஆம் பட்டத்தில் தலைவராக வீற்றிருந்த மேலகரம் ஸ்ரீ சுப்பிரமணிய தேசிகருக்குப் பாரதியாரிடம் மிக்க அன்பு உண்டு. அவருடைய கல்வியறிவையும் சங்கீத அபிமானத்தையும் தர்மசிந்தனையையும் அறிந்த பாரதியாருக்கும் அவர்பால் நன்மதிப்பு இருந்தது. சுப்பிரமணிய தேசிகர் மாயூரம் வந்த காலங்களில் இவர் அவரைச் சென்று காண்பார். அவர் மிக்க பிரியத்தோடு இவருடன் சல்லாபம் செய்து மகிழ்வார்.

இவர் கதை பண்ணுவதனால் உண்டான வருவாயைச் சேமித்து வைத்திருந்தார். ஆடம்பரமில்லாத வாழ்வுடையவராதலின் இவருக்குப் பொருட்செலவு மிகவும் சுருக்கமாகவே இருக்கும். ஆதலின் இவருடைய முதிய பிராயத்தில் மூவாயிரத்தைந்நூறு ரூபாய்க்கு மேற்பட்ட தொகை இவரிடம் இருந்தது. அதில் தமது செலவுக்கு ஒரு சிறு தொகையை வைத்துக்கொண்டு, தம்மைப் போற்றிப் பாதுகாத்த இராமசாமி ஐயருக்கும் பிறருக்கும் உபகார நிதியாக ஒரு தொகையை வழங்கினார். எஞ்சிய மூவாயிர ரூபாயைக் கொண்டு ஏதேனும் ஒரு சிவதர்மம் செய்ய எண்ணினார். அத்தர்மத்தைச் செய்யும் கடமையை ஸ்ரீ சுப்பிரமணிய தேசிகரிடம் ஒப்பித்தால் அது முட்டின்றி நடைபெறுமென்பது இவரது நம்பிக்கை. ஆதலின் ஒருநாள் இவர் திருவாவடுதுறைக்குப் புறப்பட்டார். அப்பொழுது இவருடன் மாயூரத்திலேயே ஸ்தலவாஸம் செய்துவந்த சஞ்சீவி சிவராமையர் என்பவர் சென்றார்.

சஞ்சீவி சிவராமையர் என்பவர் தஞ்சாவூரிலே பழைய சங்கீத வித்துவான்களின் சமூகத்திலுள்ள ஒருவர். அவருக்கு ஸுப்பராயர் என்ற ஒரு குமாரர் இருந்தார்; அவர் மகாவைத்தியநாதையர் பாடும் காலங்களில் உடன் இருந்து பிடில் வாசித்துவந்தவர்; அகாலத்தில் இறந்து போய்விட்டார். அதனால் புத்திரசோகத்தையடைந்த சிவராமையர் தம்முடைய மனச்சாந்தியை உத்தேசித்து, தஞ்சையை நீங்கி மாயூரத்தையடைந்து சிவதரிசனம் செய்துகொண்டு காலங்கழித்து வந்தார். அக்காலத்தில் பாரதியாருடைய பழக்கம் அவருக்கு ஆறுதலை அளித்தது.

ஸ்ரீ சுப்பிரமணிய தேசிகர்

பாரதியாரும் சிவராமையரும் திருவாவடுதுறை சேர்ந்தனர். பாரதியார் சுப்பிரமணிய தேசிகரிடம் தம் உள்ளக் கருத்தை வெளியிட்டார். தம்மிடம் இருந்த ரூபாய் மூவாயிரத்தையும் கொடுத்து மாயூரம் சிவாலயத்தில் தாம் யோகம் செய்யும் இடத்தி லெழுந்தருளியுள்ள ஸ்ரீ அகஸ்தீசுவரருக்கு நாள்தோறும்

அர்த்தசாமத்தில் தயிரன்னமாவது சம்பா அன்னமாவது நிவேதனம் செய்து அந்த அன்னத்தைத் தேங்காய்த் துவையலுடன் தேசாந்தரிகள் ஆறு பேர்களுக்குக் கொடுக்கும்படி செய்விக்க வேண்டுமென்று விரும்பினார். அன்றியும் சிதம்பரத்திலும் சில கட்டளைகளை நடத்திவர வேண்டுமென்று கூறினார். சுப்பிரமணிய தேசிகர் மிக்க மகிழ்ச்சியுடன் அத்தொகையை ஏற்றுக் கொண்டு இவருடைய கருத்தின்படி குறைவின்றி நடத்திவந்தார்.

பாரதியார் பார்க்க வந்த காலத்தில் திருநெல்வேலி ஜில்லாவிலிருந்து ஒரு பெரிய பிரபு மடத்திற்கு வந்திருந்தார். அப்பிரபு சங்கீத அபிமானம் உடையவராதலின் அவரை மகிழ்விக்க விரும்பிய சுப்பிரமணிய தேசிகர் பல சங்கீத வித்துவான்களை வருவித்திருந்தார். அவர்களுள், சிவகங்கைப் பெரிய வைத்தியநாதையருடைய பக்கவாத்தியக்காரர்களாக இருந்த சாத்தனூர்ப் பஞ்சுவையர், பிடில் வாத்தியக்காரராகிய கூத்தனூர்ச் சாமுவையர், கட வாத்தியத்தில் வல்ல போலகம் சிதம்பரையர், கிஞ்சிரா ராதாகிருஷ்ணையர் என்பவர்கள் முக்கியமானவர்கள். சுப்பிரமணிய தேசிகருடைய ஸம்ஸ்கிருத வித்யாகுருவும், சங்கீதத்தில் வல்லவருமாகிய திருவாலங்காட்டுத் தியாகராஜ சாஸ்திரிகளும் இருந்தார்.

பாரதியாருக்கும் உவப்பாக இருக்குமென்றெண்ணிய சுப்பிரமணிய தேசிகர் மேற்கூறிய வித்துவான்களைக் கொண்டு ஒருநாள் சங்கீத வினிகை நடைபெறச் செய்தார். அப்பொழுது தியாகராஜ சாஸ்திரிகள் பாடினார். மற்ற வாத்தியக்காரர்களாகிய வித்துவான்கள் தங்கள் தங்கள் திறமையைக் காட்டினார்கள். அன்று சங்கீதத்தைக் கேட்ட பாரதியார் மகிழ்ந்து, அத்தகைய வித்துவான்களின் அருமையை யறிந்து ஆதரித்து வந்த சுப்பிரமணிய தேசிகரின் இயல்பைப் பாராட்டினார். வினிகை முடிந்தபிறகு, அதுகாறும் அதன் இனிமையில் ஈடுபட்டிருந்த சிவராமையர், "தஞ்சாவூரிலிருந்து வந்த பிறகு நல்ல சங்கீதத்தைக் கேட்கவே இல்லை; இன்றுதான் சுத்தமான சங்கீதத்தையும் சுத்தமான வாத்தியங்களையும் கேட்டேன். இத்தகைய சங்கீதத்தை இக்காலத்தில் இங்கேதான் கேட்க முடியும்; வேறு எங்கும் கேட்க இயலாது" என்று சொல்லி மகிழ்ந்தார்.

பிறகு தம் விருப்பத்தை நிறைவேற்றுவதாகச் சுப்பிரமணிய தேசிகர் ஏற்றுக்கொண்டதனால் பாரதியார் தமக்குண்டான நன்றியறிவை வெளிப்படுத்தினார்; அப்பால் விடைபெற்று இவர் சிவராமையருடன் மாயூரம் வந்து சேர்ந்தார்.

இந்துஸ்தானி மார்க்கம்

ஒருநாள் மாயூரத்தில் நான் பாரதியாருடன் பேசிக் கொண்டிருந்தேன். அப்பொழுது ஒருவர் இவரைப் பார்க்க

பாரதியார் சிதம்பரத்தில் வாசஞ்செய்து அங்குள்ள ஆலயச் சிறப்புக்களை நன்குணர்ந்தவராதலின் அவற்றைப் பற்றி அங்கங்கே சொல்லி வருகிறார்; கோபுர தரிசனம், கண்டாமணியோசை, பஞ்சாக்ஷரப்படி, பரமானந்த கூபம், தேவசபை, அர்த்தஜாம தரிசனம் முதலியவற்றைச் சிறப்பித்திருக்கிறார்.

ஸ்ரீ நடராஜப் பெருமான் தைப்பூசத்தில் நடனம் புரிந்தருளுவதைப் பல இடங்களில் கூறியிருக்கிறார்.

நந்தனார் மூழ்குதற்குரிய ஓமகுண்டத்தை அமைக்க வேண்டுமென்று ஸ்ரீ நடராஜப் பெருமான் கனவிலே கட்டளையிடப்பெற்ற தீக்ஷிதர்கள் அந்த ஆச்சரியத்தைத் தம்முள் ஒருவருக்கொருவர் கூறிக்கொள்ளுவதாக வுள்ள கண்ணிகளில் ஒன்றாகிய,

என்றாரங்குச் சிவ சங்கர தீக்ஷீதர்
    இன்னமுந் தாமச மேதோ– நீசன்
ஒன்றுந் திருச் சந்நிதிக்கு வருவதற்
    கொருகால் உங்கட்குத்த காதோ
சொல்லு மென்றார்

என்பதில் சிவசங்கர தீக்ஷிதரென்று ஒருவர் பெயரை அமைக்கின்றார். இப்பகுதி பாரதியார் தம் நண்பராகிய சிதம்பரம் சிவசங்கர தீக்ஷிதரை நினைந்து அமைத்ததென்றே தோன்றுகின்றது.

பாரதியாருடைய வாக்கில் பல வேதாந்தக் கருத்துக்கள் மலிந்து விளங்கும். இவர் பிரபஞ்ச வாழ்க்கையைக் கற்பிதமென்பர்:

கற்பிதமான ப்ரபஞ்ச மீதைக்
    கானல் ஜலம் போலே எண்ணி

அநாதி மாயா கற்பித மிந்த
    நாம ரூபாதி ப்ரபஞ்ச மெல்லாம்

விலாச கற்பித மிந்த ஜகம்

சொப்பன மின்றிவ் வுலகந் தோன்றிவரும்.

அந்தக்கரண விருத்திகள் ஒழியவேண்டுமென்றும், விஷய சுகங்களில் நாட்டம் நீங்கவேண்டுமென்றும், இந்தத் தேகம் அநிருத சட துக்க காரணமென்றும், ஞானம் பெற்றால் சஞ்சித வினைகள் வறுத்த விதைகளைப்போல் ஆகுமென்றும், தேகாத்ம பாவம் போய் நிஷ்டையிலிருந்து சிவோகம்பாவனை செய்வது இன்பத்தைத் தருமென்றும் உள்ள பல அரிய கருத்துக்களைப் பாரதியார் தம் கீர்த்தனங்களில் அங்கங்கே பதித்திருக்கிறார்.

யோக சம்பந்தமான செய்திகள் பலவற்றை இவர் வாக்கிலே காணலாம். மூலக்கனலை வாசி யோகத்தால் எழுப்பிக் குண்டலி சக்தியைத் தூண்டி ஆறாதார தரிசனம் செய்து

பிரமரந்திரத்திலே யுள்ள சந்திர மண்டலத்தில் தாக்கச் செய்து அங்கிருந்து பொங்கிவரும் அமுதத்தை உண்டு இன்புறும் யோக தத்துவங்களையும், நாசிமுனையில் பார்வையை நிறுத்தித் தியானம் செய்யும் முறையையும், யோகிகள் பலவகை நாதங்களைக் கேட்கும் செய்தியையும் பல இடங்களிற் புலப்படுத்தியுள்ளார்:

மையத்தி லாடி மனக்கயிறு பூட்டி
வையத்தி லிருப்பார் மதசம்பரதாயம்

மூலக் கனல்தாண்டி மேலைக் கரைவந்து
பாலைக்குடி

உருவில்லாத குருவொன்றிருக்குதாம் – அது மூலக்கனலை
ஊதியெழுப்பிக் காண உருக்குதாம்

பாச மறுத்துடல் வாசி யொடுக்கி

முப்பாழுந் தாண்டி மூலத்தீ மூட்டிக்கொண்
டப்பாலே நின்றால் ஆனந்தங் காணலாம்

நாசி நடுவிருந்து நாதனே தானென்று
பேசாமற் பேசிய பெருமையை

மூட்டுவார் மூலக் கனன்மதி மண்டல முகட்டில்

ஓராறு தாண்டியே யுண் மணிக் கோட்டைகள்
சீராறுங் காணாத சிதம்பர ரகசியம்

காலால் வீசிக் கனல் மூட்டிக்
    கலைமதி மண்டல மேலோட்டிப்
பாலாறு பெருகவே யெனைக்கூட்டிப்
    பார்த்தது மில்லை நான்தோட்டி

மண்டலத்தோ ராசை தீர்ந்து
மண்டபமணி யோசை நேர்ந்து

வாசி யடங்கிநடு வணைவழி கண்டால்
தேசிக வடிவுடன் தெரிசனம் தந்திடும். – *நந்தனார் சரித்திரம்.*

மூலத்துக் குண்டலியை முத்தீயை மூள எழுப்பிக்
கோலத்தைக் கண்ட தில்லையோ

நட்ட நடுவணைச் சுழியிலே தச
நாத முழங்கிய முனையிலே. – *தனிக் கீர்த்தனங்கள்.*

நகைச்சுவை யமைந்த சில பகுதிகள் வருமாறு:

நந்தனார்: சற்றேயாகிலும் சிவனை த்யானம் பண் என்றார்.

புலையர்: நத்தையோடு பாலைப் பானம் பண் என்றார்.

நந்தனார்: திருச்சிற்றம்பலமென்று ஜபிக்கச் சொன்னார்.

புலையர்: விரிச்ச கம்பளமென்று உரக்கச் சொன்னார்.

நந்தனார்: கொண்டாடித் தெய்வத்தைக் கொள்ளுவீ ரென்றார்.

ஸ்ரீ கிருஷ்ண பாகவதர்

புலையர்: பெண்டாட்டித் தெய்வமே பெருந்தெய்வ மென்றார்.

உலக வழக்கச் சொற்களாகிய சேரி மொழிகளையும் மரூஉச் சொற்களையும் இவர் விரவ வைத்துப் பாடுவார்:

அண்ணே நீ போகாதே

பாசம் வருகலாச்சே

சிவனென்று மூன்று வாட்டி – நாங்களும்
செப்ப வேணும்

போய் வருகவுத்தாரந் தாருமையே

சிடுசிடு மூஞ்சி காட்டிச் சில்விடம் போலே நெஞ்சம்
துடிதுடித் திடவே ஞாயந் தோசியும் பேசுவாரே

சார்ந்தா லல்லோ நல்ல சாபல்யமாம்

சண்டாளமாந் துட்டு.

இவற்றிலுள்ள அண்ணே, வருகலாச்சே, வாட்டி, வருக, உத்தாரம், சிடுசிடு மூஞ்சி, தோசி, அல்லோ, துட்டு என்னும் சொற்களும் சொற்றொடர்களும் உலக வழக்காதல் காண்க. இவற்றைப்போல நூற்றுக்கணக்கான சொற்களும் தொடர்களும் இவர் வாக்கில் வந்துள்ளன.

நந்தன் சரித்திரத்தில் இடையிடையே உள்ள வசனப் பகுதிகளிற் சில, எதுகை மோனை நயங்களுடன் விளங்கும்.

‘வீச்சுடன் சேற்றில் விழுந்தாலும் பிள்ளைப் பூச்சி மேலொட்டாது. அத்தன்மைபோல் எத்தனை காரியமிருக்கினும் முத்தியளிக்குங் கத்தனாகிய அத்தனைத் தனது சுத்தமாகிய சித்தத்தில் நித்தமும் வைத்து உத்தம பக்தி பெற்றிருந்தார்.’

‘அவ்வீதியில் மட்டையூறுங் குட்டையைக் குளமாய் வெட்ட வேணுமென்று விசாரமுற்றார். சுவாமி இதையறிந்து நாளைப் போவாராலே குளம் வெட்டத் தாளப் போகாதென்று தம் பிள்ளையை ஆளாப் போகச் சொன்னார்.’

‘சித்தத் தெளிந்து சிவமாய் நிறைந்து உற்றதுணர்ந்து ஒருவனாயிருந்து அத்தனடியா ரருளிதுவென்று பக்தி மிகுந்து பரவசங்கொண்டு பேசத் தெரியாமற் பேசுவார்.’

இவருடைய கீர்த்தனங்களிலே கோபாலகிருஷ்ணன், பாலகிருஷ்ணன் என்னும் இரண்டும் முத்திரையாக வந்துள்ளன. இவை பெரும்பாலும் திருமாலென்னும் பொருள்பட்டு அங்கங்கே உள்ள சரணப் பொருளோடு பொருத்தமுடையனவாக அமைந்திருக்கும்.

இராகம்: தேவகாந்தாரி

(பல்லவி)

திருநீலகண்டர் சரித்ரம் – அதிவிசித்ரம்
மிகப் பவித்ரம் (திருநீல)

என வரும் கீர்த்தனமொன்று உண்டு.

சில கீர்த்தனங்களில் பழமொழிகள் விரவி வரும்:

கப்பலோட்டிய கடன் கொட்டை நூற்றால் தீராதென்றார்
குலத்தைக் கெடுக்கவந்த கோடாலிக் காம்பென்றார்
கரும்பு தின்னக் கூலி கையில் கொடுப்பதுண்டோ
கதறினாலு மூர்க்குருவி கருடன்போ லாகுமோ – அதி வேகமோ
காய்க்காத மரத்தில் கல்லெறி யாரே
சலசலப்புக் கஞ்சி நரியோட மாட்டாதே
இலவு காத்த கிள்ளை யாச்சே
ஏழை சொல் அம்பல மாச்சே
விழலுக் கிறைத்தாற்போ லாச்சே
வேம்புக் குயர்ந்த மதுரங்கள் ஊட்டினும்
வீறு மதன்குணம் மாறாதெந் நாட்டினும்.

கதைப்போக்கிலே பல அரிய விஷயங்களை இடத்துக்கேற்ற உவமைகளால் விளக்கிச் செல்லும் முறை பாரதியாருடைய ஞானத்தை வெளிப்படுத்துகின்றது:

கள்ளமனக் குரங்கதனால் விஷய மாச்சு
கட்டியிருந் தாலிருந்த ப்ரவ்ருத்தி போச்சு

இந்த விஷய சுகத்தை நாடுமோ
பாவி மனக்குரங்கும்
இருப்பிடங் காணாம லோடுமோ

என்ற இடங்களில் மனத்துக்குக் குரங்கை உவமையாகக் கூறினார். இப்பகுதிகள்,

பாவிமனக் குரங்காட்டம் பார்க்க முடியாதே

என்ற தாயுமானவர் பாடலை நினைவுறுத்துகின்றன.

வித்துக் குள்ளே விருட்சம் விளங்கிய வாறுபோல்
சத்துக்குள் ளண்ட சராசரம்

என்பதன் நயம் அறியத்தக்கது.

பெண்டு பிள்ளைகள் வெறுங் கூட்டம் – அது
பேய்ச்சுரைக்காய்த் தோட்டம்

என்ற உவமை எவ்வளவு நன்றாகப் பெண்டு பிள்ளைகளின் வெறுமையை விளக்குகின்றது!

நந்தனாருடைய நிலையைப் பற்றி ஆண்டையிடம் முறையிடும் சேரியார்,

தூண்டில் மீனது போலே துள்ளித் துள்ளித்
துடிப்பான் பற்களைக் கடிப்பானே

என்று தமக்குத் தெரிந்த உவமையைக் கூறுகின்றனர்.

கட்டழகி $ஜாரனிடங் காதலது போலே
கடுகிவருங் கன்றருகிற் ¶கபிலையது போலே
கட்டவரைத் துணிகிடையாக் கசடனொருக் காலே
காவலனாற் பதம்வருகில் களிப்பதனைப் போலே

[$ ஜாரல் – கள்ள நட்புடையவன், ¶கபிலை – பசு.]

பக்தி பண்ணிக்கொண்டிருக்க வேண்டுமென்று கூறும்பொழுது அவ்வுவமைகள் பல அரிய பொதுத்தன்மைகளை விளக்குகின்றன.

பிராரப்த வினையின் பயனாகப் பல வகையான துன்பங்களை இறைவன் கட்டுவித்தாலும் அவனடிக்கு அன்புபூண்டால் இன்பம் வருமென்பதை உவமை வாயிலாக,

தாயடிக்கில் பால்குடிக்கத் தழுவுதல் த்ருஷ்டாந்தம்
சடலம்பொறுக் காமல்துயர் தருகிலும் ஏகாந்த
மாயிருந்து வழுத்திலிந்த மாயை உபசாந்தம்
ஆகுமென்று சாதனங்கள் வழங்குவதுவே தாந்தம்

என்று குறிப்பிக்கின்றார்.

நந்தனார் தம் குலத்திலில்லாத வழக்கத்தை மேற்கொண்டதனால் வெறுத்துப் பேசிய யஜமானர் நந்தனாருக்கு விளங்குகிற உவமையைக் கூறி,

குலத்திலில்லாத வழக்கம் – நீயதைக்
கொண்டாடுகிறது முழக்கம்
வெளுத்தத னாலென்ன எருமைச் சாணியது
மேனியி லணிவாரோ – வையகந்தனில்

என்று தம் கருத்தை வெளியிடுகின்றார். பின்பு நந்தனாருடைய பக்தியில் ஈடுபட்ட அந்தணர் அவரைக் கொண்டாடும்போது நந்தனார் தம்முடைய பணிவைப் புலப்படுத்துவதாக உள்ள,

மேவுங் கீரைத்தண்டு மேருவைத் தாங்குமா
வீசுங் கதிர்முன் மின்னாம்பூச்சி யோங்குமா
ஆவ தழிவ தெல்லா மையன் றன்னாலே
ஆச்சுதென் றாலென்ன வாச்சுது என்னாலே

என்னும் பகுதியில் அவருடைய விநயத்தை நயமாக வெளிப்படுத்தும் உவமைகள் காணப்படுகின்றன.

'உள்ளன்பிலாதார் எவ்வளவு உயர்ந்த கல்வியறிவுடையவர்களாயினும் அவர்களுக்கு இறைவன் அரியன்; கருதுவார்க்கு மிகவும் எளியன்' என்ற சிறந்த கருத்து,

ஈசன் கருணா லேச மிலாதவன்
எத்தனை வேதங் கற்றாலும்

எட்டாப் பெருங்கொம்பு – நெருங்கித்
    தொட்டால் செங்கரும்பு

என்ற உவமைகளால் தெளிய விளங்குகின்றதன்றோ?

ஒவ்வொருவருடைய கூற்றிலும் அவரவர்களுடைய உள்ளக் கருத்து விளங்குவதற்குரிய சொற்களை அமைத்திருத்தலால் இச்சரித்திரத்தைக் கேட்கும் போதே கேட்போருக்கு அந்த மனோபாவம் புலனாகின்றது:

நாளைப் போகாம லிருப்பனோ – இந்த
    நாற்ற நரம்பையின்னஞ் சுமப்பேனோ – நான்
நாளைப் போகாம லிருப்பேனோ – இந்த
    நாறு முடலைக் கண்டு களிப்பேனோ

என்று நந்தனார் கூறும் பகுதியில் அவர் இந்த உடலை வெறுத்து நின்ற நிலை புலப்படுகிறது.

மானிட ஜன்மமடா – கிழவா
மாண்டால் வருமோடா?

என்று நந்தனார் பெரிய கிழவனாருக்கு உபதேசம் செய்வதில் இரக்கக் குறிப்பு நன்றாகக் காணப்படுகின்றது.

அண்ணேவா வென்று சொல்லிக்
    கிண்ணாரங் கொட்டிக்
குதிப்பா னொருவேளை

என்பதில் சாதிக்கேற்ற சொற்கள் அமைந்துள்ளன.

சொல்லியே தொலைக்க வேணும்

என்றவர்கள் கூற்றில் சினம் தொனிக்கின்றது.

பல்லை யொடித்து விடுகிறேன் பாரடா தகடி
பஞ்சைப் பயலே சமர்த்துப் பார்ப்பேனடா

விட்டு விட்டு விட்டு விட்டு விடுவிடு
கெட்டுக் கெட்டுக் கெட்டுக் கெட்டுப் போகாதே

நட – ராயன் ராயன் ராயன் ராயன் சாட்சியாய்
தீயன் தீயன் தீயன் தீயன் உனைவிடேன்

என்ற அந்தணருடைய பேச்சுக்களில் அவருடைய சினத்தைத் தெளிவுறுத்தும் சொற்கள் மிகுந்துள்ளன.

அந்தணருடைய அனுமதி கிடையாமல் நைந்துருகும் நந்தனாருடைய மனவுருக்கத்தை,

ஐயோ தெய்வமே இந்த ஐயர்க் கடிமையானேன்
    செய்யாவிளை செய்தல்லவோ
உள்ளங் கரைந்துருகி யுய்யும் படிகேட்கில்
    கல்லுங் கரையுமல்லவோ

என்ற சொற்களும் அவற்றிற்கேற்ற யதுகுல காம்போதி ராகமும் வெளியிடுகின்றன.

நந்தனார் 'நல்ல பிள்ளை'யாய் விட்டாரென்று எண்ணிய அந்தணருடைய சந்தோஷத்தை,

சட்டம் சட்டம் – நல்லது நல்லது –
மெத்த மெத்த ஸந்தோஷம்'

ஓகோ பலே பலே சபாசு கண்டுகொண்டாய்

என்ற பகுதிகள் எவ்வளவு நன்றாக விளக்குகின்றன!

நந்தனார் ஸ்ரீ நடராஜப் பெருமானுடைய கருணைத்திறத்தை நினைந்து,

ஆத னூரிலொரு புலையனுக் காக
அம்பல நாடக மாடுவரோ
அருந்தவம் புரிந்தேனோ – கனவினில்
வருந்தியு மிருந்தேனோ

என்று உருகுகையில் படிப்போர் நெஞ்சமும் உருகுமன்றோ

தஞ்சமென் றடைந்தே னிந்தச்
சடலத்தால் நொந்தேன் இனி என்னை
அஞ்ச வேண்டாமென் றொருதரஞ் சொல்லி
அழைத்தா லாகாதோ
அப்பாவுன் சரணந் தில்லைக்
கரசேயுன் சரணம்
ஒப்பா ரில்லா நாடகம் பயிலும்
ஒளியே நின்சரணம்

என்ற பகுதியில் நந்தனாருடைய சிவபக்திப் பெருக்கானது பொங்கி வழிகின்றது.

அறிந்தறியாமலே செய்ததப ராதமையா – என்னை
ஆண்டவனே தில்லைத் தாண்டவ ராயா
அடிமையுன் சரணம்

என்றதில் அவருடைய அடிமைத்திறம் புலப்படுகின்றது.

கோத்துநெளியும் புழு ஊத்தை நரம்புகளும்
நாத்த மலங்க ளூறு மூத்திரக் கும்பியும்
போதும் போதுமையா – எடுத்த ஜன்மம்
போது போதுமையா

என்ற பகுதியால் அவருடைய விரக்தி வெளியாகும்.

இரக்கம் வராமற் போனதென்ன காரணம் ஸ்வாமி
கருணைக் கடலென்றுன்னைக் காதில்கேட்டு நம்பி வந்தேன்

என்பதில் அவருடைய ஏசறவு நிலையும்,

எப்படிக் கெட்டாலு முன்றன்
பொற்பத மறவே னானையா

என்பதில் அவருடைய முறுகிய பக்தியும் புலனாகின்றன அல்லவா?

நந்தனார் சரித்திரத்தின் சிறப்பு

நந்தனார் சரித்திரத்தை முதலில் திருப்பழனம் சாமி ஐயரென்பவரும், பிறகு வேறு சிலரும், தஞ்சைக் கிருஷ்ண பாகவதரும், திருப்பழனம் பஞ்சாபகேச சாஸ்திரிகள் முதலியவர்களும் கதை பண்ணிவந்தார்கள்.

பாரதியார் முதல் முதலில் அமைத்திருந்த ராகங்களிற் பல பிற்காலத்திற் சிலரால் மாற்றப்பட்டன; கிருஷ்ண பாகவதரும் அங்ஙனம் மாற்றியிருப்பதுண்டு.

இச்சரித்திரத்தின் முதற்பதிப்பு, சென்ற துன்மதி வருஷத்துக்கு முந்திய துன்மதி *(1861–2)* ஹு பதிப்பிக்கப் பெற்றது; அடுத்த வருஷமாகிய துந்துபி *(1862–3)*யிலேயே இரண்டாம் பதிப்பு வெளிவந்தது. அந்தக் காலத்தில் இவ்வளவு விரைவில் இரண்டு பதிப்புகள் வெளிவந்தமையே இப்புஸ்தகமானது பலரால் வாங்கப்பட்ட தென்பதையும் பலர் இதைப் படித்து ஈடுபட்டன ரென்பதையும் உணர்த்தும்.

'தில்லை, தில்லை'

திருச்சிராப்பள்ளி ஜில்லாவிலுள்ள மறவனத்த மென்னும் ஊரில் சிதம்பர வுடையாரென்ற பெருஞ்செல்வ ரொருவர் இருந்தார். அவருடைய அன்பை மிகுதியாகப்பெற்ற என் தந்தையார் அடிக்கடி நல்ல கீர்த்தனங்களை அவரிடம் பாடிக் காட்டுவதுண்டு. ஒரு நாள் நந்தனார் சரித்திரத்திலுள்ள, 'தில்லை தில்லை யென்றார் பிறவி யில்லை யில்லை யென்று மறைமொழியும்' என்ற கீர்த்தனத்தைப் பாடிக்காட்டினார். கேட்ட அவர் அதில் மிகவும் ஈடுபட்டு மனமுருகி நந்தனார் சரித்திரக் கீர்த்தனங்களை அடிக்கடி கேட்பவரானார். கேட்கக் கேட்கச் சிதம்பர ஸ்தலத்தில் அவருக்குப் பேரன்பு உண்டாயிற்று. பிறகு சிதம்பரம் சென்று தரிசனம் செய்து அங்கே சோமவாரக் கட்டளை முதலிய கைங்கரியங்களைச் செய்து வரலானார். 'தில்லை தில்லை' என்ற கீர்த்தனமே அவருக்கு ஜப மந்திரமாக இருந்தது. எவரேனும், 'யார்?' என்று கேட்டால் தம் பெயரை அவர் 'தில்லை' என்றே சொல்வார்.

நான் கேட்ட முதற் கீர்த்தனம்

என்னுடைய ஏழாவது பிராயம் முதற்கொண்டே எனக்கு நந்தன் சரித்திரக் கீர்த்தனங்களில் அளவற்ற பற்று உண்டாயிற்று. ஒரு சமயம், உடையார்பாளையம் தாலுகாவைச் சேர்ந்த பெரிய திருக்குன்றம் என்ற கிராமத்தில் நெருங்கிய பந்து ஒருவர் வீட்டில் நிகழ்ந்த ஒரு விசேஷத்திற்கு நான் போயிருந்தேன். அப்பொழுது அங்கே வந்திருந்த ஒருவர் சில கீர்த்தனங்களைப் பாடி விட்டு

நந்தனார் சரித்திரக் கீர்த்தனங்களையும் பாடினார். அவற்றுள் கானடா ராகத்தில் அமைந்த

(பல்லவி)

*தீயினில் முழுகினார் – திருநாளைப்போவார்
தீயினில் முழுகினார்

(அநுபல்லவி)

நாயிலுங் கடையென்று நயந்து துணிந்திடும்
மாயச் சடலம் போக்கி மறைமுனி யாகவே (தீயினில்)

(சரணம்)

பாழும் நரகத்திற் படிந்திடும் பாவியான
ஏழையின் இடத்தில் இரக்கமுற்ற தோவென்று (தீயினில்)

அரகர சங்கர அம்பல வாவென்று
பரிவுடன் குண்டத்தைப் பிரதக்ஷிண மாய்வந்து (தீயினில்)

என்ற கீர்த்தனத்தை அவர் சொன்னவுடன் எனக்கு அது பாடமாயிற்று; அதனை இடைவிடாமல் நான் பாடிக்கொண்டிருத்தலை என் தந்தையார் கேட்டு, "உனக்கு இந்தக் கீர்த்தனத்தை யார் சொல்லிக் கொடுத்தார்?" என்று கேட்டனர். நான் நடந்ததைச் சொன்னேன். அது முதல் எனக்கு அவர் சங்கீதப் பயிற்சியையும் செய்வித்து வரலானார்.

எனவே, எனக்குச் சங்கீத சம்பந்தத்தை உண்டாக்கி வைப்பதற்கு முதற்காரணம் *நந்தனார் சரித்திரக் கீர்த்தனமென்றே* சொல்லவேண்டும்.

இப்போது நந்தனார் சரித்திரம் தமிழ்நாட்டின் இசைச் செல்வங்களில் ஒன்றாக நிலவுகின்றது. எவ்வளவு புதிய கீர்த்தனங்கள் வந்தாலும் அதன் ஒளி மங்காது. அதற்குக் காரணம் அச்சரித்திரத்தில் அமைந்துள்ள பக்திச்சுவையும் சங்கீத அமைப்பின் சிறப்புமே யாகும்.

இந்த அரிய இசையிலக்கியத்தைத் தந்த ஸ்ரீ கோபாலகிருஷ்ண பாரதியாருடைய புகழ் என்றும் நின்று நிலவுமென்பதில் ஐயமில்லை. இவரை முற்றப் புகழ்வதென்பது இயல்வதன்று;

பத்தியிற்கரை கண்டவன்
பார்த்துப் பார்த்து உண்டவன்

என்று இவர் நந்தனாரைபற்றிக் கூறுவதையே இவருக்கும் கூறி வாழ்த்துவோமாக!

கலைமகள் தொகுதி 8, பகுதி 46—48, 1935

---

* இந்தக் கீர்த்தனம் முதற்பதிப்பில் மட்டும் காணப்படுகிறது.

3

மகா வைத்தியநாதையர்

(1844 - 1893)

முன்னுரை

தமிழ்நாட்டில் சங்கீதக் கலையை முறையாகப் பயின்று கர்நாடக சங்கீதத்தினால் விளையும் இன்பத்தை யாவரும் நுகரும் வண்ணம் செய்த வித்துவான்களுக்குள்ளே சமீபகாலத்தில் மிகவும் சிறந்து விளங்கிய மகா வைத்தியநாதைய ரென்னும் சங்கீத சிகாமணியின் புகழானது இந்நாடு முழுவதும் நிறைந்திருக்கிறது. மகா வைத்தியநாத சிவனென்றும் அவர் வழங்கப்படுவார். அவரது இசையின் இனிமையை நேரே அனுபவித்து உணர்ந்து இன்புற்றவர்களிற் சிலர் இக்காலத்திலும் இருக்கிறார்கள். அவர்களுக்குப் பழைய ஞாபகம் உண்டாகும் போதெல்லாம் மகா வைத்தியநாதையருடைய நயமான இசை காதில் ஒலித்துக்கொண் டிருப்பதாகவே தோற்றும். தஞ்சையில் இருந்து விளங்கிய தாளப்பிரஸ்தாரம் சாமாசாஸ்திரிகள், பல்லவி கோபாலையர், வீணைப் பெருமாளையர், த்ஸௌகம் சீனுவையங்கார் முதலிய பெரிய வித்துவான்களுக்குப் பிறகு சிறந்த கீர்த்தியுடன் விளங்கியவர் அவர்.

தோற்றம்

அழகிய பொன்னிறமான வடிவம், திருநீறும் கண்டிகையும் தரித்த சைவத் திருக்கோலம், குளிர்ந்த பார்வை, அடக்கமான தோற்றம்,

இனிய வார்த்தைகள், காட்சிக்கு எளிமை, சிவபக்தி ஆகிய இவ்வளவும் வைத்தியநாத சிவத்தை நினைக்கும்பொழுது மனத்தில் ஒருங்கே தோன்றி இன்புறுத்துகின்றன. அவருக்கு அவரே ஒப்பு. மற்றொருவரைக் கண்டு, 'மகா வைத்தியநாத சிவத்தின் ஞாபகம் வருகிறது' என்று சொல்ல முடியாது. அந்தக் காலத்தில் தமிழ்நாட்டில் உலவி, தாம் கானம் செய்யும் இடங்களை யெல்லாம் கந்தர்வலோகம் ஆக்கிய அந்தச் சங்கீத சாகரத்தினுடைய திறமை பிற்காலத்தில் ஒருவருக்கும் அமையவில்லை; முன்பு இருந்ததாகவும் தெரியவில்லை.

ஊரும் தந்தையாரும்

வைத்தியநாத சிவத்தைத் தன் பெயரோடு சார்த்தி வழங்கும் பேறுபெற்ற ஊர் வையைச்சேரி என்பது. அது சோழநாட்டில் தஞ்சாவூருக்குக் கிழக்கே திட்டை யென்னும் ஊருக்கு வடக்கே உள்ளது; மிகவும் புராதனமான சிவஸ்தலம்; அங்கே எழுந்தருளியுள்ள ஸ்வாமியின் திருநாமம் அகஸ்தீசுவர ரென்பது. அவ்வூரில் தமிழிலும் சங்கீதத்திலும் பயிற்சியுள்ளவர்களும் சிவபக்திச் செல்வம் வாய்ந்தவர்களுமாகிய சிலர் இருந்தனர். அவர்களுள் துரைசாமி ஐயரென்ற வித்துவான் ஒருவர். அவர் தந்தையாரும் சங்கீத வித்துவானாக விளங்கியவர். துரைசாமி ஐயர், "பெருஞ்சரண்மா மறையோரும்" என்று காளமேகத்தால் *திருவானைக்கா வுலாவிற்* சிறப்பிக்கப் பெற்ற மழநாட்டுப் பிரகசரண வகுப்பைச் சார்ந்தவர்; அவருடைய கோத்திரம் கௌண்டின்ய கோத்திரம். பஞ்சநதைய ரென்பது அவரது சர்மா நாமம். பழைய காலத்திலிருந்த பெரிய சங்கீத வித்துவான்களால் இயற்றப்பெற்ற தமிழ் வடமொழி தெலுங்குக் கீர்த்தனங்கள் பல அவருக்குப் பாடம் உண்டு. தஞ்சை அரண்மனையைச் சார்ந்த சங்கீத வித்துவான்களுடைய கோஷ்டியிற் பெயர் பெற்றவர்களும் ஸம்ஸ்கிருதம் தமிழ் தெலுங்கு ஆகிய மூன்று பாஷைகளிலும் கீர்த்தனங்கள் இயற்றியவர்களும் பல்லவி பாடுவதில் திறமை உடையவர்களும் வையைச் சேரியை ஊராக உடையவர்களுமான ஆனை, ஐயா என்பவர்களின் பரம்பரையிற் பிறந்த ஒருவருடைய குமாரியையே அவர் பத்தினியாக அடைந்தனர்.

துரைசாமி ஐயர் சிறந்த சிவபக்தர். அடிக்கடி திருவையாறு சென்று ஸ்ரீ பிரணதார்த்திஹரர் சந்நிதியிலும் ஸ்ரீ தர்மசம்வர்த்தனி அம்பிகை சந்நிதியிலும் நின்று மனமுருகிப் பக்தி பரவசராகிக் கீர்த்தனங்கள் பாடித் துதிப்பது அவருடைய வழக்கம். சித்திரை மாதத்து ஸப்தஸ்தான உத்ஸவத்தில் ஸ்ரீ பிரணதார்த்திஹரர் திருப்பழனம் முதலிய ஸ்தலங்களுக்கு எழுந்தருளுகையில் அவர் பஜனை செய்யும் கோஷ்டியோடு சேர்ந்து பாடிக்கொண்டே

உடன் செல்வார். அவருக்கு நான்கு குமாரர்கள் இருந்தனர். அவர்களுள் மூன்றாம் புதல்வரே வைத்தியநாதையர். அவர் பிறந்த வருஷம் குரோதி. வைத்தியநாதையருக்கு மூத்தவர்கள் சாம்பமூர்த்தி ஐயர், இராமசாமி ஐயர் என்னும் இருவர்; இளையவர் அப்பாசாமி ஐயர் என்பவர்.

இளமைப் பருவம்

துரைசாமி ஐயர் தம் குமாரர்களுக்கு உரிய காலத்தில் சங்கீதம் பயிற்றுவிக்கத் தொடங்கினார். அவர்களுள் இராமசாமி ஐயரும் வைத்தியநாதையருமே அதிற் சிறந்த அறிவு வாய்ந்தவராயினர்.

சங்கீதம் பயின்றதோடு தமிழிலும் ஸம்ஸ்கிருதத்திலும் உள்ள கருவி நூல்களை அவ்விருவரும் கற்று வந்தனர். வைத்தியநாதையருடைய சாரீரம் மிகவும் இனிமையுடையதாக இருந்தது. அவரும் இராமசாமி ஐயரும் ஒருங்கே தந்தையாரிடத்தில் இசை பயின்று வரும்போது இருவரின் திறமைகளும் தந்தையாருக்கு மிக்க மகிழ்வை ஊட்டின. தமக்கு எவ்வளவு தெரியுமோ அவ்வளவையும் அவ்விருவருக்கும் துரைசாமி ஐயர் கற்பித்தார். பின்பு சங்கீத லட்சண சாஸ்திரங்களை அவர்களுக்குக் கற்பிக்க வேண்டுமென்னும் அவா அவருக்கு உண்டாயிற்று. தந்தை மகற்கு ஆற்றும் நன்றியாகிய அவையத்து முந்தி இருப்பச் செயலுக்கு உரிய வழிகளை அவர் தேடலானார். அக்காலத்தில் தஞ்சையைச் சார்ந்த மகர்நோன்புச் சாவடியில் *வேங்கட சுப்பிரமணிய ஐயர் என்னும் சிறந்த சங்கீத வித்துவான் ஒருவர் இருந்தார். அவர் சங்கீதப் பயிற்சியும் சங்கீத லட்சண சாஸ்திரங்களில் சிறந்த அறிவும் உடையவர். அவர்பால் தம் குமாரர்கள் இருவரையும் துரைசாமி ஐயர் ஒப்பித்துக் கற்கச்செய்தார்.

இரட்டையர்

இளமை தொடங்கியே இராமசாமி ஐயரும் வைத்தியநாதையரும் இரட்டையர்களைப் போலவே பழகிவந்தனர். தசரத சக்கரவர்த்தியின் குமாரர்கள் நால்வருள் இராமனும் லக்ஷ்மணனும் ஒருங்கே சேர்ந்து பயின்றதைப்போல இவர்கள் இருந்தனர். இராமசாமி ஐயருக்குத் தமிழில் மிகுதியான விருப்பம் உண்டு. ஆதலின் சில தமிழ் நூல்களைத் தக்கவர்களிடம் ஓய்வு நேரங்களில் பாடங்கேட்டு வந்தார். வைத்தியநாதையருடைய சாரீர இனிமை இராமசாமி ஐயருடையதைக் காட்டிலும் சிறந்து விளங்கியது. ஆயினும் அவர் இராமசாமி ஐயர்பால் மரியாதையும் அன்பும் உடையவராகவே ஒழுகி வந்தார்.

---

* பட்டணம் சுப்பிரமணிய ஐயர் இவர்பால் சங்கீதம் பயின்றவர் என்பர்.

ஸ்ரீ மகா வைத்தியநாதையர்

இளமையில் முதிய அறிவு

வைத்தியநாதையர் ஏழாம் பிராயத்திலேயே இராகம் பல்லவி பாடும் திறமையை அடைந்தார். ஒன்பது பிராயத்திற்குள் *சங்கிரக சூடாமணி, சங்கீத ரத்னாகரம்* முதலிய லட்சண நூல்களைக் கற்று ஆராய்ந்து தெளிந்தனர். அவருடைய சாரீரம் அவர் நினைத்த வழியெல்லாம் இயங்கிவந்தது; மூன்று ஸ்தாயியிலும் அது செல்லும். ஆறு காலமும் அவர் பாடுவார். ஆதலின் லட்சண சாஸ்திரங்களில் உரைக்கப்பட்டவைகளை அவர் தாமே பழக்கம் செய்து அவ்விலக்கணங்களை அனுபவ சாத்தியமாக்கி இன்புற்றனர்.

தஞ்சை நகரத்திலும் அதனைச் சார்ந்த மெலட்டூர், திருவையாறு என்னும் ஊர்களிலும் அக்காலத்தில் சங்கீத வித்துவான்கள் சிலர் இருந்துவந்தனர். சங்கீதக் கலையின் பல துறைகளில் பயின்று தனித்தனியே ஒவ்வொரு வகையிலும் அவர்கள் சிறப்புப் பெற்று அங்கங்கே இருந்த பிரபுக்களின் ஆதரவைப்பெற்று வாழ்ந்தனர். வைத்தியநாதையருடைய தந்தையார் அவரைப் பல சங்கீத வித்துவான்களுக்குப் பழக்கம் செய்வித்தனர். அதனால் அவர்கள்பால் தனித்தனியே அமைந்திருந்த ஆற்றல்களை யெல்லாம் அவர் உணர்ந்து அத்தகைய துறைகளிற் பயின்று சங்கீதத்தின் பரப்பை நன்றாக அறிந்தனர்.

சிறிய பிராயத்தில் பெரிய துறைகளி லெல்லாம் லட்சண அறிவுடன் பயிற்சி வாய்ந்த அவருடைய பெருமை அப்போது சங்கீத வித்துவான்கள்பாலும் பிரபுக்கள்பாலும் பரவலாயிற்று. பிரபுக்கள் தங்கள் வீட்டில் நடைபெறும் விவாகம் முதலிய விசேஷங்களுக்கு அவரை வருவித்து அவருடைய சங்கீதத்தைக் கேட்டு உபசரித்து ஸம்மானம் செய்து அனுப்புவார்கள். அவர் பாடும்பொழுதெல்லாம் உடனிருந்து இராமசாமி ஐயரும் பாடிவருவார். பல மகா சபைகளில் அவருடைய பாட்டு நடைபெறலாயிற்று. 'வைத்தியநாதையர் சங்கீதம்' என்றால் திரள் திரளாக ஜனங்கள் கூடிக் கேட்க ஆரம்பித்தார்கள்.

புதுக்கோட்டையிற் பெற்ற சிறப்பு

அவருடைய பத்தாவது பிராயமாகிய ஆனந்த வருஷத்தில், புதுக்கோட்டை ஸம்ஸ்தானாதிபதியாக விளங்கிய இராமசந்திரத் தொண்டைமா னென்னும் வேந்தர் அவரைத் தம் தர்பாரில் பாடவேண்டுமென்று விரும்பி அழைத்தனர். அவர் சென்றார். பச்சை மிரியன் ஆதிப்பையருடைய பரம்பரையினராகிய

வீணை சுப்புக் குட்டி ஐயர், வீணை சுப்பையர் முதலிய சங்கீத ரத்னங்கள் கூடிய மகாசபையில் அவ்விளைய சங்கீத சிகாமணி இசையமுதத்தைப் பொழிந்தார். அதனை நுகர்ந்து இன்புற்ற யாவரும், "இவர் தெய்வப் பிறவியே!" என்று கொண்டாடினார்கள். சங்கீத வித்துவான்கள், "இவ்வளவு இளமையில் இத்தகைய தேர்ச்சியும் சாரீர இனிமையும் வாய்ந்தவர்களைக் கண்டறியோம்; கேட்டும் அறியோம். சங்கீதத்தின் தவப்பயனே இங்ஙனம் வந்தது போலும்!" என்று கூறி மகிழ்ந்தார்கள். தம்முடைய காலமெல்லாம் சங்கீதத்துக்கென்றே அர்ப்பணம் செய்து பயின்றவர்க் கல்லவா அதனுடைய அருமை பெருமை தெரியும்? புதுக்கோட்டை அரசர் பின்னும் சில நாட்கள் அவரை அங்கே இருக்கச் செய்து அவருடைய சங்கீத வெள்ளத்தில் மூழ்கி மகிழ்ந்து பல உயர்ந்த ஸம்மானங்களைச் செய்தனர். அங்கே இருந்தகாலத்தில் அந்நகரில் இருந்த சுப்புக்குட்டி ஐயர் முதலிய சங்கீத வித்துவான்களிடத்தில் வைத்தியநாதையர் சங்கீத சம்பந்தமான பல விஷயங்களை அறிந்துகொண்டனர்.

தமிழ்ப் பயிற்சியை விருத்தி செய்துகொண்ட இராமசாமி ஐயர் செய்யுள், கீர்த்தனம் முதலியவற்றை நன்றாக இயற்றும் ஆற்றலைப் பெற்றனர். நினைத்த பொருளை அமைத்து விரைவிற் பாடுவார். புதுக்கோட்டையில் இருந்தபொழுது மழவராயனேந்தலி லிருந்து வந்த தமிழ் வித்துவானொருவர் அங்கே அரசர் முன்னிலையில் அவதானம் செய்தனர். அப்பொழுது அந்தச் சபையில் வைத்தியநாதையரும் இராமசாமி ஐயரும் இருந்தனர். அவதானம் நிறைவேறிய பின்பு அதனைச் சிறப்பித்து ஒரு கீர்த்தனத்தை இராமசாமி ஐயர் இயற்றிப் பாடிக்காட்டினார். அவருடைய கவித்துவ சக்தியை யாவரும் பாராட்டினார்கள்.

முத்துராமலிங்க சேதுபதி மன்னர் பாராட்டியது

தமது பதினோராம் பிராயத்தில், வைத்தியநாதையர் மதுரையில் இருந்த பல அன்பர்கள் விரும்பியபடி அங்கே சென்று ஸ்ரீ மீனாட்சி சுந்தரேசுவரர் ஆலயத்திலும் சில பிரபுக்கள் வீட்டிலும் இனிய கானம் செய்து ஸம்மானங்கள் பெற்றனர். அப்பொழுது மதுரையில் சிரஸ்தேதாராக இருந்தவரும் மாம்பழக் கவிச்சிங்க நாவலர் முதலியவர்களை ஆதரித்தவருமாகிய வேங்கடசாமி நாயுடு என்பவர் அவருடைய பேராற்றலில் ஈடுபட்டுப் பலவகையில் உதவிபுரிந்தனர். மேலூர்த் தாசில்தாராக இருந்த சீதாராமைய ரென்ற கனவானும் அவரைச் சிறப்பாக ஆதரித்தனர்.

அக்காலத்தில் இராமநாதபுர அரசராக விளங்கியவரும் சங்கீதத்திலும் தமிழிலும் சிறந்த பழக்கம் உடையவரும்

ஸ்ரீமான் முத்துராமலிங்க சேதுபதி

ரஸிக சிரோமணியுமான முத்துராமலிங்க சேதுபதி மன்னர் வைத்தியநாதையருடைய கீர்த்தியை முன்பே அறிந்திருந்தனர். வைத்தியநாதையர் மதுரைக்கு வந்திருத்தலை அவர் அறிந்து இராமநாதபுரத்திற்கு வரும்வண்ணம் தக்கவர்களை அனுப்பி அழைத்தனர். அங்கே சென்று சேதுவேந்தருடைய அன்பையும் ஆதரவையும் பெற்று அவருடைய சபையில் வைத்தியநாதையர் பாடி மகிழ்வித்தனர். அவருடைய சங்கீதத்தைச் சில நாட்கள்

கேட்டமட்டில் திருப்தியடையாத சேதுவேந்தர் அங்கேயே மூன்று மாதம் அவரை யிருக்கச் செய்தனர். வைத்தியநாதையர் அங்கே இருந்த ஒவ்வொரு நாளும் ஒரு விழாவாகவே தோன்றியது. மூன்று மாதங்கள் இருப்பினும் வைத்தியநாதையருடைய சங்கீதம் நாள்தோறும் அங்கேயிருந்த சங்கீத வித்துவான்களுடைய ஆதரவினால் புதுமையுடையதாகி விளங்கியது.

தமிழில் நல்ல பயிற்சியுற்றிருந்த முத்துராமலிங்க சேதுபதி அரசர், அவ்விருவர்பாலும் தமிழ்ப் பயிற்சி இருத்தலையும் இராமசாமி ஐயருக்குச் செய்யுள் இயற்றும் ஆற்றல் வாய்ந்திருப்பதையும் அறிந்து மகிழ்ந்தனர். வைத்தியநாதையர் பின்னும் முயன்று தமிழ் பயின்றால் அப்பயிற்சி அவருடைய பெருமையை மிகுதியாக்கும் என உணர்ந்த சேது வேந்தர் தம் கருத்தை அவரிடம் தெரிவித்தனர்; அன்றியும் *கந்தபுராணச் சுருக்கப்* பிரதி ஒன்றை அவரிடம் கொடுத்து, "இந்த நூலை வாசித்துவந்தால் இன்னும் மிகுதியாகத் தமிழ்ப்பயிற்சி உங்களுக்கு உண்டாகும். அப்பால் சர்க்கரைப் பந்தரில் தேன்மாரி பெய்ததுபோல் இருக்கும்" என்று அன்புடன் கூறினார். அதுமுதல் அவர் அதனைப் பாராயணம் செய்து வந்தனர்; தமிழ்ப்பயிற்சியில் ஊக்கம் உடையவராகித் தம் தமையனாராகிய இராமசாமி ஐயரிடத்திலும் பிறரிடத்திலும் பல நூல்களைக் கற்றுத் தேர்ந்தனர். இதனை இராமசாமி ஐயரே தாம் எழுதிய *மகா வைத்தியநாத விஜய ஸங்கிரகம்* என்ற புத்தகத்தில், "மஹாராஜா அவர்கள் ...... கந்தபுராணச் சுருக்கப் புஸ்தகத்தையும் முதல் இலக்கியமாகச் சம்மானித்தார்கள். கற்பகம் போன்ற கைக்கமலங்களாற் கொடுத்த நாள்முதல் என்னிடத்தில் இனிய தமிழ் பயின்று திரியிலேற்றிய தீவட்டிபோல் என்னினும் சிறந்த கல்வியுடையவராய் விளங்கினார்" என்று புலப்படுத்தி யிருக்கிறார். நூல்களில் உள்ள நயங்களை நுண்ணிதாக ஆராய்ந்து தெரிந்து அவற்றைச் சுவை தோன்ற எடுத்துரைத்தலும், மிகவும் கடினமான நூற்பகுதிகளை அறிந்து எளிதில் விளக்குதலும், செய்யுள் இயற்றுதலுமாகிய ஆற்றல்கள் நாளடைவில் அவர்பால் உண்டாகி வளர்ச்சி பெற்றன.

எட்டையபுரத்தில் அடைந்த சிறப்பு

இராமநாதபுரத்திலிருந்து அவர் எட்டையபுரம் சென்றனர். அங்கே முத்துசாமி தீட்சிதர் வம்சத்தினராகிய சுப்பராம தீட்சித ரென்பவர் ஸம்ஸ்தான சங்கீத வித்துவானாக விளங்கி வந்தனர். வைத்திய நாதையர் அங்கே பாடி ஸம்மானங்கள் பெற்றனர். அப்பொழுது இராமசாமி ஐயர் சில வித்துவான்களின் விருப்பத்தின்படி தமிழில் இராகமாலிகை ஒன்று பாடிப் பல

வித்துவான்கள் கூடிய சபையில் அரங்கேற்றினர். அவ்விராகமாலிகை பிற்காலத்திற் பல இடங்களில் வழங்கிவரலாயிற்று.

திருநெல்வேலிக்குச் சென்றது

அப்பால் திருநெல்வேலி சென்று *திருக்கோயிலை வலம் வந்து ஸ்ரீ நெல்லையப்பரையும் ஸ்ரீ காந்திமதிப் பிராட்டியாரையும் தரிசித்துச் சந்நிதானத்திலிருந்து அந்நகரவாசிக ளெல்லாரும் விரும்பிக் கேட்ப இனிய கானமழை பெய்து குளிரச் செய்தனர். பிரபுக்கள் பலர் ஸம்மானம் செய்தனர். அக்காலத்தில் அந்நகரில் இருந்தவரும் அத்வைத நூல்களிற் பயிற்சி மிக்கவருமாகிய ஐயாசாமி பிள்ளை முதலியவர்களுடைய பழக்கம் அவருக்கு உண்டாயிற்று. அங்கே இருந்த பஜனைமடம் சிதம்பரம் பிள்ளை யென்பவர் அவருடைய முதிர்ந்த அறிவை வியந்து அந்த நகரில் இருக்கும் வரையில் தமது பஜனை மடத்திலேயே இருக்கச்செய்து வேண்டிய சௌகரியங்களைச் செய்வித்தனர்.

திருநெல்வேலியில் அவர் இருத்தலை யறிந்து ஆழ்வார்குறிச்சித் தளவாய் குமாரசாமி முதலியார் என்பவர் தம்முடைய அரண்மனைக்கு அவரை வருவித்து அவருடைய சங்கீதத்தைக் கேட்டுச் சிறந்த உபசாரங்கள் செய்வித்து ஆறு மாதம் இருக்கச் செய்தார்; அப்பால் திருச்செந்தூருக்கு அழைத்துச் சென்று செந்திலாண்டவனைத் தரிசிக்கச்செய்து பலர் கூடிய சபையில் அவரைப் பாடுவித்துக் கௌரவித்தனர். அங்கே இருந்த திரிசுதந்தரர்களுள் (முக்காணியர்களுள்) படித்தவர்களாகிய சிலர் அவர்பால் அளவிலா அன்பு பூண்டு பாராட்டி வந்தனர். சிலநாள் அங்கே தங்கித் தரிசனம் செய்து வருகையில் இராமசாமி ஐயர் *திருச்செந்திற் சந்தவிருத்தம். திருச்செந்தில் யமக அந்தாதி* என்னும் இரண்டு பிரபந்தங்களை இயற்றிப் பல புலவர் கூடிய சபையில் அரங்கேற்றினார். சந்த விருத்தம் முதலியவற்றை வைத்தியநாதையர் மனனம்பண்ணித் தம் இனிய சாரீரத்தால் அழகுபடுத்திப் பாடிவந்தனர். பிறகு தளவாய் முதலியார் மூலமாக, அக்காலத்தில் வடமொழி தென்மொழிகளிற் பயிற்சியுடையவராக விளங்கிய சொக்கம்பட்டி ஜமீன்தாருடைய பழக்கத்தை யடைந்து சிலகாலம் அவருடன் இருந்து அவரைத் தம் இசைத்திறமையால் மகிழ்வித்துப் பலவகைப் பரிசு பெற்றனர்; அங்கிருந்து வேறு பல இடங்களுக்கும் சென்று தம் ஆற்றலை வெளிப்படுத்தி ஸம்மானம் பெற்றார். இங்ஙனம் வைத்தியநாதையர் பாண்டி நாட்டிலும் தம்முடைய இசைவெள்ளத்தைப் பரப்பி யாவருடைய மனத்தையும் குளிரச் செய்து புகழ் சிறந்து விளங்கினர்.

---

* மகா வைத்தியநாத விஜய சங்கிரகம்.

மகா வைத்தியநாதையரும் திருவாவடுதுறை ஆதீனகர்த்தரும்

தமிழையும் வடமொழியையும் சங்கீதத்தையும் வளர்த்து வந்த தாயகங்களில் திருவாவடுதுறை யாதீனம் ஒன்று. வித்துவான்களைப் போற்றி ஆதரித்துப் பலவகைக் கல்வியையும் பரப்பும் சிறந்த உபகாரத்தைப் பழங்கால முதற்கொண்டே அவ்வாதீனம் இயற்றி வந்திருக்கிறது. தமிழ்ப் புலமையும் வடமொழிப் பயிற்சியும் இசையை உணர்ந்து இன்புறும் தன்மையும் உடைய பலர் அவ்வாதீனத் தலைவர்களாக இருந்து விளங்கிவந்தனர். இன்றளவும் புலவர்களுக்கு இயன்றவவரையில் உதவி செய்துவரும் அவ்வாதீனத்திற்கு, இயல்பாக அமைந்த புகழை மிகப் பெருக்கிய பெருமையை உடையவர் *மேலகரம் ஸ்ரீ சுப்பிரமணிய தேசிகராவர். திருவாவடுதுறை யாதீனத்தில் பதினாறாம் பட்டத்தில் தலைவராக வீற்றிருந்து அவர் இயற்றிய செயல்களுள் அம்மடத்தைக் கலைமகள் களிநடஞ்செய்யும் இடமாக ஆக்கியது ஒன்றாகும். அவர்காலத்தில் தமிழ்ப் புலவர்களும் வடமொழி வித்துவான்களும் சங்கீத வித்துவான்களும் அந்த மடத்திற்கு வந்துவந்து தங்கள் ஆற்றல்களைப் புலப்படுத்தி ஆதரிக்கப்பெற்று ஊக்கமடைந்து மேன்மேலும் வளர்ச்சி பெற்றார்கள். தமிழுலகம் முழுதும் தமது பெரும்புலமைத் திறத்தையும் புகழையும் நாட்டிய திரிசிரபுரம் வித்துவான் ஸ்ரீ மீனாட்சிசுந்தரம் பிள்ளை யவர்களை மகாவித்துவானாக்கி அப்புலவர் பெருமானுடைய சிறந்த ஆற்றல்களை உலகம் அறியச் செய்ததற்கு முக்கிய காரணமாக இருந்தவர் ஸ்ரீசுப்பிரமணிய தேசிகரே. அங்ஙனமே வையை வைத்தியநாதையரையும் மகா வைத்தியநாதையராக்கி என்றும் அச்சிறப்புப் பெயருடன் வழங்கும்படி செய்வித்தவரும் அவரே. அவர் அன்புடன் அளித்த அப்பெயர் இன்றும் தமிழ்நாட்டாருடைய நாவில் மலர்ந்து விளங்குகின்றது.

வைத்தியநாதையர் அந்தப் பட்டத்தைப் பெற்ற காலம் அவருடைய பன்னிரண்டாவது பிராயமாகும். அக்காலத்தில் மேற்கூறிய சுப்பிரமணிய தேசிகர் சின்னப் பண்டார சன்னிதியாக இருந்தார். அப்போது அந்த ஆதீனத்தின் பெரியபட்டத்தில் விளங்கியவர் ஸ்ரீ அம்பலவாண தேசிக ரென்பவர். திருவாவடுதுறை ஆதீனத்துக்குரிய முக்கிய ஸ்தானங்களுள் ஒன்றும் சின்னப் பட்டத்திற்குரிய தலைமை யிடமுமாகிய †கல்லிடைக்குறிச்சி

---

* மேலகரம் என்பது தென்காசியிலிருந்து திருக்குற்றாலத்துக்குப் போகும் மார்க்கத்தில் உள்ள ஊர். சுப்பிரமணிய தேசிகருடைய பூர்வாசிரம பரம்பரையினர் இப்போதும் அங்கே இருக்கின்றனர்.

† இது திருநெல்வேலி ஜில்லா, அம்பாசமுத்திரம் தாலூகாவிலுள்ளது.

மடத்தில் சுப்பிரமணிய தேசிகர் தம்முடைய சின்னப் பட்டத்தில் பெரும்பாலும் இருந்து வந்தார். அவர் இருந்து வந்த காலங்களி லெல்லாம் அவ்விடத்தில் வித்துவான்களுடைய கலையாரவாரமும் பிரபுக்களுடைய சல்லாபங்களும் நிறைந்திருந்தன. திருவனந்தபுரத்திற்குச் சென்று ஸம்மானம்பெறும் வித்துவான்கள் அங்கும்வந்து பரிசு பெற்றுச் செல்வார்கள். அக்காலத்தில் சுப்பிரமணிய தேசிகரால் ஆதரிக்கப்பெற்ற சங்கீத வித்துவான்களுள் சிவகங்கை வித்துவானாகிய பெரிய வைத்தியநாதையரும், சின்ன வைத்தியநாதையரும் சிறந்தவர்கள். சின்ன வைத்தியநாதையர், பெரிய வைத்தியநாதையருக்கு அடுத்தபடியாக நினைக்கப்படுபவர். அவர்களிடத்தில் தேசிகருக்கு மிக்க அன்புண்டு. அவர்களும் அடிக்கடி தேசிகர்பால் வந்து பாடி ஸம்மானம் பெற்றுச் செல்வார்கள்.

பாண்டிநாட்டிற் பல இடங்களில் தமது சங்கீதத் திறமையை வெளிப்படுத்தி வந்த வையை வைத்தியநாதையர், கல்லிடைக் குறிச்சிக்குத் தம் தமையனாருடன் சென்றார். அவருடைய புகழைச் சுப்பிரமணிய தேசிகர் முன்பே அறிந்து அவர் பாட்டைக் கேட்க வேண்டுமென்று நினைத்திருந்தார். அது தற்செயலாக நிறைவேறியது. ராக்ஷச வருஷம் தை மாதம் *(1856)* வைத்தியநாதையர் கல்லிடைக்குறிச்சிக்கு வந்தாரென்று தெரிகிறது. தேசிகர் அவருடைய இன்னிசையைச் செவியாரக் கேட்டு உள்ளங் குளிர்ந்தார்; அதுகாறும் கேட்டிராத தனி வசீகரத்தன்மை ஒன்று அவ்விசையில் அமைந்திருந்ததையும், இளமையில் உயர்ந்த அறிவும் சிறந்த குணமும் சிவபக்திச் செல்வமும் அவர்பாற் பொருந்தி யிருத்தலையும் அறிந்து வியந்தார். பின்பு செய்யவேண்டிய செயல்களைப் பல காலத்துக்கு முன்னரே மனத்துள் எண்ணி அவற்றிற்கு ஆவனபுரியும் இயல்புடைய தேசிகரது உள்ளத்தில் தம்முடைய சபைக்கு அணிகலனாக வைத்தியநாதையர் விளங்கும்படி செய்ய வேண்டுமென்னும் எண்ணம் அப்பொழுதே உண்டாயிற்று.

தை மாத அசுவதி நக்ஷத்திரம் திருவாவடுதுறை ஆதீன ஸ்தாபகராகிய ஸ்ரீ நமச்சிவாய மூர்த்தியின் குருபூஜைக்கு உரிய நாள். கல்லிடைக்குறிச்சியிலும் திருவாவடுதுறையில் நடைபெறுவது போன்ற சிறப்புடனே அந்தக் குருபூஜை நிகழும். அந்த வருஷம் குருபூஜை வரையில் வைத்தியநாதையர் கல்லிடைக்குறிச்சியிலேயே தேசிகர் விருப்பத்தின்படி இருந்தார். குருபூஜைக்கு வழக்கம் போல் தென்மொழி வடமொழிப் பண்டிதர்கள் வந்திருந்தனர். பெரிய வைத்தியநாதையர், சின்ன வைத்தியநாதையர், வீணை – சின்னையா *பாகவதர்,

* சங்கீத வித்துவான்களைப் பாகவதரென்பர் தென்பாண்டி நாட்டார்.

ஸ்ரீவைகுண்டம் சுப்பையர், பிச்சுமணி பாகவதர் முதலிய பெரிய சங்கீத வித்துவான்களும் வந்திருந்தனர். இளமையில் நிரம்பிய இசையறிவு வாய்ந்த வையை வைத்தியநாதையரிடத்தில் அவர்களுள் சிலருக்குப் பொறாமை இருந்து வந்தது; அவரைச் சுப்பிரமணிய தேசிகர் பாராட்டுதலை அவர்கள் விரும்பவில்லை. "இந்தச் சிறு பையனைப் பண்டார சன்னிதி இவ்வளவு தூரம் கொண்டாடுகிறாரே; இவனுக்கு என்ன தெரியும்?" என்று சிலர் தம்முட் பேசிக்கொள்ளலாயினர்.

அதனை யறிந்த தேசிகர் குருபூஜைக்காக வந்திருந்த பல வித்துவான்களின் முன்னிலையில் வையை வைத்தியநாதையருடைய ஆற்றலைக்காட்டச் செய்து சிறப்பிக்க வேண்டுமென்று எண்ணினார்; பலர் கூடும் சமயம் வேறொன்று வாய்ப்பது அரிதாதலின் வைத்தியநாதையருடைய உண்மை மதிப்பை வித்துவான்களும் அவர்கள் மூலமாக மற்றவர்களும் அறியும்படி செய்வதற்கு அதுவே ஏற்ற சமயமென்று தீர்மானித்தார்; வந்திருந்த வித்துவான்களுட் சிறந்தவர்களாகிய பெரிய வைத்தியநாதையர், சின்ன வைத்தியநாதைய ரென்னும் இருவரோடும் வைத்தியநாதையரைப் பாடச் செய்தால் இந்த இளைய வித்துவான், அவர்களுக்கு இளையா வித்துவானாக இருத்தலை யாவரும் அறிந்துகொள்ளக் கூடுமென்று நினைத்தார். அப்பொழுது அங்கே தமிழில் அரிய புலமையும் வடமொழியிலும் இசையிலும் நல்ல பயிற்சியும் உடையவரும், ஆதீனவித்துவானும், தேசிகருடைய தமிழ் ஆசிரியரும், அவரால் நன்கு மதித்து மரியாதையோடு உபசரிக்கப் பெற்றவருமாகிய *தாண்டவராயத் தம்பிரா னென்பவர் உடனிருந்தார். அவர்பால் தேசிகர் தம் கருத்தை அறிவித்தனர். அவர் அது மிகவும் பொருத்தமானதென்று கூறினர். பின் தேசிகருடைய கட்டளையின்படி அவர் வைத்தியநாதையரை அணுகி, "பெரிய வைத்தியநாதையர், சின்ன வைத்தியநாதைய ரென்னும் இருவருடனும் உங்களைப் பாடச்செய்ய வேண்டுமென்பது சந்நிதானத்தின் திருவுள்ளம். அவர்களுடைய திருவுள்ளக் கருத்து அளவற்ற அரிய பயன்களைத் தருவதாகவே இருக்கும். நீங்கள் அஞ்சாமற் பாடுவீர்களா?" என்று கேட்டார். வைத்தியநாதையர், †"நாங்கள் அவர்களைவிட மிக்க இளைஞர்களாயினும் சிவபெருமான் திருவருளால் எங்களால் இயன்றவரையில் பாடுவோம். இறைவன் திருவருளும் சந்நிதானத்தின் பேரன்பும் எங்களுக்குத் துணையாக

---

* மகாவித்துவான் ஸ்ரீ மீனாட்சிசுந்தரம் பிள்ளை யவர்களை ஆதீன வித்துவானாக்கியதற்கு முக்கிய காரணமாக இருந்தவர் இவரே.

† வைத்தியநாதையர் பேசும்பொழுது தம்முடைய தமையனாரையும் உளப்படுத்திக்கொண்டே பேசுவார்; அவரும் அங்ஙனமே பேசி வருவார்.

இருக்கும்பொழுது நாங்கள் அஞ்சுவதற்குக் காரணமே இல்லை" என்று கூறி,

(திருச்சிற்றம்பலம்)

*மானினேர்விழி மாதராய்வழு திக்குமாபெருந் தேவிகேள்
பானல்வாயொரு பாலனீங்கிவ னென்றுநீபரி வெய்திடேல்
ஆனைமாமலை யாதியாய இடங்களிற்பல வல்லல்சேர்
ஈனர்கட்கெளி யேனலேன்திரு வாலவாயர னிற்கவே

என்ற *தேவாரத்*தையும் சொன்னார். வித்தியா வீரராகிய அவருக்கு அச்சம் ஏது? அவருடைய சொற்களைக் கேட்ட தாண்டவராயத் தம்பிரான் அவரது இளமையையும் சிறந்த அறிவையும் சிவபிரான் அருளை மறவா நினைவையும் அறிந்து உருகினார். அவர் கூறிய தேவாரத்தைக் கேட்டு, †"திருஞானசம்பந்தமூர்த்தி நாயனார் இங்ஙனமே இருப்பார்போலும்!" என்றெண்ணி மகிழ்ந்தார்.

பெரிய வைத்தியநாதையர் பெரிய சங்கீத வித்துவான். பிறருடைய ஆற்றலைக் கண்டு அழுக்காறு கொள்பவரல்லர். வையை வைத்தியநாதையருடைய ஆற்றலை நன்கு உணராத குறையினாலும் உடனிருந்த வித்துவான்கள் அழுக்காற்றால் தூண்டிய சொற்களாலும் சுப்பிரமணிய தேசிகர் வையை வைத்தியநாதையரைப் பாராட்டிவந்ததை அவர் விரும்பவில்லை. அவரைப் போலவே சின்ன வைத்தியநாதையரும் இருந்தனர்.

மூன்று வைத்தியநாதையர்களும் பாடுவார்களென்ற செய்தி எவ்விடத்தும் மெல்லப் பரவியது. வந்திருந்த யாவரும் அன்றைத் தினம் நடைபெறும் சங்கீதப் போட்டியைக் காணவேண்டுமென்ற ஆவலோடு கூடினர். குருபூஜைக்கு மறுநாள் இரவு சுப்பிரமணிய தேசிகரது முன்னிலையில் சபை கூட்டப்பெற்றது. சங்கீத வித்துவான்கள், வடமொழி தென்மொழிப் புலவர்கள், தம்பிரான்கள், பிரபுக்கள் முதலியோர் கூடியிருந்தனர். ஸ்ரீ சுப்பிரமணிய தேசிகருடைய விருப்பத்தின்படி தாண்டவராயத் தம்பிரானே அந்தச் சபையை நடத்தும் பொறுப்பை ஏற்றுக்கொண்டார். வீணை – சின்னையா பாகவதர் மத்தியஸ்தராக நியமிக்கப்பட்டனர். சுப்பிரமணிய தேசிகர் விருப்பத்தின்படி அங்கேயிருந்த சங்கீத வித்துவான்களுள் மேம்பட்டு விளங்கும் பெரிய வைத்தியநாதையர் முதலியவர்கள் முறையே தனித்தனியே பாடினார்கள். சின்ன வைத்தியநாதையரும் வையை வைத்தியநாதையரும் தனித்தனியே பாடினார்கள்.

---

* இது சைனரை வெல்ல வியலுமாவென்றஞ்சிய மங்கையர்க்கரசியாரை நோக்கி ஞானசம்பந்தர் அருளிச்செய்தது.

† திருஞானசம்பந்த மூர்த்திநாயனார் அவதரித்த கௌண்டின்ய கோத்திரத்திலேயே இந்நூலின் தலைவர் அவதரித்தமை இந்நிகழ்ச்சியாற் சிறப்புறுகின்றது.

சின்ன வைத்தியநாதையர், பெரிய வைத்தியநாதையருக்குத் தம்பி முறையினர்; வையை வைத்தியநாதையரைவிடச் சில ஆண்டுகளே மூத்தவர்.

பின்பு தாண்டவராயத் தம்பிரான், "சின்ன வைத்தியநாதையரையும் வையை வைத்தியநாதையரையும் ஒருங்கே பாடும்படி சொல்லலாமா?" என்று பெரிய வைத்தியநாதையரைக் கேட்டனர். அவர், "அப்படியே செய்யலாம்" என்றார். "பாடுங்காலத்தில் குற்றம் யாரிடமேனும் காணப்படின் அதனை மற்றவர் எடுத்துக் கூறலாம்" என்று தாண்டவராயத் தம்பிரான் கூறினார். நாட்டை முதலிய கன ராகங்களை இருவரும் தனித்தனியே பாடிவந்தனர். இடையே ஒரு சமயத்தில் சின்ன வைத்தியநாதையர் பாடுவதில் பிழையிருப்பதை வையை வைத்தியநாதையர் உணர்ந்து, "இந்த ராகத்திற்கு இந்த ஸ்வரம் வர்ஜ்யம்" என்றார். சின்ன வைத்தியநாதையர் "நான் சரியாகவே பாடினேன்" என்றார். மத்தியஸ்தராகிய சின்னையா பாகவதர் மீண்டும் அவரைப் பாடச்செய்து அவர் பாடியபடி அதனைத் தம் வீணையில் வாசித்துக் காட்டினார்; அப்பொழுது அது பிழையென்பது எல்லோருக்கும் தெளிவாக விளங்கியது. வையை வைத்தியநாதையர் கூறியது சரியென்பதை யாவரும் உடனே அறிந்தனர்.

பிறகு வையை வைத்தியநாதையர் தனியே பாடி வந்தார். அப்பொழுது அவர் பலவகையான ஆற்றல்களை வெளிப்படுத்தினார். *"அனுமந்தரம் முதல் தொடங்கி மந்தரம், மத்திமம், தாரம் என்னும் மூன்று ஸ்தானங்களையும் மும்முறை மேன்மேலேற்றி வீணையில் விரல் நடப்பதுபோல் குரலை நடாத்தி அவ்வாறே அவரோகண முறையாகச் †சிரல் வீழ்ச்சிபோற் குரலை இறக்கிப் பாடிக்காட்டினார். அவருடைய இசை அன்று வெற்றி உணர்ச்சியோடு விளங்கியது. அவர் பாடப்பாட அந்தச் சபையோரெல்லாம் ஆச்சரியமுற்றுச் சித்திரப் பாவைகளைப்போல் ஆகிவிட்டனர். பெரிய வைத்தியநாதையருக்கு அப்பொழுதுதான் தாம் உருவத்தின் சிறுமைகண்டு அவமதித்தது பிழையென்பது மனத்திற்பட்டது; வையை வைத்தியநாதருடைய இசையில் மனம் உருகித் தம்மையே மறந்தனர்; அதில் ஈடுபட்டுச் சிரக்கம்பம் செய்தார்; இடையிடையே, 'பேஷ்! பேஷ்!' என்று கூறினார். பகைவர்களும் மதிக்கும் வீரமே சிறந்தவீரமென்று பெரியோர் கூறுவதுண்டு. அத்தகைய வீரம் சங்கீதக் கலையில் வையை வைத்தியநாதையர்பால் இருந்தமை அன்று வெளிப்பட்டது.

---

* மகாவைத்தியநாத விஜய சங்கிரகம்.

† சிரல் – மீன்கொத்திக் குருவி.

வையை வைத்தியநாதையர் பாடிக்கொண்டே வந்தார். இடையில் ஓர் இராகத்தை மிக விரிவாகப் பாடத்தொடங்கினார். அங்கே இருந்த வித்துவான்களால் இன்ன இராகமென்று அதனைத் தெரிந்துகொள்ள முடியவில்லை. பெரிய வைத்தியநாதையருக்கும் தெரியவில்லை. வித்துவான்கள் ஒருவரையொருவர் முகக் குறிப்பினால், 'என்ன ராகம் இது?' என்று வினாவிக்கொண்டிருந்தனர். அதனை அறிந்த ஸ்ரீ சுப்பிரமணிய தேசிகர் மனமகிழ்ந்து அங்கிருந்த வித்துவான்களை நோக்கி, "இப்பொழுது இவர் பாடுவது என்ன ராகம்?" என்று முறையே ஒவ்வொருவரையும் கேட்டார். ஒருவரும் விடை கூறவில்லை. பெரிய வைத்தியநாதையரையும் கேட்டார். நெடுநேரமாக அந்த இராகம் இன்னதென்று தெரிந்து கொள்ள முடியாமல் யோசித்துக்கொண்டிருந்த அவர், "அதுதானே தெரியவில்லை; ரக்தி ராகமாக இருந்தால் தெரிந்துகொள்ளலாம். பையன் தஞ் சாவூர்ப் பக்கத்தில் அப்பியாசம் பண்ணின ஏதோ சங்கதியை எடுத்து விடுகிறான். அபூர்வ ராகமாயிருக்கிறது" என்றார். தேசிகர் உடனே வையை வைத்தியநாதையரைப் பார்த்து, 'நீங்கள் பாடுவது என்ன ராகம்?' என்று கேட்டார். அவர் "இது *சக்கரவாக மென்னும் ராகம்; *சங்கீத ரத்னாகரத்தில்* இதன் இலக்கணம் சொல்லப்பட்டிருக்கிறது" என்று அவ்விலக்கணத்தை ஆதாரத்துடன் எடுத்துச் சொல்லி, அதனை அமைத்து விரிவாகப் பாடிக் காட்டினார். சபை முழுவதும் ஆனந்தக்கடலில் முழுகியிருந்தது. பெரிய வைத்தியநாதையர் மூக்கில் சுட்டுவிரலை வைத்து வியப்பே வடிவமாக அமர்ந்திருந்தார். வீணை – சின்னையா பாகவதர் முதலியோர் மெய்ம்மறந்து இன்புற்றனர்.

அந்தச் சமயத்தில் சுப்பிரமணிய தேசிகர் பெரிய வைத்தியநாதையரை நோக்கி, "இவருடைய திறமை எப்படி இருக்கிறது? உங்களுடைய அபிப்பிராயம் என்ன?" என்று கேட்டார்.

பெரிய: வெகு புத்திசாலி; மிகவும் நன்றாக அப்பியாசம் பண்ணியிருக்கிறான்.

சுப்பிரமணிய தேசிகர்: இந்தச் சபையில் உங்களைப் போன்ற பெரியவர்கள் இருக்கும்பொழுது அஞ்சாமல் நிர்வாகம் செய்த இவருக்கு உங்களுடைய பூர்ண ஆசீர்வாதம் உரியதல்லவா?

பெரிய: அதில் தடை என்ன? சிரஞ்சீவியாக வாழ்ந்து சங்கீத வித்தையின் பெருமையை மேன்மேலும் வெளிப்படுத்தி விளங்க வேண்டும்.

---

* இந்த இராகம் அக்காலத்திற் பாடப்பட்டுப் பழக்கத்துக்கு வாராமையால் பலருக்குத் தெரியாமல் இருந்தது.

சுப்பிர: இப்படி மனமுவந்து சொல்லுகிற உங்களுடைய பெருந்தன்மையை என்னவென்று சொல்வோம்! உங்களுடைய ஆசீர்வாதம் இவருக்கு நல்ல க்ஷேமத்தை உண்டாக்கு மென்பதில் தடையேயில்லை. இவருடைய சங்கீத சாமர்த்தியத்தை உங்களைப் போல வேறு யாராவது நன்றாக அறியமுடியுமா?

பெரிய: முடியவே முடியாது.

சுப்பிர: இவருக்கு இந்தச் சமயத்தில் ஒரு பட்டம் கொடுப்பது உசிதமாக இருக்குமல்லவா?

பெரிய: அவசியம் கொடுக்கவேண்டியதுதான். அப்படிக் கொடுப்பதில் எனக்கு மிகவும் சந்தோஷம்.

சுப்பிர: தங்களுக்குப் பெரிய வைத்தியநாதைய ரென்ற பட்டப் பெயர் இருப்பதால் இவருக்குப் 'பெரிய' என்ற பட்டம் பொருந்தாது.

பெரிய: பொருந்தாதுதான்.

சுப்பிர: சின்ன வைத்தியநாதையர் என்று கொடுப்பதும் உசிதமாக இராது; அன்றியும் அந்தப் பட்டப்பெயர் உங்களுடைய தம்பிக்கு இருக்கிறது. நடு வைத்தியநாதையரென்ற பெயர் நன்றாக இல்லை. ஏதாவது கௌரவமுள்ள பட்டமாக இருக்க வேண்டுமல்லவா?

பெரிய: ஆமாம்!

சுப்பிர: இவருடைய வித்தைக்கு ஏற்ற பட்டமாக இருந்தால்தான் நன்றாக இருக்கும். நீங்களும் மற்றவர்களும் உள்ள இவ்வளவு பெரிய சபையில் யோசியாமல் எதையாவது கொடுத்துவிடுவது இவருடைய திறமையை வெளிப்படுத்தாது. எவ்வளவோ அரிய விஷயங்களை இவர் கற்றிருக்கிறார் அல்லவா? இவருடைய கீர்த்தி பரவுவதற்கும் எக்காலத்திலும் இந்தச் சபையையும் உங்களைப் போன்ற பெரிய வித்துவான்களுடைய ஆசீர்வாதத்தையும் இவர் மறவாமல் இருப்பதற்கும் ஏற்றபடி பெரிய பட்டமாக இருக்க வேண்டும்.

பெரிய: சந்நிதானம் சொல்வது மிகவும் சரி.

சுப்பிர: இவருக்குத் தெரிந்த விஷயங்களிற் சில தங்களுக்குக் கூடப் பழக்கம் இல்லையென்று தெரிகிறது. இப்பொழுதே இவர் இப்படி இருக்கும்பொழுது தங்கள் பிராயம் வந்தால் எப்படி விளங்குவாரோ?

பெரிய: சிறந்த புத்திசாலியாக இருப்பான்; நன்றாகப் பிரகாசிப்பான்.

சுப்பிர: ஆகையால், இவருக்கு மகா வைத்தியநாதையர் என்ற பெயர் வழங்கலாமா?

பெரிய: ஆஹா! தடையில்லாமல் செய்யலாம்; எனக்கு மிகவும் சந்தோஷமே.

இருவருக்கும் இடையே நிகழ்ந்த சம்பாஷணையைச் சபையினர் கவனித்து வந்தனர்; எந்தப் பட்டம் அளிக்கலாமென்று தீர்மானமாகிறதோ என்பதை ஒவ்வொரு க்ஷணமும் எதிர்பார்த்தனர். தேசிகர் பெரிய வைத்தியநாதையருக்கு வருத்தம் உண்டாகாதபடி அவரோடு மிகவும் சாதுரியமாகப் பேசிவருவதைத் தாண்டவராயத் தம்பிரான் அறிந்து மகிழ்ந்தார்; பெரிய வைத்தியநாதையர் உண்மையான வித்தைக்கு மதிப்புக்கொடுக்கும் தன்மையுடையவரே என்பதை உணர்ந்து வியந்தார். அந்தச் சபையில் நிகழ்ந்த வாதத்தில் வெற்றியுற்ற வையை வைத்தியநாதையர் ஸ்ரீ நடராஜமூர்த்தியின் திருவருளை சிந்தித்துக்கொண்டிருந்தார்.

'மகா வைத்தியநாதையர்' என்னும் கௌரவப் பெயரை வழங்கலாமெனத் தேசிகர் கூறப் பெரிய வைத்தியநாதையர் உடன்பட்டவுடனே சபையோர் யாவரும் அதுகாறும் அடக்கிவைத்திருந்த ஆனந்தக் குறிப்பைக் கரகோஷத்தாலும் சிரக்கம்பத்தாலும் வெளியிட்டார்கள். எல்லாருடைய கண்களும் வைத்தியநாதையருடைய மலர்ந்த முகத்தை நோக்கின.

சுப்பிரமணிய தேசிகர் வையை வைத்தியநாதையரை நோக்கி, "இன்று இவ்வளவு பெரியோர்கள் முன்னிலையில் உங்களுடைய அரிய ஆற்றல்களை வியந்ததற்கு அறிகுறியாக மகா வைத்தியநாதையர் என்னும் பெயரைத் திருவருளை முன்னிட்டு உங்களுக்கு வழங்குகிறோம். உங்களுடைய ஆற்றல் நாள்தோறும் வளரும் வண்ணம் ஸ்ரீ நடராஜமூர்த்தி திருவருள் பாலிக்கவேண்டும்!" என்று சொல்லி உயர்ந்த ஸம்மானங்களை வழங்கினார். சபையில் இருந்த ஒவ்வொருவரும் தத்தமக்கு அந்தக் கௌரவம் கிடைத்ததாகவே எண்ணிமகிழ்ந்தனர். தேசிகர் அப்பொழுது கல்லிழைத்த தோடாக்களை மகா வைத்தியநாதையர் கைகளில் அணிவித்தார்.

பாராட்டுப் பாட்டுக்கள்

அப்பொழுது தாண்டவராயத் தம்பிரான் தம்முடைய மகிழ்ச்சியைப் புலப்படுத்தி இரண்டு செய்யுட்களை இயற்றிக் கூறிப் பாராட்டினார். அவை வருமாறு:

(கட்டளைக் கலித்துறை)

1. வையை வயித்திய நாத மறையவன் வாய்மலரும்
துய்யசங் கீதச் சுவையமு தார்ந்திடிற் றுங்கவிண்ணோர்
பையர வார்த்துப் பருவரை நட்டுமுன் பாற்கடலைக்
கைகள் வருந்தக் கடையப் பெறாரென்பர் கற்றவரே.

2. கற்றுத் திகழும் வயித்திய நாதக் கவின்மறையோன்
கொற்றத்தி னாற்களி கூர்ந்திசை பாடுமிக் கொள்கைதனை
முற்றத் துறந்த முனிவருங் கேட்க முயல்வரென்றால்
மற்றத் துறையினர்க் குண்டாகும் வேட்கைக்கு மட்டுளதே.

இந்த இரண்டு செய்யுட்களையும் சொல்லி மிக விரிவாக இவற்றின் பொருளை எடுத்து அவர் பிரசங்கம் செய்தார்.

பிற்காலத்தில் மகா வைத்தியநாதையருக்கு இந்தப் பட்டத்தை யளித்த வரலாற்றை ஸ்ரீ சுப்பிரமணிய தேசிகர்பால் நான் கேட்டிருக்கிறேன். மேலே உள்ள செய்யுட்களைச் சொல்லிவிட்டுப் பிரசங்கம் செய்தபொழுது பதசாரமாகத் தாண்டவராயத் தம்பிரான் சொன்னாரென்று தேசிகர் கூறியவற்றுள் சில வருமாறு:

"வையைச்சேரி என்பது வையை என்று மருவி வந்தது. ஒற்றெழுத்தைத் தள்ளி எண்ணினால் வையைசேரி என்பது நான்கெழுத்தாலாகிய மொழியாக இருக்கிறது: இரண்டெழுத்து மொழியாக அது மருவியது. இவர்களும் நான்கு சகோதரர்களே; அவருள் இந்த இருவரே ஒருவரோடொருவர் மருவி மனங்கலந்து எங்கும் வந்து புகழடைகின்றனர். வையை என்னும் இரண்டு எழுத்துக்களும் ஒன்பதாவது உயிரோடுகலந்த உயிர்மெய்கள். இவ்விருவரும் *ஒன்பது சுவைகளும் அமையப் பாடுபவர்கள். 'வாய் மலரும்' என்றது பாடும்பொழுது தலை அசைத்தல் முதலிய உடற் குற்றங்களின்றி இருந்தவண்ணமே இருந்து மலரிலிருந்து தேன் வடிதலைப்போலப் பாடுவதைக் குறிப்பது. 'கற்றுத் திகழும்' என்றது இசையின் இலக்கணங்களையும் இயற்றமிழையும் கற்று விளங்குவதைக் குறிக்கும். 'கொற்றத்தினால் களிகூர்ந்து' என்றது இந்த மகா சபையில் நடந்த வாதத்தில் வெற்றி பெற்றதைச் சுட்டியது."

'முற்றத் துறந்த முனிவருங் கேட்க' என்றது ஸ்ரீ சுப்பிரமணிய தேசிகர் கேட்டுமகிழ்ந்ததை நினைத்துக் கூறியதென்பர்.

அன்றுமுதல் வையை வைத்தியநாதையருக்கு மகா வைத்தியநாதையர் என்னும் அழகிய பெயர் வழங்கலாயிற்று. சுப்பிரமணிய தேசிகருடைய அன்புடைமையை அவர் எந்நாளும் மறந்தவரல்லர்.

---

* இராகங்களில், இன்ன ராகம் ஒன்பது சுவைகளுள் இன்ன சுவையைப் புலப்படுத்துமென்னும் வரையறையுண்டு.

குருபூஜைக்கு வந்திருந்த வித்துவான்கள் ஸம்மானங்களைப் பெற்றுத் தங்கள் தங்கள் ஊர் சென்றனர். மகா வைத்தியநாதையர் ஸ்ரீ சுப்பிரமணிய தேசிகருடன் அவர் விருப்பத்தின்படி கல்லிடைக் குறிச்சியிற் சிலகாலம் இருந்தனர். அடிக்கடி தேசிகர் அவருடைய கானத்தைக் கேட்டுக் கேட்டு இன்புற்றனர். ஒருநாள் திருநெல்வேலி முதலிய இடங்களிலிருந்து பிரபுக்கள் பலரும் ஜமீன்தார்கள் சிலரும் வந்திருந்தபொழுது அவருடைய இசைப்பாட்டு நடைபெற்றது. அப்பொழுது தாண்டவராயத் தம்பிரான் மகிழ்ந்து இயற்றிப் பாராட்டிய பாடல் ஒன்று வருமாறு:

(ஆசிரிய விருத்தம்)

நிலைபெறுநல் லிசைத்தமிழ்முந் நீர்கடக்கும்
பாரதியாய் நிலவும் வையைத்
தலைநகர்வாழ் மாவைத்ய நாதனெனும்
பூசுரன்சங் கீதங் கேட்டுக்
கலைமகளும் வேதனையுற் றுடல்வெளுப்புண்
டன்னமிறங் காமற் கற்பாள்
அலைகடல்சூழ் புவியிடத்தும் அம்பரத்தும்
பம்பரம்போல் அலைகின் றாளே.

[குறிப்பு: இசைத்தமிழ் முந்நீர் – இசைத்தமிழாகிய கடல். பாரதி – தோணி. கலைமகள் பிரமனை அடைந்து திருமேனி வெண்மையை யுடையவளாகி அன்ன வாகனத்திலிருந்து இறங்காமல் பூமியிலும் ஆகாசத்திலும் உலாவுகின்றாள்; துன்பத்தை அடைந்து நாணத்தால் தேகம் வெளுத்து உணவு இறங்காமல் கற்றுக்கொள்ளும் பொருட்டு அலைகின்றாளென்றும் வேறொரு பொருள் இவ்வடிகளில் தொனிக்கின்றது. வேதனை – பிரமனை, துன்பம். அன்னம் – அன்னப் பறவை, உண்ணும் அன்னம். அம்பரம் – ஆகாசம்.]

சில நாட்களுக்குப் பின்பு திருநெல்வேலி ஜில்லா சிரஸ்தேதாரும் சுப்பிரமணிய தேசிகர்பால் அளவற்ற பக்தியுடையவருமாகிய வீரபத்திர பிள்ளை யென்பவர் தேசிகரைத் திருநெல்வேலிக்கு எழுந்தருள வேண்டுமென்று வேண்டினர். அவருடைய வேண்டுகோளின்படியே தேசிகர் பரிவாரத்துடன் திருநெல்வேலிக்குச் சென்றார். மகா வைத்தியநாதையரும் இராமசாமி ஐயரும் உடன் சென்றனர். அங்கே வீரபத்திர பிள்ளை தெற்குப் புதுத்தெருவில் தென்சிறகில் உள்ள தம்முடைய வீட்டுக்குத் தேசிகரை எழுந்தருளச் செய்து ராஜோபசாரத்தோடு மகேசுவர பூஜையும் பட்டணப்பிரவேசமும் செய்வித்து வழிபட்டனர். சுப்பிரமணிய தேசிகர் அங்கே இருந்த சில நாட்களுள் ஒருநாள் பல ஜமீன்தாரர்களையும் பிரபுக்களையும் வித்துவான்களையும் அழைத்துத் தேசிகர் முன்னிலையில் ஒரு மகாசபை கூட்டி வீரபத்திர பிள்ளை தாம் தேசிகர் மீது இயற்றியிருந்த பல தமிழ்ப் பாடல்களையும் தமிழ்க் கீர்த்தனங்களையும் அரங்கேற்றினார்.

அப்பால் மகா வைத்தியநாதையருடைய *சங்கீத வினிகை நடந்தது. சபைக்குத் தக்கபடி அந்தச் சங்கீதம் சிறப்புடையதாக விளங்கியது. அப்பொழுது தாண்டவராயத் தம்பிரான் ஒரு செய்யுள் கூறினார். அது வருமாறு:

(ஆசிரிய விருத்தம்)

பொன்னாடும் புகழ்வையை மாவைத்ய
நாதனெனும் பூசு ரன்றன்
நன்னாவாற் பாடுமிசை தனைக்கேட்டு
நாமகளும் நயந்து நாடி
இந்நாளி லிழந்திடுமூக் கன்றேயீர்ந்
தென்மானம் எனக்குத் தந்த
மன்னாவென் றருள்வீர புத்திரனை
வாழ்த்தியுளம் மகிழ்வுற் றாளே.

இந்தச் செய்யுளில் அமைந்துள்ள கற்பனைநயம் வருமாறு: "மகா வைத்தியநாதையர் பாடும் இசையை நாமகள் வந்து கேட்டாள். அது மிகவும் சிறந்ததாக இருந்தது. தன்னாலும் அப்படிப் பாடமுடியாதென்று அறிந்தவுடன் மனத்தில் தனக்கு அவமானம் தோற்றியது. 'மகா வைத்தியநாதையரால் மூக்கறுபட்டவ ளென்று யாவரும் சொல்லும்படியான நிலை வந்துவிடுமே' என்று எண்ணுகையில் தக்கயாக சங்காரத்தில் வீரபத்திரக் கடவுள் தனது மூக்கை யரிந்தமை ஞாபகத்திற்கு வந்தது. ஒரு வீரனுக்கு, பெண்ணாகிய தான் தோல்வியுற்றதில் அவளுக்கு வருத்தம் உண்டாகவில்லை. வித்தையில் தோல்வியுறுதலே பெரிய அவமானமாகத் தோற்றியது. அதனால், 'என் மூக்கு இப்பொழுது அறுபடுவதற்கு வழியில்லாமல் முன்பே தனது வீரத்தால் அறுத்து என் மானத்தைக் காப்பாற்றிய வீரபத்திரக் கடவுள் வாழ்க!' என்று வாழ்த்தி மகிழ்ந்தாள்."

இந்தக் கற்பனையை அறிந்து யாவரும் மகிழ்ந்தார்கள்; அன்றி, 'வீரபத்திரன்' என்பதற்கு அந்தச் சந்தர்ப்பத்திற்குத் தக்கபடி வீரபத்திர பிள்ளை யென்னும் பொருளும், வீரபத்திர பிள்ளை செய்யுட்களை அரங்கேற்றியபொழுதே அவரால் கலைமகள் கல்வியில் அவமான மடைந்தா ளென்னும் குறிப்பும் தோன்றுவதை உணர்ந்து வியந்தனர்.

இங்ஙனமே மகா வைத்தியநாதையரது பேராற்றலை அப்பொழுது பலர் புகழ்ந்து பாராட்டினர். வீரபத்திர பிள்ளை அவருக்குத் தக்க மரியாதைகள் செய்தார்.

மகா வைத்தியநாதையர் சுப்பிரமணிய தேசிகருடன் கல்லிடைக்குறிச்சி சென்று பின்னும் சிலகாலம் இருந்து பின்பு

---

* வினிகை – சங்கீதக் கச்சேரி.

விடைபெற்றுத் தம்மூர் சென்றனர். அடிக்கடி வந்துபோகவேண்டு மென்று தேசிகர் விரும்பியபடி இடையிடையே வந்து வந்து பாடி அவரை மகிழ்வித்து வந்தார்.

சிவகதை செய்தல்

மகா வைத்தியநாதையர் இளமையிலிருந்தே சிவபக்தி வாய்ந்தவராக விளங்கினார்; தம்முடைய தந்தையாரிடம் பஞ்சாட்சர உபதேசம் பெற்றுக் கொண்டார்; *பெரியபுராணத்தைப்* படித்து நாயன்மார்களுடைய இயல்புகளை அறிந்து உருகுதலும் சிவபிரானுடைய பேரருளை நினைந்து நினைந்து இன்புறுதலும் *தேவார திருவாசகங்களை* இசையுடன் ஓதி மகிழ்ந்து பிறரை மகிழ்வித்தலும் ஆகிய செயல்கள் அவர்பால் மேன்மேலும் வளர்ச்சியுற்று வந்தன. அதிவர்ணாசிரமியும் ஸூதஸம்ஹிதை முதலியவற்றைப் பிரசங்கம் செய்து யாவருக்கும் சிவபக்தியை வளரச் செய்தவரும் ஏக ருத்திராட்ச தாரணம் செய்துகொள்ளும் வழக்கத்தைப் பலர்பால் உண்டாக்கியவரும் ஆகிய கோடகநல்லூர் *சுந்தரஸ்வாமிகள் என்பவரிடம் வேறு சில மந்திரோபதேசம் பெற்றனர்; அன்றியும் வடமொழி நூல்களை அவரிடம் பாடங்கேட்டனர்; வடமொழிச் சைவநூல்களில் நல்ல அறிவுடையவராகிய அவர்பால், *சதுர்வேத தாத்பர்ய சங்கிரகம், சிவதத்வ விவேகம், ஸூதஸம்ஹிதை* முதலிய நூல்களையும் கேட்டு ஆராய்ந்து தெளிந்தனர். பின்பு பழமாநகரிச் சுந்தர சாஸ்திரிகள், திருவையாறு பாலகிருஷ்ண சாஸ்திரிகள் முதலிய வடமொழி வித்துவான்களிடம் பல சைவநூல்களைப் பாடங்கேட்டார். அதனால் வடமொழி நூல்களிலும் சைவ சம்பந்தமான விஷயங்களிலும் மகா வைத்தியநாதையர் நல்ல பயிற்சியை அடைந்தனர். தமிழ், வடமொழி, சங்கீதம் என்பவற்றில் தாம் அடைந்திருந்த பயிற்சியினால் அவர் சிவகதைகளை உபந்நியாசம் செய்யத் தொடங்கினார்; உண்மைச் சிவபக்தி அமைந்த உள்ளமும், எதையும் இனிமையாக எடுத்துக்கூறி விளக்கும் சொல்வன்மையும், யாவரையும் மகிழ்விக்கும் இன்னிசை யாற்றலும், நல்லறிவும் ஒருங்குவாய்ந்த அவருடைய சிவகதாப் பிரசங்கத்தின் இனிமை யாவர் மனத்தையும் கவர்ந்தது. தமிழ்நாட்டார் அவருடைய சங்கீதத்தோடு சிவகதையையும் கேட்டு அனுபவித்து மகிழ்ந்தனர்.

சுப்பிரமணிய தேசிகர் ஆதரவு

தமக்குப் பட்டம் வழங்கித் தம்முடைய புகழ் பரவும்படி செய்த ஸ்ரீ சுப்பிரமணிய தேசிகர்பால் மகா வைத்தியநாதையர்

---

* இவர் *மனோன்மணீயம்* என்னும் நூலின் ஆசிரியராகிய திருவனந்தபுரம் சுந்தரம் பிள்ளை முதலியவர்களின் குரு ஆவர்.

மிக்க நன்றியறி வுடையவராகி எப்பொழுது அவர் அழைத்தாலும் உடனே விரும்பிச் சென்று தமது சங்கீதத்தாலும் சிவகதாப் பிரசங்கத்தாலும் அவரை மகிழ்வித்து வந்தார்; தேசிகரும் மேன்மேலும் மகா வைத்தியநாதையரைப் பல வகையிலும் ஆதரித்து வந்தனர்.

ஒரு சமயம் தேசிகர் கல்லிடைக்குறிச்சியிலிருந்து திருவாவடுதுறைக்கு விஜயம் செய்தபொழுது, மகா வைத்தியநாதையரும் அவர் தமையனாரும் தேசிகருடைய விருப்பத்தின்படி அவருடன் வந்தனர். அப்பொழுது இடை யிடையே உள்ள ஊர்களில் இருந்த அன்பர்களால் தேசிகருக்குப் பலவகைச் சிறப்புக்கள் செய்யப்பட்டன. அங்கங்கே மகா வைத்தியநாதையருடைய சங்கீத வினிகைகளும் நடைபெற்றன. அவ்வப்பொழுது சுப்பிரமணிய தேசிகர் சால்வை, பொற்காப்பு, பொற்சங்கிலிகள், வைரக் கடுக்கன், சிறிய ருத்திராட்சங் களைப் பொற்கம்பியிற் கோத்த சரங்கள் ஐந்தடங்கிய மாலை முதலியவற்றை அவருக்கும் அவர் தமையனாருக்கும் வழங்கினார்.

தியாகராஜ சாஸ்திரிகள்

தேசிகர் திருவாவடுதுறைக்கு அருகில் மேற்கேயுள்ள நாரசிங்கம்பேட்டை மடத்தில் வந்து தங்கினர். அப்போது திருவாலங்காடு, திருவாவடுதுறை, திருவிடைமருதூர் முதலிய இடங்களிலிருந்து வடமொழியில் வல்ல சாஸ்திரிகள் பலர் வந்து பார்த்துச் சென்றார்கள். சுப்பிரமணிய தேசிகருடைய வடமொழி யாசிரியர்களுள் முக்கியமானவரும், அவருக்கு வடமொழி நூல்கள் பலவற்றின் நயங்களை எடுத்துக்காட்டியவரும், புதுக்கோட்டை அரசாங்க வக்கீலாக இருந்தவருமாகிய தியாகராஜ சாஸ்திரிகள் என்பவர் அங்ஙனம் வந்தவர்களுள் ஒருவர். அவர் சங்கீதப் பயிற்சியும் உடையவர். வீணை வாசித்தலிலும் இனிமையாகப் பாடுதலிலும் வல்லவர். அவரிடம் தேசிகருக்கு மிக்க அன்புண்டு. மகா வைத்தியநாதையர் சுப்பிரமணிய தேசிகரால் பலவகையான மரியாதைகளைப் பெற்றிருத்தலையும் தேசிகர் அவரை மிகவும் ஆதரித்து அருகில் இருக்கும்படி செய்திருப்பதையும் சாஸ்திரிகள் கேட்டிருந்தனர். அவர் சுப்பிரமணிய தேசிகரைப் பார்த்தபொழுது அங்கே உடனிருந்த மகா வைத்தியநாதையரும் அவருடைய தமையனாரும் பலவகையான ஆபரண அலங்காரத்துடன் அருகில் இருத்தலைக் கண்டனர். சாதுரியமாகவும் மிக்க தைரியமாகவும் பேசுவதில் வல்லவராகிய தியாகராஜ சாஸ்திரிகள் தேசிகரிடம் கையுறையாக ஒரு தேங்காய் அளிக்கும்பொழுது வழக்கப்படி ஒரு சுலோகம் சொன்னார். அன்று அவர் கூறிய சுலோகம் அவருடைய உட்கருத்தை வெளிப்படுத்தியது. அது

குவலயானந்த மென்னும் அலங்கார சாஸ்திரத்தில் உள்ளது; *"முன்பு நாம் இருவரும் ஓருயிர் ஈருடலாகப் பயின்றோம்; பின்பு பிரியன் பிரியை என்னும் முறையில் இருந்தோம்; இப்பொழுது கணவன் மனைவி என ஆனோம். இனி, சில நாட்களில் எங்ஙனம் ஆவோமோ!" என்று ஒரு தலைவி தலைவனை நோக்கிக் கூறுவதாக அமைந்தது அது. வரவர அன்பு குறைவதை அச்சுலோகம் சுட்டுகிறது. அதனைக்கேட்டு, குறிப்பறிவதில் வல்லவராகிய ஸ்ரீ சுப்பிரணிய தேசிகர் புன்னகை கொண்டு சாஸ்திரிகளை நோக்கி, "மகா வைத்தியநாதையருக்கு நாம் செய்யும் மரியாதைகளை மனத்தில் வைத்துக்கொண்டு இந்தச் சுலோகத்தை சாஸ்திரிகள் இப்பொழுது சொன்னதாகத் தோற்றுகிறது" என்றார்.

சாஸ்திரிகள்: ஆமாம்! இவ்வளவு சிறிய பிராயத்தினராகிய இவரிடம் அளவற்ற பிரியம் கொண்டிருப்பதை அறிந்து, 'எங்கே சந்நிதானம் நம்மை அலட்சியம் செய்யக்கூடுமோ!' என்ற எண்ணம் உண்டாகிவிட்டது.

சுப்பிர: ஒருகாலும் இல்லை. இவ்வளவு காலம் தங்களிடத்தில் இருந்த அபிமானம் இனிமேற் குறைவதற்கு நியாயமே யில்லை. இங்ஙனம் நாம் செய்வதற்குக் காரணம் தாங்களே. தங்களுடைய ஸல்லாபத்தினாலேதான் வித்துவான்களுடைய தாரதம்யத்தை அறிந்து கொடுக்கும் வழக்கம் நமக்கு ஏற்பட்டது வித்துவான்களுடைய சாமர்த்தியத்தை அறிந்து ஆதரிப்பது நமது கடமையல்லவா? பாராட்டுபவர்கள் இருந்தால்தானே கல்விமான்கள் கல்வியில் வளர்ச்சி யடைவார்கள்? தாங்கள்

---

* குவலயானந்தத்தில் பரியாய மென்னும் அலங்காரத்திற்கு உதாரணமாகக் காட்டப்பட்ட சுலோகமே இங்கே குறிப்பிக்கப்பட்டது; அது வருமாறு:

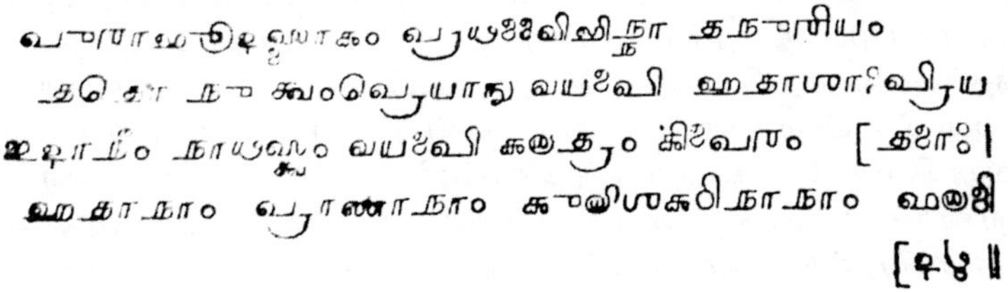

அதன் தமிழ் மொழிபெயர்ப்பு:

(கட்டளைக் கலித்துறை)

முன்னா ளிருவரும் யாக்கையொன் றாக முயங்கினமால்
பின்னாட் பிரியன் பிரியையென் றாயினம் பேசலுறும்
இந்நாட் கணவன் மனைவியென் றாயினம் எண்ணினினிச்
சின்னாளி லெப்படி யோமன்ன வாவிங்குச் செப்புகவே.

(*பாலபோத இலக்கணம் – அணியிலக்கணம்*)

இவருடைய ஆற்றலை அறிந்தால் இங்ஙனம் சொல்ல மாட்டீர்களென்று எண்ணுகிறோம்.

சாஸ்திரிகள்: சந்நிதானம் சொல்வது வாஸ்தவமாக இருந்தாலும் பிராயத்தில் மூத்த என்னைப் போன்றவர்களுக்கு மனத்தில் சிறிது வித்தியாசமான எண்ணம் தோற்றுவது ஸ்வபாவந்தான்.

உடனே தேசிகர், மகா வைத்தியநாதையரை நோக்கி அப்பைய தீட்சிதர் இயற்றிய சில சுலோகங்களை இசையுடன் சொல்லச் செய்தனர்; பின்பு சூதஸம்ஹிதை முதலிய நூல்களிலுள்ள சுலோகங்களையும் சொல்லும்படி விரும்பினர். அங்ஙனமே அவர் தமது இனிய இசையுடன் கலந்து சிவபக்தியை மேன்மேலும் உண்டாகும் அரிய கருத்துக்கள் அடங்கிய சுலோகங்களைச் சொன்னார்; வடமொழியறிவு வாய்ந்தவராதலின், எந்த எந்த இடங்களில் நிறுத்திச் சொல்லவேண்டுமோ அங்கங்கே நிறுத்திச் சொன்னார். சுலோகத்தின் கருத்து எளிதில் விளங்கும் வண்ணம் அவர் அவற்றை இசையுடன் கலந்து சொன்னபொழுது சாஸ்திரிகள் கேட்டுப் பேரானந்தமுற்று மெய்ம்மறந்தனர்; "ஹா! ஹா! இத்தகைய சங்கீதத்தைக் கேட்டதேயில்லை. சங்கீதமே பிரதானமென்று எண்ணி விஷயமே தெரியாமல் சுலோகங்களைக் கொலை பண்ணும் வித்துவான்கள் பலருடைய பாட்டைக் கேட்டு என் காது புண்பட்டிருந்தது. இவர் இவ்வளவு அழகாகச் சொல்வாரென்று கனவிலும் நினைக்கவில்லை. சிவபக்தி பூர்ணமாக இருந்தாலொழிய இப்படிச் சொல்லமுடியாது. சம்ஸ்கிருத ஞானம் நன்றாக இருப்பதனால் சுலோகத்தின் அர்த்தத்தைத் தாமே அனுபவித்துச் சொல்லுகிறார்; அதனால்தான் அவை மற்றவர்களுக்கும் சுலபமாகப் புலப்பட்டு இன்பத்தை அளிக்கின்றன. சுலோகத்திலுள்ள பாவத்தை இப்படித் தெளிவாக வெளிப்படுத்தி ஏற்ற ராகத்தோடு சொல்லும் இவரைக் கந்தர்வாவதார மென்றே சொல்லவேண்டும். இதிற் சந்தேகமே இல்லை" என்று பாராட்டினார். பின்பு மகா வைத்தியநாதையர் வேறு சில சுலோகங்களைச் சொல்லி அவற்றின் பொருளையும் கூறினார். பிறருக்கு எளிதில் விளங்கும்வண்ணம் அழகாகச் சுலோகங்களின் கருத்தைச் சொல்வதைக்கேட்ட சாஸ்திரிகள் பின்னும் சந்தோஷமடைந்தார்.

சுப்பிர: உண்மையான வித்வத்தை அறியும் இயல்பையுடைய தாங்கள் முதலில் நினைத்த அபிப்பிராயம் நிலையாக இராதென்றே எண்ணினோம். இப்பொழுது தங்களுக்கு இவருடைய சக்தி தெரிந்ததைப் பற்றிச் சந்தோஷிக்கிறோம். இவ்வளவு அருமையான சாமர்த்தியம் இவரிடம் உள்ளதென்பது யாருக்கும் பார்த்தவுடன் தோற்றாது.

சாஸ்திரிகள்: "சந்நிதானம் செய்யும் காரியங்களெல்லாம் உசிதமானவையே என்பதை முன்னமே அறிந்திருந்தும் ஏதோ சொல்லிவிட்டேன். இவருடைய யோக்கியதைக்கு எவ்வளவு சிறப்புச் செய்தாலும் தகும்" என்று கூறிக் கொண்டாடினர்.

அக்கால முதல் தியாகராஜ சாஸ்திரிகள் மகா வைத்தியநாதையர்பால் மிக்க அன்பு பூண்டவரானார்.

பிள்ளை யவர்கள் பழக்கம்

சுப்பிரமணிய தேசிகருடைய ஆதரவைப் பெற்ற பிறகு, திருவாவடுதுறையில் வருஷந்தோறும் தை மாதம் அசுவதி நட்சத்திரத்தில் நடைபெறும் குருபூஜைக்கு மகா வைத்தியநாதையரும் அவர் தமையனாரும் தவறாமல் செல்வார்கள்.

அக்காலத்தில் திருவாவடுதுறையில் ஆதீனகர்த்தராக இருந்தவர் ஸ்ரீ அம்பலவாண தேசிகர். திரிசிரபுரம் மகாவித்துவானும் என்னுடைய தமிழாசிரியருமாகிய ஸ்ரீ மீனாட்சிசுந்தரம் பிள்ளை யவர்களை ஆதீன வித்துவானாக அம்பலவாண தேசிகர் நியமித்த வருஷத்தில் நிகழ்ந்த குருபூஜைக்கு வழக்கம்போல் மகா வைத்தியநாதையரும் அவர் தமையனாரும் வந்திருந்தனர். அவ்விருவரும் பிள்ளை யவர்களுடைய பெருமையைப் பலர் வாயிலாகக் கேட்டிருந்தனர். அக்கவிஞர் கோமான் இயற்றிய சூதசங்கிதை முதலிய நூல்களிலுள்ள சுவையுள்ள பாடல்கள் இருவருக்கும் மனப்பாடமாக இருந்தன. மகா வைத்தியநாதையர் சிவகதை பண்ணும் பொழுது அந்நூலிலிருந்து சில செய்யுட்களைச் சொல்லிப் பொருள் கூறுவதுண்டு. அச்செய்யுட்களில் ஈடுபடுந்தோறும் அத்தகைய கவிகளை இயற்றிய கவிஞர் தலைவரைப் பார்த்துப் பழகவேண்டு மென்னும் அவா அவ்விருவருக்கும் அதிகமாகிக்கொண்டே வந்தது. திருவாவடுதுறைக்கு வந்தபொழுது அங்கே பிள்ளை யவர்கள் இருத்தலை அறிந்து அவர்களைப் பார்த்து அளவளாவலா மென்று எண்ணி மகிழ்ந்தனர்.

குருபூஜைத் தினத்து இரவில் அம்பலவாண தேசிகருக்கு வழக்கம்போல மிகவும் சிறப்பாகப் பட்டணப் பிரவேசம் நடைபெற்றது. அப்பொழுது சின்னப் பட்டத்திலிருந்த மேலகரம் ஸ்ரீ சுப்பிரமணிய தேசிகர் நடந்து சிவிகையுடன் வந்தனர். மீனாட்சி சுந்தரம் பிள்ளை யவர்களும் அவருடைய மாணவர்களும் தொடர்ந்து உடன் சென்றனர். ஸ்ரீ சுப்பிரமணிய தேசிகர் சிறிது தளர்ச்சியுற்றவராய்த் திருக்குளத்தின் தென்கரையிலுள்ள சத்திர மொன்றன் திண்ணையில் தங்கினார். முன்னரே மகா வைத்தியநாதையரும் அவர் தமையனாரும் அங்கே

தங்கியிருந்தனர். அப்பொழுது ஸ்ரீ சுப்பிரமணிய தேசிகர் மகா வைத்தியநாதையரையும் அவர் தமையனாரையும் பற்றிப் பிள்ளை யவர்களுக்கும், பிள்ளை யவர்களைப்பற்றி அவ்விருவருக்கும் கூறிப் பழக்கஞ் செய்து வைத்தனர்.

அவர்கள் பிள்ளை யவர்களுடைய புகழைத் தாங்கள் அறிந்து, நேரிற் பார்க்கவேண்டுமென்று நெடுநாட்களாக ஆவலுள்ளவர்களாக இருந்ததைத் தெரிவித்து அக்கவிஞர்பிரானைப் பாராட்டினார்கள். அப்பால் தேசிகரவர்களுடைய விருப்பப்படி மகா வைத்தியநாதையர் சில தமிழ்ச் செய்யுட்களை இசையுடன் பாடிக்காட்டினார். அவற்றைக் கேட்ட பிள்ளை யவர்கள், "இவை எந்த நூலில் உள்ளவை?" என்று கேட்டனர்.

மகா: தாங்கள் இயற்றிய சூதசங்கிதையில் பிரமன் முதலியோர் தில்லையில் நோற்று ஞானம் பெற்ற அத்தியாயத்தில் உள்ளவை.

மீ: அப்படியா! இன்னும் அந்த நூலில் வேறு செய்யுட்கள் உங்களுக்குப் பாடம் உண்டா?

மகா: பல செய்யுட்கள் பாடம் உண்டு. கோடகநல்லூர்ச் சுந்தரஸ்வாமிகள் எங்களை அடிக்கடி சொல்லச்சொல்லிக் கேட்டு மகிழ்வார்கள். அவர்கள் வடமொழிச் சூதசங்கிதையில் அதிகப் பழக்கமுடையவர்க ளாதலால் இந்தப் பாடல்களைக் கேட்டு மிக ஆச்சரியப்படுவதன்றித் தங்களைப் பாராட்டிக் கொண்டேயிருப்பார்கள்.

மீ: இந்த நூலை நான் செய்ததாகச் சொன்னீர்களே! அதனை அறிந்த தெப்படி?*

மகா: திருநெல்வேலியில் வேதாந்த நூற்பயிற்சி யுடையவராகவுள்ள ஸ்ரீ ஐயாசாமிப் பிள்ளை யவர்களும் வேறு சில வித்துவான்களும் இந்த உண்மையைத் தெரிவித்தார்கள்.

அப்பொழுது சுப்பிரமணிய தேசிகர் பிள்ளை யவர்களை நோக்கி, "அந்த உண்மையை நீங்கள் எவ்வளவு மறைத்தாலும் மறைவுபடுமா? உங்கள் கவித்துவத்தையும் புகழையும் யாரால் மறைக்க முடியும்? சூரியனை மறைப்பதற்கு யாரால் இயலும்?" என்று சொல்லி மகிழ்ந்தார்.

அக்கவிஞர் பிரான் உள்ளமுவந்து மகா வைத்தியநாதையரைப் பார்த்து, "ஐயா! அந்தப் பாடல்கள் உங்கள் வாக்கிலிருந்து

---

* பிள்ளை யவர்கள் இயற்றிய சூதசங்கிதையும், குசேலோபாக்கியானமும் அவர்களுடைய மாணாக்கராகிய வல்லூர்த் தேவராச பிள்ளை இயற்றியனவாக வழங்கி வருகின்றன. ஆதலின் உண்மையை மகா வைத்தியநாதையர் அறிவதற்கு வழி ஏது என்ற ஐயம் அப்புலவர் பிரானுக்கு உண்டாயிற்று.

வரும்பொழுது தனிச் சுவையை யுடையனவாக இருக்கின்றனவே. உங்களைப்போலத் தமிழ்ப் பாடல்களை இவ்வளவு அழகாகச் சொல்பவர்களை இதுகாறும் கண்டிலேன். உங்களுடைய க்ஷேமத்தைக் குறித்துப் பரமசிவனைப் பிரார்த்திக்கிறேன். உங்களுடன் அடிக்கடி பழக வேண்டுமென்பது எனது விருப்பம்" என்றார்.

மகா வைத்தியநாதையர், "எங்களுடைய நல்வாழ்விற்குக் காரணம் சந்நிதானமே. அவர்களுடைய அன்பே உங்களையும் பார்க்கும்படி கூட்டிவைத்தது. உங்களைப் பார்த்துப் பழகிப் பாடங் கேட்கவேண்டுமென்று நீண்டநாளாகக் காலத்தை எதிர்பார்த்திருந்தோம். இன்று எங்கள் பாக்கியத்தால் அது நிறைவேறியது. எல்லாவற்றிற்கும் காரணம் சிவ கிருபையே" என்று கூறினார்.

அவருடைய வார்த்தைகளில் நன்றியறிவும் சிவபக்தியும் ததும்பிக்கொண்டிருப்பதை யுணர்ந்த அக் கவிநாயகர், "இவர்களே உலகம் உய்யும் வழிகாட்டுதற்குரிய கலைஞர்கள். இவர்களிடம் இருக்கும் சங்கீதந்தான் சங்கீதம். அதுதான் சிவபக்திப் பயிரை வளர்க்கும்" என்றெண்ணி மனமுருகினார்.

மறுநாள் மடத்தில் மகா வைத்தியநாதையருடைய வினிகை நடைபெற்றது. அப்பொழுது பிள்ளை யவர்கள் அவருடைய இசையிலும், சிவபக்தி புலப்படும்படி பாடும் முறையிலும் ஈடுபட்டு மகிழ்ந்தனர். மகிழ்ச்சி மிகுதியினால் அக்கவிஞர் தலைவர் அப்பொழுது பின்வரும் இரண்டு செய்யுட்களை இயற்றிப் படிக்கும்படி செய்வித்தார்:

(விருத்தம்)

1. பொருவில்மகா வைத்தியநா தன்பாடும்
இசைப்பெருஞ்சீர் பொருவா னெண்ணின்
ஒருவிலருட் டுறைசையெங்கள் குருமணியம்
பலவாணன் ஒளிர்கூ டற்கண்
வெருவில்சிறப் புறமுனம்பா டிசைப்பெருஞ்சீ
ரேபொருவும் விருத்த ரூபம்
மருவிலனிந் தனச்சுமையு மெடுத்திலன்வேற்
றுமையிவையே மதிக்குங் காலே.

[**குறிப்பு:** பொருவில் – ஒப்பில்லாத, பொருவான் – ஒப்பாதலை, இந்தனச்சுமை – விறகுகட்டு.]

2. அனைநிகர்சுப் பிரமணிய மணியொடுமா
வடுதுறையில் அமரா நின்ற
தனைநிகரம் பலவாண பரசிவன்மற்
றெங்கள்குரு சாமி மேன்மேற்
புனையும்வயித் தியநாதன் இசைவிரும்பி
னானிதுவும் புகழோ வென்னின்

இனையன்வயித் தியநாத னிசைவிரும்பல்
பரம்பரையில் இயைந்த வாறே.

[குறிப்பு: ஞானாசிரியர்களைப் பரமசிவனாகப் பாவித்தல் மரபாதலின் அம்பலவாண தேசிகரை, 'பரசிவன்' என்றார். பரமசிவனுடன் சுப்பிரமணியக் கடவுள் இருத்தலைப்போல அவருடன் சுப்பிரமணிய தேசிகர் இருத்தல் இச்செய்யுளிற் குறிப்பிக்கப்பட்டிருக்கிறது. வயித்தியநாதன் இசை – மகா வைத்தியநாத ஐயருடைய சங்கீதத்தை, வயித்தியநாதப் பெருமானுடைய புகழை. வைத்தியநாத ரென்பது திருவாவடுதுறை மடத்துப் பெரிய பூசையிலுள்ள உடையவர் திருநாமம்.]

அக்காலமுதல் பிள்ளை யவர்களுக்கும் மகா வைத்தியநாதையருக்கும் நெருங்கிய நட்பு உண்டாயிற்று. திருவாவடுதுறை மடத்திற்கு வரும்போதெல்லாம் மகா வைத்தியநாதையரும் அவர் தமையனாரும் பிள்ளை யவர்களோடு சல்லாபம் செய்து தமிழ் நூல்களில் தமக்கு இருந்த ஐயங்களைக் கேட்டுத் தீர்த்துக்கொண்டு செல்வார்கள். அப்புலவர்பிரான் எங்கேனும் புராணம் அரங்கேற்றப் போயிருக்கும்போது அவ்விடத்திற்கு அவ்விருவரும் போக நேர்ந்தால், சிலநாள் இருந்து புராணப் பிரசங்கத்தைக் கேட்டு மகிழ்ந்து செல்வதும் வழக்கம்.

வேதநாயகம் பிள்ளை பாடல்

ஒரு சமயம் மகா வைத்தியநாதையர் மாயூரத்திலுள்ள சில பிரபுக்கள் வேண்டுகோளின்படி அந்நகருக்குச் சென்று பல பிரபுக்களும், கோபாலகிருஷ்ண பாரதியார் முதலிய பல சங்கீத வித்துவான்களும் கூடிய மஹா சபையில் வினிகை நடத்தினார். அப்பொழுது அந்நகரில் முன்ஸீபாக இருந்த வேதநாயகம் பிள்ளை அச்சபையில் தலைவராக வீற்றிருந்தனர். அவர் தமிழில் எளிய இனிய செய்யுட்களையும் கீர்த்தனங்களையும் இயற்றும் ஆற்றலுடையவர்; ஸ்ரீ மீனாட்சிசுந்தரம் பிள்ளை யவர்களுடைய மாணாக்கர்களுள் ஒருவர். அந்தப் பக்கத்தில் இருந்த யாவருக்கும் அவரிடத்தில் பெருமதிப்பு இருந்து வந்தது.

மகா வைத்தியநாதையருடைய பாட்டு நடைபெற்ற பின்பு வேதநாயகம் பிள்ளை அதனைப் பாராட்டித் தக்க ஸம்மானம் செய்து ஒரு செய்யுள் கூறினர். அது வருமாறு:

(ஆசிரிய விருத்தம்)

கானசையு மலங்கலணி மகாவைத்ய
நாதகவி கல்லும் புல்லும்
தானசையத் தேனிசையைச் சொலுமிசையைக்
கேட்டனந்தன் தலைய சைக்கின்
வானசையு மண்ணசையு மன்னுயிரெல்
லாமசையும் வருந்து மென்றே

தேனசையு மலரோனச் சேடனைக்கா
திலனாகச் செய்தான் மன்னோ.

[குறிப்பு: அனந்தன் – ஆதிசேஷன், ஆதிசேஷன் பாம்பாதலாலும், பாம்பு கண்ணையே காதாக உடையதாதலாலும் ‘காதிலன்’ என்றார்.]

சிறந்த அதிகாரத்தில் இருந்த வேதநாயகம் பிள்ளை இங்ஙனம் கூறிப் பாராட்டவே மாயூரம் முதலிய இடங்களிலுள்ள யாவரும் மகா வைத்தியநாதையர்பால் மேன்மேலும் மதிப்புவைத்து விசேஷ காலங்களில் அவரை வருவித்து அவருடைய இசையையும் சிவ கதையையும் கேட்டு மகிழ்வுற்றனர்.

சிருங்ககிரியிற் சிறப்புப் பெறுதல்

அப்பால், சிருங்ககிரி மடத்தில் ஆசார்ய மூர்த்தியாக எழுந்தருளியிருந்த ஸ்ரீ சச்சிதானந்த சிவாபி நவ நரஸிம்மபாரதி ஸ்வாமிக ளவர்களால் கட்டளையிடப்பட்டு ஒரு நவராத்திரி காலத்தில் அவ்விரு சகோதரர்களும் சிருங்ககிரி சென்றார்கள். அங்கே மகா வைத்தியநாதையர், “ஸ்ரீ சங்கர குருவரம், சிந்தயாமி பவஹரம்” என்னும் பல்லவியையுடைய வடமொழிக் கீர்த்தன மொன்றை இயற்றிப் பாடி ஆசார்ய மூர்த்தியைத் துதித்தனர். வழக்கம்போல் சங்கீதமும் சிவகதையும் நடந்தன. கேட்ட ஆசார்ய ஸ்வாமிகள் அவருடைய சிவபக்தி முதிர்வையும் வடமொழி தென்மொழி அறிவையும் இசை இனிமையையும் உணர்ந்து திருவுள்ள மகிழ்ந்து பலவகையான ஸம்மானங்கள் செய்தார்கள். அன்றியும் *மஹாதேவம் என்னும் முதற்குறிப்பை யுடைய சுலோகத்தை அருளிச்செய்து அவரை ஆசீர்வதித்தார்கள். பின்பும் பலமுறை மகா வைத்தியநாதையர் சிருங்ககிரி மடத்திற்குச் சென்று தம் இசைத்திறனைப் புலப்படுத்தி வழிபட்டு ஸ்வாமிகளுடைய ஆசீர்வாதத்தையும் ஸம்மானங்களையும் பெற்றுவந்தார்.

பெரியபுராணக் கீர்த்தனம்

இராமஸ்வாமி ஐயர் தமிழ்ச்செய்யுள் இயற்றும் திறமையும் இசையிலக்கண வன்மையும் உடையவராதலின் நகரத்தார்களுட் சில சிவநேசச் செல்வர்கள் *பெரியபுராணத்தைக்* கீர்த்தனமாகச் செய்தால் உபகாரமாக இருக்குமென்று அவரிடம் தங்கள் விருப்பத்தைத் தெரிவித்தனர். சிவகதை செய்வதற்கு அத்தகைய நூல் மிகவும் பயன்படுமென்றறிந்த இராமஸ்வாமி ஐயர் அதற்கு உடன்பட்டு இயற்றத் தொடங்கினார். *பெரியபுராணக் கீர்த்தனம்* இயற்றி நிறைவேறியவுடன் அதனை அரங்கேற்ற விரும்பினார்.

* 𑌮𑌹𑌾𑌦𑍇𑌵𑌂 𑌮𑌹𑌾𑌦𑍇𑌵𑍍𑌯𑌾 𑌸𑌂𑌵𑌾𑌯 𑌸𑍍𑌵𑌭𑌾𑌵𑌾𑌯 |
[illegible] ||

அதற்கேற்ற இடம் திருவாவடுதுறையாதீனமே யெனத் தெளிந்தார். ஆதலின் அங்கேசென்று, ஆதீனத்தலைவராகிய ஸ்ரீ அம்பலவாண தேசிகரும் மேலகரம் ஸ்ரீ சுப்பிரமணிய தேசிகரும் ஸ்ரீ மீனாட்சிசுந்தரம் பிள்ளை யவர்கள் முதலிய வித்துவான்களும் வேறு பல சங்கீத வித்துவான்களும் செல்வர்களும் நிறைந்திருந்த சபையில் அந்நூலை அரங்கேற்றினார். மகா வைத்தியநாதையரும், அவர் தமையனாரும் அதிலுள்ள கீர்த்தனங்களைப் பாடும் பொழுது யாவரும் கேட்டு உருகினர். பெரியபுராணக் கருத்துக்கள் அழகாக அங்கங்கே சிவபக்தி உணர்ச்சி ததும்பும்படி அமைந்த அந்நூலின் இயல்பு, இசையமைப்போடு பொருந்தி மகா வைத்தியநாதையருடைய இனிய வாக்கிலிருந்து வரும்போது பொன்மலர் நன்மணம் பெற்றதுபோல விளங்கியது. அப்பொழுது மகா வித்துவான் பிள்ளை யவர்கள் அந்நூலுக்குச் சிறப்புப் பாயிரமாக *ஐந்து செய்யுட்களை இயற்றியளித்தனர். வேறு சில வித்துவான்களும் அங்ஙனமே இயற்றி அளித்தார்கள். அக்காலமுதல் மகா வைத்தியநாதையர் நாயன்மார்கள் சரித்திரத்தைக் கதைபண்ணும் பொழுது அந்நூலிலுள்ள கீர்த்தனங்களையே பாடிப் பொருள் கூறி யாவரையும் மகிழ்வித்து வந்தனர்.

பலவகை நன்மதிப்பு

பின்பு ஒரு சமயம் மகா வைத்தியநாதையர் திருவாங்கூர் ஸம்ஸ்தானாதிபதியாகிய ஆயில்யம் திருநாள் மகாராஜா அவர்களால் இரண்டு முறையும் அவருக்குப் பின் பட்டத்தில் வீற்றிருந்த விசாகத் திருநாள் மகாராஜா அவர்களால் ஒருமுறையும் வருவிக்கப்பெற்றுத் தம் இசையின் ஆற்றலை நன்கு புலப்படுத்தி மகிழ்வித்துப் பலவிதமான பரிசுகளை அடைந்ததோடு வெள்ளியாலே செய்யப்பட்ட பூஜா பாத்திரங்களையும் பெற்று வந்தனர். அக்காலத்தில் அங்கே ஸம்ஸ்தான வித்துவான்களாக இருந்த பரமேசுவர பாகவதர் முதலியவர்களும் கோயம்புத்தூர் ராகவையர் முதலியவர்களும் அவருடைய திறமையை மிகப் பாராட்டினார்கள்.

ஒரு சமயத்தில், தஞ்சாவூர் அரண்மனையில் பண்டைக் காலத்திருந்த சங்கீத வித்துவான்களால் இயற்றி வைக்கப்பட்டுப் பாடப்படாமல் மழுங்கி யிருந்த 72 மேளகர்த்தா மாலிகைக்குச் சிவாஜி மகாராஜா அவர்களுடைய மாப்பிள்ளையாகிய ஸகாராம் ஸாஹேப் அவர்களுடைய விருப்பத்தின்படி வர்ண மெட்டுக்களை மகா வைத்தியநாதையர் அமைத்து அரண்மனை

---

* இவற்றை ஸ்ரீ மீனாட்சிசுந்தரம் பிள்ளை யவர்கள் சரித்திரத்தின் முதற் பாகம், 302-3ஆம் பக்கங்களில் காணலாம்.

வித்துவான்களாகிய வீணை ஆதிமூர்த்தி ஐயர் முதலியவர்கள் இருந்த மகா சபையில் அரங்கேற்றி மிக்க கீர்த்தியை அடைந்தார்.

பிறகு மைஸூர் மகாராஜா அவர்களால் மூன்று முறை நவராத்திரி காலங்களில் வருவிக்கப்பெற்று அப்பொழுதப்பொழுது தக்க மரியாதைகளைப் பெற்றனர். அங்கே இருந்த பொழுது அந்த ஸம்ஸ்தான வைணிக வித்துவச் சிரோமணிகளாகிய சேஷண்ணா, சுப்பண்ணா முதலியவர்களால் அழைக்கப்பெற்று அவர்கள் வீடுகளில் கூட்டப்பெற்ற சபைகளிற் பாடி அவர்களாலும் நன்மதிப்பையும் பரிசுகளையும் பெற்றனர்.

இங்ஙனம் மடாதிபதிகள், மகாராஜாக்கள், ஜமீன்தார்கள், தமிழ் வடமொழி வித்துவான்கள், சங்கீத வித்துவான்கள், செல்வர்கள், உத்தியோகஸ்தர்கள் முதலியவர்களால் பலவகையில் ஆதரிக்கப் பெற்ற மகா வைத்தியநாதையருடைய இசைவெள்ளம் இந்நாட்டைக் குளிர்வித்து விளங்கியது.

நான் முதலிற் கண்ட இன்பம்

நான் படித்துக் கொண்டிருந்த காலத்திலும் பின்பும் மகா வைத்தியநாதையரோடு பழகி அவருடைய சங்கீத ஆற்றலையும் சிவபக்தியையும் அருங்குணங்களையும் அறிந்து மகிழ்ந்திருந்தேன். *பிரஜோற்பத்தி ஞு (1871) ஸ்ரீ சுந்தரஸ்வாமிகள் திருவாவடுதுறைக்கு வந்தனர்; அவருடன் மகா வைத்தியநாதையரும் அவருடைய தமையனாரும் வேறுபலரும் வந்திருந்தனர். அக்காலத்திற்கு முன்பே ஸ்ரீ சுப்பிரமணிய தேசிகர் மூலம், மகா வைத்தியநாதையர் பட்டம் பெற்றமை, அவரது சங்கீதத் திறமை முதலியவற்றை அறிந்திருந்தமையால் அவரைப் பார்க்கவேண்டு மென்னும் ஆவல் எனக்கு இருந்தது. அவர் ஸ்ரீ சுப்பிரமணிய தேசிகருடைய விருப்பத்தின்படி ஒருநாள் வினிகை நடத்தினார். முதன்முறையாக அவருடைய கானத்தைக் கேட்ட எனக்கும் மற்ற அன்பர்களுக்கும் அப்பொழுது உண்டான இன்பத்திற்கு எல்லையே யில்லை. அச்சமயத்தில் மீனாட்சிசுந்தரம் பிள்ளை யவர்கள் இயற்றிய நூல்களிலிருந்து பல பாடல்களை அவர் இசையுடன் பாடிக்காட்டினார். பிள்ளை யவர்களுடைய செய்யுட்களில் எனக்கும் என்னோடு பயின்ற மாணவர்களுக்கும் இயல்பாகவே ஈடுபாடு உண்டு; ஆயினும் மகா வைத்தியநாதையருடைய இசையோடு கலந்து வரும்போது அச்செய்யுட்கள் மிக்க இன்பத்தை அளித்தன. அந்த மடத்திற்கு வரும் பல சங்கீத வித்துவான்களுடைய கோஷ்டியில் மகா வைத்தியநாதையர் ஒரு சூரியனைப்போல் விளங்கினார்.

---

* ஸ்ரீ மீனாட்சிசுந்தரம் பிள்ளை யவர்கள் சரித்திரம், 2ஆம் பாகம், பக்கம் 91–6

தமிழறிவு

பின் ஒரு முறை அவர் அந்த மடத்திற்கு வந்திருந்தபோது திருக்குற்றாலப் புராணத்தின் அச்சுப் பிரதியொன்று பிள்ளை யவர்களுக்குக் கிடைத்தது. அந்நூலில் நெடுங்காலமாக இருந்த அன்பினால் பிள்ளை யவர்கள் அதனை உடனே படிப்பித்துக் கேட்டு முதலிலிருந்து பொருள்வரையறை செய்துகொண்டே சென்றார்கள். அவ்வப்பொழுது தத்தமக்குத் தோற்றிய அபிப்பிராயங்களை உடனிருந்த மாணவர்களும் மகா வைத்தியநாதையரும் அவர் தமையனாரும் சொல்லி வந்தனர். பொருளாராய்ந்து வருகையில் அப்புராணத்திலுள்ள சண்டிகேசுவர வணக்கமாகிய,

(அறுசீர்க் கழிநெடிலடி யாசிரிய விருத்தம்)

தான்பிறந்த தந்தையையு மினிப்பிறக்கும்
  நிந்தையையும் தடிந்து சேயென்
றான்பிறங்கு மழவிடைமே லொருவரழைத்
  திடவிருவர் அயிர்ப்ப வேகிக்
கான்பொலிதா ரரிபிரமா தியர்க்குமெய்தா
  விருக்கையெய்திக் கடவுட் சேடம்
வான்புலவர் பெறாப்பேறு பெற்றவனை
  நற்றவனை வழுத்தல் செய்வாம்

[சேய் – குழந்தாய், விளி. அயிர்ப்ப – ஐயமுற, ஒருவர் – சிவபெருமான், கான் – வாசனை, வான்புலவர் – தேவர்கள், கடவுட் சேடத்தையும் பேற்றையும் பெற்றவனை.]

என்னும் செய்யுளில், ‘சேயென்று ஒருவர் அழைத்திட இருவர் அயிர்ப்பவேகி’ என்ற பகுதியிலுள்ள ‘இருவர்’ என்பது இன்னாரைச் சுட்டியதென்று விளங்கவில்லை. பிள்ளை யவர்கள் யோசிக்கத் தொடங்கினார்கள். உடனிருந்தவர்களும் யோசித்தார்கள். சிலர், ‘பிரம விஷ்ணுக்கள்’ என்றனர்; வேறு சிலர் வேறு விதமாகக் கூறினர். அவற்றுள் ஒன்றேனும் பொருத்தமாகத் தோற்றவில்லை. அப்பொழுது மகா வைத்தியநாதையர், ‘இருவரென்பதற்கு விநாயகர் சுப்பிரமணியரென்று பொருள் சொல்லலாமோ?’ என்று மெல்லச் சொன்னார். அந்தப் பொருள் அவ்விடத்திற்கு மிகப் பொருத்தமாக இருந்தது, ‘அதுதான் பொருளா யிருக்கவேண்டும்’ என்று பிள்ளை யவர்கள் உணர்ந்து, நெடுநேரம் யோசித்துப் பலருக்குப் புலப்படாமல் மகா வைத்தியநாதையருக்கு மட்டும் புலப்பட்டதை அறிந்து மனமுருகினார்: “ஐயா, நீங்கள் சொன்னதுதான் நன்றாக இருக்கிறது. உங்களுடைய ஈசுவர பக்தியே இவ்வாறு தோன்றச் செய்தது” என்று அவரைப் பாராட்டிக் கூறினார்கள். அவருடைய தமிழறிவை ஒரு மகாவித்துவானே கொண்டாடினா ரெனின் நான் வேறு புதிதாக என்ன சொல்லவேண்டும்?

மீனாட்சிசுந்தரம் பிள்ளை யவர்கள் பிரிவிற்கு இரங்கியது

பிள்ளை யவர்களுடைய கவித்திறத்தை மகா வைத்தியநாதையரும் அவர் தமையனாரும் நன்றாக அறிந்தவர்கள். எப்பொழுது மடத்திற்கு வந்தாலும் பிள்ளை யவர்களைத் தனியே வந்து பார்த்துப் பேசித் தங்களுக்கு உள்ள ஐயங்களைத் தீர்த்துக் கொண்டும் தாங்கள் பாடிய செய்யுட்களைச் சொல்லிக் காட்டியும் அப்புலவர்பிரானுடைய செய்யுட்களைக் கேட்டும் மகிழ்ந்து போவார்கள். அவ்விருவருக்கும் அவர்களிடத்தில் இருந்த மதிப்பும் பேரன்பும் அதிகம்.

அக்கவிஞர் கோமான் யுவ வருஷம் தை மாதம் (1876, பிப்ரவரி மாதம்) பூவுலகை நீத்தனர். அக்காலத்தில் மகா வைத்தியநாதையரும் அவர் தமையனாரும் தாம் யாத்திரை சென்றிருந்த இடத்தில் அச்செய்தியை உணர்ந்து மனந்துடித்து வருந்தினர். இருவரும் தம் ஆற்றாமை புலப்படச் சில செய்யுட்களைப் பாடினர். அவற்றுள் மகா வைத்தியநாதையர் பாடியவை வருமாறு:

(தரவு கொச்சகக் கலிப்பா)

தூவலரு மீனாட்சி சுந்தரப்பேர் கொண்டிலகும்
நாவலர் பிரானரன்றாள் நண்ணினனன் னானிடத்தே
ஆவலரா மாணவக ராரிடத்தே தமிழ்பயில்வார்
சேவலர்பி ரான்புகழ்சால் செழுங்கவியாப் பவரெவரே.

[தூ – பரிசுத்தம், ஆவலர் – அன்புடையார், சே – இடபம்.]

விண்ணாடும் பெருங்கவிஞன் மீனாட்சி சுந்தரவேள்
மண்ணாத மணியனையான் மாதேவன் மலரடிசார்ந்
துண்ணாநின் றனனின்பம் உலப்புறுவார் மாணவரென்
றெண்ணாநின் றனனிலையே என்னேயிவ் வுலகியல்பே.

[மண்ணாத – கழுவாத, உலப்புறுவார் – வருந்துவார்.]

இப்பாடல்களினால், பிள்ளை யவர்கள் மாணாக்கர்களுக்குப் பாடம் சொல்வதிலும் சிவபிரான் புகழைச் செய்யுளி லமைத்துப் பாடுவதிலும் வல்லவர்க ளென்பதை அவர் புலப்படுத்தி யிருக்கின்றார்; “இனிமேல் சிவஸ்துதியை அவர்களைப்போல் வேறு யார் பாடப் போகிறார்கள்!” என்று அவர் மனமுருகிப் பலமுறை வருந்தியதை நான் கேட்டதுண்டு.

‘வல்லவனுக்குப் புல்லும் ஆயுதம்’

மகா வைத்தியநாதையருடைய சிவகதைகள் பெரும்பாலும் கோயில்களிலும் பஜனை மடங்களிலும் நடைபெறும். திருவிடைமருதூர்க் கோயிலில், வைகாசி மாதத்தில் திருக்கல்யாண உத்ஸவம் நடைபெற்ற காலத்தில் ஆதீனகர்த்தர் விருப்பத்தின்படி அவர் பார்வதி கல்யாண சரித்திரத்தைக் கதை

பண்ணினார். அதற்குமுன் அந்தக் கதையை அவர் வேறிடங்களிற் பண்ணியதில்லை யாயினும், *கந்தபுராணத்தில்* அவருக்கு இருந்த பயிற்சியினாலும் இயல்பாகவே பல வடமொழி தென்மொழி நூல்களிலுள்ள பழக்கத்தினாலும் அதனை மிகவும் சிறப்பாகச் செய்து நிறைவேற்றினார்.

அப்பால், ஆதீனத் தலைவர்களுடைய விருப்பப்படி இராமஸ்வாமி ஐயர் பார்வதி கல்யாண சரித்திரத்தைக் கீர்த்தன உருவத்தில் இயற்றினார். பிறகு மகா வைத்தியநாதையர் அதை வைத்துக்கொண்டு கதை செய்து வரலாயினர்.

வெகுதான்ய வருஷம் (1878) அவர் இராமேசுவர யாத்திரை போனார்; அப்போது இராமநாதபுரத்தில் தங்கினார். அங்கே 'ரிஸீவர்' ஆக இருந்த ஸ்ரீநிவாஸ மூர்த்தி ஐயங்கா ரென்பவர் அவரைத் தக்கவண்ணம் உபசரித்துச் சிலநாள் இருக்கச் செய்தனர்; ஒருநாள் பிரகலாத சரித்திரத்தைக் கதை பண்ண வேண்டுமென்று விரும்பினார். மகா வைத்தியநாதையர் சிவ கதையையன்றி வேறு சரித்திரங்களைச் செய்ததில்லை. ஆனாலும் ஹரிகதை செய்வதில் அவருக்கு வெறுப்பு இல்லை. அவர் சமரஸமான நோக்கமுடையவர். ஆதலின் ஐயங்கார் விரும்பியபடியே அங்கே ஒருதினம் பிரகலாத சரித்திரத்தைக் கதை பண்ணினார். அந்தச் சரித்திரத்திற்கு வேண்டிய உருப்படிகள் அவருக்குத் தெரியாவிட்டாலும் *கம்பராமாயணத்திற்* பயிற்சிமிக்க அவர் அதிலுள்ள இரணியன் வதைப்படலச் செய்யுட்களைச் சொல்லிப் பொருள் கூறிச் சபையினரை இன்புறுத்தினர்; அன்றியும் திருநாவுக்கரசு நாயனார் சமணரால் துன்புறுத்தப் பெற்ற சிலவகைச் செய்திகள் பிரகலாதனுடைய சரித்திரச் செய்திகள் சிலவற்றோடு ஒப்புமை யுடையனவாக இருத்தலின் சந்தர்ப்பத்துக்கு ஏற்றபடி அந்நாயனார் சரித்திரத்தில் உபயோகப்படும் சில கீர்த்தனங்களையும் விஷயங்களையும் பொருத்திச் சொன்னார். கேட்டவர்களும், "இவ்வளவு இனிமையான ஹரி கதையை யாரிடத்திலும் கேட்டதில்லை" என்று கூறி வியந்தார்கள். 'வல்லவனுக்குப் புல்லும் ஆயுதம்' அல்லவா?

சுப்பிரமணிய தேசிகவிலாசப் பாட்டு

திருவாவடுதுறை யாதீனத்தைச் சார்ந்த *செவ்வந்திபுரத்தில் பெரிய காறுபாறாக இருந்த ஸ்ரீ வேணுவனலிங்கத் தம்பிரா

---

* இது திருநெல்வேலி ஜில்லா அம்பாசமுத்திரம் தாலூகாவில் தாம்பிரபர்ணி உற்பத்தியாகும் பாபநாசத்துக்கு 4 மைல் தூரத்தில் உள்ளது; திருநெல்வேலிப் பக்கத்துக் கிராமங்களுக்குத் திருவாவடுதுறை மடத்துப் பெரிய காறுபாறாக இருக்கும் தம்பிரான்களுக்குத் தலைமையிடம்.

னென்பவர் ஒரு பெரிய மடம் கட்டுவித்து அதற்கு, 'சுப்பிரமணிய தேசிக விலாசம்' என்னும் பெயரை அமைத்தார். பின்பு அவருடைய வேண்டுகோளின்படி ஸ்ரீ சுப்பிரமணிய தேசிகர் அங்கே விஜயஞ் செய்திருந்தபொழுது அம்மடாலயத்தைச் சிறப்பித்துப் பலர் பல பாடல்களை இயற்றினார்கள். அக்காலத்தில் அங்கே வந்திருந்த மகா வைத்தியநாதையரும் அவர் தமையனாரும் வேறு பலரும் பல செய்யுட்களை இயற்றிக் கூறினார்கள். அவற்றுள் மகா வைத்தியநாதையர் இயற்றியது வருமாறு:

(அறுசீர்க் கழிநெடிலடியாசிரிய விருத்தம்)

மும்மையா லுலகாண்ட மூர்த்தியார்
முன்செய்பணி முட்டும் வண்ணம்
வெம்மையா ரோரரசால் விளைந்ததெனும்
சொல்மாற விடைநீத் தீசன்
இம்மையார் பலவரசும் படர்பதிச்சுப்
பிரமணிய இறையாய் மும்மைச்
செம்மையார் வேணுவன லிங்கன்செய்
திருமடத்திற் றிகழ்ந்துற் றானால்.

நாயன்மார்களுடைய சரித்திரங்களிலே ஈடுபட்டிருந்த மகா வைத்தியநாதையர் இச்செய்யுளில் மூர்த்தி நாயனாருடைய வரலாற்றை அமைத்திருக்கின்றனர். "திருநீறு, கண்டிகை, சடைமுடி என்னும் மூன்றையும் தமக்குரிய சின்னங்களாகக் கொண்டு பாண்டி நாட்டை ஆண்ட மூர்த்திநாயனார் செய்துவந்த சந்தனக் காப்புத் திருப்பணியானது தடைப்படும் வண்ணம் ஓர் அரசனால் நிகழ்ந்ததென்னும் பழிச்சொல் மாறும்படி, இடபவாகனத்தை நீத்து விட்டுச் சிவபெருமானே, பல அரசுகளும் படருகின்ற இடமாகிய திருவாவடுதுறையில் ஸ்ரீ சுப்பிரமணிய தேசிகராக எழுந்தருளிப் பின்பு மேற்கூறிய மூன்று வகைச் சின்னங்களையும் உடைய வேணுவனலிங்கத் தம்பிரான் இயற்றிய மடாலயத்தில் வீற்றிருந்தார்" என்பது இச்செய்யுளிற் குறிக்கப்பட்ட பொருள். ஓர் அரசனால் துன்பம் உண்டாகியதைப் போக்கப் பல அரசர்களும் படரும் பதியில் வந்தாரென்பது இதன்பாலுள்ள நயம். படரும் கொடியரசு திருவாவடுதுறை ஸ்தல விருட்சம். ஆதலின் அரசென்றது இங்கே இரண்டு பொருளையும் குறித்து நிற்கின்றது. இச்செய்யுளினால் மகா வைத்தியநாதையருக்குச் சுப்பிரமணிய தேசிகரிடத்தில் இருந்த பேரன்பு விளங்கும்.

'வைத்தி பாகவதர்'

ஸ்ரீ சுப்பிரமணிய தேசிகர் செவ்வந்திபுரத்திற்கு வந்த காலத்தில் அங்கிருந்து பல இடங்களுக்குப் பரிவாரங்களுடன் சென்றனர். மகா வைத்தியநாதையரும் சிலகாலம் உடன் இருந்தனர். ஓரூரில் தங்கியிருந்தபொழுது ஒருநாள் இரவில் அவ்வூரிலுள்ள ஒரு

சத்திரத்துத் திண்ணையில் மகா வைத்திநாதையரும் வேறு சிலரும் சயனித்திருந்தனர்; அவர்களுள் நானும் ஒருவன். பாதி இரவில் ஓர் இரைச்சல் கேட்டது. நல்ல நிலா வெளிச்சம் இருந்தது. ஐம்பது பேர்களுக்குக் குறையாமலுள்ள ஒரு பெரிய கூட்டம் அந்தச் சத்திரத்தை நோக்கி வந்தது; வரும்பொழுதே அந்தக் கூட்டத்தினர், "வைத்தி பாகவதர் எங்கே இருக்கிறார்?" என்று கேட்டுக்கொண்டே வந்தனர். அவர்கள் யாரைத் தேடுகிறார்களென்றும் எதற்காகத் தேடுகிறார்களென்றும் எங்களுக்கு விளங்கவில்லை. அவர்கள் உண்டாக்கிய சப்தத்தால் நாங்கள் யாவரும் எழுந்துவிட்டோம்.

"இங்கே பண்டார சன்னிதிகளுடன் வைத்தி பாகவதர் வந்திருக்கிறாராமே. அவர் எங்கே இருக்கிறார்?" என்று மீட்டும் அவர்கள் கேட்டார்கள். எங்களுள் ஒருவர் அவர்களை மெல்ல விசாரிக்கத் தொடங்கி, "நீங்கள் யார்? யாரைத் தேடுகிறீர்கள்?" என்று கேட்டார். "நாங்கள் பக்கத்து ஊரில் வசிப்பவர்கள். வைத்தி பாகவதரைப் பற்றி மிகச் சிறப்பாகக் கேள்விப்பட்டிருக்கிறோம். அவருடைய பாட்டைக் கேட்கவேண்டு மென்பது எங்கள் ஆசை. இந்த ஊருக்கு அவர் பண்டார சன்னிதிகளுடன் வந்திருப்பதாகக் கேள்விப்பட்டோம். இப்பொழுது அவகாசமாக இருக்குமாதலால் வந்து பார்த்து ஒரு தேவாரமாவது ஒரு சுலோகமாவது கேட்டு வருவோமென்று புறப்பட்டோம்" என்றார்கள். அவர்கள் மகா வைத்தியநாதையரைத் தேடியே வந்தவர்களென்று எங்களுக்கு அப்பொழுதுதான் தெரிந்தது. திருநெல்வேலி ஜில்லாவி லுள்ளவர்கள் சங்கீத வித்துவான்க ளெல்லோரையும் பாகவதரென்றே அழைப்பது வழக்கம். சோழ நாட்டினராகிய எங்களுக்கு அது தெரியாதாதலின் அவர்கள் இன்னாரைக் குறித்துக் கேட்கிறார்களென்று முதலில் தெரியவில்லை. அவர்களுடைய செயல் எங்களுக்கு வியப்பை உண்டாக்கியது. பாதிராத்திரியில் அவர்கள் நினைத்த வண்ணம் பாட இயலாதாதலின், மறுநாள் சுப்பிரமணிய தேசிகர் முன்னிலையில் வினிகை நடைபெறுமென்றும் அப்பொழுது வந்து கேட்கலாமென்றும் இராமஸ்வாமி ஐயர் சொல்லி அனுப்பினார். அவர்கள் மகா வைத்தியநாதையரைப் பார்த்ததனாலேயே ஒருவகைத் திருப்தியையும் சந்தோஷத்தையும் அடைந்து சென்றார்கள்; மறுநாள் வந்து அவருடைய சங்கீதத்தையும் கேட்டு இன்புற்றார்கள்.

'அகப்பட்டுக் கொண்டாயா?'

ஒரு வருஷம் ஐப்பசி மாதத்தில் வழக்கம்போல் துலா ஸ்நானத்திற்காக ஸ்ரீ சுப்பிரமணிய தேசிகர்

திருவாவடுதுறையிலிருந்து மாயூரம் சென்று தெற்கு வீதியி லுள்ள கட்டளை மடத்தில் இருந்து வந்தார். அங்கே நாள்தோறும் வித்துவான்கள் பிரபுக்கள் முதலியோருடைய சல்லாபங்கள் இடைவிடாமல் நடந்துகொண்டேயிருக்கும். மகா வைத்தியநாதையர், இரட்டைப் பல்லவி சிவராமையர், கோபாலகிருஷ்ண பாரதியார், திருவாலங்காட்டுத் தியாகராஜ சாஸ்திரிகள், சாத்தனூர்ப் பஞ்சுவையர் முதலிய சங்கீத வித்துவான்கள் அங்கே வந்திருந்தனர்.

மாயூரத்தில் அக்காலத்தில் கோவிற் பாடகராக ஒரு முதிய அந்தணர் இருந்தார். அவர் யாரைப் பார்த்துப் பேசினாலும், "அபயாம்பிகா கடாட்சம் உங்களுக்கு உண்டாகவேண்டும்" என்று சொல்வார். அதனால் அவரை யாவரும், 'அபயாம்பிகா கடாட்சம்' என்றே அழைப்பாராயினர். அவருடைய இயல்பு ஒரு தனி வகையைச் சேர்ந்தது. அடிக்கடி அவர் மடத்திற்கு வந்து போவார். வருஷத்துக்கு ஒருமுறை ஸ்ரீ சுப்பிரமணிய தேசிகர் அவருக்கு முக்கால் ரூபாய் ஸம்மானம் செய்வது வழக்கம். அப்படிச் செய்யும்பொழுதெல்லாம், "மகா வைத்திக்குக்கூட ரூபாய் பத்து இருபது கொடுக்கிறீர்களே? நான்மட்டும் தாழ்ந்தவனா? அந்தப் பையன் வரும்போது என்னோடு பாடும்படி செய்தால் என் யோக்யதை உங்களுக்குத் தெரியவரும்" என்று சொல்வார். சுப்பிரமணிய தேசிகர் நகைத்துக் கொண்டே, "அப்படியே ஆகட்டும்" என்று சொல்லியனுப்புவார்.

முன்பு குறிப்பிட்ட வருஷத்தில் யாவரும் கூடியிருந்த சபையில் 'அபாயம்பிகா கடாட்சம்' தற்செயலாக வந்தார்; வழக்கம்போல் ஸம்மானம் பெற்றுக் கொண்டார்; பிறகு தேசிகரை நோக்கி மகா வைத்தியநாதையருடன் சேர்ந்து பாடச்செய்தால் தம்முடைய மதிப்பு விளங்குமென்று சொன்னார். அவர் அதற்கு முன் மகா வைத்தியநாதையரைப் பாராதவராதலின் அவர் அங்கே இருத்தலை அறியவில்லை. சுப்பிரமணிய தேசிகர் புன்சிரிப்போடு, "இவர்களே மகா வைத்தியநாதையரவர்கள்" என்று கூறிச் சுட்டிக் காட்டினார். அந்தப் பிராமணர் உடனே திடுக்கிட்டு எழுந்து போய்விடுவாரென்று நாங்கள் யாவரும் எண்ணினோம். அவர் சிறிதேனும் அஞ்சாமல், "அப்படியா! நல்லவேளை! இப்பொழுது அகப்பட்டுக் கொண்டாயா? பாடு பார்க்கலாம். நானும் பாடுகிறேன். நான் பாடிக்காட்டுகிறபடி பாடுவாயா?" என்று கேட்டுவிட்டு, 'மொட்டைச்சுவர் – கட்டைச்சுவர் – தட்டைச்சுவர் – குட்டைச்சுவர்' என்று தம் வாய்க்கு வந்தவற்றைப் பல்லவியாக எடுத்துப்பாட ஆரம்பித்தார். மகா வைத்தியநாதையர் சிரித்தார்; உடனே அந்த முதியவர்,

---

* அபயாம்பிகை யென்பது அத்தலத்து அம்பிகையின் திருநாமம்.

"என்ன சிரிக்கிறாய்? சிரித்துவிட்டால் ஏமாந்து போவேனென்று நினைக்கிறாயோ? பாடு பார்க்கலாம். பேசாமல் ரூபாயை வாங்கி முடிந்து கொண்டுபோக மாத்திரம் தெரியுமா? சால்வை, பட்டு, சோமன், ஜோடு எல்லாம் வாங்கிக்கொள்ளத் தெரியுமா? நான் இல்லாத காலத்தில் வந்து பண்டார சன்னிதிகளை ஏமாற்றிப் பணம் வாங்குகிறாயா? எங்கே இதைப் பல்லவியாக வைத்துப் பாடு பார்க்கலாம்" என்று உத்ஸாகத்தோடு சொல்லிவிட்டு எல்லோருடைய முகத்தையும் பார்த்தார். உடன் இருந்த யாவரும் சிரித்தனர்.

உடனே அங்கிருந்த தியாகராஜ சாஸ்திரிகள் அந்தப் பிராமணரைப் பார்த்து, "ஓய், இங்கே வாரும். என்ன அவரிடம் போய்க் குழறுகிறீர்? இங்கே வந்து பாடும். நான் பாடிக்காட்டுகிறேன்" என்று சொன்னார். அம்முதியவரும் அப்படியே வந்து அஞ்சாமல் பாடினார். தியாகராஜ சாஸ்திரிகள் அவர் பாடினபடியெல்லாம் பாடிக் காட்டினார்; அவர் அபஸ்வரமாகப் பாடும்பொழுதெல்லாம் சாஸ்திரிகளும் அப்படியே பாடினார். இந்த விநோதக் காட்சியினால் சபையிலிருந்தவர்கள் யாவரும் வயிறு குலுங்கச் சிரித்தார்கள். ஒன்றும் தெரியாத ஸாதுவாகிய 'அபயாம்பிகா கடாட்சம்' சிறிது நேரம் பாடிவிட்டுத் தம்முடைய பேச்சு அங்கே ஏறாதென்றெண்ணிப் போய்விட்டார்.

என்பாலுள்ள அன்பு

நான் கும்பகோணம் காலேஜில் வேலையில் நியமிக்கப் பட்டதை யறிந்த மகா வைத்தியநாதையர் ஒருசமயம் கும்பகோணம் போயிருந்தபோது 'காலேஜ்' பிரின்ஸிபால் ராய்பஹதூர் தண்டலம் கோபால ராவ் அவர்களின் வீட்டிற்குச் சென்று, என்னை நியமித்ததைக் குறித்து நன்றி பாராட்டிவிட்டு வந்தார். அதற்குக் காரணம் என் தந்தையாரிடத்தில் அவருக்கு இருந்த பிரியமே ஆகும். கோபாலராவவர்கள் மகா வைத்தியநாதையரிடம் நன்மதிப்பை உடையவர்கள்; அவரைப் பற்றி, "கேட்பவர்களுடைய மனமறிந்து பாடும் திறமை உடையவர்" என்று கூறிப் பாராட்டுவதுண்டு.

சமயோசித அறிவு

ஒருசமயம் திருப்பனந்தாளுக்குச் சென்றிருந்த போது மகா வைத்தியநாதையரும் அவர் தமையனாரும் திருவாப்பாடி, சேய்ஞலூர் என்னும் ஸ்தலங்களைத் தரிசித்துவர எண்ணினார்கள். அப்பொழுது அங்கே காசிமடத்துத் தலைவராக இருந்த ஸ்ரீ குமாரசாமித் தம்பிரானவர்கள் ஒரு வண்டி கட்டுவித்து அனுப்பினார்கள். நானும் உடன்சென்றேன்.

சாலையிலிருந்து சேய்ஞலூருக்குத் திரும்பும் சமயத்தில் அந்த வண்டி பள்ளத்திற் சாய்ந்துவிட்டது. நாங்கள் யாவரும் கீழே விழுந்தோம்; உடனே எழுந்து உடம்பைத் துடைத்துக் கொண்டோம். அப்பொழுது மகா வைத்தியநாதையர், "பரமசிவனால் அளிக்கப்பட்ட முத்துச் சிவிகையில் எழுந்தருளி யிருந்த திருஞானசம்பந்த மூர்த்தி நாயனார் இதன் எல்லைக்கு வந்தவுடன், இந்த ஸ்தலம் சண்டிகேசுவர நாயனார் அவதரித்த ஸ்தலமென்று இறங்கி நடந்து சென்றார். அதனை அறிந்திருந்தும் நாம் வண்டியில் வந்தது தவறென்று திருவருளே அறிவித்துவிட்டது" என்று கூறி,

(கலிவிருத்தம்)

ஞானசம் பந்தரும் நாய னார்சடைத்
தூநறுந் தொடையன்முன் சூட்டும் பிள்ளையார்
பான்மையில் வரும்பதி யென்று நித்தில
யானமுன் னிழிந்தெதி ரிறைஞ்சி யெய்தினார்

(*பெரிய. திருஞான.* 244)

[நாயனார் – சிவபெருமான், தொடையல் முன் – மாலை முதலிய சேடங்களை, பிள்ளையார் – சண்டிகேசுவரர், நித்திலயானம் – முத்துப் பல்லக்கு, இழிந்து – இறங்கி.]

என்னும் *பெரியபுராணச்* செய்யுளைச் சொன்னார். அவருக்கு நாயன்மார்களிடத்தில் இருந்த அன்பின் முதிர்வையும் *பெரியபுராணப்* பயிற்சியையும் ஞாபக சக்தியையும் சமயோசித புத்தியையும் உணர்ந்து வியந்து யாவரும் நடந்தே சென்றோம்.

'சங்கீதத்தைக் காப்பாற்றுபவர்'

சென்னைக்கு ஒருமுறை மகா வைத்தியநாதையர் சென்றிருந்த பொழுது அவரைப் பார்க்கவேண்டுமென்று ராய்பகதூர் பூண்டி அரங்கநாத முதலியார் விரும்பினார். அப்பொழுது சென்னையில் இருந்த நான் அவரை அழைத்துக்கொண்டு முதலியார் வீட்டிற்குச் சென்றேன். மகா வைத்தியநாதையருக்குத் தமிழ்நூற் பயிற்சியும் உண்டென்பதை அறிந்திருந்த அரங்கநாத முதலியார் தமிழ் நூல்கள் பலவற்றைப் பற்றி அவருடன் பேசிக்கொண்டிருந்தார்; பல செய்யுட்களை இடையிடையே எடுத்துக் கூறினார். மகா வைத்தியநாதையரும் அப்படியே பல செய்யுட்களைச் சலிப்பில்லாமல் எடுத்துக்கூறிப் பேசிக்கொண்டிருந்தார். அங்ஙனம் பேசும் பொழுது செய்யுட்களை இசையோடு அவர் சொல்லுவாரென்றும் அதனால் அவருடைய சாரீர இனிமையை அறிந்து மகிழலா மென்றும் முதலியார் எண்ணியிருந்தார். ஆனால் மகா வைத்திய நாதையரோ செய்யுட்களைச் சொல்லும்பொழுது இசையோடு சொல்லாமல் பேசுவது போலவே சொன்னார். அவர்

போனபிறகு முதலியார் என்னிடம், "இவர் சங்கீதத்தை நன்றாகக் காப்பாற்றுகிறார். மிக்க சதுரர். சங்கீதம் தெரியாதவர்க ளெல்லாம் பாட்டோ சுலோகமோ சொல்லும்போது சங்கீதம் தெரிந்ததாகக் காட்டிக் கொள்ள எண்ணி அபஸ்வரமாகச் சொல்லித் தாங்களே சந்தோஷிக்கிறார்கள். நான் இவரோடு பேச்சுக் கொடுத்து ஏதாவது ஒரு பாட்டைச் சாரீரத்துடன் இவர் சொல்லக் கேட்கலா மென்றிருந்தேன். நெடுநேரம் பேசிக்கொண்டிருந்தோம். இவர் எவ்வளவோ தமிழ்ச் செய்யுட்களைச் சொன்னார். ஆனால் ஒன்றையாவது இசையுடன் சொல்லவில்லை. அப்படிக் காப்பாற்றினால்தானே அதற்குக் கௌரவம் உண்டாகும்?" என்றார். பின்பு அரங்கநாத முதலியார் சென்னையிலுள்ள பல பிரபுக்களின் ஆதரவில் மகா வைத்தியநாதையரை ஒரு வினிகை நடத்தச் செய்து அவருக்குத் தக்க ஸம்மானம் செய்வித்து அனுப்பினார்.

சிரமமில்லாமல் ஸம்மானம் பெற்றது

அந்தக் காலத்தில் சென்னைக்கு வந்திருந்த வேங்கடகிரி மகாராஜா மகா வைத்தியநாதையருடைய திறமையைப் பற்றிக் கேள்வியுற்று அவரைப் பார்க்க விரும்பினார். அவர் அவ்வரசர்பால் சென்றனர். அவ்வரசர் சங்கீத சாஸ்திரத்தில் நல்ல பயிற்சி உடையவர்; ஆதலின் வைத்தியநாதையருடன் அந்தச் சாஸ்திர விஷயமாகப் பேசிக்கொண்டிருந்தனர். அவரும் பல நூற்பயிற்சி யுடையவராதலின் அரசர் அவருடைய ஸம்பாஷனையால் மிக்க திருப்தி அடைந்தார்.

வேங்கடகிரி ஸம்ஸ்தானத்தில் வித்துவான்களுக்கு உத்தம ஸம்பாவனையாகக் கொடுக்கும் தொகை 108 ரூபாய். மகா வைத்தியநாதையருடைய ஞானத்தை அறிந்து மகிழ்ந்த ஸம்ஸ்தானாதிபதி உத்தம சம்மானத்தின் இரண்டு பங்காகிய 216 ரூபாயைக் கொடுத்து வேறு மரியாதைகளையும் செய்தார். மகா வைத்தியநாதையர் அங்கே வினிகையாவது சிவகதையாவது நடத்தவில்லை. இந்த நிகழ்ச்சியைப் பற்றிப் பின்பு ஒருகால் மகா வைத்தியநாதையரே, "பாட்டைக் கேட்பாரென்று எண்ணி யிருந்தேன். சங்கீத லக்ஷணங்களைப்பற்றிப் பேசினாரேயொழியப் பாடவேண்டுமென்று சொல்லவேயில்லை. வேறோரிடமாக இருந்தால் கசக்கிப் பிழிந்து விடுவார்கள். யாதொரு சிரமமும் இல்லாமல் உயர்ந்த ஸம்மானத்தை அவரிடம் பெற்றேன். இதுவும் ஓர் அதிர்ஷ்டந்தான்" என்று என்னிடம் சொன்னார்.

பெரியபுராணக் கீர்த்தனப் பிரசங்கம்

பிறகு ஒரு காலத்தில் சிவபுண்ணியச் செல்வர்களாகிய நகரத்தார்கள் ஊர்களுக்கு மகா வைத்தியநாதையர் சென்று

அங்கங்கே பலருடைய விருப்பத்தின்படி சிவகதைபண்ணி ஸம்மானம் பெற்றனர். தேவகோட்டையில் ஐந்து மாதம் இருந்து *பெரியபுராணக் கீர்த்தனக்* கதாப்பிரசங்கம் செய்து எல்லோருடைய ஆதரவையும் உயர்ந்த ஸம்மானங்களையும் பெற்றனர்; அன்றியும் அவர்கள் மகா வைத்தியநாதையருக்கு நாயன்மார்க ளிடத்திலிருந்த பேரன்பை எண்ணி அறுபத்து மூன்று நாயன்மார்களுடைய படங்களையும் செய்வித்து வழங்கினர்.

பாஸ்கர சேதுபதி

இராமநாதபுரத்தில் இருந்த ஸ்ரீ பாஸ்கர சேதுபதி மன்ன ரவர்களுடைய திருமண வைபவத்திற்கு மகா வைத்தியநாதையர் சென்றிருந்தனர். அங்கே சில காலம் இருந்து வினிகையும் சிவகதையும் செய்து ஸம்மானங்களைப் பெற்றனர். பின்பும் பாஸ்கர ஸேதுபதி மன்னர், *பட்டாபிஷேக வைபவ காலத்தில் வருவித்து வெகுமதி செய்ததுமன்றி மாதந்தோறும் சம்பளமும், வருடந்தோறும் நவராத்திரி மகோத்ஸவத்திற்கு வரும்படியாகச் செய்து வருஷாசனமும் நியமனம் செய்ய, அவ்வாறே சென்று வெகுமதி பெற்று வந்தது மன்றி, இடையில் எக்காலத்தில் அழைத்தாலும் அக்காலந்தோறும் சென்று மகாராஜா அவர்களுக்குக் கர்ணா நந்தமான கானா நந்தத்தைப் புகட்டி உத்தம ஸம்மானம் பெற்று வந்தனர்.

திருவையாற்று வாஸம்

திருவையாற்றில் ஸ்ரீபிரணதார்த்திஹரரைத் தரிசித்துக் கொண்டு இருக்கவேண்டு மென்றெண்ணி ஸ்ரீ தருமஸம்வர்த்தனி அம்பிகை சந்நிதியிலுள்ள பாவாஸாமி அக்கிரகாரத்தில் மேற்குக் கோடியில் வடசிறகில் இரண்டு வீடுகளை அவர் வாங்கினார். அவற்றுள் ஒன்றில் தாமும் தம் தமையனாரும் இருந்து கொண்டு மற்றொன்றில் ஸ்ரீ நடராஜ மூர்த்தியின் படத்தையும் அறுபத்து மூவர் படங்களையும் வைத்துத் தினமும் மாலையில் பஜனைசெய்து வந்தார்.

அவர் ஸப்தஸ்தான உத்ஸவத்தில் ஸ்ரீ பிரணதார்த்திஹரருடன் ஏழு ஸ்தலங்களுக்கும் நடந்து செல்வதுண்டு. இடையிடையே நேர்ந்த ஸ்தலங்களில் பூஜை செய்துவிட்டுச் செல்வார். திருநெய்த்தானத்தில் சுவாமி எழுந்தருளி யிருக்கும் பொழுது காவேரி மணலில் தாமே இன்புற்றுப் பாடுவார். இங்ஙனம் ஒவ்வொரு வருடமும் நடைபெற்று வந்தது. அப்பொழுது கேட்பதற்காகப் பலபேர்கள் வந்து கூடுவார்கள்.

---

* ஸ்ரீ மகா வைத்தியநாத விஜய ஸங்கிரகம்.

ஸ்ரீ பாஸ்கர சேதுபதி

நோயுறல்

ஒரு வருஷத்தின் இடையில் மேற்கூறிய திருவிழா யாத்திரையில் *ஓரூரில் ஒரு வீட்டிற் பூஜை செய்துவிட்டு ஆகாரம் செய்தபொழுது நேர்ந்த அபத்தியத்தால் வைத்தியநாதையருக்கு மிக்க அசௌக்கியம் உண்டாயிற்று. எழுந்து நடக்கவும் உண்ணவும் இயலாமல் படுக்கையாகவே வையைச்சேரியில் இருந்து விட்டார். அதனை யறிந்த ஸ்ரீ சுப்பிரமணிய தேசிகர் அவருடைய தேக நிலையை அறிந்துவரும்படி அடிக்கடி தக்கவர்களை அனுப்பி வந்ததன்றி, அவருடைய சௌகர்யத்திற்காகப் பணமும் கொடுத் தனுப்பினார். அவ்வாறு கொண்டுபோய்க் கொடுத்தவர்களுள் நானும் ஒருவன். பிறகு நோய் தீர்ந்து அவர் சுப்பிரமணிய தேசிகர்பால் வந்து தம் நன்றியறிவைப் புலப்படுத்திப் பாராட்டினார்; "என்னால் பிரயோஜனம் இல்லாத காலத்திலும்

---

* அவர்பால் பொறாமையுள்ள சிலருடைய தீயமுயற்சியால், 'ஏவல்' உபத்திரவம் உண்டாயிற்றென்றும், கணபதி யக்கிரகாரத்தில் இருந்தவரும் மந்திர சாஸ்திரங்களில் வல்லவருமான ஒரு சாஸ்திரிகளிடம் ரக்ஷாபந்தனம் செய்துகொண்ட பின் அது நீங்கிற்றென்றும் சிலர் கூறுவர்.

என்னை மறவாமல் 'பால் நினைந்து ஊட்டும் தாயினும் சாலப் பரிந்து' என்றபடி எனக்கு வேண்டிய சௌகரியங்களைப் பண்ணுவித்த சந்நிதானத்தின் பேரருளை நான் என்னவென்று சொல்வேன்!" என்று சொல்லிச் சொல்லி மனங்கனிந்தார்.

சுப்பிரமணிய தேசிகர் பிரிவிற்கு இரங்கியது

சர்வஜித்து வருஷம் மார்கழி மாதத்தில் (1888) மேலகரம் ஸ்ரீ சுப்பிரமணிய தேசிகர் பரிபூரணமடைந்தபொழுது, தம்மைப் பல வகையிலும் ஆதரித்துத் தமக்கு உண்டாகிய பெரும்புகழுக்குக் காரணராக இருந்து விளங்கிய அவருடைய பிரிவாற்றாமையால் மிக வருந்தினார்; தம் வருத்த மிகுதியைப் புலப்படுத்திப் பாடிய செய்யுட்கள் சில உண்டு. அவற்றுள் ஒன்று வருமாறு:

(தரவு கொச்சகக்கலிப்பா)

ஏரளித்த வடமொழிதென் மொழியளித்தா யிசையளித்தாய்
சீரளித்த துறைசையிற்சுப் பிரமணிய தேசிகநின்
நாரளித்த பேரவைக்கண் மகாவைத்ய நாதனெனும்
பேரளித்தா யெங்களைவிட் டெங்கொளித்தாய் பேசுகவே.

[இசை – சங்கீதம்; நார் – அன்பு]

இச்செய்யுளில் அவர், தேசிகர் தமக்கு மகா வைத்தியநாதைய ரென்னும் பட்டம் வழங்கியதைப் பற்றிக் கூறியிருக்கின்றனர்.

ஸ்ரீ அம்பலவாண தேசிகர்

ஸ்ரீ சுப்பிரமணிய தேசிகருக்குப் பிறகு திருவாவடுதுறை யாதீனத் தலைவராக வீற்றிருந்தவரும், வித்வத்ஜன பரிபாலகரும், ரஸிக சிரோமணியும் வடமொழி, தென்மொழி, சங்கீதம் இவற்றில் நல்ல பயிற்சியுடையவரும், தரமறிந்து அளிக்கும் தாதாவுமான ஸ்ரீ அம்பலவாண தேசிகர் மகா வைத்தியநாதையரை அடிக்கடி முக்கியமான சமயங்களில் வருவித்து அவருடைய சங்கீதத்தையும் சிவகதாப் பிரசங்கங்களையும் கேட்டுக் கேட்டு இன்புற்று உயர்ந்த ஸம்மானங்களை அவ்வப்போது செய்துவந்தனர். சில சமயங்களில் மகா வைத்தியநாதையருடைய கானமும் திருக்கோடி காவல் கிருஷ்ணையர் பிடிலும் சேர்ந்தே நடக்கும்.

பிரிவு

நந்தன வருஷத்தில் மகா வைத்தியநாதையருக்குத் தேக அசௌக்கியம் உண்டாயிற்று. அவர் திருவையாற்றில் இருந்து வந்தார். அக்காலத்தில் குடும்பக் கவலை நேராதபடி ஸ்ரீ அம்பலவாண தேசிகரும் பாஸ்கரசேதுபதி மன்னரும் பச்சாம்பேட்டையில் வித்துவான்களுக்குப் பேராதரவாக விளங்கிய நடராஜைய ரென்னும் செல்வரும் பொருளுதவி செய்துவந்தனர்.

நந்தன வருஷம் தை மாதம் பதினாறாந் தேதி வெள்ளிக்கிழமை (27.1.1893) பகல் ஒன்றரை மணிக்கு மகா வைத்தியநாதையர் தமது

நாற்பத்தொன்பதாம் பிராயத்தில் ஸ்ரீ பிரணதார்த்திஹரருடைய திருவடி நீழலை யடைந்தனர். உயிர் பிரியும் இறுதி நேரம்வரையில் அவருடைய திருநாவானது சிவநாமத்தை உச்சரித்துக்கொண்டே யிருந்தது; "நற்றவாவுனை நான் மறக்கினும் சொல்லுநா நமச்சிவாயவே" என்னும் சுந்தரமூர்த்தி நாயனாருடைய திருவாக்குக்கு இலக்கியமாக அவர் இருந்தார்.

இரங்கற் செய்யுட்கள்

அவரது பிரிவாற்றாமையினால் அவருடைய தமையனா ராகிய இராமஸ்வாமி ஐயர் மிக வருந்திப் பல செய்யுட்களைப் பாடினார். அவற்றுள் இரண்டு வருமாறு:

(அறுசீர்க் கழிநெடிலடியாசிரிய விருத்தம்)

1. கானநூற் கற்பகமே யறுபத்து
 மூவர்முதற் கடவுட் காதை
ஆனசீர் வளந்தருசிந் தாமணியே
 யமுதடியார்க் களிக்கும் காம
தேனுவே யெனக்கிளைய சிங்கமே
 யென்னுயிரே சிவமெய்ஞ் ஞான
பானுவே கலைக்கடலே யுனைப்பிரிந்திங்
 காற்றுகிலேன் பாவி யேனே.

2. உயிரிழந்த காத்திரம்போ லொளியிழந்த
 நேத்திரம்போல் உயர்செஞ் சாலிப்
பயிரிழந்த பண்ணையைப்போற் பதியிழந்த
 மங்கையைப்போற் படர்கொள் கொம்பின்
இயலிழந்த விளங்கொடிபோ லிறகிழந்த
 பறவையைப்போல் இறைவன் காக்கும்
செயலிழந்த குடிகளைப்போ லுனையிழந்திங்
 கிடருழந்தேன் தீமை யேனே.

[காத்திரம் – உடல், சாலி – நெல். பண்ணை – வயல், பதி – கணவன்.]

மகா வைத்தியநாதருடைய பிரிவினால் தமிழ்நாட்டுச் சங்கீத வித்துவான்களெல்லாம் ஒரு பெரிய நிதியை இழந்தவர்களைப் போல இடருற்று வாடினார்கள். "அவருடைய இசையின் இனிமையையும் சிவகதைகளையும் இனி யாரிடம் கேட்டு இன்புறுவோம்!" என்று தமிழ் நாட்டார் வருந்தினர். அந்தச் சங்கீத சாகரத்தின் இயல்பை நினைக்குந்தோறும் எனது மனம் உருகுகின்றது.

அவருடைய அன்பும் எளிமையும் பிறருடைய மனங்களைக் கவர்ந்து நின்றன. அவர் வாழ்வில் சங்கீதம் ஒரு புது மலர்ச்சியை அடைந்தது. தமிழ்நாட்டின் புகழைப் பரப்பியவர்களுள் அவரும் ஒருவர். எவ்வளவோ சங்கீத வித்துவான்களைத் தமிழுலகம் கண்டிருக்கிறது; ஆயினும் மகா வைத்தியநாதையரைப்போல ஒருவரைப் பெறவேண்டுமாயின் அது பெருந்தவம் செய்திருக்க வேண்டும். அவரைப்போல இசைத்திறமும்,

தமிழ் வடமொழியறிவும், எல்லோரும் விரும்பும் குணமும், சிவபக்திச் செல்வமும், தூய்மையும், தோற்றப் பொலிவும் ஒருங்கே வாய்க்கப் பெற்றவராகப் பல ஆயிரம் பேர்களுள் ஒருவரே பிறக்கின்றனர். இல்லையெனின், அத்தகைய பெரும்புகழ் அவருக்கு உண்டாவதற்குக் காரணம் இல்லையன்றோ?

இயல்புகள்

மகா வைத்தியநாதருடைய அருங்குணங்களும் ஒழுங்கான வாழ்க்கையும் இணையற்ற புகழும் அவரை மறவாமல் என்றும் நினைக்கச் செய்வன. அவரைக் குணமணியாகக் கண்டு அன்பு பூண்டவர்களும், சிவபக்தரென அறிந்து ஈடுபட்டவர்களும், சங்கீதக் களஞ்சியமென்று உணர்ந்து புகழ்ந்தவர்களும், கல்விமானெனத் தெளிந்து விரும்பியவர்களும் பலர். அவரிடத்தில் அமைந்திருந்த தூய ஒழுக்கத்தாலும், யாவருக்கும் எளியராம் தன்மை முதலியவற்றாலும் எத்தகையவர்களும் அவரிடம் மரியாதையாக நடந்துகொண்டார்கள்.

சிவபக்தி

அவருடைய சிவபக்தியும் சிவபக்தர்கள்பால் அவருக்கு இருந்த பேரன்பும் எக்காலத்திலும் குறையவேயில்லை. இளமை தொடங்கியே, நாள்தோறும் சிவபூஜை செய்யும் நியமம் உடையவர் அவர்; பூஜை செய்தபிறகே உணவு கொள்வார். பூஜை செய்யும் காலத்தில் சிரம், காது, கைகள், கழுத்து முதலிய இடங்களில் ருத்திராட்சங்களைத் தரித்துக் கொள்ளுவார். ஒவ்வொரு நாளும் ருத்ரம், சமகம், புருஷஸூக்தம் ஆகியவற்றைச் சொல்லி அபிஷேகம் செய்வார்; பாலபிஷேகமும் வில்வார்ச்சனையும் இன்றிப் பூஜை செய்யார்; ஏகலிங்கார்ச்சனை செய்தலே வழக்கம்.

நாள்தோறும் மாலைக்காலத்தில் சிவதரிசனம் செய்வார். வினிகையேனும் கதையேனும் பிற்பகலிற் செய்யநேரின் ஸந்தியா காலத்திற்குள் நிறைவேற்றிவிட்டு ஸந்நியாவந்தனம் செய்து பின்பு சிவதரிசனத்திற்குப் போய்விடுவார். இந்த நியமம் எந்தக் காலத்தும் தவறியதில்லை. அங்ஙனம் செல்லும் போது தாம் காலையில் தொடுத்து வைத்திருந்த புஷ்பமாலையைக் கொண்டுபோவார். அவர், தாம் பிறந்த வையைச்சேரியின்கண் உள்ள சிவாலயத்தில் நடராஜ விக்கிரகத்தைப் பிரதிஷ்டை செய்தார். தமக்குக் கிடைத்த ஸம்மானங்களாகிய பீதாம்பரம் முதலிய பொருள்களிற் சிலவற்றை அவ்வாலயத்திலுள்ள மூர்த்திகளுக்கு உபயோகமாகும்படி அளித்துவிட்டனர்.

பணிவு

அவர் மிக்க மதிப்புடன் விளங்கினாராயினும் தருக்கின்றி யிருந்தார். பிறருடைய திறமையை அறிந்து பாராட்டும் அருமையான

குணம் அவரிடம் அமைந்திருந்தது. மூத்தவர்களிடமும் கல்விமான்களிடமும் மிகவும் மரியாதையோடு ஒழுகுவார். தம் அன்னையாரிடம் எப்பொழுதும், "வாருங்கள், போங்கள்" என்று பன்மையாகவே பேசுவார். சங்கீத வினிகைகளுக்குப் பிறர் வந்து அழைத்தால் ஒருவிதமான நிபந்தனையும் பேசிக்கொள்ளாமலே போவார். அதனால் அவருக்கு ஒரு குறைவுமில்லாமல் தக்க மரியாதையே கிடைத்துவந்தது. இக்காலத்தில் அவர் இருப்பாரானால் ஒரு வினிகைக்கே மிகவும் சுலபமாக 500 ரூபாய்க்குக் குறையாமல் கிடைக்கும். தாம் பெறும் ஸம்மானங்களெல்லாவற்றையும் தமையனாராகிய இராமஸ்வாமி ஐயரிடம் ஒப்பித்து விடுவார். தமையனாருடைய சொல்லுக்கு மாறுபேசவே மாட்டார். மகா வைத்தியநாதையரால் இராமஸ்வாமி ஐயருக்கு அதிக மதிப்புண்டாயிற்று; ஆயினும் அவர் எப்பொழுதும் தமையனாருக்கு அடங்கியே ஒழுகுவார். இராமஸ்வாமி ஐயருடைய முயற்சிகளாலும் அவ்வப்பொழுது இன்னவாறு நடக்கவேண்டுமென்று அவர் அறிவுறுத்திவந்த செயலாலும் மகா வைத்தியநாதையர் அடைந்த பயன்கள் பல.

மகா வைத்தியநாதையருடன் எப்பொழுதும் இருந்து அவரை இன்ன இன்ன உருப்படிகளைப் பாடவேண்டுமென்று இராமஸ்வாமி ஐயர் சொல்லி வருவார். அதனாற் சிலருக்கு வைத்தியநாதையர் தம்முடைய தமையனார் உதவியின்றி ஒன்றும் செய்யும் சக்தியில்லாதவரென்ற எண்ணம் உண்டாயிற்று. ஒருசமயம் இராமஸ்வாமி ஐயர் நோய்வாய்ப்பட்டமையால் வைத்தியநாதையர் சில இடங்களுக்குத் தனியே சென்று வினிகைகளும் கதைகளும் நடத்தி வந்தார். அதைக் கேட்ட பிறகு அவர்களுக்கு இருந்த அந்த எண்ணம் அடியோடே நீங்கியது.

விருப்பமான பொருள்கள்

சுருக்கமான உணவையே அவர் விரும்புவார். வற்றற்குழம்பு, வெந்தயக்குழம்பு, சீரகரசம், நீர்மோர் ஆகியவற்றில் அவருக்கு விருப்பம் உண்டு. எலுமிச்சம்பழம் சேர்த்துக்கொள்ளார். பால் உட்கொள்ளும் வழக்கம் இல்லை. நெய் ஒரு முட்டை கரண்டியளவுதான் சேர்த்துக்கொள்வார். ஆடம்பரமான உணவு வகைகளில் அவருக்கு அவா இல்லை. வெளியூர்களுக்குச் செல்லுங் காலங்களில் அவல், சீடை, பொரிமா முதலியவற்றைக் கொண்டு செல்வார். அவற்றை அவசியமாயின் பிற்பகலில் உண்பார்.

பாண்டவ பாஷை

சகோதரர்களோடு பேசுங்காலத்தில் ஏதோ ஒரு பாஷையில் அவர் பேசுவார்; அஃது இன்ன பாஷையென்று யாருக்கும் விளங்காது. ஒரு முறை நான் என்ன பாஷை யென்று

கேட்டேன்; அவர், "இதனைப் பாண்டவ பாஷையென்று சொல்வதுண்டு. விராட நகரத்தில் பாண்டவர்கள் அஞ்ஞாத வாசம் செய்தகாலத்தில் தமக்குள் வழங்கிவந்ததைப் போன்ற தென்று கேள்வி" என்றார்.

சங்கீதத் திறமை

அவருடைய சங்கீதத் திறமை தனிச்சிறப்புடையது. ஒன்றரை மணிக்குமேல் அவர் தொடர்ந்து பாடுவதில்லை; சிவகதை இரண்டு மணிநேரம் செய்வார். இராக ஆலாபனம் செய்யும்போது வாய்க்கு வந்த சொற்களையும் எழுத்துக்களையும் வழங்காமல் 'சங்கரா' என்றே ஆலாபனம் செய்வார். அவருடைய சிவபக்தியே அங்ஙனம் செய்வதற்குக் காரணமாகும். முகவேறுபாட்டைக் காட்டாமலும், பலவிதமான அங்க சேஷ்டைகள் இல்லாமலும், கைகளை ஓங்காமலும், இருந்தபடியே அசையாமல் பாடுவார். பாடுவதற்கு முன் தொண்டையைச் சரிப்படுத்திக் கொள்ளுதல், சுருதியோடு பொருத்துவதற்குச் சில நேரத்தைக் கழித்தல், இடையிடையே பலவகைப் பானங்களை உட்கொள்ளல் முதலியவைகளை அவரிடம் ஒருபோதும் கண்டதில்லை. அவருடைய உணவின் ஒழுங்கும், தூய ஒழுக்கமும், வரையறையோடு பாடும் முறையும் அவருடைய சாரீரத்தை ஒரே நிலையில் இருக்கச் செய்தன. ஆதலின் எந்தச் சமயம் வேண்டுமானாலும் அவர் பாடுவதற்கு ஸித்தராக இருப்பார்.

ஒருமுறை அவர் திருவாவடுதுறைக்கு வந்திருந்தபோது விடுதியிலிருந்து மடத்திற்குப் பாடுவதற்காகப் போய்க்கொண் டிருந்தார். அவருடன் அவர் தமையனார் சென்றார். நானும் பிறரும் அவர்களைப் பின்தொடர்ந்து சென்றோம். அப்பொழுது மகா வைத்தியநாதையர், "ராமஸாமி, ராமஸாமி" என்று உரக்கக் கூப்பிட்டார். 'இவருடைய தமையனாராகிய இராமஸ்வாமி ஐயர் அருகில் வரும்பொழுதே இவர் ஏன் கூப்பிடுகிறார்?' என்றெண்ணினேன். மறுநாள் இராமஸ்வாமி ஐயரை விசாரித்தேன்; "சாரீரம் சரியாக இருக்கிறதா என்று பார்த்துக்கொண்டான்" என்று அவர் கூறினார். அப்பொழுது எனக்கு உண்டான ஆச்சரியத்துக்கு அளவேயில்லை. சாரீரத்தைப் பரீட்சிப்பதற்காக எவ்வளவோ நேரத்தைக் கழிக்கும் பல வித்துவான்களுக்கும் அவருக்கும் உள்ள வேற்றுமையை நினைந்து நினைந்து வியந்தேன்.

சிவகதை செய்யும் முறை

திருவாவடுதுறை மடத்திற்கு வந்த காலங்களில் அவருடைய பாட்டு ஒருநாளும், சிவகதை ஒருநாளுமாக மாறி மாறி நடைபெறும். சிவகதை, ஹரிகதை யாகியவற்றிக்கு ஒரேவிதமான ஆரம்பங்களும்

பூர்வ பீடிகைகளும் சொல்லும் சங்கீத வித்துவான்கள் பலர் இக்காலத்தில் இருக்கின்றனர்; மகா வைத்தியநாதையருடைய சிவகதையின் போக்கு, தொடக்க முதல் இறுதிவரையில் சைவ சம்பிரதாய விரோதமில்லாமல் இருக்கும். 'சங்கரா' என்று ஆரம்பிக்கும்போதே மந்திரத்தாற் கட்டுண்டவர்கள்போல் சபையினர் யாவரும் மெய்ம்மறந்து விடுவார்கள். சிவபரமான கீர்த்தனங்களும் சுலோகங்களும் பாடல்களும் அவருடைய வாக்கிலிருந்து அமுத மழைபோல வெளிவரும்.

முதன் முதலில் "வாதாபி கணபதிம்" என்ற விநாயகர் வணக்கத்தை அவர் பாடுவார். பிறகு *பெரியபுராணக் கீர்த்தனத்தி* லுள்ள "எக்காலத்து மறவேனே" என்ற நடராஜ ஸ்துதியைப் பாடுவார். நாயன்மார் சரித்திரங்களாயின் *திருத்தொண்டத் தொகையில்*, "தில்லைவா ழந்தணர்தம் அடியார்க்கு மடியேன்" என்று தொடங்கி எந்த நாயனார் சரித்திரத்தைச் சொல்ல வேண்டுமோ அந்த நாயனார் திருநாமம் உள்ள திருப்பாடல் வரையிற் பாடிவிட்டுக் கதையைத் தொடங்குவார். தமக்குத் தெரிந்தவற்றை யெல்லாம் காட்டவேண்டுமென்ற கருத்தால் ஸம்பிரதாய விரோதமானவற்றையும் இடத்திற்குப் பொருத்த மில்லாத விஷயங்களையும் புகுத்திச் சொல்லும் தன்மை அவர்பால் இல்லை; அங்ஙனம் செய்யும்படி நிர்ப்பந்திப்பவர்களும் அக்காலத்திற் பெரும்பாலும் இல்லை. எடுத்துக்கொண்ட சரித்திரத்தினால் அறியப்படும் உயர்ந்த கருத்துக்களை விளக்கும் ஆன்றோர் வாக்குக்களை மேற்கோளாகக் காட்டிப் பொருள் கூறும் பொழுது அந்த நூல்களைப் பயிலவேண்டு மென்னும் விருப்பமும் அந்த நீதியைப் பின்பற்றி நடக்க வேண்டுமென்னும் எண்ணமும் கேட்பவர்களுக்கு உண்டாகும். அவருடைய கதாப் பிரசங்கத்தில் அடிமுதல் இறுதிவரையில் சிவபக்தி உணர்ச்சியை வளர்க்கும் அமைப்பே காணப்படும்.

சிவகதைகளுக்கு மகாராஷ்டிர பாஷையிலுள்ள நிரூபணங்கள் முதலியவற்றைப் பாடுவார். வடமொழிச் சுலோகங்களையும் தமிழ்ச் செய்யுட்களையும் இடத்திற்கேற்பச் சொல்லும் பொழுதும் அவற்றின் பொருளைக் கூறும்பொழுதும் அவருடைய கல்வித் திறமை நன்றாக விளங்கும். அவர் பாடும்பொழுது மனம் ஸ்தம்பித்து நின்றுவிடும். கதையைக் கூறி விஷயங்களை விளக்கும்பொழுது பருந்தோடு செல்லும் நிழலைப் போலக் கேட்போர் மனம் அக்கருத்துக்களைப் பின்தொடர்ந்தே செல்லும்; அவ்வக் கருத்துக்களுக்கேற்ற மெய்ப்பாடுகளைக் கேட்போரிடம் விளங்கக் காணலாம். பக்திரஸம் ததும்பும் விஷயங்களைச் சொல்லும்பொழுது எத்தகைய வன்னெஞ்சமும் கனிந்துவிடும்; கேட்போர்கள் கண்ணீர் உகுத்துப் பரவசராவார்கள்.

கதை செய்யும்போது மகா வைத்தியநாதையர் இக்கால வழக்கப்படி எழுந்திருந்து நில்லாமல் உட்கார்ந்தபடியே பாடி உபந்யாசம் செய்வார். பக்க வாத்தியக்காரர்களும் உடன் உட்கார்ந் திருப்பார்கள். இதற்காக ஒரு பீடத்தையோ தனி யாசனத்தையோ அவர் உபயோகிப்பதில்லை. பாடும்போதும் கதை செய்யும்போதும் இராமஸ்வாமி ஐயர் தம்புரு மீட்டிக் கொண்டிருப்பார்.

பதசாரங்கள்

மகா வைத்தியநாதையர் கூறும் பதசாரங்கள் கற்பனைத் திறமும் நுண்மையும் உடையனவாக இருக்கும். *பெரியபுராணம், தேவாரம், சூதசங்கிதை* முதலிய தமிழ் நூல்களிலிருந்தும் வடமொழி நூல்களிலிருந்தும் மேற்கோள்களைக் காட்டிப் பொருள் சொல்லுகையில் அவருடைய ஆராய்ச்சியின் ஆழம் புலப்படும். தேவாரக் கருத்துக்களுக்கும் உபநிஷத் கருத்துக்களுக்கும் உள்ள ஒப்புமையை அவர் எடுத்துக் கூறுவார். மங்களமாக, சஹானா ராகத்திலுள்ள, "நந்திகேசாய மங்களம்" என்னும் கீர்த்தனத்தைப் பாடி அவர் பூர்த்தி செய்வார்.

அவர் கூறிய பதசாரங்களுள் என் நினைவில் உள்ள இரண்டைத் தெரிவிக்கிறேன்:

அப்பூதிநாயனார் சரித்திரப் பிரசங்கத்தைச் செய்தபொழுது *பெரியபுராணக் கீர்த்தனத்திலுள்ள* "அப்பூதியார் திருமனையில் வந்தார்" என்ற கீர்த்தனத்தைப் பாடிப் பொருள் கூறினார். அதன் மூன்றாம் சரணத்தில் "திங்களூர் மாடத் திங்களூர்" என்ற ஒரு தொடர் உள்ளது. அதற்குப் பதசாரம் சொல்லுகையில் கற்பனை நயம் விளங்க, "சந்திரன் மேல் ஊர்ந்துசெல்லும் மாடங்களை யுடைய திங்களூர் என்பது அர்த்தம்; சந்திரன் குருத்துரோகமாகிய மகா பாதகத்தை அறிந்து செய்தவனாதலின், குருபக்தியிற் சிறந்த அப்பூதியடிகள் வசிக்கும் ஊரிலுள்ள மாடங்களின் ஸ்பரிசத்தாலாவது தன் தோஷம் தீருமென்று எண்ணி வந்ததுபோல இருந்தது" என்று சொன்னார்.

சோமாசிமாற நாயனார் சரித்திரப் பிரசங்கம் ஒருசமயம் அவரால் திருவாவடுதுறை மடத்திற் செய்யப்பட்டது. சுந்தரமூர்த்தி நாயனாருடைய உதவியால் ஸ்ரீ தியாகேசப் பெருமானைத் தாம் செய்யும் யாகத்துக்கு எழுந்தருளச் செய்யவேண்டுமென்று சோமாசிமாறர் எண்ணினார்; அதன் பொருட்டுச் சுந்தரமூர்த்தி நாயனாரது விருப்பத்தைப் பெற நினைந்து அவருக்கு உவப்பான தூதுவளைக் கீரையை நாள்தோறும் மாறர் கொடுத்துவந்தா ரென்ற செய்தியொன்று, *பக்த விலாசத்தைத்* தழுவிப் *பெரியபுராணக் கீர்த்தனத்தில்* அமைக்கப்பட்டிருந்தது. அதைக் கூறும் கீர்த்தனம், "தூதுவளைக் கீரையைக் காதலாய்க் கொடுத்துவந்தார்" என்று தொடங்குவது. இதைப் பாடிப் பிரசங்கம் செய்கையில்

வைத்தியநாதையர், "அந்தக் கீரையின் பெயராகிய தூதுவளை யென்பது சுந்தரமூர்த்தி நாயனாருக்கு, 'உங்களுக்குத் தூதாகச் சென்ற சிவபெருமானை இணங்கச் செய்யவேண்டும்' என்ற சோமாசிமாறர் கருத்தைக் குறிப்பித்தலைப்போல இருந்தது" என்றார். தூதுவளைப் பாயாக வென்று அத்தொடரைப் பிரித்துப் பொருளும் கூறினார்.

சிலேடைப் பேச்சு

மகா வைத்தியநாதையரும் அவருடைய தமையனாரும் சிலேடையாகப் பேசுவதில் வல்லவர்கள்.

மேலகரம் சுப்பிரமணிய தேசிகர் தென்னாட்டு யாத்திரை சென்றிருந்தபோது சிலகாலம் மகா வைத்தியநாதையரும் அவர் தமையனாரும் உடன் சென்றனர். நானும் போயிருந்தேன். கம்பனேரி புதுக்குடி என்ற இடத்தில் நாங்கள் மூவரும் அணிந்திருந்த ஏறுமுக ருத்திராட்ச கண்டியிலிருந்த தங்க முலாங்கொடுத்த வெள்ளி வில்லைகளை நீக்கித் தங்க வில்லைகளையே போடும்படி தேசிகர் செய்வித்தனர். அப்பொழுது இராமஸ்வாமி ஐயர் "வெள்ளிவில்லை தங்கவில்லை" என்று சாதுரியமாகக் கூறி மகிழ்வித்தார்.

ஒரு சமயம் மகா வைத்தியநாதையர் தம் தமையனார் முதலியோருடன் குற்றாலம் செல்லும்போது அவருடைய தமையனார், "எவ்வளவு கல் தாண்டியிருப்போம்?" என்றார்; மகா வைத்தியநாதையர், "எல்லாங் கல்லுத்தானே!" என்றனர்.

பக்கவாத்தியத் துணைவர்கள்

மகா வைத்தியநாதையருடன் பக்கவாத்தியம் வாசிப்பவர்களுக்கு அவருடைய சம்பந்தத்தால் உண்டாகும் மதிப்பு அதிகம். வாத்தியக்காரர்களுடைய திறமையை அவர் உரிய காலங்களில் வெளிப்படுத்தச் செய்து பிரகாசப்படுத்துவார். அவருடைய வினிகைகளில் வாத்தியம் வாசிக்கும் கௌரவத்தை வாத்தியங்களிற் புகழ்பெற்றவர்கள் யாவரும் விரும்புவார்கள். அவருடன் இருந்து பிடில் வாசித்தவர் பலர். அவர்களுள், தஞ் சாவூர்ச் சங்கீத வித்துவான் இரட்டைப் பல்லவி சிவராமையருடைய குமாரராகிய சுப்பராய ரென்பவரும், பதினைந்து மண்டபம் துரைசாமி ஐயரென்னும் சங்கீத வித்துவானுடைய பேரராகிய சாம்பசிவையரென்பவரும், திருக்கோடிகாவல் கிருஷ்ணையரும் முக்கியமானவர்கள். புகழ்பெற்ற வீணை வைத்தியநாதைய ரென்பவர் சிலசமயங்களில் வீணை வாசிப்பார். சாமரா வென்னும் தஞ்சை மகாராஷ்டிரர் ஒருவர் பல வருஷங்கள் அவருடன் இருந்து மிருதங்கம் வாசித்துவந்தார். தஞ்சாவூரில் இருந்தவரும் மிருதங்கம் வாசிப்பதில் இணையற்றவரும்

வாய்ப்பாட்டில் வல்லவரும் ஆகிய நாராயணசாமி அப்பா என்பவர் சில சமயங்களில் மகா வைத்தியநாதையருடைய வினிகைகளில் மிருதங்கம் வாசித்ததுண்டு; அக்காலங்களில் அந்தச் சங்கீத சிகாமணியின் பாட்டைக் கேட்டு அவர் அடைந்த சந்தோஷத்திற்கு எல்லையில்லை.

தலைமைப் புகழ்

மகா வைத்தியநாதையரிடம் சிக்ஷை சொல்லிக் கொண்டவர்கள் இராமநாதபுரம் பூச்சி ஐயங்கா ரென்னும் ஸ்ரீநிவாசையங்கார், திருப்பெருந்துறை ஸ்ரீ தக்ஷிணாமூர்த்தி சிவன், சிதம்பரம் அண்ணாமலை சங்கீதக் கல்லூரிப் பிரின்ஸிபால் *ஸ்ரீ சபேசையர், உமையாள்புரம் ஸ்ரீ ஸ்வாமிநாதையர் முதலியோர். இவர்களுள் பின்னுள்ள மூவர்களும் இப்பொழுது சௌக்கியமாக சங்கீதத்தைப் பரிபாலனம் செய்து கொண்டு விளங்குகிறார்கள்.

மகா வைத்தியநாதையருக்கு வேதாரணிய ஐயர், விசுவநாதையர் என்ற இரண்டு குமாரர்கள் இருந்தனர். இருவரும் இப்பொழுது இல்லை. இவருடைய சந்ததியார்கள் இப்பொழுது உத்தியோகங்களில் இருந்து வருகிறார்கள்.

மகா வைத்தியநாதையருடைய திறமையை அறிந்த வித்துவான்கள் அவருக்குமுன் பாடுவதற்கு அஞ்சுவார்கள். திருவாவடுதுறை மடத்தில் சில சமயங்களில் சங்கீத வித்துவான்கள் பாடலாமென்று வருவார்கள். அக்காலத்தில் மகா வைத்தியநாதையர் வந்திருந்தால், தங்கள் எண்ணத்தை வெளியிடாமல், “மகா வைத்தியநாதைய ரவர்களுடைய பாட்டைக் கேட்டுப் போக வந்தோம்” என்று சொல்லி விடுவார்கள். அவருடைய காலத்திலிருந்த வித்துவான்களிற் பெரும்பாலோர் சம்ஸ்தானங்களிலும் ஆதீனங்களிலும் அவர் இல்லாத காலத்திலே வந்து பாடிப் பரிசு பெற்றனர். அவர் சங்கீதத்தைக் கேட்ட இடத்தில் தங்கள் சங்கீதம் இனிமையைத் தராதென்ற எண்ணமே அதற்குக் காரணம். அவர் காலத்தில் பட்டணம் சுப்பிரமணிய ஐயர் முதலிய பிரபல வித்துவான்கள் இருந்தார்கள்.

அவரை ஜயித்ததாகச் சில வித்துவான்கள் வெளியிடங்களிற் சொல்லிக் கொள்வதுண்டு; அஃது உண்மையன்று. அவருடைய தமையனார் மந்திர சக்தியால் மற்ற வித்துவான்களை அடக்கினரென்று பொறாமைக்காரராகிய சிலர் கூறுவர்; அதுவும் உண்மையன்று.

---

* இவர்கள் பல வித்துவான்களுடைய கீர்த்தனங்களைத் தொகுத்து ஒரு புஸ்தகம் வெளியிட்டிருக்கிறார்கள். அதில் ஸ்ரீ மகா வைத்தியநாதையரும் அவருடைய தமையனாரும் இயற்றிய கீர்த்தனங்கள் காணப்படும்.

அவருக்கு அவர் காலத்தில் இருந்த தலைமையான புகழ் வேறு யாருக்கும் இல்லை. ஒருமுறை சென்னையிற் சில கனவான்கள் கவர்னருக்கு விருந்து நடத்தினார்கள். அந்த விருந்தில் ஒரு கர்நாடக சங்கீதக் கச்சேரியை நடத்திக் கவர்னரை மகிழ்விக்க அவர்கள் எண்ணினார்கள். அவ்விருந்துக்கு வரும் பெரிய கனவான்களுக்கிடையே பாடும் தகுதியுடையவர் மகா வைத்தியநாதையரே யென்று தேர்ந்து அவரை வருவித்துப் பாடச்செய்தார்கள். அவர் அந்தச் சபையின் பெருமைக்கு ஏற்றவண்ணம் பாடினார். கவர்னருக்கு விருப்பமாக இருக்குமென்று இங்கிலீஷ் நோட் முதலியவற்றையும் பாடி மகிழ்வித்தார். அந்த விருந்து எல்லாவகையிலும் மேம்பட்டதாக இருந்தது. அதில் மகா வைத்தியநாதையர் வழங்கிய இசை விருந்து எல்லாவற்றிற்கும் கிரீடம் வைத்ததுபோல அமைந்தது. அதுகாறும் கவர்னருக்கு முன் கர்நாடக சங்கீத வித்துவான்கள் பாடியதில்லை யென்பர்; ஆதலின் அந்நிகழ்ச்சியால் மகா வைத்தியநாதையருக்கு இருந்த மதிப்பு அதிகமாயிற்று.

மகா வைத்தியநாதையர் தாம் சென்ற இடங்களிலெல்லாம் சிறப்புப்பெற்றார். அவர் சங்கீதத்தைக் கேட்டபேர்க ளெல்லாம் இன்பக் கடலில் ஆழ்ந்தனர். அவர் கதையைக் கேட்டவர்க ளெல்லாம் சிவபக்தி யுணர்ச்சி பெற்றனர். அவருடைய சங்கீதத் திறமை தமிழ்நாட்டிற்குப் புகழை உண்டாக்கியது; சங்கீத வித்துவான்களுக்கும் பெருமையை அளித்தது. அவர் இன்றும் பலருடைய உள்ளக் கோயில்களில் தெய்வமாக இருந்து விளங்குகிறார்.

வசையுணரு முழுமூடர் துளைச்செவிக்கும் இன்பன்றி வழங்கல் செய்யா
இசையுணரு மியலுணர்வுங் கவிநவிலு மியலுணர்வும் ஈசன் பாத
நசையுணர்வும் வழுவாநன் னடையுணர்வு மோருருவா நணுகி வந்த
திசையுணரு மிசையுளமா வயித்தியநாதன்

[பெரியபுராணக் கீர்த்தனச் சிறப்புப் பாயிரம்.]

என்று கும்பகோணம் காலேஜில் தமிழ்ப்பண்டிதராக இருந்த தியாகராஜ செட்டியார் மனங்கரைந்து அவரைப் பாராட்டியிருக்கிறார்; அவருடைய உண்மையான உருவம் நான்கு தன்மைகளா லாகியதென்பது இச்செய்யுளிற் கூறப்பட்டிருக்கிறது. அவை மூடர்களுக்கும் இன்பந் தரும் சங்கீத ஞானம். அருந்தமிழ்ச் செய்யுள் ஆக்கும் தமிழறிவு, சிவபக்தி, வழுவாத நல்லொழுக்க மென்பவை. இந்த நான்குமே மகா வைத்தியநாதையரின் உருவம். இக்குணங்கள் அழியாதவை; இவை உள்ளவரையில் மகா வைத்தியநாதையரும் அழியா உடம்பினை உடையவரேயாவர்.

கலைமகள், **தொகுதி 5, பகுதி 25 – 30, 1934**

4

ராமதாசர்

திருவிடைமருதூரில் மகாராஷ்டிர அரச பரம்பரையைச் சார்ந்த அமரசிம்மர் என்னும் அரசர் இருந்துவந்தார். அவர் சிவபக்தியும், சங்கீதத்தில் அபிமானமும், பெரியோர்களிடத்தில் அன்பும் உடையவர். தினந்தோறும் காலையில் எழுந்து சென்று காவிரியில் நீராடி விட்டு அங்கே கோவிந்த தீக்ஷிதரவர்களாற் கட்டப் பெற்றுள்ள புஷ்யமண்டபத்தில் ஜபங்களைச் செய்துகொண்டிருக்கும் பல பெரியோர்களை வலம் வந்து வணங்கி ஸ்ரீ மகாலிங்க மூர்த்தியைத் தரிசனம் செய்து பிறகு அரண்மனை வந்து சேர்வார். அவர் வாழ்ந்திருந்த அரண்மனை இன்றும் திருவிடைமருதூர் வடக்கு வீதியில் இருக்கிறது.

ஸ்ரீ மகாலிங்க மூர்த்தியிடம் அவருக்கு அளவிறந்த பக்தி உண்டு. அம்மூர்த்திக்கு வெள்ளி ரதமும், மகாரதத்தின் முன்பு கட்டுவதற்குரியனவும் மிக்க அழகியனவுமாகிய நான்கு குதிரையுருவங்களும் அவரால் அளிக்கப்பெற்றன. பெரியோர்களுடைய கூட்டுறவும், சங்கீத வித்துவான்களுடைய பழக்கமும், ஸ்ரீ மகாலிங்க மூர்த்தியின் தரிசனமும் அவருடைய தினசரி வாழ்க்கையில் தவறாமல் இருந்து வந்தன. அவருடன் வடமொழி வித்துவான்கள் சிலரும் மகாராஷ்டிர பாஷையில் தேர்ச்சி பெற்றவர்கள் சிலரும் இருந்தார்கள்.

அரண்மனையின் கிழக்கே உள்ள இந்திர சபை மாடியில் அவர் ஒருநாள் காலையில் உலாவிக் கொண்டிருந்தார். மணி ஒன்பதுக்கு மேல் இருக்கும்.

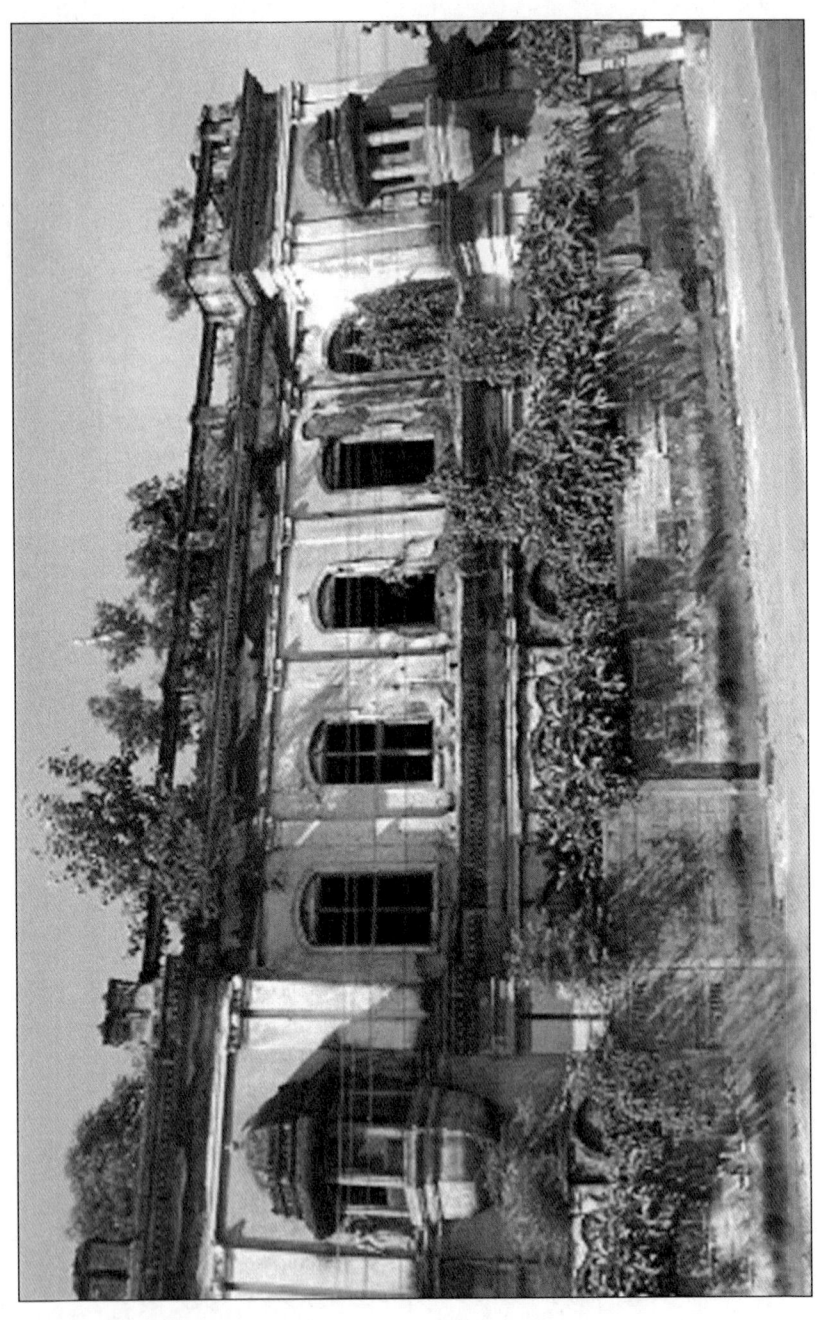

அரண்மனை இந்திர சபையின் வெளித்தோற்றம்

அப்பொழுது அவருடைய செவியில் மிக்க மதுரமான கீத ஒலி ஒன்று கேட்டது. அதுகாறும் அத்தகைய ஒலியை அவர் கேட்டிலர். அந்த ஒலியில் ஒரு தனியான கம்பீரமும் பக்தியும் இனிமையும் ஒருங்கே கலந்திருந்தன. அந்த இசையிலே அரசர் ஈடுபட்டார். அது வடநாட்டுச் சங்கீத முறையிலே அமைந்ததாகத் தெரிந்தது.

'இவ்வளவு நாட்களாக இத்தகைய மதுரமான தொனியை நாம் கேட்டோமில்லையே! இந்த அமுதமயமான கீதம் எங்கிருந்து வருகின்றது? இந்த ஒலி நம் உடம்பு முழுவதையும் சிலிர்க்கச் செய்கிறதே!' என்று அவர் எண்ணினார். அவர் கேட்ட சங்கீத நாதம் வரவரத் தெளிவாகக் கேட்டது. 'யாரோ தெருவில் பாடிக்கொண்டு வருவது போலல்லவா தோற்றுகிறது? இவ்வளவு அருமையான சங்கீதம் தெருவிலே இறைபடும்படி அந்த வித்துவானுக்கு என்ன துரதிருஷ்டம் வந்துவிட்டது?' என்று சிந்தித்தார்.

அருகிலிருந்தவர்களை அவர் விசாரித்தார். அவர்கள், "இந்த ஊரிலே சிலகாலமாக ஒரு பெரியவர் வந்திருக்கிறார். அவர் பரம பக்தராகக் காணப்படுகின்றார். அவருடைய கீத ஒலி எப்படி உள்ளத்தைக் கொள்ளை கொள்ளுகிறதோ அப்படியே அவருடைய திருமுக ஒளியும் மனத்தைக் கவரும்" என்றார்கள்.

"அப்படியா? அவர் எதற்காக இப்படி வீதியிலே பாடிக்கொண்டு வருகிறார்?"

"அவர் தினந்தோறும் காலையில் காவிரியில் ஸ்நானம் செய்து ஜபதபங்களையும் ஸ்ரீ மகாலிங்க மூர்த்தியின் தரிசனத்தையும் முடித்துக்கொண்டு தோளில் உஞ்சவிருத்திச் செம்பை மாட்டிக் கொண்டு வீதி வழியே போகிறார். போகும்போது ஸ்ரீ ராமன்மீதும் கிருஷ்ணன் மீதும் பரமசிவன்மீதும் பல கீர்த்தனங்களையும் சுலோகங்களையும் பாடுகிறார். அவருடைய சங்கீதம் காலை வேளையில் எல்லோருடைய உள்ளத்திற்கும் ஊக்கத்தை அளிக்கிறது. அவர் போகும் போக்கிலே ஊரிலுள்ளவர்கள் அவர் செம்பை அரிசியால் நிறைத்து விடுகிறார்கள். சிலர் அவர் வீட்டிற்குப் பருப்பு, வெல்லம், கறிகாய், தயிர், பால் முதலியவற்றை அவருக்குத் தெரியாமலே கொடுத்து அனுப்பிவிடுகிறார்கள். அவருக்கு இந்த உலக ஞாபகமே இராதென்று தோற்று கிறது. ஜபதபங்களும் சிவதரிசனமும் உஞ்சவிருத்தியுமே அவருடைய பொழுது போக்கு. அவரைப் பற்றி ஊரினர் யாவரும் பாராட்டிப் பேசிக்கொண்டிருக்கிறார்கள்."

"என்ன ஆச்சரியம்! இத்தகைய மகான் இவ்வூரில் இருப்பது எனக்கு இதுவரையில் தெரியாமற் போயிற்றே! யாரோ சங்கீத வித்துவான் பாடுகிறா ரென்றல்லவோ நினைத்தேன்? நீங்கள்

சொல்வதைப் பார்த்தால் இவருடைய அனுக்கிரகத்தைப் பெறவேண்டுவது அவசியமென்ற விருப்பம் எனக்கு உண்டாகிறது. சங்கீதம், பக்தி இரண்டும் பொருந்தி யிருப்பவர்களைக் காண்பது இக்காலத்தில் மிகவும் அரிது.”

“ஆமாம்! இவருடைய சங்கீதமும் பக்தியும் ஒன்றை யொன்று விஞ்சி விளங்குகின்றன.”

“அப்படியானால், எப்படியாவது அந்த மகானை இங்கே அழைத்து வந்து எனக்குப் பழக்கம் செய்துவிக்க வேண்டியது உங்கள் கடமை.”

வீதியிலே பாடிக்கொண்டு வந்தவரே ‘ராமதாஸ்’ என்னும் பெரியார். அவர் வடமப் பிராமணர். இளமைமுதலே சங்கீதம் பயின்றவர். சங்கீத அறிவோடு தெய்வபக்தியும் சேர்ந்தே அவர்பால் முதிர்ந்துவந்தது. அப்பால் அவருக்குக் காசியாத்திரை செய்து வரவேண்டுமென்ற அவா உண்டாயிற்று. யாத்திரையாகப் புறப்பட்டு வடநாட்டிலுள்ள பல திவ்ய ஸ்தலங்களைத் தரிசித்தார்; பல பெரியார்களோடு பழகினார்; சங்கீத அறிவு மிக்கவராதலின் வடநாட்டுச் சங்கீதத்தையும் அப்பியாசம் செய்தார்; அந்த நாட்டில் வழங்கும் பல உருப்படிகளையும் பாடம்பண்ணினார்; பிறகு தம்முடைய ஜன்மதேசம் வந்தார். அவருக்கு விவாகமாயிற்று.

தஞ்சை முதலிய இடங்களுக்குச் சென்று அரசர் களுடைய சம்மானத்தை அவர் அடைந்தார். அங்கே பல வித்துவான்களுடைய பழக்கமும் உண்டாயிற்று. வெறும் சங்கீத அறிவு மாத்திரம் இருந்தால் அவர் ஒரு ஸம்ஸ்தானத்தில் வித்துவானாக இருந்து விளங்கி யிருப்பார். சங்கீதமாகிய சாதனத்தால் அடையப்படும் சாத்தியமாகிய பரம்பொருளினிடத்தே அவர் தீவிரமான பக்தி பூண்டவ ராதலால் அவருக்கு அரசர்களுடைய சேவையும் வித்துவான்களுடைய பழக்கமும் நகர வாஸமும் பிடிக்கவில்லை. நல்ல நதிதீரத்தில் அமைந்த சிறந்த ஸ்தல மொன்றில் இருந்து தம்முடைய பக்திக்கு இடையூறின்றி வாழ்ந்து வரவேண்டுமென்று அவர் விரும்பினார். உஞ்சவிருத்தியினால் ஜீவனம் செய்யலாம் என்ற தைரியம் அவருக்கு இருந்தது. தம்முடைய சங்கீதத்தை அரசர்களுக்கும் பிரபுக்களுக்கும் அர்ப்பணம் செய்வதைவிடப் பரம்பொருளுக்கு அர்ப்பணமாக்குவதே தக்கதென்ற கொள்கையை அவர் கொண்டார்.

திருவிடைமருதூர் ராமதாசருடைய உள்ளத்திற்கு உவந்த இடமாயிற்று. காவிரியும், ஸ்ரீ மஹாலிங்க மூர்த்தியின் திருக்கோயிலும், பக்தர்களுடைய கூட்டமும், நல்லோர்களுடைய

இருக்கையும் அந்தத் தலத்தில் அமைந்திருப்பதைப்போல வேறு எங்கே இருக்கின்றன? "இனி நமக்குப் பூசத்துறையும் மகாலிங்க மூர்த்தியுமே கதி" என்ற தீர்மானத்தோடு திருவிடை மருதூருக்கே வந்துவிட்டார்.

அவர் வந்த நாள்முதல் திருவிடைமருதூருக்கு ஒரு புதிய பெருமை உண்டாயிற்று.

எவ்வழி நல்லவர் ஆடவர்
அவ்வழி நல்லை வாழிய நிலனே

என்று *புறநானூறு* கூறுகின்றது. இயல்பாகவே பல வகையிலும் நன்மையைப் பெற்ற அத்திருத்தலம் நல்லந்தணராகிய ராமதாசர் உவந்த வாசஸ்தலமானபோது பின்னும் அதனுடைய நன்மை பெருகியது. திருவிடைமருதூர்த் திருவீதியில் நாள்தோறும் காலையில் இனிய கானம் பரவியது. அந்த இன்னிசையிலே மனிதர் புகழ் காணப்படவில்லை; பரம்பொருளின் மெய்ப்புகழ்தான் விளங்கியது. அந்தக் கீதவொலியின் கவர்ச்சியும், அதனுள் அடங்கிய பக்திச்சுவையும், அதைப் பாடும் பெரியாருடைய தோற்றமும் எல்லாம் சேர்ந்து நாஸ்திகரையும் அவரது திருவடியிலே வீழ்ந்து அடைக்கலம் புகச் செய்யுமாயின், பெரிய பக்தரும் சங்கீத ரஸிகருமாகிய அமரசிம்மரை உருக்கியது ஒரு வியப்பாகுமோ?

அமரசிம்மருடைய விருப்பத்தின்படியே சில முதியோர்கள், ராமதாஸர் அரண்மனை வாயிலுக்கு நேரே வரும்போது அவர்பாற் சென்று அவரை வணங்கினார்கள். காலைக் கதிரவனுடைய ஒளிக்கு எதிரே அப்பெரியாருடைய திருமுக மண்டலமும் பாலசூரியனைப் போலவே இலங்கியது. சூரியன் வீசும் வெம்மையாகிய கதிர்களைக் காட்டிலும் அந்தத் திருமுகத்திலிருந்து உண்டாகிய குளிர்ந்த கருணைக் கிரணங்கள் உயர்வுடையன அல்லவா?

"ஸ்வாமீ! ஒரு விஞ்ஞாபனம். கேட்டருள வேண்டும்" என்று அவர்கள் பணிவோடு சொன்னார்கள்.

"என்ன விசேஷம்?" என்று கேட்டார் ராமதாசர்.

"இங்கே உள்ள அமரசிம்ம மகாராஜா, ஸ்வாமிகளுடைய திவ்யதரிசனமும் சல்லாபமும் பெறவேண்டுமென்று காத்திருக்கிறார். கிருபை செய்யவேண்டும்."

"மகாராஜாவா! நான் ஒரு பிக்ஷுகன். எனக்கு மகாராஜா விடத்திலே என்ன வேலை? நான் ராஜசேவையே வேண்டாமென்று

எண்ணி வந்தவன். அகிலலோக சக்கரவர்த்தியாகிய ஸ்ரீ *ஏகநாயக மூர்த்தி யினிடத்திலே வந்தபிறகு வேறொரு ராஜாவை எதற்காகப் பார்க்கவேண்டும்?"

"அப்படிச் சொல்லக் கூடாது. தங்களுக்கு மகாராஜா வால் ஆகவேண்டிய காரியம் ஒன்றுமில்லை யென்பது வாஸ்தவந்தான். ஆனாலும் மகாராஜா ஒரு பெரிய பக்தர். அவர் தங்களைத் தரிசிக்க வேண்டுமென்று ஏங்கி நிற்கின்றார்."

"சரி, நாழிகையாயிற்று. நாளைக்குப் பார்க்கலாம்" என்று சொல்லி ராமதாசர் தம்முடைய பஜனையை மீட்டும் ஆரம்பித்து மேலே செல்லலானார்.

மறுநாள் ராமதாசர் வீதி வழியே வரும்போது மீட்டும் அரசரைச் சேர்ந்த முதியோர்கள் அவரிடம் வந்து வணங்கி நின்றார்கள். "மகாராஜா தங்கள் வாசஸ்தலத்துக்கே வந்து தரிசிக்கலாமென்று எண்ணி யிருக்கிறார். தங்களுடைய சம்மதத்தை எதிர்பார்க் கிறோம். மகாராஜா வேறு இடங்களுக்குச் செல்வது வழக்கமன்று. ஆனாலும் பரம பக்த சிரோமணியாகிய தங்களுடைய இருப்பிடம் ஆலயத்துக்கு ஸமானம். ஆதலின் அங்கே வரலாமென்றே இருக்கிறார்" என்று அவர்கள் சொன்னார்கள்.

ராமதாசர் சிறிது யோசித்தார். 'அரசர் உண்மையிலேயே சிவபக்தராக இருக்கவேண்டும். இல்லாவிட்டால் தம்முடைய கௌரவத்தையும் நினையாமல் இப்படிச் செய்யத் துணியமாட்டார். அத்தகைய பக்தரைப் போய்ப் பார்ப்பதில் குற்றமென்ன?' என்ற எண்ணம் அவருக்கு உண்டாயிற்று.

"உங்கள் அரசர் பக்தராக இருக்கிறாரென்று தெரிகிறது. அவரை ஓர் அரசராக எண்ணிப் பார்க்க எனக்கு விருப்பமில்லை; பக்தராகவே எண்ணிப் பார்க்க விரும்புகிறேன். பிக்ஷுகனாகிய என்னுடைய குடிசைக்கு அவர் வருவது முறையன்று. நானே என் நியமத்தை முடித்துக்கொண்டு வருகிறேன்" என்றார். பிறகு வழக்கப்படி உஞ்சவிருத்தியை முடித்துக்கொண்டு வீடு சென்று பூஜையை நிறைவேற்றிப் போஜனம் செய்தார். செய்த பின்பு அரண்மனையை நோக்கி வந்தார். அவருடைய வரவை ஒவ்வொரு க்ஷணமும் எதிர்பார்த்துக்கொண்டு அங்கே சிலர் நின்றிருந்தனர். அவர்கள் அவரை மரியாதையோடு உள்ளே அழைத்துச் சென்றார்கள். ராமதாசர் அரண்மனையுட் புகுந்தார்.

"அமரசிம்மருடைய உவகைக்கு அளவு ஏது? பாக்கியம்! பாக்கியம்!!" என்று உடல் பூரித்தார். கண்ணில் தாரை தாரையாக ஆனந்தபாஷ்பம் உண்டாயிற்று. ராமதாசரை அஞ்சலி

---

* ஏகநாயகரென்பது அத்தலத்து உத்ஸவ மூர்த்தியின் திருநாமம்.

செய்து தக்க ஆசனத்தில் இருக்கச் செய்தார். விநயத்தோடு சம்பாஷணை செய்தார். சம்பாஷணை செய்யச் செய்ய அரசருக்கு அப்பெரியாருடைய சிறந்த குணங்கள் புலப்பட்டுக்கொண்டே வந்தன. ராமதாசரோ, 'இவர் அரசராக இருந்தாலும் பக்தர்களுக்குத் தாசராக இருக்கும் அடக்கமுடையவர். மிக்க குணசாலி. பழகுவதற்குத் தகுதியுடையவர். மகாலிங்க மூர்த்திதான் இப்படி ஒரு பக்தருடைய பழக்கத்தை உண்டாக்கி வைக்கிறாரென்று தோற்றுகிறது' என்று எண்ணினார். இருவரும் நெடுநேரம் சல்லாபம் செய்தார்கள்.

அரசர் ஸ்ரீ ராமதாசரைத் தம்முடைய ஆஸ்தான வித்துவானாக இருக்கவேண்டுமென்று பிரார்த்தித்தார். அவர் அதற்கு இணங்கவில்லை. "எனக்கு இனிமேல் உத்தியோக நிர்ப்பந்தம் எதற்கு?" என்று அவர் கூறினார்.

அரசர்: இதை நிர்ப்பந்தமாக எண்ணக் கூடாது. தினந்தோறும் பாதகமலம் நோவ உஞ்சவிருத்தி செய்யும் சிரமம் இல்லாமல் இங்கிருந்தபடியே பஜனை செய்துவரலாம் என்பதுதான் என் எண்ணம்.

ராம: சிரமம் என்ன? உஞ்சவிருத்தி செய்வதில் இழிவு ஏதாவது உண்டா? மகான்க ளெல்லாம் இந்தக் காரியத்தைச் செய்து தம் வாழ்நாளைக் கழித்திருக்கிறார்களே. திருவிசைநல்லூர், கோவிந்தபுர மென்னும் இடங்களில் சில பெரியோர்கள் இப்பொழுதும் இதைச் செய்து வருகிறார்களே.

அரசர்: நான் இழிவென்று சொல்லவில்லையே! சிரமமில்லாமல் ஓரிடத்திலே இருக்கலாமே என்று எனக்குத் தோற்றுகிறது.

ராம: எனக்கு இந்தக் காரியமே சிரமபரிகாரமாக இருக்கிறது.

அரசர் பலமுறை வேண்டிக்கொண்ட பிறகு அப்பெரியார் தமக்கு ஓய்வு நேர்ந்த காலங்களில் அரண்மனைக்கு வந்துபோவதாக வாக்களித்தார். உஞ்ச விருத்தியை அவர் நிறுத்தவேயில்லை.

அக்கால முதல் அவ்விருவருக்கும் நட்பு முதிர்ச்சியடைய லாயிற்று. ராமதாசரை ஆஸ்தான வித்துவானென்றே யாவரும் வழங்கலாயினர். அரசர் அவருடைய பழக்கத்தினாற் பலவகை நன்மைகளை அடைந்தார். வடநாட்டுச் சங்கீதச் சுவையை நன்றாக அனுபவித்தார்.

அப்பொழுது அங்கே ஆஸ்தான வித்துவானாக இருந்த கனம் கிருஷ்ணையர் ராமதாசரோடு பழகிப் பல புதிய விஷயங்களை அறிந்துகொண்டார். *நந்தன் சரித்திரக் கீர்த்தனத்தை இயற்றிய*

ஸ்ரீ கோபாலகிருஷ்ண பாரதியார் திருவிடைமருதூருக்கு வந்து சில வருஷங்கள் இருந்து ராமதாசரிடம் ஹிந்துஸ்தானி மார்க்கங்களைக் கற்றுக்கொண்டு சென்றார். வேறு சிலரும் கற்றுக்கொண்டனர்.

அமரசிம்மர் ராமதாசருடைய குடும்பத்திற்கு ஏதேனும் உதவிசெய்ய வேண்டுமென்று எண்ணினார். அவர் அறியாதபடி கும்பகோணத்தில் அவர் பெயருக்கு ஒரு வீட்டையும் சில நிலங்களையும் வாங்கி அவற்றை அவர் பெயருக்கு எழுதிவைத்தார். ராமதாசர் தம்முடைய முதிர்ந்த பருவத்தில் அரசருடைய வேண்டுகோளின்படி அந்த இல்லத்திலே சென்று வாழ்ந்து வந்தார். அந்த வீடும் நிலங்களும் பிற்காலத்தில் ராமதாசருடைய பரம்பரையினருக்கே உரிமையாயின. அவ்வீடு பக்தபுரி அக்கிரகாரத்தில் மேல்சிறகில் பல்லவி கோபாலையருடைய வீட்டிற்கு வடபுறத்தில் இருக்கின்றது. அவ்வீட்டில் சில மாதங்கள் குடியிருக்கும் பாக்கியம் எனக்கு வாய்த்திருந்தது.

ராமதாசருடைய பேரரை நான் பார்த்துப் பழகியிருக்கின்றேன். ஸ்ரீ கோபாலகிருஷ்ண பாரதியார் பலமுறை அப்பெரியாரைக் குறித்துப் பாராட்டிப் பேசுவார். மேலே உள்ள வரலாற்றிற் பெரும்பகுதி அவர் சொல்லக் கேட்டதேயாகும்.

ராமதாசருடைய ஸாஹித்தியங்கள் கூடச் சில இருந்தன. கோபாலகிருஷ்ண பாரதியார் அவற்றைப் பாடுவதுண்டு. அவை இப்பொழுது மறைந்தன. பாரதியார் துறவுள்ளம் உடையவராதலின் அவர் ராமதாஸரைப் பற்றிப் பேசும்போதெல்லாம், அம்மகானுடைய நிராசையைக் குறித்தே அதிகமாகப் பாராட்டுவார்.

கலைமகள், தொகுதி 13, பகுதி 73 – 78, 1938

5

ஸ்ரீ முத்துசாமி தீக்ஷிதர்

வித்துவான்களின் உபகாரம்

நாம் ஜபம்செய்யும் மந்திரங்களுக்கு உரிய ரிஷிகள் இருக்கிறார்கள். எந்த மந்திரத்தை ஜபம் செய்ய ஆரம்பித்தாலும் அதை வெளிப்படுத்திய ரிஷியை முதலில் வணங்கி விட்டு ஆரம்பிக்கிறோம். ஞானத்தையும் வித்தையையும் உலகத்துக்கு அளித்த பெரியோர்களை வந்தனம் செய்யவேண்டிய அவசியத்தையும் அவர்களுக்கு நாம் செலுத்த வேண்டிய நன்றியறிவையும் இது புலப்படுத்தும். இப்படியே பலவகையான கலைகளைப் பயில்பவர்கள் அவற்றை உலகத்தில் வழங்கச் செய்த பெரியோர்களை வணங்குவது கடமையாகும்.

வித்தைகள் அழிந்துபோகாமல் வித்துவான்கள் காப்பாற்றி அவற்றை உலகத்தில் பிரகாசிக்கச் செய்கிறார்கள். பிரமதேவருடைய சிருஷ்டி அழிந்தாலும், அவர்களுடைய சிருஷ்டி அழியாமல் நிலைபெற்று விளங்குகின்றது. வித்தைகள் உலகத்திலே அழியாமல் இருக்கவேண்டுமென்று மனம், வாக்கு, காயம் என்னும் திரிகரணங்களாலும் அவர்கள் பல வகையாக உழைத்து ஒன்றையும் எதிர்பாராமல் பேருதவி புரிகின்றார்கள். அவர்கள் செய்த நன்றியை நாம் எந்தக் காலத்திலும் மறவாமல் இருக்கவேண்டும்.

சங்கீதமும் தெய்வங்களும்

பழைய காலம் முதல் சங்கீத வித்தையை உலகத்தில் பரவச்செய்தவர் பலர். நமது நாட்டில் சங்கீதம் உயர்ந்த ஸ்தானத்தை அடைந்திருக்கிறது. தேவர்களே சங்கீதத்துக்கு முதற் குருவாக

ஸ்ரீ முத்துசாமி தீக்ஷிதர்

விளங்குகிறார்கள். அதற்கு உரிய ஆசாரியர்கள் சிவபெருமான், நந்திதேவர், முருகக்கடவுள், மாதங்கி, பதஞ்சலி, நாரதர் முதலியோர். இசையைப்பற்றி மகா வைத்தியநாதைய ரவர்கள் செய்த ஓர் உபந்யாசத்தில், "பசுர் வேத்தி, சிசுர் வேத்தி, வேத்தி கான ரஸம்பணி:" என்பதை எடுத்துக்காட்டி இதில் பசு வென்றது நந்திதேவரையும், சிசு வென்றது முருகக் கடவுளையும், பணி யென்றது பதஞ்சலியையும் குறிக்குமென்றார்கள். இதற்கு வேறு வகையாகப் பொருள் சொல்லுவதும் உண்டு.

டாக்டர் உ.வே. சாமிநாதையர்

பரமசிவன் இரண்டு வித்தியாதரர்களைத் தம் காதிலே இரண்டு குழைகளாக அணிந்து கொண்டிருக்கிறார். தாமே வீணையை வாசித்து மகிழ்ந்து வருகிறார். 'எம் இறை நல் வீணை வாசிக்குமே' என்றார் ஒரு பெரியார். திருமாலோ எப்பொழுதும் தும்புரு நாரதர்களுடைய கான லஹரியில் ஈடுபட்டு இன்புறுவதோடு தாமும் புல்லாங்குழலை வாசித்து உயிர்களை இன்புறுத்துகிறார். பிரமதேவரோ கலைமகளின் யாழிசை யமுதத்தைப் பருகிக்கொண்டிருக்கிறார். இந்திராதி தேவர்கள் ரம்பை முதலிய மங்கையரின் சங்கீதத்தில் உருகி மகிழ்கிறார்கள். கந்தர்வர், வித்தியாதரர், கின்னரர் என்னும் தேவகணங்களுக்குச் சங்கீதமே காலப் போக்கு.

சங்கீதமும் ஆலயங்களும்

இவ்வாறு தெய்வங்களையும் தேவகணங்களையும் கவர்ந்து கொண்ட சங்கீதத்திற்குத் தெய்வ ஸ்தானங்களாகிய கோயில்களில் தனச்சிறப்பு ஏற்பட்டிருப்பது மிகவும் பொருத்தமானது. இசையை ஈசுவரார்ப்பணம் செய்வதுதான் தக்கது. இதனையறிந்தே பழைய காலத்தில் சங்கீத நிகழ்ச்சிகள் ஆலயங்களிலே நிகழ்ந்து வந்தன. கோயில்தோறும் சங்கீத வித்துவான் ஒருவர் நியமிக்கப் பெற்று ஒவ்வொரு காலத்துக்கும் உரிய கானங்களைச் செய்து வந்தனர்; ஒவ்வொரு ஸந்நிதிக்கும் தனித்தனியே அமைக்கப் பட்டவர்களும் உண்டு.

சிவாலயங்களிலும் விஷ்ணுவாலயங்களிலும் முறையே தேவாரத்தையும் திவ்யப்ரபந்தத்தையும் பண்ணோடு ஓதிவரும்படி முற்காலத்தில் அரசர்கள் ஏற்பாடுகள் செய்திருந்தனர்.

திருஆமாத்தூர் என்னும் ஸ்தலத்தில் தேவாரங்களைப் பண்ணோடு கற்றுச் சந்நிதியில் பாடும்பொருட்டுப் பல குருடர்களுக்கு ஆகாரம் முதலியன அளித்துவரும்படி ஒரு சோழன் ஏற்பாடு செய்திருந்தானென்று சிலாசாஸனங்களால் அறிகிறோம். தஞ்சை முதலிய இடங்களிலுள்ள சிவாலயங்களில் தேவாரம் ஓதுதற்கு உரியவர்கள் பழைய அரசர்களால் நியமிக்கப்பட்டிருந்தார்கள். அவர்கள் 'பிடாரர்கள்' என்று சாஸனங்களில் வழங்கப்படுகிறார்கள். கோயில்கள் நிறைந்து விளங்கும் தமிழ்நாட்டில் கோயிலில்லாத ஊர் எப்படி அருமையோ அப்படியே சங்கீதமில்லாத கோயிலும் அருமையாகும்.

இசைத்தமிழ்

பழைய காலத்தில் சங்கீதத்திற்கு ஒரு தனிச்சிறப்பு இருந்த தென்று தமிழ்நாட்டின் பழைய சரித்திரம் தெரிவிக்கின்றது.

தமிழின் பெரும்பிரிவுகள் மூன்று. அவற்றுள் ஒன்று சங்கீதமாகிய இசைத்தமிழ். இசைத் தமிழ்தான் தனியே ஒன்றாக நிற்பதோடு மற்ற இரண்டு பிரிவுகளாகிய இயலிலும் நாடகத்திலும் கலந்திருக்கிறது. இயற்றமிழ்ச் செய்யுட்களை இசையோடு படியாவிட்டால் அவற்றிற்குரிய நயம் புலப்படாது. தமிழில் வழங்கும் செய்யுட்களுள்ளே இன்ன இன்ன செய்யுளை, இன்ன இன்ன ராகத்திலேதான் படிக்கவேண்டுமென்ற வரையறையுண்டு. நாடகத் தமிழுக்கோ இசையானது இன்றியமையாத தென்பது வெளிப்படை. அதனாலேதான் இசையை நடுநாயகமாக வைத்து இய லிசை நாடக மென்று வழங்கினார்கள் போலும்.

சங்கீத வித்துவான்களுக்கு இருந்த மதிப்பு

சங்கீத வித்துவான்களுக்கு முற்காலத்தில் இருந்த கௌரவத்திற்கு எல்லையில்லை. எந்தக் குலத்திற் பிறந்தவர்களா யிருப்பினும் அவர்களுக்கு முடியுடை வேந்தர்களும் பிறரும் மிக்க மதிப்பையளித்து மற்ற வித்துவான்களைக் காட்டிலும் அதிகமான சம்மானம் செய்துவந்தார்கள். அரசர்கள் காலையில் விழித்து எழும்போழுதே சங்கீதத்தைக் கேட்டு எழுவார்கள். அவர்களுடைய முன்னோர்களின் குணவிசேடங்களைத் தெரிவிக்கும் பாட்டுகளைப் பாடி அம்மன்னர்களை எழுப்புவதற்கென்று தனியே நியமிக்கப்பட்ட சில சங்கீத வித்துவான்கள் இருந்தார்கள்; இவர்களைச் சூதரென்றும் இங்ஙனம் பாடுதலைத் துயிலெடை நிலை யென்றும் சொல்லுவார்கள். அரசன் போர்களத்திலே புண்பட்டு விழுந்துகிடந்தால் அந்தப் புண்ணாலுண்டான துன்பத்தை இசையால் போக்குவது அக்கால வழக்கம்.

ஒரு சங்கீத வித்துவானுடைய கவலையைப் போக்குவதற்கு விறகு சுமந்து சென்று பாடி அவருடைய பகைவனை மதுரை ஸ்ரீ சோமசுந்தரக் கடவுள் ஓடச்செய்ததோடு, சேற்றில் நின்று பாடிய அந்த வித்துவானுக்குத் தம் சந்நிதியில் நின்று பாடும்படி ஒரு பலகையையும் அளித்தாரென்று திருவிளையாடல் தெரிவிக்கின்றது.

நாயன்மார்களுள் ஆனாய நாயனா ரென்பவர் புல்லாங்குழல் ஊதியும், திருநீலகண்ட யாழ்ப் பாணர் திருஞானசம்பந்த மூர்த்தியின் தேவாரப் பதிகங்களை யாழில் அமைத்து வாசித்தும், ஆழ்வார்களுள் திருப்பாணாழ்வா ரென்பவர் வீணையை வாசித்தும் பேறுபெற்றவர்கள். திருஞானசம்பந்தர், திருநாவுக்கரசர், சுந்தரமூர்த்தி யென்ற மூவரும் தாம் இயற்றிய சிவஸ்தோத்திரங்களாகிய தேவார இன்னிசையால் செயற்கரிய செயல்களைச் செய்திருக்கிறார்கள். "அருச்சனை பாட்டே யாகும்" என்றார் ஒரு பெரியார். இதனால் சிவபெருமானுக்குச் சங்கீதத்திலுள்ள பிரியம் வெளிப்படும். கோபத்தைத் தணிப்பது

சங்கீதத்தின் பெருமைகளுள் ஒன்று; முருகக் கடவுள் சூரனை யழித்த கோபம் தணியுமாறு கந்தர்வர்கள் பாடிக்கொண்டு சென்றார்களென்றும், கைலாச மலையை எடுத்த இராவணன்மீது ஈசுவரனுக்கு இருந்த கோபம் சாம கானத்தால் நீங்கிற்றென்றும் நூல்கள் கூறுகின்றன. "இழுக்குடைய பாட்டிற் கிசைநன்று" என்பதனால் சில பாட்டுக்களிலுள்ள சொற்குற்றம் இசைநயத்தால் புலப்படாதென்று தெரிகிறது.

சங்கீத வித்துவான்களின் வகை

சங்கீதத்தை வளர்த்துவந்த பெரியோர்கள் பலர். அவருள் சங்கீதத்தை மட்டும் அப்பியாசம் செய்துவந்து தம்முடைய வாய்ப்பாட்டினால் யாவரையும் இன்புறுத்தியவர்கள் ஒரு சாரார். சங்கீதத்தை ஓரளவு பயின்று அதற்கேற்ற சாகித்தியங்களைச் செய்து உதவியவர்கள் ஒரு சாரார். சங்கீதத்திலே சிறந்த ஆற்றல் படைத்துச் சாகித்தியத்திலும் வன்மையடைந்து பொன்மலர் மணம் பெற்றதுபோல விளங்கியவர்கள் ஒரு சாரார். இம் மூவகையினராலும் சங்கீதம் விரிவடைந்தது. இவர்களையன்றி இசையைக் கருவிகளில் அமைத்துப் பாடி இன்புறுத்தியவர்களும் உண்டு. சங்கீதப்பயிற்சி மட்டும் உடையவர்களாய்ப் பாடிவந்த பெரியோர்களுடைய ஆற்றல் அவர்கள் காலத்தோடு போய்விடும்; அவர்களால் அக்காலத்தி லிருந்தவர்கள் மட்டும் பயனடைகின்றனர். சாகித்தியம் செய்யும் வகையினருடைய உழைப்போ அவர்கள் காலத்தி லல்லாமல் பிற்காலத்திலும் பயனைத் தருகின்றது. சாகித்தியம் மட்டும் இயற்றுபவர்கள் சங்கீத ரசத்திற்கேற்ற சாகித்தியங்களைச் செய்வதற்கு தடையுறுவார்கள். ஸ்வானுபவத்தில் சங்கீதப் பயிற்சியும் இடைவிடாது பாடும் முயற்சியும் உடையவர்களுடைய சாகித்தியத்தில் தனியாக ஒரு ஜீவன் இருக்கும். அங்ஙனம் அமைந்த சாகித்தியங்களே சங்கீத மாளிகைகளை அழகுபடுத்தும் பிரதிமைகளாகும். அவற்றை அமைப்பவர்களே சங்கீத தெய்வத்திற்கு மிகச் சிறந்த பணிவிடை செய்தவர்க ளாவார்கள். அத்தகைய பெரியோர்கள் பலர் தமிழ் நாட்டில் இருந்து வந்தார்கள். வேங்கடமகி, பச்சை மிரியன் ஆதிப்பையர், பாபநாச முதலியார், அனந்தபாரதி, பெரியதிருக்குன்றம் சுப்பராமையர், கனம் கிருஷ்ணையர், மதுரகவி, கவிகுஞ்சரமையர், ஆனை ஐயா, கோபாலகிருஷ்ண பாரதிகள், வையை ராமசாமி ஐயர், பட்டணம் சுப்பிரமணிய ஐயர் முதலிய வித்துவான்கள் சங்கீதத்திலும் சாகித்தியத்திலும் ஒருங்கே ஆற்றல் வாய்த்தவர்களாக விளங்கினார்கள். மெட்டுக்களைப் பிறரைப் பாடச்செய்து அவற்றிற்கேற்பச் சாகித்தியங்களை இயற்றி அவற்றைப் பிறரைக்கொண்டு பாடச் செய்தவர் சிலர். அவர்களுள் மாயூரம் முன்ஸீபாக இருந்த வேதநாயகம் பிள்ளை ஒருவர்.

சங்கீத மும்மணிகள்

சிலர் வடமொழியிலும் தெலுங்கு முதலிய பிற பாஷைகளிலும் கீர்த்தனங்களை இயற்றி விளங்கினார்கள். அவர்களுள் மிகச் சிறந்த மூவர்களைச் சங்கீத மும்மணிக ளென்று சங்கீத உலகம் பாராட்டுகின்றது. அவர்கள் திருவாரூர் முத்துசாமி தீக்ஷிதர், தாளப்பிரஸ்தாரம் சாமா சாஸ்திரிகள், ஸ்ரீ தியாகையர் என்பவர்களே. இவர்கள் மூவரும் ஒரே காலத்தவர்கள். தீக்ஷித ரென்றால் முத்துசாமி தீக்ஷிதரையும், சாஸ்திரிக ளென்றால் சாமா சாஸ்திரிகளையும், ஐயரவர்க ளென்றால் தியாகைய ரவர்களையும் சங்கீத உலகம் குறிக்கும். இதுவும் அவர்களுடைய பெருமையைத் தெரிவிப்பதாகும்.

ஸ்ரீ முத்துசாமி தீக்ஷிதர்

முத்துசாமி தீக்ஷிதரவர்கள் காலஞ்சென்று நூறு வருஷங்களுக்குமேல் இருக்கும். இவர்களுடைய சரித்திரத்தைப் பலர் எழுதியிருக்கிறார்கள். அவற்றாலும் கேள்வியாலும் எனக்குத் தெரிந்த சில முக்கியமான விஷயங்களை மட்டும் கூறுகிறேன்.

திருவாரூரின் பெருமை

திருவாரூர் என்னும் ஸ்தலத்தில் இவர் பிறந்தார். பெரியவர்கள் பிறந்ததனால் ஓரிடத்திற்கு மகிமையுண்டாகும். இயல்பாகவே மகிமையுள்ள இடத்தில் அவர்கள் பிறப்பதுமுண்டு. திருவாரூரோ இயல்பாகவே சிறப்புடையது. அந்தப் பூமியே தெய்விகம் பொருந்தியது. அந்த ஸ்தலத்தில் உண்டான புற்றில் சிவபெருமான் எழுந்தருளியிருக்கின்றா ரென்றால் அந்த மண் விசேஷத்தைப் பற்றி வேறு என்ன சொல்ல வேண்டும்! அதனால் இது பஞ்சபூத ஸ்தலங்களுள் பிருதிவி ஸ்தலமாகும். திருவாரூரென்பதில் ஆரென்பது பிருதிவியைக் குறிக்கும். இது பூமிதேவியின் ஹிருதய கமலமென்று கூறப்படுமாதலால் இங்கேயுள்ள கோயில் பூங்கோயில் என்று தமிழில் வழங்கும். இது பராசக்தி க்ஷேத்திர மென்றும் பிரணவ ஸ்தல மென்றும் கூறப்படும். இத்தலத்திற் பிறத்தல் முத்திக்குக் காரணமென்பர். இங்கே எழுந்தருளியிருக்கும் மூர்த்திக்கு வன்மீகநாத ரென்றும் புற்றிடங்கொண்டா ரென்றும் திருநாமங்களுண்டு. இங்குள்ள தியாகராஜ மூர்த்தி, அஜபா நடனம் செய்தருள்பவர். இந்த மூர்த்தி, தந்தையை யிழந்த சோழ வமிசத்துக் குழந்தையொன்று ஆளுதற்கு உரிய பிராயத்தை அடையும் வரையில் பெருங்கருணையால் சோழ அரசராக இருந்து அரசாண்டனர்; அப்போது தருமம் நான்கு கால்களோடு நின்று விளங்கியதால் இத்தலத்தில் தர்ம விருஷபதேவர் நான்கு கால்களோடும் நின்ற கோலமாக

ஸ்ரீதியாகேசர் ஸந்நிதியில் உள்ளார். ஸ்ரீதியாகேசர் அரசராக இருந்தமை பற்றி அவருக்கு ராஜோபசாரம் நடைபெற்று வந்தது, இப்பொழுதும் அவ்வாறே நடந்து வருகிறது. தேவாரத்தைக் கண்டுபிடித்துப் பண் வகுப்பித்த சோழமன்னன் இந்த ஸ்தலத்தில் தியாகேசருக்கு உரிய திருப்பணிகளைச் செய்தான். ஒரு பசுவின் கன்று இறந்ததற்காகத் தன் மகன்மீது தேரைச் செலுத்திய மனுநீதிச் சோழன் அரசாண்ட நகரம் இதுவே. சோழர்களுக்கு முடி கவிக்கும் நகரங்கள் ஐந்தனுள் ஒன்று இது. சமீபத்தில் சட்டஞானத்தில் தமக்கு நிகரில்லையென்ற பெரும்புகழ் பெற்ற ஜட்ஜ் முத்துசாமி ஐயரவர்கள் தோன்றிய பெருமைவாய்ந்த ஸ்தலமும் இதுவே.

பிறப்பு

திருவாரூரில் சங்கீத வித்துவான்கள் தொன்றுதொட்டு வாழ்ந்து வந்திருக்கிறார்கள். தீக்ஷிதர் பிறந்தது சங்கீத பரம்பரை. "குலவிச்சை கல்லாமற் பாகம் படும்" என்பது ஒரு தமிழ்நூற் செய்யுள்; குல வித்தையானது கல்லாமலே பாதி வந்துவிடுமென்பது இதன் பொருள்.

தீக்ஷிதருடைய முன்னோர்கள் அக்னி ஹோத்ரம் செய்து வந்தமையால் இவர் பரம்பரையினருக்குத் தீக்ஷித ரென்னும் பெயர் அமைந்தது. இவருடைய தந்தையாராகிய ராமசாமி தீக்ஷித ரென்பவர் பெரிய சங்கீத வித்துவான். அவர் வைத்தீசுவரன் கோயிலில் இருந்தபொழுது ஸ்ரீ பாலாம்பிகை கனவில் தோன்றி முத்துமாலை ஒன்றை யளித்ததாகக் கூறுவர். அது புத்திரப் பேற்றைக் குறிப்பிக்குமென்பர். இதுபோலவே வெள்ளிய மாலை முதலியன கனவிற் காணப்பட்டதாகவும் அவற்றின் பயன் புத்திரப் பேறென்று முனிவர்களைக் கேட்டுத் தெரிந்து கொண்டதாகவும் *சீவகசிந்தாமணி, பெருங்கதை* முதலிய ஜைன நூல்கள் கூறுகின்றன. இவர் பிதாவினுடைய கிருபையையும் குருவினுடைய கிருபையையும் பெற்றவர்; பஞ்சாயதன பூஜையைச் செய்து வந்தார். அதற்கேற்றவாறு இவர் கீர்த்தனங்களை அமைத் திருக்கின்றார்.

கல்விப் பயிற்சியும் இயற்கையும்

இளமை தொடங்கியே தீக்ஷிதருக்கு வேதத்திலும் வடமொழி யிலும் முறையான பயிற்சி உண்டாயிற்று. சில காலம் காசியில் வசித்து வந்தமையால் வடநாட்டுச் சங்கீதத்திலும் பழக்கம் ஏற்பட்டது. இவர் நல்ல ஒழுக்கமுடையவர். இவருடைய பெருமைக்கு அதுவும் ஒரு காரணமாகும். பிற வித்துவான்களுடைய திறமையை அறிந்து சந்தோஷிக்கும் நற்குணமுடையவர். அவர்களோடு அன்புடன் பழகுபவர்.

ஒரு முறை இவர் திருவையாற்றிற்குச் சென்றிருந்தார். அப்பொழுது உத்ஸவகால மாதலால் திருவீதியில் எழுந்தருளும் சுவாமிக்குப் பின்னே சிஷ்யர்களோடு பஜனை பண்ணிக்கொண்டு சென்ற ஸ்ரீ தியாகையரவர்கள் நாயகி ராகத்தில் அமைந்த 'நீ பஜனகான' என்னும் கீர்த்தனத்தைப் பாடிக்கொண்டே சென்றபோது இவர் உடன்சென்று கேட்டுவிட்டு அவரைநோக்கி, "நாயகிக்கும் தர்பாருக்கும் வேறுபாடு இல்லாமல் பலர் பாடுவார்கள். தர்பார் சம்பந்தமில்லாமலே நாயகி ராகத்தை நீங்கள் கீர்த்தனத்தில் அமைத்திருக்கிறீர்கள்; பாடினீர்கள். உங்களைப்போல ராகங்களையுடைய நுட்பங்களை அறிந்து பாடுபவர்கள் மிக அருமை" என்று பாராட்டினாராம்.

மனிதர்களையே பாடிக் காலங்கழித்த சில சங்கீத வித்துவான்கள் பிற்காலத்தில் பச்சாதாபமுற்றுத் தெய்வங்களின்மீது பாடியதுண்டு. மதுரகவி, 'எப்படி யாட்கொள்வையோ?' என்று ஸ்ரீ மீனாட்சி விஷயமாகவும் கனம் கிருஷ்ணையர், 'தில்லையப்பா' என்று ஸ்ரீ நடராஜ பெருமான் விஷயமாகவும் பாடிக் கண்ணீர் விட்டார்களாம். வித்தையை ஈசுவரார்ப்பணம் செய்யவேண்டு மென்பதே முத்துசாமி தீக்ஷிதருடைய கொள்கையாதலால் இவருக்கு அந்தவிதமான வருத்தம் இல்லை. இவர் சமரஸ புத்தியை யுடையவர். இன்முகமும் இன்சொல்லு முடையவர். பாடும்போது இவர்பால் அங்கசேஷ்டை யிராது. இவருடைய வாழ்க்கை இளமையிலேயே நற்குலப் பிறப்பாலும் சிவஸ்தல யாத்திரிகையாலும் பெரியோர் அனுக்கிரகத்தாலும் குறைபா டில்லாத உயர்ந்த வழியிற் சென்றது.

காசி யாத்திரையினால் தேசாடன விருப்பம் இவர் மனத்திற் குடிகொண்டது. உபதேச ஸ்தலமாகிய காசியில் சிதம்பரநாத ஸ்வாமி யென்பவரிடம் ஸ்ரீவித்தையைக் கற்றுக்கொண்ட இவர் பராசக்தி க்ஷேத்திரமாகிய திருவாரூரிலிருந்து அந்த மகா மந்திரத்தை உருவேற்றிப் பலனைப் பெற்றது பொருத்தமாகவே உள்ளது.

கீர்த்தனங்களை இயற்றல்

காசியிலிருந்து பின்பு திருத்தணிகைக்கு வந்து தவம் புரிந்து முருகக் கடவுளுடைய திருவருளை இவர் பெற்றார். அதுமுதல் இவர் கீர்த்தனங்களை இயற்றத் தொடங்கினார். ஸ்ரீகுகப் பெருமான் திருவருள் பெற்றமையை நினைந்து, "குருகுக" என்ற முத்திரையைத் தம்முடைய கீர்த்தனங்களில் அமைப்பது இவர் வழக்கம்.

வடமொழியில் கீர்த்தனம் இயற்றுவது மிகவும் அரிய செயல். திருவருட்பேறு நிரம்ப உடையவர்களுக் கல்லாமல் அது

கைக்கூடாது. திருத்தணிகைப் பெருமான்பால் அருள் பெற்றது தொடங்கி ஸ்தலங்கள்தோறும் தீக்ஷிதர் சென்று ஸ்வாமிதரிசனம் செய்து அவ்வக் கோயில்களில் எழுந்தருளியிருக்கும் மூர்த்திகள் விஷயமாக இனிய கீர்த்தனங்களை இயற்றித் துதித்து வந்தார்.

கீர்த்தனங்களின் இயல்பு

தீக்ஷிதருடைய கீர்த்தனங்களில் அவ்வத் தலவரலாறுகள் இயன்றவரையில் அமைந்திருக்கும். உரிய ராகப் பெயர் பெரும்பாலும் தொனியில் காணப்படும். சங்கீத அம்சம் அவற்றில் மிகவும் சிறப்பாக அமைந்திருக்கு மென்று சொல்வது மிகை. சங்கீத இன்பத்தை நினையாமற் படித்தபோதிலும் பக்திமார்க்கத்தை அவற்றால் தெரிந்துகொள்ளலாம். அதனால்தான் இவருடைய கிருதிகள் உயர்வடைந்தன.

தேவாரம் முதலிய திருமுறைகளும் திருப்புகழும் ஸ்தலங்கள் தோறுமுள்ள மூர்த்திகளைப் பாடியனவே; திவ்யப்பிரபந்தத்திலுள்ள சில பகுதிகளும் இத்தகையனவே.

பிற்காலத்தில் மனிதர்களைப் பாடிய பாட்டுக்கள் மலிந்தன. ஆனாலும் அத்தகைய பாட்டுக்களுக்கு அந்த அந்தக் காலத்திலேதான் மதிப்பு இருக்கும். தெய்வ ஸ்துதியாக உள்ள பாட்டுக்களோ என்றும் குன்றாத இளமையோடு இலங்குகின்றன. மன மொழி மெய்களால் தெய்வத்துக்குத் தொண்டு புரிந்த தீக்ஷிதரவர்களுடைய கீர்த்தனங்கள் சங்கீத நூலாதலோடு பக்திவாசகமும் ஞான சாஸ்திரமும் ஆகும்; ஸ்தல ப்ரபாவங்களைக் கூறும் புராணச் சுருக்கமும் சிவாகம நுட்பங்களை விளக்குவனவும் யோக வழியைக் காட்டுவனவும் அவையே.

இப்படியே பல ஸ்தலங்களுக்கும் சென்று ஸ்தல விஷயங்களை விரிவாக அமைத்துத் தமிழில் கீர்த்தனங்கள் பாடியவர்களுள் எனக்குத் தெரிந்தவர்கள்: பாபநாச முதலியார், கனம் கிருஷ்ணையருடைய தமையனாராகிய பெரியதிருக்குன்றம் சுப்பராமையர் முதலியவர்கள். இவர்கள் இயற்றியவற்றிற் பல, மெட்டுக்கள் விளங்காமையால் ஒளி மழுங்கி மறைந்து கிடக்கின்றன. பாடுவோரும் மிகச் சிலரே.

தேவாரப் பண்கள் ரக்தி ராகத்தில் அமைந்துள்ளன; ஆதலால் அந்த ராக பாவங்களை அறிவதற்குத் தீக்ஷிதருடைய கீர்த்தனங்களைக் கீழ்வேளூர்வாசியான சொக்கலிங்க தேசிகரென்பவர் கற்றனர். பிறகு ராகபாவங்கள் புலப்படும்படி தேவாரங்களைப் பாடிப் பல பாடசாலைகளை அமைப்பித்துக் கற்பித்து வந்தனர். தேவார கோஷ்டிகள் இப்பொழுது பாடிவரும் சம்பிரதாயங்கள் எல்லாம் அவர் கற்பித்தனவே. அவருடைய சிறியதகப்பனார் தீக்ஷிதரிடம் கற்றுக்கொண்டவர். அவர் பெயர் ஞாபகத்தில் இல்லை.

தீக்ஷிதருடைய கீர்த்தனங்களின் மேம்பாட்டிற்குக் காரணம் அவற்றிற் பெரும்பாலன ரக்தி ராகங்களிலே அமைந்திருத்தலும் த்ஸௌகத்தில் (முதற் காலத்தில்) அமைந்திருத்தலும் ஆகும். இவர் எல்லாத் தெய்வங்களின் மீதும் பாடியிருக்கிறார். இதனாலும் இவருடைய கிருதிகள் பல இடங்களிற் பரவின.

நமது கடமை

சில வருஷங்களாக இந்நாட்டில் சுத்தமான சங்கீதத்துக்குப் பலவகையான இடையூறுகள் ஏற்பட்டுள்ளன. பாஷைக்குரிய அழகையும் சங்கீத அமைப்பையும் குலைத்து நிற்கும் பாட்டுக்கள் இப்போது மூலை முடுக்குக்களி லெல்லாம் பரவிவிட்டன. பழைய சங்கீத வித்துவான்களையும் பழைய சாகித்தியங்களையும் மறந்துவிட்டோம்.

இனி, ஸபைகளில் பழைய சாகித்தியங்களைப் பாடும் முயற்சி அதிகரிக்கவேண்டும். தெரிந்தவர்களிடத்தில் முறையாகக் கற்றுப் பாடச் செய்வது உத்தமம். ஸ்வரப்படுத்தி அச்சிற் பதிப்பித்தல் மட்டும் போதாது. அதில் கீர்த்தனங்களின் முழுத்தோற்றமும் அமையாது. ஸினிமா முதலியவற்றிற்குப் புதிய பாட்டுக்களை அமைப்போர்கள் பழைய பாட்டுக்களை இணைக்கக்கூடிய இடங்களில் இணைத்துப் பயன்படுத்த வேண்டும். இத்தகைய செயல்களாலேதான் தீக்ஷிதரைப் போன்ற பெரியோர்களுடைய அருமை பெருமைகளை உலகம் உணர்தல் கூடும். இறைவன் திருவருளால் நம் முயற்சிகள் நற்பயனை அளித்து உதவுவனவாக!

●

(8.12.35இல் சென்னைப் பச்சையப்பர் கலாசாலை மண்டபத்தில் நடைபெற்ற ஸ்ரீ முத்துசாமி தீக்ஷிதரவர்கள் நூற்றாண்டு விழாவின்போது செய்த முன்னுரைப் பிரசங்கம் இது.)

கலைமகள், **தொகுதி 9, பகுதி 49 – 54, 1936**

6

சங்கராபரணம் நரசையர்

சங்கீதக்கலை தமிழ்நாட்டில் வளர்வதற்குக் காரணமாக இருந்தவர்களுள் தஞ்சாவூர் மகாராஷ்டிர மன்னர்கள் சிறந்தவர்களாவர். அவர்களுடைய ஆட்சியில் கர்நாடக சங்கீதப் பயிற்சி மிகவும் விரிவடைந்தது; சங்கீத வித்துவான்கள் அதிகமாயினர்; தமிழ்நாட்டாருக்குச் சங்கீத விருந்து மிகுதியாகக் கிடைத்தது. அவர்கள் தங்கள் ஸம்ஸ்தானத்தில் சிறந்த பல சங்கீத இரத்தினங்களை வைத்துப் போற்றி ஆதரித்து வந்தார்கள். அதனால் தஞ்சை அக்காலத்தில் இசைக்கலையின் அரசிருக்கையாக விளங்கியது.

வித்துவான்களுடைய ஆற்றலை யறிந்து போற்றுவதும் வரிசையறிந்து பரிசளிப்பதும் பட்டமளிப்பது ஆகிய பலவகைச் செயல்களால் அம்மகாராஷ்டிர மன்னர்கள் பல வித்துவான்கள் மனத்தைக் கவர்ந்தனர். சங்கீதத்தில் ஒவ்வொரு வகையில் தேர்ச்சி பெற்ற பல வித்துவான்கள் அவ்வரசர்களால் அளிக்கப்பட்டனவும் தங்கள் தங்கள் ஆற்றலைப் புலப்படுத்துவனவுமாகிய பட்டப் பெயர்களை யுடையவர்களாக விளங்கினர். *வீணைப் பெருமாளையர், பல்லவி கோபாலையர், இரட்டைப் பல்லவி சிவராமையர் அல்லது சஞ்சீவி சிவராமையர், சல்லகால் கிருஷ்ணையர், †கனம் கிருஷ்ணையர், த்ஸௌகம் ஸ்ரீநிவாசையங்கார், தோடி சீதாராமையர் முதலிய பல பிரபல வித்துவான்களை ஊக்கப்படுத்திவிட்டவர்கள்

* இவரைப் பற்றிய வரலாறொன்றை, நல்லுரைக்கோவை II–லுள்ள 'உடையார் பாளையம்' என்னும் கட்டுரையிற் காணலாம்.

† இவருடைய சரித்திரம் தனியே வெளியாகியிருக்கிறது.

தஞ்சை ஸம்ஸ்தானாதிபதிகளே. இவர்களுக்கும் வேறு பலருக்கும் ஆசிரியராகிய பச்சைமிரியன் ஆதிப்பையரென்னும் இணையற்ற சங்கீத வித்துவானை ஆதரிக்கும் புண்ணியமும் அவர்களுக்கு இருந்தது.

அவர்களுள் அருங்கலை விநோதராக விளங்கிய சரபோஜி யரசர் காலத்தில் *நரசைய ரென்னும் சங்கீத வித்துவானொருவர் இருந்தார். ஆற்றலில் அவர் ஏனைய வித்துவான்களுக்குச் சிறிதேனும் குறைந்தவரல்லர். ஒருநாள் அரசர் முன்னிலையில் பெரிய சபையில் அவருடைய வினிகை நடைபெற்றது. அப்பொழுது சங்கராபரண ராகத்தை அவர் மிகவும் விரிவாக ஆலாபனஞ் செய்து பல்லவி கற்பனை ஸ்வரம் முதலியன பாடி வரலானார். முறைப்படியே அதனைப் பாடிவருகையில் அரசரும் சபையோரும் அதில் மிகவும் ஈடுபட்டார்கள். அவர் இனிமையாகப் பாடப் பாடச் சபையில் இருந்த யாவரும் ஒன்றுபட்டு மனமுருகினர்; 'இதுகாறும் சங்கராபரணத்தை இப்படிக் கேட்டதே யில்லை!' என்று வியந்து பாராட்டினார்கள். அரசர் அவருடைய ஆற்றலை யுணர்ந்து மகிழ்ந்து பலவகைப் பரிசுகளையும், 'சங்கராபரணம் நரசையர்' என்னும் சிறப்புப் பெயரையும் அளித்தார். அக்கால முதல் அவர் அப்பெயராலேயே அழைக்கப்பட்டலாயினர். எங்கேனும் அவரது சங்கீத வினிகை நடந்தால் அங்குள்ளவர்கள் முதலில் அவரைச் சங்கராபரணம் பாடச் சொல்லிக் கேட்டு மகிழ்வதை ஒரு வழக்கமாகக் கொண்டார்கள். இதனால் அவருடைய ஆற்றல் மேன்மேலும் விளக்கமடைந்தது.

ஒரு சமயம் நரசையருக்கு எதிர்பாராத வண்ணம் பெருஞ் செலவு உண்டாயிற்று. அதற்காகக் கடன் வாங்க வேண்டியிருந்தது. தமக்கு வேண்டிய பொருளைத் தருவாரை அவர் காணவில்லை. அக்காலத்தில் †கபிஸ்தலத்தில் இருந்த இராமபத்திர மூப்பனா ரென்பவர் சங்கீத ரஸிகராகவும் சங்கீத வித்துவான்களுக்கு ஒரு பெருநிதியாகவும் விளங்கி வந்தார். அம்மூப்பனாரிடம் பொருள்பெற எண்ணிய நரசையர் கபிஸ்தலம் சென்று அவரைக் கண்டார். மூப்பனார் வித்துவானை உபசரித்துப் பாராட்டி அளவளாவினர். நரசையர் அங்கே சில தினம் இருந்தார். பிறகு ஒருநாள் தமக்குப் பொருள் வேண்டியிருத்தலை மெல்ல அவர் கூறலானார்.

நரசையர்: எதிர்பாராத விதத்தில் எனக்குச் செலவு நேர்ந்து விட்டது. ஒருவரிடம் சென்று பொருள் கேட்க என் மனம் நாண

---

* நரஸிம்ஹைய ரென்பதன் திரிபு.

† இவ்வூர் தஞ்சை ஜில்லாவில் பாபநாசத்துக்கருகில் உள்ளது.

மடைகிறது. என்ன செய்வதென்று யோசிக்கையில் தங்கள் ஞாபகம் வந்தது. தங்களிடம் கடனாகப் பெற்றுச் சென்று மீட்டும் கொடுத்து விடலாமென்று வந்தேன்.

இராமபத்திர: கடனா வேண்டும்? எவ்வளவு வேண்டும்?

நரசையர்: எண்பது பொன்.

இராமபத்திர: கடன் வாங்க வேண்டு மென்கிறீர்களே; எதையாவது அடகு வைப்பீர்களா?

நரசையர்: (சிறிது நேரம் யோசித்துவிட்டு) அப்படியே வைக்கிறேன்.

இராமபத்திர: எதை வைப்பீர்கள்?

நரசையர்: ஓர் ஆபரணத்தை.

இராமபத்திர: எங்கே? அதை எடுங்கள் பார்க்கலாம்.

நரசையர்: அந்த ஆபரணத்தைக் கண்ணால் பார்க்க முடியாது; காதாற் கேட்கலாம்; எக்காலத்தும் அழியாதது; இன்பத்தைத் தருவது. என் உடைமையாகிய சங்கராபரண ராகமே அது. அதையே நான் அடகு வைக்கிறேன். தங்களிடம் பெற்றுக்கொள்ளும் பொன்னைத் திருப்பிக் கொடுக்கும் வரையில் அதை எங்கும் பாடுவதில்லை யென்று உறுதி கூறுகிறேன்.

இராமபத்திர: அப்படியானால் உங்களுக்கு வேண்டியது தருகிறேன்.

மூப்பனார் நரசையரிடம் ஒரு கடன் பத்திரம் எழுதி வாங்கிக் கொண்டு எண்பது பொன்னை அளித்தார். அத்தொகையை வாங்கிக் கொண்ட அவர் மகிழ்ச்சியுடன் சென்று செய்ய வேண்டிய காரியங்களை நிறைவேற்றினார். அதுமுதல் எவ்விடத்தும் அவர் சங்கராபரணத்தைப் பாடுவதை நிறுத்தியிருந்தார். எங்கேனும் வினிகைகளுக்குச் சென்றால் அவர் வேறு ராகங்களையும் கீர்த்தனங்களையுமே பாடிவந்தார்.

அக்காலத்திலே கும்பகோணத்தில் அப்புராய ரென்ற ஒரு செல்வர் இருந்தார். அவர் கம்பெனியாரிடம் பெரிய உத்தியோகம் பார்த்து வந்தார். தஞ்சாவூர் திருச்சிராப்பள்ளி என்னும் இரண்டிடங்களின் தொடர்புடையவ ராதலின் அவர் உபய ஸம்ஸ்தான திவானென்னும் சிறப்புப் பெயரால் வழங்கப் பெற்றார். அக்காலத்திலிருந்த வாலீஸ் என்னும் துரைக்குப் பிரியமானவராக இருந்தது பற்றி வாலீஸ் அப்புராயரென்றே யாவரும் அவரை அழைப்பார்கள். கும்பகோணம் ரெட்டியார் அக்கிரகாரத்தில் குளத்தின் வடகரையில் அவருடைய வீடுகள் உள்ளன.

அவருடைய வீட்டில் ஒரு கல்யாணம் நடைபெற்றது. அந்த வைபவம் பலவகையிலே சிறப்புடையதாக இருக்கவேண்டு மென்றெண்ணிய அவர் அதற்குரியவற்றை செய்தனர்; சங்கீத வினிகையொன்று நடத்த வேண்டுமென்றும் அதற்கு மிகவும் சிறந்த வித்துவான்களை அழைக்க வேண்டுமென்றும் தீர்மானித்தார். அங்ஙனம் அழைக்கப்பட்டவர்களுள் சங்கராபரணம் நரசையர் ஒருவர்.

குறிப்பிட்ட ஒரு வேளையில் நரசையருடைய வினிகை நிகழ்ந்தது. ராயர் அவருடைய ஆற்றலைப் பற்றி நன்றாக அறிந்தவ ராதலின், "உங்களுக்குப் பட்டம் அளிக்கச் செய்த சங்கராபரணத்தைப் பாட வேண்டும்" என்று விரும்பினார்; உடனிருந்த அன்பர்களும் வேண்டிக்கொண்டனர்.

நரசையர்: தாங்கள் க்ஷமிக்க வேண்டும்; அதனை இப்போது நான் பாடமுடியாத நிலையில் இருக்கிறேன்.

ராயர்: ஏன்?

நரசையர்: அதை ஒருவரிடம் அடகு வைத்து நான் கடன் வாங்கியிருக்கிறேன். அக்கடனைத் திருப்பிக் கொடுத்த பிறகுதான் அதை நான் பாடலாம்.

ராயர்: என்ன ஆச்சரியமாக இருக்கிறது? ராகத்தை அடகு வைத்ததாக எங்கும் கேட்டதில்லை. யாரிடம் எவ்வளவு கடன் வாங்கியிருக்கிறீர்கள்? சொன்னால் நாம் உடனே அதனை தீர்த்து விடுவோம்.

வித்துவான் சங்கராபரணத்தை அடகு வைத்த வரலாற்றை கூறினார். உடனே ராயர் எண்பது பொன்னையும் அதற்குரிய வட்டியையும் தக்க ஒருவர்பால் அளித்து அவற்றை மூப்பனாரிடம் கொடுத்துவிட்டு அவரிடமிருந்து கடன் பத்திரத்தைச் செல்லெழுதி வாங்கி வரும்படி சொல்லியனுப்பினார். அன்று நரசையர் வேறு ராகங்களையே பாடினார்.

ராயரிடமிருந்து சென்றவர் இராமபத்திர மூப்பனாரிடம் பணத்தைக் கொடுத்துச் செய்தியைக் கூறினார். மூப்பனார் மிக மகிழ்ந்து உடனே அந்தத் தொகையோடு பின்னும் சில தொகையை எடுத்துக் கொண்டு கும்பகோணம் வந்து அப்புராயரையும் நரசையரையும் கண்டார். அவரைக் கண்டவுடன் அப்புராயர், "பணம் வந்து சேர்ந்ததா? விடுதலையோலை எங்கே?" என்றார்.

இராமபத்திர: ராயரவர்களும் சங்கீத சிகாமணியாகிய நரசையரவர்களும் என்னுடைய செயலை அடியோடே மறந்துவிட வேண்டும். அவர்கள் என்னிடம் எவ்வளவு தொகை

வேண்டுமாயினும் கேட்டு வாங்க உரிமையுடையவர்கள். அவர்களைப் போன்றவர்களுக்குப் பயன்படுத்தாமல் வேறு என்ன செய்வதற்கு நான் செல்வம் படைத்தேன்? அவர்கள் பணம் வேண்டுமென்றால் உடனே கொடுத்திருப்பேன். 'கடனாக வேண்டும்' என்று அவர்கள் கேட்டது எனக்குச் சிறிது வருத்தத்தை உண்டாக்கியது. விளையாட்டாக அடகு உண்டாவென்று கேட்டேன். அவர்கள் சங்கராபரணத்தை அடகு வைத்தார்கள். அன்று முதல் இன்று வரையில் அதனை எங்கும் பாடியதாக நான் கேட்டிலேன். இதனால் அவர்களுடைய உயர்ந்த குணமும் உண்மையும் புலப்படுகின்றன. இந்தத் தொகை எனக்குரியதன்று. அவர்களுக்கே உரியது. தாங்களே அவர்களிடம் கொடுத்து விடுங்கள். இதையல்லாமல் இவ்வளவு நாள் சங்கராபரணத்தைச் சிறை செய்ததற்கு அபராதமாக நான் கொடுக்கும் இந்தத் தொகையையும் தங்கள் திருக்கரத்தாலேயே அவர்களுக்கு வழங்கவேண்டும். இதோ விடுதலை ஓலையும் தந்துவிட்டேன்.

மூப்பனாருடைய அன்புடைமை அப்பொழுது யாவருக்கும் வெளியாயிற்று. 'கடன்பெற்றவர் கடனைத் திருப்பிக் கொடுப்பதையும் கடன் தந்தவர் வட்டியுடன் பெற்றுக் கொள்வதையும் உலகத்தில் கண்டிருக்கிறோம். கடன் வாங்கினவர் திருப்பிக் கொடுத்தால், கொடுத்தவர் அதைப் பெற்றுக் கொள்ளாமல் பின்னும் தொகை சேர்த்துக் கொடுப்பது புதுமையிலும் புதுமை' என்று யாவரும் வியந்தார்கள்.

மறுநாள் கல்யாணப் பந்தலில் நரசையருடைய வாக்கிலிருந்து அமுததாரையைப் போல விடுதலை பெற்ற சங்கராபரண ராகம் வெளிப்பட்ட காலத்தில் கேட்ட யாவரும் பதுமைகளைப் போலத் தம்மை மறந்து ஸ்தம்பிதமாயின ரென்று கூறவும் வேண்டுமோ?

அக்கால முதல் நரசையர் வாலீஸ் அப்புராயருடைய ஆஸ்தான வித்துவானாக விளங்கிவரலானார்.

***கலைமகள்*, தொகுதி 7, பகுதி 37 – 42, 1935**

[இக்கட்டுரையின் வேறொரு சுருங்கிய வடிவம் 'நல்லொழுக்கம் – சொல் உறுதி' என்னும் தலைப்பில் விவேக போதினி (தொ. 9, ப. 4 – 5, 1916) இதழிலும் வெளிவந்தள்ளது. (ப.ஆ,)]

7

வேங்கடராம பாகவதர்

சென்ற நூற்றாண்டில் தமிழ் நாட்டில் சங்கீதத்துக்குச் சிறந்த ஆதரவை அளித்து வளர்த்து விளங்கிய ஸம்ஸ்தானங்கள் பல. அவற்றுள் தஞ்சாவூர் ஸம்ஸ்தானத்தை முன்னணியில் வைக்கலாம். அதனை ஆண்டு வந்த மகாராஷ்டிர அரசர்களுக்குப் பலவகைக் கலைஞர்க ளிடத்திலும் இருந்த அன்பு அளவற்றது. அவர்களுடைய ஆதரவைப் பெற்ற கலைகளில் சங்கீதத்தில் வல்ல வித்துவான்கள் அந்த ஸம்ஸ்தானத்தோடு அதிக சம்பந்த முடையவர்களாய் இருந்தார்கள். நல்ல வித்துவான்கள் தமிழ் நாட்டில் எங்கே இருந்தாலும் அவர்களைத் தங்கள் ஸம்ஸ்தானத்துக்கு உரியவர்களாக ஆக்கிக் கொள்வதில் அந்த ஸம்ஸ்தான அதிபதிகளுக்கு ஒரு திருப்தி இருந்துவந்தது. ஆதலின் உயர்ந்த வித்தை தஞ்சையிலே தாண்டவஞ் செய்தது.

தஞ்சை ஸம்ஸ்தானத்தில் தொடர்பில்லாமலே பக்தி செய்வதையே தம் வாழ்க்கையின் நோக்கமாகக் கொண்டு அங்கங்கே சில சங்கீத வித்துவான்கள் இருந்து வந்தனர். அவர்களுள் வேங்கடராம பாகவத ரென்பவர் ஒருவர். அவர் சிறந்த தெய்வபக்தி யுடையவர்; ஒழுக்கம் நிரம்பியவர்; பணத்தை மதியாதவர். இல்லற வாழ்க்கையை நடத்தினாலும் அவர்பால் உள்ளத் துறவு இலங்கியது.

வேப்பத்தூர், திருவிடைமருதூர், திருவிசலூர் முதலிய ஊர்களின் அக்கிரகாரங்களில் உள்ள பஜனை மடங்களில் அவர் வாசம்செய்து வந்தார். நாள்தோறும் உஞ்சவிர்த்தி செய்து கிடைக்கும்

அக்ஷதையினால் பூஜை, போஜனம் அதிதிகளுக்கு அன்னமிடுதல் முதலியவற்றைச் செய்துகொண்டு மனவமைதியோடு காலங் கழித்தார்.

அவர் நல்ல சங்கீத வித்துவானாக இருந்ததோடு தெலுங்கிலும் வடமொழியிலும் சிறந்த அறிவுடையவராக இருந்தார்; அவ்விரண்டு மொழிகளிலும் அழகிய கீர்த்தனங்களை இயற்றியிருக்கிறார். தெய்வத்துக்குத் தொண்டு புரிந்து தம்முடைய சங்கீதத்தை ஈசுவரார்ப்பணமாக்கி வாழ்ந்த அவருடைய பெருமை தமிழ் நாட்டில் மெல்ல மெல்லப் பரவியது. தஞ் சாவூர் ஸம்ஸ்தானத்தில் இருந்த வித்துவான்கள் அவரைப் பற்றி நன்றாகத் தெரிந்துகொண்டனர். சில சமயங்களில் அவருடைய பெருமையைப்பற்றி அவர்கள் தஞ்சை அரசரிடம் சொல்லும்படி நேரும். இங்ஙனம் தம்முடைய ஸம்ஸ்தானத்தில் உள்ள சிறந்த வித்துவான்களால் அடிக்கடி ஒருவர் பாராட்டப்படும்போது அத்தகையை சிறப்பையுடைய பெரியாரைப் பார்க்கவேண்டுமென்ற அவா அரசருக்கு எழாமல் இருக்குமா? வேங்கடராம பாகவதரைப் பார்க்கவேண்டு மென்ற ஆவல் அரசருக்கு வரவர அதிகமாக வளர்ந்தது.

தக்க மனிதர்கள் அரசருடைய ஏவலின்படி பாகவதர்பாற் சென்று தஞ்சாவூர் ஸம்ஸ்தானத்துக்கே வந்துவிட வேண்டுமென்று வேண்டினார்கள். உள்ளத் துறவியாகிய அவர் முதலில் மறுத்தார். ஆயினும் வந்தவர்கள் வற்புறுத்தவே, ‘பரமேசுவரனது திருவுள்ளம் இப்படி இருந்தால் நாம் ஏன் தடை சொல்லவேண்டும்?’ என்றெண்ணி அவர்களுடைய வேண்டுகோளுக்கு உடன்பட்டார்.

வேங்கடராம பாகவதர் தஞ்சாவூர் ஸம்ஸ்தானத்தின் தொடர்பைப் பெற்றார். அரசர் அவருடைய சம்பந்தம் தமக்கு உண்டானது குறித்து மிக்க திருப்தியை அடைந்தார்; பாகவதருக்குப் பலவகையான மரியாதைகளைச் செய்தார்; பல உயர்ந்த ஆடையாபரணங்களை வழங்கினார்.

பஜனை மடங்களிலே வாழ்ந்து காலங்கழித்து வந்த பாகவதர் ஒரு மாளிகையில் வசிக்கலானார். தினந்தோறும் அவர் தோளில் மாட்டிக்கொண்டு உஞ்சவிர்த்தி செய்யும்போது கொண்டு போன செம்பு ஒரு பூஜைப் பொருளைப் போலத் தனியே ஓரிடத்தில் இருந்தது. அதிகமான சௌகரியங்கள் கிடைத்தும் பாகவதருடைய மனநிலை மாறவில்லை. ‘இவ்வளவு அநுகூலங்களும் ஈசுவரனைத் தியானிப்பதற்கும், பூஜை செய்வதற்குமே நமக்கு ஏற்பட்டன. முன்னைக் காட்டிலும் ஏகாந்தமாக இருந்து நம் இஷ்டம் போல் ஈசுவரத் தியானம் செய்யலாம்’ என்ற எண்ணந்தான் அவருக்கு உண்டாயிற்று.

பாகவதருடைய பூஜை முன்பு இருந்ததைக் காட்டிலும் பன்மடங்கு பெருகியது; தியானமும் அங்ஙனமே விரிந்தது; அதிதிகளை உபசரிக்கும் காரியமோ மிக அதிகமாயிற்று.

அரசர் பாகவதருடைய பெருமையை ஓரளவு அறிந்திருந்தார். ஆதலின் பாகவதர் தாமாக மனம் வைத்து வந்தபோது அவருடைய சங்கீதத்தைக் கேட்டு இன்புற்று வந்தார். மற்ற வித்துவான்களும் பாகவதரிடத்தில் மிக்க மதிப்பு வைத்து ஒழுகிவந்தனர்.

பாகவதரிடம் பல மாணாக்கர்கள் சங்கீதப் பயிற்சி பெற்றனர். அரசர் அம்மாணாக்கர்களின் போஷணைக்குரிய பொருளுதவி செய்து வந்தார். சங்கீத பரம்பரை அபிவிருத்தியாவதில் யாவருக்கும் சந்தோஷம் இருந்தது.

ஒருநாள் வேறொரு ஸம்ஸ்தானத்திலிருந்து சில மந்திரிகளும் பல தக்க மனிதர்களும் தஞ்சாவூருக்கு வந்திருந்தனர். தங்களுடைய ஸம்ஸ்தானத்திலுள்ள சிறந்த அமைப்புக்களைப் பற்றியும் தானதர்மங்களைப் பற்றியும் வித்துவான்களைப் பற்றியும் அவர்கள் அரசரிடம் தெரிவித்தனர். தங்கள் தங்கள் புகழை வெளியிட்டுக் கொள்வதில் யாவருக்கும் விருப்பம் இருக்கும் அல்லவா? அரசரோடு உடனிருந்த ஸம்ஸ்தான உத்தியோகஸ்தர்கள் தஞ்சாவூரிலுள்ள விசேஷங்களைப் பற்றிச் சிறப்பித்துச் சொல்லலானார்கள்; வித்துவான்கள் பலர் அரசருடைய ஆதரவின் கீழ் இருந்து வருவதை எடுத்துக் கூறினார்கள்; “எங்கள் ஸம்ஸ்தானத்தில் சங்கீத வித்தை மிகவும் பிரகாசிக்கிறது. இந்த உலகத்தையே அடிமைப்படுத்தும் சக்தியையுடைய வித்துவான்கள் பலர் இங்கே இருக்கின்றர். ஸ்ரீ வேங்கடராம பாகவதர் ஒருவரே மற்ற எல்லா ஸம்ஸ்தானத்துச் சங்கீத வித்துவான்களுக்கும் மேலாக இருக்கும் தகுதிவாய்ந்தவர். அவர் ஒரு தெய்வப் பிறப்பு. அவருடைய சங்கீதத்துக்கு இணையே இல்லை” என்று சொன்னார்கள். “அப்படியானால், அத்தகைய பெரியாரைப் பார்த்து அவருடைய சங்கீத இன்பத்தை அநுபவிக்க வேண்டுமென்று எங்கள் உள்ளம் விரும்புகிறது. வேங்கடராம பாகவதரென்ற அரிய வித்துவான் ஒருவர் இங்கே இருக்கிறாரென்று முன்பே சிறிது கேள்விப்பட்டிருக்கிறோம்” என்று வெளியூரிலிருந்து வந்தவர்கள் சொன்னார்கள்.

அரசர் அவர்கள் கூறியதைக் கேட்டுத் திருப்தியுற்றார். பாகவதருடைய புகழ் வெளிநாடுகளிலும் பரவியிருப்பதை உணர்ந்த போது, ‘நாமல்லவா இதற்குக் காரணம்!’ என்ற நினைவு அவருக்குச் சிறிது உண்டாயிற்று. “பாகவத ரவர்களை அழைத்துவரச் சொல்லிப் பல்லக்கை அனுப்புங்கள்” என்று அரசர் உத்தரவிட்டார்.

அப்பொழுது காலை பத்து நாழிகை இருக்கும். பாகவதர் அக்காலத்தில் தெய்வபூஜையும் தியானமும் செய்வது வழக்கம். அவ்வாறே அன்றும் அவர் தியானத்தில் இருந்தார்! பூஜையறையில் தம்மை மறந்து இறைவன் திருவடிமலரில் தம் உள்ளத்தைப் பறிகொடுத்து அமர்ந்திருந்தார். அப்பொழுது அவர் வீட்டு வாயிலிற் பல்லக்கு வந்து நின்றது. "அரசர் அழைத்துவரச் சொன்னார்" என்று அரண்மனை அதிகாரி ஒருவர் அங்கிருந்த சிஷ்யர்களிடம் சொன்னார்.

பாகவதர் தியானத்தில் அமர்ந்திருப்பது தெரிந்து, 'என்ன செய்வது!' என்று அவ்வதிகாரி யோசித்தார்; சிறிது நேரம் காத்திருந்தார். பாகவதர் புற உலகத்திற்கு வரவில்லை. உடனே அதிகாரி சிஷ்யர்களிடம் தாம் வந்த நோக்கத்தை அறிவித்து அரண்மனைக்குப் போய்விட்டார்.

பாகவதர் தியானத்தில் அமர்ந்தால் யாரும் அவரை அணுகுவதற்கு அஞ்சுவார்கள். ஆதலின் மாணாக்கர்கள் வலிந்து சென்று தெரிவிக்கவில்லை.

சிறிதுநேரம் சென்றது; அரண்மனை யிலிருந்து வேறொருவர் வந்தார்; "அரசர் காத்திருக்கின்றார்; உடனே பாகவத ரவர்களைப் பல்லக்கில் அழைத்துவரச் சொன்னார்" என்றார். மாணாக்கர்கள் என்ன செய்வார்கள்! வந்தவர் மீண்டு சென்றார்.

மூன்றாம் முறையாக ஒருவர் வந்தார். அவரும் ஒன்றும் இயலாமற் சென்றுவிட்டார். அரசரோ, பாகவதர் வருவார் வருவாரென்று காத்திருந்தும் அவர் வரக்காணவில்லை. அரசர்களுக்கு ராஜஸ குணம் இயல்பு. எவ்வளவு நேரம் அது வெளிவராமல் இருக்கும்? "நீர் போய் உடனே அழைத்து வாரும். நம்முடைய ஆஸ்தானத்துக்குக் கௌரவம் உண்டாவதற்கல்லவா அவர் இருக்கிறார்? எவ்வாறேனும் நீர் அவரை அழைத்து வரவேண்டும்" என்று கடுமையான தொனியோடு கூறித் தம் மந்திரியை அனுப்பினார்.

அவர் பாகவதர் வீட்டிற்கு வந்தார். வெளியிலே ராஜஸ தாமஸ குணங்களின் திருவிளையாடல்கள் மிக்க வேகமாக நடந்துகொண்டிருப்ப, அவற்றில் ஓர் இம்மியளவையேனும் அறிந்துகொள்ளாமல் பரம ஸத்வ குணக்கடலில் மூழ்கி ஸர்வலோக சக்கரவர்த்தியாகிய பரமேசுவரனின் பாதத்தில் தம் இதய மலரை அர்ப்பணம் செய்து எல்லாம் மறந்த நிலையில் வீற்றிருந்தார் பாகவதர். மந்திரியானால் என்ன? அரசரே வந்தால் தான் என்ன? அவருக்குத் தெரியக் காரணம் இல்லையன்றோ?

வேங்கடராம பாகவதர்

மந்திரி சாதாரணமாக ஒருவர் வீட்டிற்கும் வருவதில்லை; அவரே வந்திருக்கும்போது காரியம் மிகவும் முக்கியமான தென்று மாணாக்கர்கள் ஊகித்துக் கொண்டார்கள். மந்திரி அவர்களிடம், "எவ்வாறேனும் தியானத்திலிருந்து எழுப்புங்கள்" என்று கூறினார். தம் குருமூர்த்தியின் பெருமையை நன்குணர்ந்த அவர்கள் மிகவும் தருமசங்கடமான நிலையில் அகப்பட்டுத் தவிக்கலானார்கள்.

அவர்களுக்குள் புதிய மாணவன் ஒருவன் இருந்தான். அவன், 'இச் சமயத்தில் நம் துணிவைக் காட்டினால் நமக்கு அரசருடைய தயை உண்டாகும்' என்று எண்ணினான். "நான் முயன்று பார்க்கிறேன்" என்று சொல்லிப் பாகவதர் அமர்ந்திருந்த இடத்திற்குச் சென்றான். அவருக்கு அருகில் நின்று கனைத்தான்; மெல்லக் கையைத் தட்டினான்; ஒன்றும் பயன்படவில்லை. 'துணிந்தது துணிந்து விட்டோம்; இனி எழுப்பாமல் இருக்கக் கூடாது' என்ற தைரியம் அவனுக்கு உண்டாயிற்று. அவருடை தோளைப் பிடித்துப் பலமாக அசைத்தான்.

பாகவதர் திடுக்கிட்டுக் கண்ணைத் திறந்தார்; "மகாராஜா தங்களைப் பார்ப்பதற்கு நெடு நேரமாகக் காத்துக்கொண் டிருக்கிறார். ஆள்மேல் ஆள் விட்டார்; பல்லக்கு வந்திருக்கிறது. இதோ, மந்திரியவர்களே வந்திருக்கிறார்கள். நீங்கள் பல நாழிகைகளாக உலகத்தையே மறந்து விட்டிருக்கிறீர்கள்" என்று அவன் ஒன்றன் பின் ஒன்றாகச் சமாசாரங்களை அடுக்கிக் கொண்டு போனான். பாகவதர் சிறிது நிதானித்தார். தூக்கத்திலிருந்து விழித்த ஒருவன் எல்லாவற்றையும் அறிந்து கொள்வதற்குச் சிறிது நேரமாகுமல்லவா? பாகவதருக்கு விஷயம் விளங்கச் சிறிது நேரமாயிற்று. பரமானந்தக் கடலில் மூழ்கியிருந்த அவரை வலிய உலகமாகிய இருட்டறைக்கு அரசருடைய உத்தரவு இழுத்து வந்தது.

"அப்படியா! குருமூர்த்தே!" என்ற இரண்டு வார்த்தைகள் அவருடைய வாக்கிலிருந்து புறப்பட்டன. தமக்குப் பிரியமான சிஷ்யரொருவரைக் கூப்பிட்டார்; "பூஜையைக் கட்டப்பா!" என்று உத்தரவிட்டார்; நேரே பழைய உஞ்சவிர்த்திச் செம்புள்ள இடத்திற்குச் சென்றார்; அழுக்குப் படிந்து பலகாலமாகப் புறக்கணிக்கப்பட்டிருந்த அதை எடுத்துத் தோளிலே மாட்டிக்கொண்டார்.

"என்னோடு வரத் தைரியமுள்ளவர்கள் வரலாம்" என்று சிஷ்யர்களைப் பார்த்துக் கூறிவிட்டு அப்பெரியார் வீதியிலே இறங்கிவிட்டார். மாணாக்கன் ஒருவர் அவருடைய பழைய

சொத்தாகிய பூஜையைக் கட்டி எடுத்துக்கொண்டு அவருக்கருகில் நிழல்போல நின்றான்.

மந்திரிக்கு ஒன்றும் விளங்கவில்லை; "ஸ்வாமீ! என்ன இது? எங்கே புறப்பட்டீர்கள்? பல்லக்கு வந்திருக்கிறதே!" என்றார்.

"இனிமேல் எனக்கு இங்கே என்ன வேலை? உங்கள் ராஜாவுக்கு நான் உபயோகப்பட மாட்டே னென்பதைச் சொல்லி விடுங்கள்" என்று கூறித் திரும்பிப் பாராமலே பாகவதர் தாளத்தைத் தட்டிக்கொண்டு நடந்தார்.

அப்பொழுது அவர் திருவாக்கிலிருந்து அவருடைய குருநாதருடைய ஸ்தோத்திரமாக எட்டுத் தெலுங்குக் கீர்த்தனைகள் வெளிவந்தன.

●

(இந்த வரலாற்றையும் ஷ கீர்த்தனங்களில் ஒன்றையும் என் தந்தையார் சொல்லக் கேட்டிருக்கிறேன்.)

கலைமகள், தொகுதி 13, பகுதி 73 – 78, 1938

8

பெரிய வைத்தியநாத ஐயர்

வாழ்க்கை வரலாறு

பழைய சங்கீத வித்துவான்களுள் வைத்தியநாதையரென்ற பெயர் கொண்டவர்கள் பலர். பெரிய வைத்தியநாதையர், சின்ன வைத்தியநாதையர், மகா வைத்தியநாதையர், வீணை வைத்தியநாதையர், பிரமாண்ட வைத்திய நாதையர், ஆனை வைத்தியநாதையர், அறந்தாங்கி வைத்தியநாதையர், ஆவூர் வைத்திய நாதைய ரென இப்படியே அடுக்கிக்கொண்டு போகலாம். இவர்களில் ஒவ்வொருவரும் அக்காலத்தில் ஒவ்வொரு வகையிலே சிறந்த வித்துவானாகவே இருந்தனர்.

பெரிய வைத்தியநாதைய ரென்பவர் சோழ நாட்டிலுள்ள தேவூரென்னும் கிராமத்திற் பிறந்தவ ரென்பர். வடம வகுப்பினர். சிவகங்கைச் சம்ஸ்தான வித்துவானாக முதலில் இவர் விளங்கினார். அதனால் சிவகங்கை வைத்தியநாதைய ரென்றும் இவரை வழங்குவார்கள். இவருக்குத் தம்பி முறையுள்ள மற்றொரு சங்கீத வித்துவானுக்கும் வைத்தியநாதைய ரென்னும் பெயர் அமைந்திருந்தது. அதனால் இவரைப் பெரிய வைத்தியநாதைய ரென்றும், மற்றவரைச் சின்ன வைத்தியநாதைய ரென்றும் யாவரும் சொல்லி வந்தனர்.

பெரிய வைத்தியநாதையருக்குச் சங்கீதம் கற்பித்தவர் இன்னாரென்று இப்பொழுது விளங்கவில்லை. இவருடைய சங்கீதத் திறமை மிக்க வன்மையுடையது. இவருக்குக் கனத்த சாரீரம்

அமைந்திருந்தது. அது மூன்று ஸ்தாயிலும் தடையின்றிச் செல்லும். பாடும்போது அவ்வொலி கால் மைல் தூரம் கேட்கும்.

பழக்கம்

புதுக்கோட்டை, இராமநாதபுரம், திருவனந்தபுரம் முதலிய சம்ஸ்தானங்களிலும், திருநெல்வேலி ஜில்லாவிலுள்ள ஜமீன்களிலும், தளவாய் முதலியார், வடமலைப் பிள்ளையன் முதலியவர்கள் பரம்பரையில் உதித்த பிரபுக்களிடத்திலும் இவர் பழக்கமுடையவராக இருந்தார். அங்கங்கே இவர் பாடிப்பெற்ற பரிசில்கள் பல.

கனத்த சாரீரம்

இவருடைய கனத்த சாரீர விசேஷத்தால் இவருடைய பாட்டை ஒரே சமயத்திற் பலர் கேட்டு அநுபவித்துவந்தனர். இவருடைய சங்கீதம் நடைபெறும் இடங்களில் அளவற்ற ஜனங்கள் கூடுவார்கள். சில சமயங்களில் இடம் போதாதிருந்தால் அருகிலுள்ள மரங்களின்மேலும் வீட்டுக் கூரைகளின் மேலும் ஏறியிருந்து ஜனங்கள் கேட்டு இன்புறுவார்கள். பல வருஷங்களுக்கு முன்பு வைத்தீசுவரன் கோயிலிற் கும்பாபிஷேகம் நடந்தபோது அத்தலத்திலுள்ள சித்தாமித்தத் தீர்த்தக்கரை மண்டபத்தில் இவர் பாடினர்; அக்காலத்தில் பலர், அத்தீர்த்தத்திலே கழுத்தளவு ஜலத்தில் இருந்து கேட்டு இன்புற்றார்களாம்! அருகில் வந்திருந்து கேட்க வேண்டுமென்பது இவர் திறத்தில் இல்லை.

அங்க சேஷ்டைகள்

பாடும்போது பல வகையான அங்க சேஷ்டைகள் செய்வது இவருக்கு இயல்பு. எத்தனை விதமாகச் சாரீரத்தை வளைத்து ஆட்டி முறுக்கிக் குலுக்கிக் காட்டலாமோ அத்தனை விதங்களையும் இவர் செய்வார்; ஊக்கம் மிகுதியாக ஆக அந்தச் சேஷ்டைகளும் அதிகப்படும். நீண்ட குடுமியை யுடையவ ராதலின் இவர் பாடும்போது குடுமி அவிழ்ந்துவிடும்; தலையைப் பலவிதமாக ஆட்டி அசைத்துப் பாடுகையில் அந்தக் குடுமி மேலும் கீழும் பக்கத்திலும் விரிந்து சுழலும். இவர் அதை எடுத்துச் செருகிக் கொள்வார்; அடுத்த கணத்திலேயே அது மீண்டும் அவிழ்ந்துவிடும். கழுத்து வீங்குதல், கண்கள் பிதுங்குதல், முகம் கோணுதல், கைகளை உயர்த்தல் முதலிய செயல்கள் இவருடைய உத்ஸாகத்தின் அறிகுறிகள். வாயைத் திறந்தபடியே சிறிது நேரம் இருப்பார்; ஒருவரைப் பார்த்து விழித்துக்கொண்டே முத்தாய்த்துச் சந்தோஷிப்பார். ஸ்வரம் பாடும் போதும், மத்தியம காலம் பாடும்போதும் இவருக்குச் சந்தோஷம் வந்துவிட்டால்,

அருகில் யாரேனும் இருப்பாராயின் அவர் துடையிலும், முதுகிலும் ஓங்கி அடித்துத் தாளம் போடுவார். இப்படி ஆடி ஆடிப் பாடுவதோடு நில்லாமல் முழங்காலைக் கீழே ஊன்றி எழும்பி எழும்பி நகர்ந்துகொண்டே செல்வார். பாட்டு ஆரம்பித்த காலத்தில் இவர் இருந்த இடத்திற்கும் இடையில் உள்ள தூரத்தைக் கொண்டே இவருக்கு இருந்த உத்ஸாகத்தின் அளவை மதிப்பிடலாம். இவர் பாடும்போது தாம் நகர்ந்து செல்வதன்றித் தம்முடைய கையடிக்கும் மயிர்வீச்சிற்கும் பயந்து தம் கைக்கு அகப்படாமல் அடிக்கடி மற்றவர்களையும் நகர்ந்து செல்லும்படி செய்வார். இவருக்குப் பொடிபோடும் வழக்கம் இருந்தது. பாடிக்கொண்டே வருகையில் இவருடன் இருப்பவர் இடையிடையே பொடி டப்பியை எடுத்துத் திறந்து நீட்டுவார். இவர் இரண்டு விரல்களால் நிறைய எடுத்துக்கொண்டு போடுவார்; பின்பு கையை உதறுவார்; அப்பொடி அருகிலுள்ளவர்கள் கண்களிலும், வாய்களிலும் விழும். இந்தக் காரணங்களாலும் இவருக்கு அருகில் உட்கார்ந்து கேட்கவேண்டுமென்ற அவா ஜனங்களுக்கு உண்டாவதில்லை. அவர்கள் எவ்வளவுக் கெவ்வளவு தூரத்திலிருந்து கேட்கிறார்களோ அவ்வளவுக் கவ்வளவு நன்றாகவும், அமைதியாகவும் இவருடைய பாட்டின் இனிமையை அநுபவித்துவருவார்கள்.

சங்கீதச் சிறப்பு

இவ்வளவு குறைபாடுகள் இவர்பால் அமைந்திருந்தாலும், இவருடைய சாரீர பலமும், சங்கீதச் சிறப்பும் அவற்றை மறைத்தன. இவருக்கு இணையாக இருந்து பாடுவோரே அக்காலத்தில் தென்னாட்டில் இலர். மற்ற வித்துவான்களைக் கண்டு பொறாமையடையும் இயல்பு இவர்பால் இல்லை. தமக்கு முன்பு யார் பாடினாலும் சந்தோஷமாகக் கேட்டுப் பாராட்டும் தன்மை இவர்பால் விளங்கிற்று. ஆயினும், வேறு எவரும் இவருக்குமுன் பாடத் துணிவதில்லை. “அந்த அசுரனுக்கு முன்பு யார் ஐயா அச்சமில்லாமல் பாடுவார்கள்?” என்று வித்துவான்கள் சொல்லுவார்களாம்.

இவர் ரக்தி ராகங்களையே பெரும்பாலும் பாடுவார். பெரியோர்கள் இயற்றிய பல கீர்த்தனங்கள் இவருக்குத் தெரியும். சிந்து, தெம்மாங்கு முதலிய உருப்படிகளில் இவருக்கு மிக்க பயிற்சி உண்டு. இவர் எங்கே பாடினாலும் ஒரு தெம்மாங்காவது பாடக் கேளாவிட்டால் சபையோருக்குத் திருப்தி உண்டாகாது. தெம்மாங்கை இனிமையாகப் பாடும் திறமையால் இவரைத் தெம்மாங்கு வைத்திய நாதைய ரென்றும் கூறுவதுண்டு. பல்லவி பாடுதலிலும் இவர்

சமர்த்தர். இவரிடம் பக்க வாத்தியம் வாசித்தவர்களுள் கடவித்துவான் போலகம் சிதம்பரைய ரென்பவரும், கிஞ்சிரா ராதாகிருஷ்ணைய ரென்பவரும் என் ஞாபகத்தில் உள்ளனர்.

பாஷாஞானக் குறைவு

வைத்தியநாதையருடைய சங்கீத ஞானம் மிக உயர்ந்தது; ஆயினும் தமிழிலோ வடமொழியிலோ இவருக்கு ஞானம் இல்லை; அதனை இவர் விரும்பவுமில்லை. கீர்த்தனங்களையும் பிற உருப்படிகளையும் வைத்துக்கொண்டுதான் சங்கீதத் திறமையைக் காட்ட வேண்டுமென்ற அவசியம் இவருக்கு இல்லை; இவருடைய சங்கீதமானது சாகித்தியத்தைத் தன் மனம்போனபடி இழுத்துக்கொண்டே செல்லும். சாகித்தியத்தினால் ஒரு பயனுமில்லை யென்பது இவருடைய கொள்கை.

பல்லவி பாடத் தொடங்கும்போது இவருடைய மனத்துக்குத் தோன்றியவை யெல்லாம் சாகித்தியமாக அமைந்துவிடும். இவர் இவ்வாறு பாடும் பல்லவிகளுள் சில வருமாறு:

தாவாரப் பத்தியில் நாலு தூண் இருக்குது!
கொல்லா! – குறடிறுகப் பிடி கொல்லா!
இடியிடிக்குது மழை குமுறுது எப்படிநான் போய்வருவேன்!

இவருடைய அங்க சேஷ்டைகளையோ சாகித்தியத்திலுள்ள பிழைகளையோ யாரேனும் எடுத்துச் சொன்னால், "உங்களுக்கு வேண்டியது சங்கீதந்தானே? மற்றவை எப்படி இருந்தால் என்ன? நீங்கள் என்னைத் திருத்த வேண்டிய அவசியமே இல்லை" என்று தைரியமாகக் கூறிவிடுவார். இவருக்கு இருந்த சங்கீதத் திறமையும், சென்ற இடங்களில் இவருக்கு உண்டான பெருமதிப்பும் அந்தத் தைரியத்தை இவருக்கு அளித்தன.

சுகவாழ்வு

மனிதனாகப் பிறந்தால் சுகமாக வாழ வேண்டுமென்பது இவருடைய நோக்கம். பல வகையான சுகங்களையும் குறைவின்றி அநுபவிப்பதைவிட இவ்வாழ்க்கையில் வேறு பிரயோசனமில்லை யென்றே எண்ணியிருந்தார். அழகிய உருவமுடையவ ராதலின் அந்த உருவத்துக்கேற்றபடி அலங்காரம் செய்துகொள்வார். மீசையை நன்றாக முறுக்கி அழகு படுத்திக் கொள்வார். விலையுயர்ந்த மோதிரங்கள், கடுக்கன், தோடா, ரத்னஹாரம் முதலியவற்றை அணிந்திருப்பார். உடைவகையிலும் உணவு வகைகளிலும் குறைவில்லாதபடி அமைத்துக்கொள்வார். எப்பொழுதும் ஐயம்பேட்டை இரட்டை உருமாலை இவர் மேலே இருக்கும்.

சொக்கம்பட்டி ஜமீன்தாரால் அளிக்கப்பட்ட பெட்டி வண்டி ஒன்று இவரிடம் இருந்தது. அதிற் பூட்டுவதற்குரிய சிறந்த காளைகள் இரண்டின் கழுத்தில், நெடுந்தூரம் கேட்கும் ஒலியையுடைய சலங்கைகள் கட்டப்பட்டிருக்கும். அந்த வண்டியில் இவர் திண்டு முதலிய ஆடம்பரங்களுடன் போவதைப் பார்ப்பவர்கள் இவரை ஒரு பெரிய ஜமீன்தார் என்றே எண்ணுவார்கள். நெடுந்தூரத்தில் வண்டி வரும்போதே காளைகளின் சலங்கையொலி இவருடைய வரவைத் தெரிவிக்கும்.

சுப்பிரமணிய தேசிகர் பழக்கம்

ஒரு சமயம் பெரிய வைத்தியநாதையர், திருநெல்வேலி ஜில்லாவிலுள்ள சில ஜமீன்களுக்குப் போய்வந்தார். அக்காலத்தில் திருவாவடுதுறை யாதீனத்தில் சின்னப்பட்டத்தில் இருந்த மேலகரம் ஸ்ரீ சுப்பிரமணிய தேசிகர் கல்லிடைக் குறிச்சி மடத்தில் இருந்து வந்தார். அவர் சங்கீதத்திலும், தமிழிலும், வடமொழியிலும் தக்க பயிற்சியும், பேரன்பும் உடையவர். வித்துவான்களின் அருமையறிந்து ஆதரிக்கும் வள்ளல். பெரிய வைத்தியநாதையருடைய இசைப் பெருமையை அவர் கேள்வியுற்று, இவருடைய பாட்டைக் கேட்க வேண்டுமென்று விரும்பியிருந்தனர். இவரும் தேசிகருடைய சிறந்த இயல்புகளையும், வித்துவான்களின் தரம் அறிந்து பாராட்டி ஆதரிக்கும் தன்மையையும் உணர்ந்து கல்லிடைக்குறிச்சி சென்றார். தேசிகர் இவரை நல்வரவு கூறி உபசரித்தனர்; இவருடைய சங்கீதத்தையும் கேட்டு மகிழ்ந்தார். சங்கீத உலகத்தில் அவ்வப்போது தோன்றுகின்ற அரிய வித்துவான்களுள் இவர் ஒருவரென்பதை அவர் உணர்ந்து கொண்டார்; இவருடைய சங்கீத ஆற்றலைக் கொண்டாடித் தக்க சம்மானங்களைச் செய்து அனுப்பினார். அது முதல் இவ்விருவருக்கும் பழக்கம் அதிகமாயிற்று. வைத்தியநாதையர், சம்மானங்களை எதிர்பாராமல் தாமே கல்லிடைக்குறிச்சிக்கு அடிக்கடி வலிய வந்து தம்முடைய இசைவிருந்தால் தேசிகரை மகிழ்விப்பார். இடமறிந்து சந்தோஷிக்கும் ரஸிகர்களிடத்தில் வித்துவான்களுக்குத் தனியான அபிமானம் இருப்பது இயல்பன்றோ?

'பெரிய வைத்தியர்'

ஒரு சமயம் ஸ்ரீ சுப்பிரமணிய தேசிகருக்கு இடுப்பில் வாயுப் பிடிப்பினால் உபத்திரவம் உண்டாயிற்று. நிமிரவும், நடக்கவும், சரியானபடி உட்கார்ந்திருக்கவும் முடியவில்லை. இடைவிடாமல் இடுப்பில் வலி இருந்து வந்தது. அவருடைய நிலைமையைக் கண்டு மடத்தில் இருந்தவர்கள் மிக்க வருத்தம் அடைந்தார்கள்.

தக்க வைத்தியர்களைக்கொண்டு மருந்துகளைத் தடவச் செய்தும் ஒற்றடங் கொடுத்தும் வந்தனர். ஆயினும், வாயுவின் கொடுமை குறையவில்லை. இங்ஙனம் சில தினங்கள் சென்றன.

ஒருநாள் இடுப்பில் இருந்த வலி தாங்கமாட்டாமல் தேசிகர் உட்கார்ந்திருந்தார். திடீரென்று அவர் முகத்தில் ஒரு மலர்ச்சி உண்டாயிற்று. எதையோ உற்றுக் கேட்பவர்போல இருந்தார்; பிறகு அருகில் இருந்தவர்களை நோக்கி, "பெரிய வைத்தியநாதைய ரவர்கள் வருகிறார்கள்; அவர்களுடைய வண்டிக் காளையின் சலங்கையொலி என் காதில் விழுகிறது; அவர்கள் பாட்டைக் கேட்டு நெடுநாளாயிற்று. அவர்கள் வந்தால் தடை செய்யாமல் உடனே உள்ளே அழைத்துவாருங்கள்" என்றார். நோயினால் துன்புறும்போது இவர் வந்தால் பின்னும் துன்பமுண்டாகுமென்று மடத்திலுள்ளவர்கள் தாமே எண்ணிக்கொண்டு, ஒரு வேளை இவரை உள்ளே விடாமல் இருந்துவிட்டால் என் செய்வதென்பது தேசிகருடைய எண்ணம்.

பெரிய வைத்தியநாதையர் மிக்க உத்ஸாகத்தோடு மடத்துக்குள் நுழைந்தார். இவர் வரவை எதிர்பார்த்துக்கொண்டிருந்த காரியஸ்தர்கள் இவரை உபசாரத்தோடு உள்ளே அழைத்துச் சென்றார்கள். அதனால் இவர் உள்ளத்தில் மகிழ்ச்சி பொங்கியது. தேக அசௌக்கியத்தால் தேசிகர் வருந்துவதை இவர் அறியார். உள்ளே நுழையும்போதே, 'ஸ்ரீ சுப்பிரமண்யாய நமஸ்துதே' என்ற கீர்த்தனத்தின் பல்லவியைச் சொல்லிக்கொண்டு வந்தார்.

சுப்பிரமணிய தேசிகர் இவரை முகமலர்ச்சியுடன் வரவேற்றார்; "இருக்க வேண்டும்; யானை வரும் பின்னே மணியோசை வரும் முன்னே என்பதைப்போலச் சங்கீத மத யானையாகிய உங்கள் வரவை உங்கள் வண்டிக் காளைகளின் சலங்கையொலி முன்னே தெரிவித்தது; நெடுநாளாகக் காணவில்லையே யென்றிருந்த வருத்தம் நீங்கி, மிக்க சந்தோஷம் உண்டாயிற்று" என்றார்.

பெரிய வைத்தியநாதையர் புன்னகையோடு உட்கார்ந்து பாட ஆரம்பித்து விட்டார். காம்போதி ராகத்தை ஆலாபனம் செய்தார்; பல்லவி பாடினார்; ஸ்வரம் பாடினார்; இப்படி மூன்று மணி நேரம் தம்முடைய கான வர்ஷத்தைப் பொழிந்தார்.

சுப்பிரமணிய தேசிகர் தம் வாயு உபத்திரவத்தை மறந்து கேட்டுக்கொண்டிருந்தார். பெரிய வைத்தியநாதையருடைய இசைமாரி அந்த நோயின் வெம்மையை அவித்து மறைத்து விட்டது. தேசிகர் தம் தேகத்தையே மறந்து கேட்டபோது, அத்தேகத்திலுள்ள நோய்த் துன்பம் எப்படி நினைவுக்கு வரும்?

ஸ்ரீ சுப்பிரமணிய தேசிகர்

சங்கீதம் ஒருவாறு நின்றமை இனிய மழை பெய்து ஓய்ந்தது போல இருந்தது. தாம் அதுகாறும் நோயை மறந்து கேட்டது தேசிகருக்கே மிக்க வியப்பை உண்டாக்கிற்று; "உங்களுக்குப் பெரிய வைத்தியநாதைய ரென்ற பெயர் அமைந்திருப்பது பொருத்தமானதே. சில நாளாக நான் இடுப்பு வலியினால் கஷ்டப்பட்டுக் கொண்டிருக்கிறேன். இடுப்பை வாயு பிடித்துக்கொண்டது. நிமிஷத்துக்கு நிமிஷம் பதினாயிரம் தேள் கொட்டுவது போன்ற வலி இருந்தது. எந்த வைத்தியத்துக்கும்

அது பயப்படவில்லை. உங்களுடைய பாட்டு இந்த மூன்று மணி நேரமாக அதன் ஞாபகமே இல்லாமற் செய்து விட்டது. இப்பொழுதும் அந்த உபத்திரவம் தலை நீட்டவில்லை. உங்களுடைய சங்கீதமாகிய மருந்து ஆச்சரியமான பலனை உடையது. அதைக்கொண்டு வைத்தியம் செய்து நோயை மறக்கச் செய்த நீங்கள், பெரிய வைத்திய ரென்பதில் எள்ளவும் சந்தேகமில்லை. இன்றைக்கு நீங்கள் செய்த உபகாரத்தை வேறு யாரால் செய்யமுடியும்?" என்று தேசிகர் இவரை நோக்கிக் கூறினார்.

"எல்லாம் சந்நிதானத்தின் ஆதரவின் விசேஷமேயன்றி வேறொன்றுமில்லை. இங்கே வந்தால் எனக்கே ஒரு தனி உத்ஸாகம் உண்டாகி விடுகிறது. மற்ற இடங்களில் நான் பாடும் முறை வேறு; இங்கே பாடும் விதம் வேறு" என்றார் இவர்.

அன்றைக்கு முதல்நாள் காசியிலிருந்து வந்த பக்திமானும், ஆதீனத்து அடியவருமாகிய தம்பிரான் ஒருவர், சுப்பிரமணிய தேசிகருக்காக உயர்ந்த பட்டில் சரிகை வேலை செய்து, மெத்தை, தலையணை, திண்டு, கொட்டை முதலியவைகளைக் காசியிலே தைக்கச்செய்து, அவற்றைத் திருநெல்வேலிக்குக் கொணர்ந்து நல்ல பஞ்சை அடைத்துக்கொண்டு கல்லிடைக் குறிச்சிக்கு வந்து அவற்றைத் தேசிகருக்குமுன் வைத்து வணங்கி, "சந்நிதானத்தின் திருமேனிக்கு உவப்பாக இருக்க வேண்டுமென்று அடியேன் இவற்றைக் கொணர்ந்தேன்; அங்கீகரித்தருள வேண்டும்" என்று விண்ணப்பித்துக் கொண்டார். தேசிகர் அவற்றை எடுத்துத் தனியே உள்ளே வைக்குமாறு காரியஸ்தர்களுக்கு உத்தரவிட்டிருந்தார்.

மறுநாள் பெரிய வைத்தியநாதயைர் பாடி நோயை மறக்கச் செய்த நிகழ்ச்சி நடந்தது. தேசிகர் அந்த மெத்தை முதலியவற்றை எடுத்து வரச்செய்து பெரிய வைத்தியநாதரைப் பார்த்து, "நீங்கள் இவற்றை உபயோகித்துக் கொள்ள வேண்டும். உங்களால் என் நோயை மறந்தேன். அதற்கு இந்த மெத்தை முதலியவை அறிகுறியாக இருக்க வேண்டும்" என்றார். சுக புருஷராகிய வைத்தியநாதையருக்கு உண்டான மகிழ்ச்சிக்கு அளவில்லை. மெத்தை முதலியன இவருடைய வண்டியிற் கொணர்ந்து வைக்கப்பட்டன.

அப்போது, அவற்றை முதல்நாள் கொண்டுவந்த தம்பிரானுக்குக் கண்களில் நீர் தோன்றியது. அருமையாகப் பெற்று வளர்த்த குழந்தையை அதன் தந்தை சிறிதும் யோசியாமல் யாருக்காவது கொடுத்துவிட்டால், அக்குழந்தையைப் பெற்ற தாய்க்கு எவ்வளவு துக்கம் இருக்குமோ அத்தனை துக்கம் அவருக்கு இருந்தது. அருகில் இருந்தவர்களுக்கோ இந்த

வித்துவானைக் காணக் காணக் கோபம் உண்டாயிற்று; 'இவன் எங்கே வந்தான்?' என்று முணுமுணுத்தார்கள். தேசிகரோ, 'இந்தச் சமயத்தில் இவர் வந்து நம் துன்பத்தை மறக்கச் செய்தாரே!' என்ற நன்றியறிவினால் முகமலர்ச்சியுடன் இருந்தார். இப்படிப் பலவகையான அபிப்பிராயங்கள் கலந்திருந்த அக்கூட்டத்தில், வைத்தியநாதையர் யானையைப்போலக் கம்பீரத்துடன் உட்கார்ந்து கொண்டிருந்தார். தம்பிரான்களுடைய கோபக்குறிப்பை இவர் லக்ஷியம் செய்யவில்லை. சந்தோஷ மிகுதியினால் தேசிகரை நோக்கி, "சந்நிதானத்தில் கொடுத்த மெத்தையையும், மற்றவைகளையும் அருமையறிந்து உபயோகப்படுத்துபவர் என்னைப் போல வேறு யாரும் இரார். நான் இதுகாறும் பெற்ற பொருள்களுள் இவற்றிற்குச் சமானமானவை இல்லை. மெத்த ஸந்தோஷம். எப்போதும் சந்நிதானத்தின் அன்பு குறையாமல் இருக்க வேண்டுமென்பதே என் பிரார்த்தனை" என்று சொல்லி விடை பெற்றுக்கொண்டு சென்றார். போகும்போது மெத்தை முதலியவற்றை வண்டியிலே விரிக்கச்செய்து பேருவகையோடு ஏறிக்கொண்டு சென்றார்.

இவர் சென்ற பின்பு, தம்பிரான் முதலியவர்களுடைய உள்ளக்கருத்தை அறிந்து கொண்ட சுப்பிரமணிய தேசிகர், "மெத்தையை இவருக்குக் கொடுத்ததுபற்றி உங்களுக்கு வருத்தம் இருப்பதாகத் தெரிகிறது. இவர் இன்று எனக்குச் செய்த மகோபகாரத்திற்கு என்னதான் செய்யக்கூடாது? நான் படும் அவஸ்தை உங்களுக்கு நன்றாகத் தெரியுமே. இவ்வளவு நேரம் நான் அதை மறந்திருந்தது எவ்வளவு ஆச்சரியம்! இந்த நன்மையை நீங்கள் நினைக்கவில்லையே! அன்றியும் *துறவியாகிய எனக்கு மெத்தை முதலியவை எதற்கு?" என்று சமாதானம் கூறினார்.

சங்கீதமா வலிப்பா?

அக்காலத்தில் எட்டையபுரம் ஜமீன்தார் மைனராக இருந்தமையால், சில வருஷங்கள் அந்தச் சம்ஸ்தானம் அரசாங்கத்தாருடைய பார்வையில் இருந்து வந்தது.

ஜமீன்தாருக்கு உரிய பிராயம் வந்தவுடன், ஜமீன் மீண்டும் அவரிடம் ஒப்பிக்கப்பட்டது. அங்ஙனம் ஒப்பிக்கப்பட்ட காலத்தில் வந்திருந்த ஜில்லா கலெக்டர், ஜில்லா ஸர்ஜன் முதலிய பல பெரிய உத்தியோகஸ்தர்களுக்கும், பல ஜமீன்தார்களுக்கும் ஒரு பெரிய விருந்து நடைபெற்றது. அப்பொழுது பல சங்கீத வித்துவான்களும்

* ஸ்ரீ சுப்பிரமணிய தேசிகரவர்கள் பகலில் ஒரு தலையணையை மட்டும் வைத்துக்கொண்டு. வெறுந் தரையிலேதான் படுத்துக்கொள்வார்கள். இரவில் ஒரு முழ அகலமுள்ள ரத்ன கம்பளத்தை விரித்துக்கொள்வார்கள். சில சமயங்களில் அங்கவஸ்திரத்தைச் சுருட்டித் தலையணையாக வைத்துக் கொள்வதுமுண்டு.

வந்திருந்தார்கள். அவர்களுள் பெரிய வைத்தியநாதையரைப் பாடும்படி செய்தார்கள். பெரியதொரு மாளிகையில் பெருங் கூட்டத்துக்கிடையே இவருடைய வினிகை நிகழ்ந்தது. 'பல பெரிய உத்தியோகஸ்தர்களுடைய முன்னிலையில், பல வித்துவான்கள் இருக்க நம்மைத்தானே முதலிற் பாடச் சொன்னார்கள்' என்ற எண்ணத்தால் இவருக்கு உத்ஸாகம் அதிகமாயிற்று. அதனால் இயல்பாகவே நன்றாகப் பாடும் இவர் அன்று பின்னும் நன்றாகப் பாடலானார். இவருடைய சங்கீத சாமர்த்தியம் எவ்வளவுக் கெவ்வளவு மிகுதியாக வெளிப்பட்டதோ, அவ்வளவுக் கவ்வளவு இவருடைய அங்க சேஷ்டைகளும் வெளிப்பட்டன.

அங்கே வந்திருந்த ஜில்லா ஸர்ஜன் ஒரு வெள்ளைக்காரர். அவருக்கு நம்முடைய தேசத்துச் சங்கீதம் விளங்கவில்லை. அதனால் அவருடைய காது அப்பொழுது பயன்படவில்லை. ஆயினும் வைத்தியநாதையருடைய தேகத்தில் உண்டாகும் சேஷ்டைகளை அவர் கண்கள் கூர்ந்து கவனித்தன. நேரம் ஆக ஆக அந்தச் சேஷ்டைகள் அதிகப்பட்டன; ஸர்ஜனுடைய கவனமும் அதிகமாயிற்று.

வைத்தியநாதையருடைய குடுமி அவிழ்ந்து நான்கு புறமும் விரிந்து பரவியது; கண்கள் பிதுங்குவன போல இருந்தன; வாய் ஆவெனத் திறந்தது; கைகளோ தரையிலும் துடையிலும் பளீர் பளீரென்று அறைந்தன; அருகிலுள்ளவர்கள் விலகிக்கொண்டார்கள். இவற்றையெல்லாம் ஸர்ஜன் பார்த்தார்; 'சரி, சரி, இவர் பாடவில்லை; மத்தியிலே இவருக்கு ஏதோ வலிப்பு வந்து விட்டது; இந்தப் பைத்தியக்கார ஜனங்கள் இதைச் சங்கீதமென்று எண்ணி இந்த மனுஷரைச் சாவ அடித்து விடுவார்களென்று தோற்றுகிறது' என்று அவர் எண்ணினார்.

வித்துவான் துள்ளித் துள்ளி நான்கு புறமும் திரும்பித் திரும்பிச் செய்யும் சேஷ்டைகளை மட்டும் கவனிக்க அவருக்கு இரக்கம் உண்டாயிற்று. அவற்றோடு மிக்க பலமாக உச்சஸ்தாயியில் வித்துவான் பல்லவியை ஏகாரத்துடன் முடிக்கும்போது. அந்தக் கோஷம் வலிப்புவந்தவன் உயிருக்கு மன்றாடிக் கத்துவதைப் போல ஸர்ஜனுக்குத் தோற்றியது. அதற்கு மேல் அவராற் பொறுத்திருக்க முடியவில்லை; அவர் தம் கைக்கடிகாரத்தை எடுத்தார்; கலெக்டரை நோக்கினார்; "ஐயா, இந்த மனுஷர் இன்னும் ஐந்து நிமிஷம் இப்படியே கத்தினால் நிச்சயமாய் உயிர் போய்விடும். நிறுத்தச் சொல்ல வேண்டும். இப்பொழுது இவருக்கு வலிப்புக் கண்டிருக்கிறது" என்று வேகத்தோடு சொன்னார். கலெக்டர் சம்ஸ்தானத்தின் முக்கிய அதிகாரியை அழைத்துச் சொன்னார். அவர், "இவர் பாட்டல்லவா பாடுகிறார்!" என்றபோது ஸர்ஜன், "பாடலாவது! முன்பு பாடியிருக்கலாம்.

இப்பொழுது பாடவேயில்லை. எனக்கல்லவா அந்த விஷயம் தெரியும்! இவரை நிறுத்தச் செய்யாவிட்டால் அப்புறம் விபரீதமாய்விடும்!" என்றார். அதிகாரி என்ன செய்வார் பாவம்! ஜில்லாவுக்கே வைத்திய அதிகாரியா யிருப்பவர் வலிப்பென்று சொல்லும் பொழுது, அதை மறுத்துப் பேச அவருக்குத் துணிவு உண்டாகவில்லை.

அதிகாரி மெல்லப் பெரிய வைத்தியநாதையர் அருகிற்சென்று பக்குவமாக, "இன்னும் சில வித்துவான்களைப் பாடச் சொல்ல வேண்டுமென்று கலெக்டர் துரை முதலியவர்கள் விரும்புகிறார்கள். அவர்களுக்கு இருக்கும் அவகாசம் குறைவு; அதற்குள் சிலரைப் பாடச் சொல்லவேண்டும். தாங்கள் தயைசெய்து அவர்களுக்குச் சந்தர்ப்பம் கொடுக்க வேண்டும்" என்று வேண்டிக்கொண்டார்; அன்றியும் உயர்ந்த சம்மானங்களையும் அளித்தார். சட்டென்று நிறுத்தும்படி சொன்னால், மிக்க தைரியசாலியாகிய வைத்தியநாதையரால் ஏதாவது விபரீதம் விளையுமென்பதை அவ்வதிகாரி உணர்ந்தவர். அவர் வேண்டுகோளின்படியே இவர் ஒருவாறு தமது பாட்டைப் பூர்த்திசெய்து மரியாதைகளைப் பெற்றுக்கொண்டு புறப்பட்டு விட்டார்.

பிறகு அங்கிருந்த வித்துவான்களுள் ஸ்ரீ வைகுண்டம் சுப்பையரென்ற ஒருவர் பாடினார். அவர் சித்திரம் போல இருந்து பாடும் இயல்புள்ளவர். அவருடைய பாட்டு யாவருக்கும் திருப்தியை விளைவித்தது; ஸர்ஜன், "இதுதான் பாட்டு; இவரல்லவா உண்மையாகப் பாடுபவர்!" என்று தம்முடைய மதிப்புரையை வெளியிட்டார்.*

பேயாட்டம்

தஞ்சாவூரில் ஒரு முறை இவர் பாடினார்; வழக்கம்போல இவருடைய சேஷ்டைகள் இருந்தன; அப்போது அங்கிருந்தவரும், தஞ்சைச் சம்ஸ்தான சங்கீத வித்துவான்களில் ஒருவருமாகிய †தோடி சீதாராமைய ரென்பவர் அவற்றைப் பார்த்து விட்டு, "இந்தப் பெரிய வைத்தி பேயாடுகிறான்; கிஞ்சிராக்காரன் உடுக்கையடிக்கிறான்; கடவாத்தியக்காரன் குடமுடைக்கிறான்!" என்று சொல்லி ஆச்சரியப்பட்டாராம்.

சித்தபேதம்

லாகிரி வஸ்துக்களை உபயோகித்து வந்ததன் பயனாக இவர், பிற்காலத்தில் சிறிது சித்த பேதத்தை யடைந்தார்;

---

* மேலேயுள்ள இரண்டு நிகழ்ச்சிகளும் மேலகரம் சுப்பிரமணிய தேசிகரவர்கள் கூறியவை.

† இவர் ஸோல்ஜர் சீதாராமைய ரென்றும் கூறப்படுவார்.

இவருடைய கம்பீரம் குறைந்தது; ஆடம்பரங்கள் மறைந்தன; சரீரம் மெலிந்தது. ஓரிடத்திற் பாடிக்கொண்டே யிருப்பார்; திடீரென்று நிறுத்திவிட்டு எங்கேனும் போய்விடுவார். மிகவும் உச்சஸ்தாயியில் பாடிவந்ததனால் இவருக்குச் செவிட்டுத் தன்மையும் உண்டாயிற்று.

அக்காலத்தில், பல இடங்களில் முன்னமே இருந்த பழக்கமிகுதியால் அங்கங்கே இருந்தவர்கள் தங்களிடம் இவர் வந்தபோது ஏதேனும் உதவிசெய்து பாதுகாத்து வந்தார்கள்.

உடுக்கடித்துப் பாடியது

ஒரு சமயம் மைசூர் மகாராஜாவைப் பார்க்க வேண்டுமென்றெண்ணி அந்நகருக்குப் போயிருந்தார். அங்கே மருத்துவக்குடி ஐஞ்சாமாருதம் சுப்பையர் முதலிய சங்கீத வித்துவான்கள் இருந்தனர். அறிவின் மாறுபாட்டினால் ஏதேனும் விபரீதமாக இவர் நடந்து கொண்டால் என்ன செய்வதென் றெண்ணி, அங்குள்ளவர்கள் இவருடைய வரவை அரசருக்குத் தெரிவிக்கவில்லை; எப்படியேனும் அரசரைப் பார்த்துவிட்டே போவதென்ற பிடிவாதத்தோடு அவர் அங்கே சில நாள் ஒரு சத்திரத்தில் உண்டு தங்கியிருந்தார். சிலர் இவருக்கு வேண்டியவற்றை அளித்துப் பாதுகாத்தனர்.

ஒரு நாள் மகாராஜா அரண்மனையிலிருந்து வெளியே புறப்பட்டு வந்தார். அப்போது தெருவிலுள்ள ஒரு கோயிலுக்கு அருகிலிருந்த இவர் அங்கிருந்த பூசாரியின் கையிலிருந்த உடுக்கையை வாங்கி அதை அடித்துக் கொண்டே பாடத் தொடங்கினார். உடுக்கையினுடைய முழக்கத்துக்கு நடுவே, இவருடைய இனிய சங்கீதம் வீதி வழியே சென்ற மன்னரின் உள்ளத்தைக் கவர்ந்தது. அவர் தம் வாகனத்தை நிறுத்தச் செய்து பாடுபவர் யாரென்பதை விசாரித்தார்; பெரிய வைத்தியநாதைய ரென்பதை அறிந்தார்; இவருடைய ஆற்றலைப்பற்றி அவர் முன்னமே கேள்வியுற்றவ ராதலின், உடனே இவரை அரண்மனைக்கு வருவித்துப் பாடச் செய்து கேட்டு மகிழ்ந்தார். இவர் மிக அருமையாகப் பாடி மகாராஜாவால் அளிக்கப் பெற்ற சம்மானங்களைப் பெற்று ஊர் வந்துசேர்ந்தார்.

பிற்கால நிலை

மேலகரம் சுப்பிரமணிய தேசிகர் பெரிய பட்டத்தைப் பெற்றுத் திருவாவடுதுறையில் இருந்த காலத்தில், இவர் சிலமுறை அங்கே சென்றதுண்டு. இவருடைய சக்தி மழுங்கியிருந்த போது இவரை நான் பார்த்திருக்கிறேன். அப்போது இவர் திடீரென்று அழுவார்; பிறகு சிரிப்பார். பழைய சமாசாரத்தைச் சொல்லிக்கொண்டே

வந்தால் இவருக்கு உத்ஸாக முண்டாகிவிடும்; இடையிடையே நிறுத்தி விடுவார்.

ஒரு முறை இவர் திருவாவடுதுறைக்கு வந்த காலத்தில், என்னுடைய தந்தையார் இவரை வீட்டிற்கு அழைத்து வந்து உபசரித்தனர். இவர் மைசூரில் தாம் அரசரைக் கண்ட வரலாற்றைச் சொன்னார்; "அங்கே இருந்த பயல்கள் என்னை உள்ளே விடாமல் தடுத்தார்கள். நானா விடுபவன்? உடுக்கையைத் தட்டிப் பாட ஆரம்பித்து விட்டேன். அப்புறம் ராஜாவாவது, சக்கரவர்த்தியாவது! எல்லாரும் மயங்க வேண்டியதுதானே!" என்று இவர் அதைப் பற்றிக் கூறினார். பிறகு சில கீர்த்தனங்களைப் பாடினார். பாட்டு மிக அருமையாக இருந்தது. திடீரென்று திண்ணையிலிருந்து குதித்து எங்கேயோ போய்விட்டார்.

அப்போதிருந்த இவருடைய நிலையைக் கண்டு நான் வருந்தினேன். பூர்வ ஜன்ம புண்ணிய வசத்தினால் அருமையான வித்தை கிடைத்திருந்தும், அதைத் தக்கபடி வைத்துக் காப்பாற்றாமல் மனம் போனவாறு உழன்று, தேகத்தையும் அறிவையும் கெடுத்துக்கொண்ட இவருடைய பேதைமையை நினைந்து இரங்கினேன்; கல்வி, அறிவு, ஒழுக்கம் என்பவற்றை ஒருங்கு சேர்த்துப் பெரியோர்கள் கூறுவதில் எவ்வளவு உயர்ந்த கருத்து அடங்கியிருக்கிற தென்பதை உணர்ந்தேன்.

பெரிய வைத்தியநாதையருடைய குறைகள் பல; இவருடைய வித்தை பெரிது. அந்த வித்தையின் பிரகாசம் சில காலம் வீசியது; பிறகு இவருடைய குறைகளால் அது மங்கியது. அதுவே இவர் ஜாதகமாக அமைந்து விட்டபோது நாம் என்ன செய்யலாம்!

தினமணி— வருஷமலர், 1936

9

ராஜா கனபாடிகள்

இயற்கையறிவும் செயற்கையறிவும் உள்ள வித்துவான்கள் எங்கே இருந்தாலும் சிறப்பை அடைகிறார்கள். அவர்கள் தங்கள் அறிவின் திறத்தால் தாங்கள் சந்தோஷமடைவதுபோலப் பிறரையும் மகிழ்ச்சி அடையச் செய்கிறார்கள். இத்தகைய இயல்புகள் பொதுவாக எல்லா வித்துவான்களிடமும் இருப்பினும், சிலரிடம் சிறப்பாக அமைந்துள்ளன. அத்தகையவர்களது பேச்சிலே ஒரு வகை இன்பம் இருக்கும்; மற்றவர்கள் பேசும் வார்த்தைகளைக் காட்டிலும் அவர்களுடைய வார்த்தைகளிலே அறிவின் மணமும் சுவையும் நிரம்பியிருக்கும்.

இவ்வாறு கேட்போர் மனத்தைக் கவரும்படி பேசுபவர்களுள் திருவிடைமருதூர் ராஜா கனபாடிகள் என்ற பெரியாரும் ஒருவர். அவர் மூன்று வேதங்களையும் நன்றாக அத்தியயனம் செய்தவர். சாஸ்திரங்களிலும் ஆழமான பயிற்சி உடையவர். எந்த ஸமஸ்தானத்துக்குச் சென்றாலும் அங்குள்ள தலைவர்கள் மனத்தை வசீகரித்து வித்துவான்களுடைய உள்ளத்தில் பயபக்தியை உண்டாக்கி வருவார். எப்போதும் விபூதி ருத்திராக்ஷதாரணத்தோடே இருப்பார். வித்தையின் ஒளி அவர் முகத்தில் நன்றாக விளங்கும்.

அவர் சிறந்த வித்வத் பரம்பரையிலே பிறந்தவர்; உச்சிஷ்ட கணபதி உபாஸகர். சிலகாலம் புதுக்கோட்டை ஸமஸ்தானத்தில் தானாதிகாரியாக விளங்கினார். வேத சாஸ்திரங்களில் அவருக்கு இருந்த இணையற்ற திறமையை உணர்ந்த புதுக்கோட்டை

அரசர் அவருக்குப் பலவகையான ஸம்மானங்களைச் செய்ததன்றி அவர் கரத்தில் ஒரு தோடாவையும் அணிவித்தார்.

அவர் திருவிடைமருதூரில் பச்சையப்ப முதலியார் தெருவில் வாழ்ந்துவந்தார். அது பல வித்துவான்கள் வாழ்ந்துவந்த வீதியாக விளங்கியது. ஒருமுறை திருவனந்தபுரம் சென்று அங்குள்ள அரசர் ஸமுகத்தில் தம்முடைய வேதஞானத்தையும் சாஸ்திர காவிய விற்பத்தியையும் கனபாடிகள் புலப்படுத்தினார். இவ்விரண்டுவகை ஆற்றலும் ஒருங்கே ஒருவரிடம் அமைந்திருத்தல் மிக அரிது. அன்றியும் வேத சாஸ்திரங்களைச் சிக்கறக் கற்றுத் தேர்ந்த அவர் எந்தச் சமயத்திலும் எந்தத் துறையிலும் எந்த விஷயத்திலும் தம் இணையற்ற பேரறிவை வெளிப்படுத்தும் நிலையில் இருந்தார். அவர் சக்தியை அறிந்த சேரநாட்டு அரசர் பல ஸம்மானங்களை அவருக்குச் செய்தனர். புதுக்கோட்டை ஸமஸ்தானத்தில் ஒரு தோடாப் பரிசுபெற்ற அவருக்கு இரண்டு தோடாக்களை அணிவித்து, "வேதத்தில் உள்ள ஸம்பூர்ண ஞானத்திற்காக ஒரு தோடாவும், சாஸ்திரத் திறமைக்காக ஒரு தோடாவும் அணிவித்தோம். உங்களுக்கு இரண்டு கைகளே உள்ளன. மேலும் சில கைகள் இருந்தால் அவைகளுக்கும் தோடா அணிவித்திருப்போம்" என்று சொல்லிவிட்டு, "நாம் இந்த நாட்டிலுள்ள ஜனங்களுக்கெல்லாம் ராஜா; தாங்கள் வேதவித்துக்களுக்குள் ராஜா" என்று பாராட்டினார். அது முதல் அப் பெரியாருக்கு ராஜா கனபாடிகள் என்ற பெயரே வழங்கலாயிற்று. அதற்கு முன் அவருக்கு இருந்த இயல்பான பெயர் பரமேசுவர கனபாடிகளென்று தெரிகிறது.

திருவிடைமருதூரில் இருந்த காலத்தில் அவர் திருவாவடுதுறை ஆதீனவித்துவானாக விளங்கினார். ஆதீனகர்த்தராக இருந்த மேலகரம் ஸ்ரீ சுப்பிரமணிய தேசிகர் அவரை அடிக்கடி வருவித்து ஸல்லாபம் செய்து இன்புறுவார். வருஷந்தோறும் வருஷாசனம் அவருக்கு அளித்துவந்தார். வித்துவான்களுடைய வார்த்தைகளைக் கேட்டுத் தேசிகரது முகம் மலரும்; தேசிகரது ஆதரவைப் பெற்ற வித்துவான்கள் முகமும் மலரும். அவர்களது முகமலர்ச்சி கண்டு தேசிகர் அகம் மலரும். இவ்வாறு செல்வமும் பதவியும் படைத்த பயனை உலகம் புகழ அனுபவித்துவந்த சுப்பிரமணிய தேசிகருக்கு ராஜா கனபாடிகளிடத்தில் நல்ல மதிப்பு இருந்து வந்தது வியப்பன்று; தேசிகரிடத்தில் கனபாடிகளும் பேரன்புடையவராக இருந்தார்.

ஒருநாள் திருவாலங்காட்டுத் தியாகராஜ சாஸ்திரிகள் மடத்திற்கு வந்திருந்தார். சுப்பிரமணிய தேசிகருக்கு வடமொழி நூல்களைப் பாடஞ் சொன்னவர் அவர். அப்போது ராஜா கனபாடிகளும் வந்தார். இருவருக்கும் புதுக்கோட்டையில்

திருவாவடுதுறை ஆதீனம்

அதிகப் பழக்கம் உண்டு. கனபாடிகளுடைய பெருமையைப்பற்றித் தேசிகரும் தியாகராஜ சாஸ்திரிகளும் உரையாடினர். வேதத்தில் எந்த மூலையானாலும் கரதலாமலகம்போல அவருக்கு வரும் என்று தேசிகர் சொன்னார். அப்போது கனபாடிகள், "எந்தப் பாகத்திலாவது உள்ள ஸ்வரத்தை மாத்திரம் சொன்னால் அந்தப் பாகத்திலுள்ள மூல ருக்கைச் சொல்வேன்" என்றார்.

சாஸ்திரிகள் உடனே வேதத்தில் எங்கோ ஓரிடத்தில் வரும் மந்திரங்களின் ஸ்வரத்தை மாத்திரம் சொன்னார். அதற்குமுன் தாம் குறிப்பித்த வேத ருக்கை எழுதிச் சுப்பிரமணிய தேசிகரிடம் கொடுத்துவிட்டார். அவர் ஸ்வரம் சொல்லிமுடித்தவுடனே கனபாடிகள் அக்ஷரம் தவறாமல் அந்த மந்திரங்களை ஸ்வரத்தோடு சொன்னார். சாஸ்திரிகளுக்கு ஆச்சரியம் தாங்க முடியவில்லை; "அட, ராக்ஷஸா!" என்று மூன்றுதரம் சொல்லி ஸந்தோஷப்பட்டார். தம்மிடம் கொடுக்கப்பெற்ற வேத ருக்கைப் பார்த்து அப்படியே இருப்பதை உணர்ந்து கனபாடிகளுடைய ஞாபக சக்தியைத் தேசிகரும் பாராட்டினர்.

திருவிடைமருதூரில் உள்ள மகாரதம் மிகச் சிறப்பு வாய்ந்தது. ஸ்ரீ சுப்பிரமணிய தேசிகர் காலத்தில் ரதோத்ஸவம் விமரிசையாக நடந்துவந்தது. அவருடைய முயற்சியினால் நடைபெறும் எந்த விசேஷமும் வித்துவான்கள் இல்லாமல் நிகழாது. வித்துவான்களுடைய கூட்டத்தின் மத்தியில் இருந்து அவர்களோடு ஸல்லாபம் செய்துகொண்டே பொழுதுபோக்குவதில் விளையும் ஆனந்தம் வேறு எதனாலும் அவருக்கு உண்டாவதில்லை.

திருவிடைமருதூர் மகாரதம்

ஒரு வருஷம் புஷ்யோத்ஸவத்தில் மகாரதம் நிலைக்கு வந்த பிறகு சுப்பிரமணிய தேசிகர் தேர்முட்டி மண்டபத்தில் வீற்றிருந்தனர். பல பிரபுக்களும் வித்துவான்களும் அருகில் இருந்தார்கள். மகாரதம் நிலைக்கு வருவதென்பது மிகவும் சிரமமான காரியம். ஆயிரக்கணக்கான பேர்கள் சேர்ந்து இழுக்கவேண்டிய அத்தேரைப் பிரபுக்களுடைய உதவியினாலும் மடத்தைச் சேர்ந்த கிராமங்களிலிருந்து வரும் ஆட்களின் சகாயத்தாலும் ஒரே நாளில் நிலைக்குக் கொண்டுவரச்

செய்த தேசிகரது பெருமையை யாவரும் பாராட்டினார்கள். வித்துவான்களில் ஒவ்வொருவரும் தமக்குத் தோற்றியபடி தேசிகர் குணப் பெருமையையும் கொடைப் பெருமையையும் எடுத்துச் சொன்னார்கள்.

அக்கூட்டத்தில் வித்துவான்களோடு சேர்ந்து உட்கார்ந்திருந்த ராஜா கனபாடிகள் பேச ஆரம்பித்தார். அவர் பேசத் தொடங்கினால் எல்லோரும் அமைதியாக இருந்து அவரையே கவனிப்பார்கள். அவ்வளவு ரஸமாக இருக்கும் அவரது பேச்சு.

"இவ்வளவு பேர்கள் இவர்களுடைய பெருமையை எடுத்துக் கொண்டாடினார்கள்; இவ்வளவு பெருமை யாருக்கும் இராதென்று சொன்னார்கள். என்ன இருந்தாலும் ஒரு விஷயத்தில் இவர்களுக்கு முன்பு இருந்த பண்டார ஸந்நிதிகளுடைய பெருமை இவர்களுக்கு இல்லை" என்று அவர் கூறினார்.

எல்லோரும் இதைக் கேட்டுத் திடுக்கிட்டனர்; "என்ன, கனபாடிகள் இப்படிச் சொல்லுகிறாரே! இவர்களைக் காட்டிலும் முன் இருந்தவருக்கு என்ன அதிகமான பெருமை?" என்று ஒவ்வொருவரும் யோசிக்கலாயினர்.

"நான் பொய் சொல்லவில்லை. அந்தப் பெருமை அவர்களுக்கு இனிமேல் உண்டாவதற்கும் இடமில்லை" என்று பின்னும் கனபாடிகள் பேசலானார்.

அந்தக் கூட்டத்தில் கனபாடிகள் பெருமையை நன்கு அறியாத செல்வர் சிலர் இருந்தனர். அவர்கள், "இந்த மடிசஞ்சி இவ்வாறு உளறுகிறதே! பூஜை வேளையில் கரடியை விட்டாற்போல இந்தப் பைத்தியம் எங்கே வந்து சேர்ந்தது?" என்றுகூட எண்ணினார்கள்.

"இவர்களுக்கு முன் இருந்தவர் எல்லாக் குணங்களும் பூர்ணமாகவுடைய இவர்களைத் தேர்ந்து எடுத்துத் தமக்குப் பின் ஆதீனகர்த்தராக இருக்கும்படி நியமித்தார்களே; அப்படிச் செய்தது எவ்வளவு பெருமையான காரியம்? இவர்களுக்கு அந்த மாதிரியான பெருமை வரவேண்டுமானால் இவர்களைப்போல ஒருவரைத்தேடி எடுக்க வேண்டுமே; அது யாரால் சாத்தியம்? இவர்களைப் போல ஒருவரும் இல்லையென்று இவ்வளவு பேரும் இப்பொழுது சொன்னார்கள். ஆகையால் இவர்கள் எவ்வளவு சிரமப்பட்டாலும் தமக்கு ஸமானமானவரைத் தேடி எடுக்க முடியாது. அதனால், முன் இருந்தவரைப் போலச் செய்யவும் முடியாது. அவர் பெருமை இந்த விஷயத்தில் அதிகமல்லவா?" என்று சொல்லி முடித்தார் கனபாடிகள்.

எல்லாருக்கும் வியப்பும் ஸந்தோஷமும் உண்டாயின. யாவரும் ஸந்தோஷ ஆரவாரம் செய்தனர். "எல்லோரும்

பேசுகிறார்கள்; இவரும் பேசுகிறார்! இவர் பேச்சிலே எவ்வளவு ரஸம்!" என்று வித்துவான்கள் குதூகலம் அடைந்தார்கள்.

ஒரு நாள் ராஜா கனபாடிகள் எதிர்பாராதபடி பிற்பகல் இரண்டு மணிக்குத் திருவாவடுதுறை மடத்துக்கு அவசரமாக வந்தார். சொல்லியனுப்பாமல் தாமே வலிய அவர் வந்ததை அறிந்த சுப்பிரமணிய தேசிகர் அவரை வரவேற்று இருக்கச் செய்து, "கனபாடிகள் இந்த ஸமயத்தில் வந்தது அபூர்வமாயிருக்கிறதே! ஏதாவது விசேஷம் உண்டோ?" என்று கேட்டார்.

"விசேஷந்தான்; இன்று நான் பூஜை செய்ய உட்கார்ந்தேன். உடனே யாரோ ஒருவன் வந்து, 'திருவாவடுதுறையி லிருந்து நெல் வந்திருக்கிறது; எந்தக் குதிரில் கொட்டுவது?' என்று கேட்டான். இருபது கலம் பிடிக்கும் குதிர்கள் மூன்றில் அறுபது கலம் நெல்லைக் கொட்டி நிரப்பினான்; பிறகு குதிருக்கு மண்பூசி மூடினான். போய் வருகிறேனென்று சொல்லிக்கொண்டபோது அவனுக்கு இனாம் கொடுக்கச் சில்லறையை நீட்டினேன். அவன் வேண்டாமென்று சொல்லி மறுத்து வந்துவிட்டான். இப்படி உபகாரம் பண்ணும் அவ்விடத்தை வாழ்த்தினேன். என் ஸந்தோஷம் என்னை அங்கே இருக்கச் செய்யவில்லை. பூஜையையும் ஆகாரத்தையும் முடித்துக்கொண்டு உடனே புறப்பட்டேன். இப்படி தாத்ருத்வம் உடையவர்கள் வேறு எங்கே இருக்கிறார்கள்? இந்த வருஷம் பகுதான்ய வருஷம். எங்கள் வீட்டில் பகுதான்ய வருஷம் (தான்ய மழை) ஏற்பட்டது. இந்த வருஷத்திற்கு இந்தப் பெயர் உண்டானது மிகவும் பொருத்தமே. பகுதான்யத்தைத் தருவதனால் பகுதான்ய என்னும் பெயரும் பகுவ்ரீஹி* (அன்மொழித் தொகை)யாக நிற்கிறது. இப்படி எங்களைப் போஷித்துவரும் அவ்விடம் சிரஞ் சீவிகளாக வாழவேண்டு மென்பதே எங்கள் பிரார்த்தனை" என்று கனபாடிகள் சொல்லி முடித்தார்.

"தான்ய வருஷத்தைக் காட்டிலும் உங்கள் †சொல் மழை நம் உள்ளத்தைக் குளிர்விக்கிறது. உங்களைப் போன்றவர்களுக்குக் கனக வருஷமல்லவா வருஷிக்க வேணும்!" என்று விடை கூறினார் தேசிகர்.

கலைமகள், தொகுதி 18, பகுதி 103 – 108, 1940

---

* பகுவ்ரீஹி யென்பது அன்மொழித் தொகையைக் குறிக்கும் வட மொழிப் பெயர்; பல நெல் என்பது அந்தத் தொடரின் சொற்பொருள்.

† சொல் என்பதற்கு நெல் என்ற பொருளும் உண்டு.

10

பெரிய திருக்குன்றம் சுப்பராமையர்

தமிழ்நாட்டில் சென்ற நூற்றாண்டில் பிரசித்தி பெற்ற சங்கீத வித்துவான்களில் ஒரே பெயருடைய பலர் இருந்தனர். ஒருவருக்கு மேற்பட்ட வைத்தியநாதையர்களும், கிருஷ்ணையர்களும், சுப்பராமையர்களும் சங்கீத தேவதையின் உபாசனை புரிந்து வந்தனர். சுப்பராமையர்களுள் வைத்தீசுவரன் கோயிலில் இருந்த சுப்பராமையர் ஒருவர்; பெரிய திருக்குன்றம் சுப்பராமையர் மற்றொருவர்.

அவர்களுள் காலத்தால் முந்தியவராகிய பெரிய திருக்குன்றம் சுப்பராமைய ரென்பவர் கனமார்க்கத்தைத் தமிழ்நாட்டில் முதன் முதலில் அனுபவத்திலே கொணர்ந்து காட்டிப் புகழ்பெற்ற கனம் கிருஷ்ணையருடைய தமையனார். அவர் சங்கீதத்திலும் ஒருவாறு சாஹித்தியத்திலும் ஒருங்கே திறமை யுடையவராக இருந்தார்.

பெரிய திருக்குன்ற மென்பது திருச்சிராப்பள்ளி ஜில்லா உடையார்பாளையம் தாலுகாவில் உள்ள ஒரு கிராமம். அங்கே பரம்பரையாகவே சங்கீத வித்தையில் மேம்பட்டு வந்த ஒரு குடும்பத்தில் சுப்பராமையர் உதித்தார். அவர் அந்தணர்களுள் அஷ்ட ஸஹஸ்ர மென்னும் வகுப்பைச் சார்ந்தவர். அவருடைய தந்தையார் இராமசாமி ஐயரென்பவர்.

இராமசாமி ஐயருக்கு ஐந்து குமாரர்களும் ஒரு பெண்ணும் உண்டு. அவர்களுள் மூத்தவரே சுப்பராமையர். அக்குடும்பத்தில் பரம்பரையாக

இருந்துவந்த இசைச் செல்வத்தால் பல சிற்றரசர்கள் வழங்கிய பொருட் செல்வமும் பூமியும் கிடைத்தன. அதனால் சுப்பராமைய ருடைய தந்தையாருக்கு வறுமைப் பிணியின் துன்பம் இல்லை. தம்முடைய நில வருமானங்களை வைத்துக்கொண்டு அவர் சங்கீதக் கலையையும் வளர்த்து வாழ்ந்திருந்தார். அக்காலத்தில் கபிஸ்தலத்தில் இருந்த ஸ்ரீமான் முத்தைய மூப்பனாருக்கும் இராமசாமி ஐயருக்கும் மிக்க நட்பு இருந்து வந்தது. அவ்விரண்டு குடும்பத்தினரும் தொடர்ந்து பலகாலம் நண்பர்களாகவே வாழ்ந்து வந்தனர். இராமசாமி ஐயருக்கு அவ்வப்போது மூப்பனாருடைய உதவி கிடைத்து வந்தது.

அங்ஙனம் வாழ்ந்து வந்த இராமசாமி ஐயருக்குப் புத்திரராகத் தோன்றிய சுப்பராமையர் யாதொரு குறைவுமின்றி வளர்ந்துவந்தார். அவருடைய தந்தையார் அவருக்கு இன்றியமையாத தமிழ்க் கல்வியையும் சங்கீதப் பயிற்சியையும் அளித்தார்.

நாளடைவில் சுப்பராமையருக்குப் பின் தோன்றிய சகோதரர்களுள், சுந்தரையர் கிருஷ்ணையர் என்னும் இருவரும் சுப்பராமையரைப் போலவே சங்கீதத்தில் நாட்ட முடையவர்களாக இருந்தனர். அம்மூவருக்கும் சிறந்த சங்கீதப் பயிற்சியை அளித்து, ‘அவையகத்து முந்தியிருப்பச்’ செய்யவேண்டு மென்பது தந்தை யாருடைய விருப்பம். அதற்குமுன் அடிப்படையாகத் தமிழறிவு அவசிய மென்பதை அவர் உணர்ந்தவ ராதலின், அரியிலூரில் அக்காலத்தில் வாழ்ந்திருந்த ஸ்ரீ சண்பகமன்னா ரென்னும் ஸ்ரீவைஷ்ணவ வித்துவானிடம் தமிழ் பயிலும்படி செய்தனர். சண்பக மன்னார் தமிழிலும் இசையிலும் சிறந்த திறமை வாய்ந்தவர்; பல கீர்த்தனங்களை இயற்றியவர்; சமரஸ ஞானி; மிக்க அடக்கமான குணம் வாய்ந்தவர்.

அவரிடம் தமிழ்பயின்ற காலத்தில் மற்றவர்களைக் காட்டிலும் அதிகமாக அதில் ஈடுபட்டவர் சுப்பராமையரே. மற்றவர்களுக்கும் ஓரளவு சிரத்தை இருந்தாலும் சுப்பராமையருக்கு இருந்த ஊக்கம் அவர்களுக்கு உண்டாகவில்லை. சண்பக மன்னாருடைய பழக்கத்தினால் விசேஷ நன்மையடைந்தவர் சுப்பராமையரே. தமிழ் இலக்கிய இலக்கணங்களையும் வேதாந்த சாஸ்திரங்களையும் அப்பெரியாரிடம் சுப்பராமையர் ஊன்றிப் பயின்று வந்தார். அப்பெரியாரைப்போல அடக்கமாக வாழவேண்டு மென்ற கருத்து அவருக்கு உண்டாயிற்று. இளமையிலேயே ஏற்பட்ட அக்கருத்து அவர் நெஞ்சில் ஊறி அவருடைய வாழ்வில் அவருக்குப் பெருமையை அளித்தது. அவருடைய சகோதரர்கள் தங்கள் சங்கீதப் பயிற்சியினாலும் உண்ண உடுக்க குறைவில்லாத

குடும்ப நிலை முதலியவற்றாலும் மிக்க திருப்தியோடு காலங்கழித்தனர்; அத்திருப்தி சில சமயங்களில் பிறருக்கும் புலனாயிற்று. கனம் கிருஷ்ணையர் அந்தத் திருப்தியினால் சிறிது செருக்குடையவராகவும் காணப்பட்டனர். ஆனால் சுப்பராமையரோ அடக்கத்திலே சிறந்தவராக விளங்கினார்.

இராமசாமி ஐயர் தம்முடைய குமாரர்களுள் முன்னே கூறிய மூவருக்கும் பின்னும் உயர்ந்த சங்கீதப் பயிற்சியை அளிக்க வேண்டுமென்று எண்ணினார். தஞ்சாவூர் ஸமஸ்தானத்தில் பச்சை மிரியன் ஆதிப்பைய ரென்பவர் பெரும்புகழ் பெற்ற சங்கீத ஆசிரியராக அக்காலத்தில் விளங்கினார். அவரிடம் தம் குமாரர் மூவரையும் இராமசாமி ஐயர் ஒப்பித்தார். மூவரும் சங்கீத வித்தையிலே தேர்ச்சி பெற்று வந்தனர்.

சுப்பராமையர் சங்கீதத்தோடு தமிழையும் இடைவிடாமல் பயின்றுவந்தார். அவ்வப்போது சில கீர்த்தனங்களையும் பாடல்களையும் இயற்றிப் பழகினார். அவருக்கு முருகக் கடவுளிடத்தில் பக்தி அதிகம். அக்கடவுள் விஷயமாக அவ்வப்போது தாம் பாடிய கீர்த்தனங்களைத் தம் குருமூர்த்தியாகிய ஆதிப்பையரிடம் காட்டுவார். அக்கீர்த்தனங்களைக் கேட்டு அம்மகாவித்துவான் அளவற்ற மகிழ்ச்சியடைவார்; சங்கீதமும் சாஹித்தியமும் ஒன்றனோடு ஒன்று நன்றாக இயைந்து விளங்குவதைப் பாராட்டுவார். அன்றியும் அக்கீர்த்தனங்களில் உள்ள பக்திச் சுவையை உணர்ந்து, "நீ சின்ன ஸ்ரீநிவாஸன்" என்று மனங்குளிர்ந்து கூறி அவரை ஆசீர்வாதஞ் செய்வார்.

ஸ்ரீநிவாஸன் என்பவர் சென்ற நூற்றாண்டின் முற்பகுதியில் ஸ்ரீரங்கத்தில் வாழ்ந்திருந்த சங்கீத வித்துவான்; தமிழிலும் வடமொழியிலும் தெலுங்கிலும் பயிற்சியுள்ளவர்; அவர் பல அருமையான கீர்த்தனங்களை ஸ்ரீரங்கநாதர் விஷயமாக இயற்றியிருக்கின்றார். அவர் பெரிய பக்தராதலால் அவருடைய கீர்த்தனங்களிலே பக்திச்சுவை ததும்பி நிற்கும்; சங்கீத அமைப்புகள் மிகவும் செவ்விய நிலையிலே பொருந்தி விளங்கும்.

அவற்றைப் பச்சை மிரியன் ஆதிப்பையர் நன்கு உணர்ந்தவர். சங்கீதமும், சாஹித்தியமும் தெய்வத்துக்கு அர்ப்பணம் செய்யப்பட்டா லன்றிச் சிறப்புடையனவல்ல வென்பது நம்முடைய பெரியோர் கொள்கை. நம்நாட்டில் எத்தனையோ கலைஞர்களும் புலவர்களும் வாழ்ந்திருந்தாலும், காலவெள்ளத்தில் அவர்களுடைய சிற்பங்கள் இருந்த இடம் தெரியாமல் போய்விடுகின்றன.தெய்வ பக்தியாகிய கனம் அவற்றில் இருந்தால் அவை மாத்திரம் பலகாலம் காலவெள்ளத்தை எதிர்த்து நின்று விளங்குகின்றன. நூற்றுக்கணக்கான வித்துவான்கள்

தமிழ்நாட்டிலே வாழ்ந்து ஆயிரக்கணக்கான சாஹித்தியங்களை இயற்றினார்கள். அவற்றிற் பெரும்பாலன அழிந்துபோயின. அதற்கு முக்கியமான காரணம் வித்தையைக் கடவுளுக்கு அர்ப்பணம் செய்யாமல் ஜமீன்தார்களையும் பிரபுக்களையும் பாடினமையே. ஸ்ரீ தியாகையர் முதலிய மகான்களோ தெய்வபக்தி மணம் கமழும் பாமலர்களை இறைவன் திருவடிகளிலே அணிந்தனர். அதனால் அம்மலர்கள் வாடாமல் விளங்குகின்றன.

தம் கீர்த்தனங்களிலே தெய்வபக்தி நிறைந்திருப்பதை யறிந்து ஆதிப்பையர் பாராட்டியதனால், சுப்பராமையருக்கு மேலும் மேலும் ஊக்கமுண்டாயிற்று. முருகக்கடவுள், அம்பிகை, பரமசிவன், திருமால் முதலியவர்கள் விஷயமாக அவ்வப்போது அவர் செய்த கீர்த்தனங்கள் பல.

தஞ்சாவூர் ஸமஸ்தானத்து வித்துவான்கள் வரிசையிலே சேரும் சிறப்பைச் சுப்பராமையரும், சுந்தரையரும், கனம் கிருஷ்ணையரும் பெற்றனர். சரபோஜி அரசர் காலத்தில் சுப்பராமையர் தஞ்சாவூரிலே இருந்துவந்தார். அப்போது பிருஹதீசுவரர் மீது அவர் ஒரு குறவஞ்சி நாடகம் இயற்றினார். இடையிடையே பெரிய திருக்குன்றம் சென்று சிலகாலம் இருந்து வருவார். கபிஸ்தலம் சென்று தம்முடைய குடும்ப நண்பராகிய முத்தைய மூப்பனாருடன் சம்பாஷணைசெய்து வருவார். அம்மூப்பனாருடைய அன்பிலே ஈடுபட்டு அக்காலத்தில் சுப்பராமையர் அவர்மீது ஒரு குறவஞ்சிப் பிரபந்தம் இயற்றினார்.

சுப்பராமையருடைய தம்பியாராகிய கனம் கிருஷ்ணையர் திருவிடைமருதூரில் முதலில் இருந்து அப்பால் உடையார்பாளையம் ஸமஸ்தான வித்துவானாக விளங்கலாயினர். அக்காலத்தில் சுப்பராமையரும் சுந்தரையரும் தஞ்சையிலே இருந்தனர். அவ்விருவரையும் வித்துவான்கள் முறையே பெரிய துரை, சின்னதுரை என்று அழைப்பது வழக்கம்.

சரபோஜி அரசருக்குப் பின்பு சிவாஜி அரசர் பட்டத்திற்கு வந்தார். சரபோஜி அரசரோடு பழகியதுபோல அவருடைய குமாரரோடு பழகுவதற்குச் சுப்பராமையருக்குச் சந்தர்ப்பம் வாய்க்கவில்லை. ஆயினும் ஸமஸ்தானத்தின் பெருமையை எண்ணி அங்கே இருந்துவந்தார்.

சரபோஜி அரசர்மீது கொட்டையூர் ஸ்ரீ சிவக்கொழுந்து தேசிகர் ஒரு குறவஞ்சி நாடகம் இயற்றியிருக்கிறார். அது யாவராலும் பாராட்டப்பெற்றது. சிவாஜி அரசர்மீதும் ஒரு குறவஞ்சி இயற்ற வேண்டுமென்று சில நண்பர்கள் சுப்பராமையரிடம் வற்புறுத்திக் கூறினார்கள். அப்படியே அவர் ஒரு குறவஞ்சி இயற்றினார். ஆயினும் அது பிரசித்தமாக

வழங்கவில்லை. சில கீர்த்தனங்களை மாத்திரம் நான் இளமையில் கேட்டிருக்கிறேன். பிறகு சில அதிகாரிகள் விரும்பியபடியே சிவாஜி மன்னர்மீது ஐந்து ராகங்களில் பஞ்சரத்தினமாக ஐந்து கீர்த்தனங்கள் இயற்றினார். அக்கீர்த்தனங்களைக் கேட்டவர்கள் அவற்றின் அமைப்பைப் பாராட்டினர். சிவாஜி அரசரும் கேட்டு மகிழ்ந்தனர். அதற்குப் பரிசாக ஒரு கிராமம் வழங்க வேண்டுமென்று அவர் எண்ணியிருந்தார்.

அதை யுணர்ந்த சில பொறாமைக்காரர்கள், "மகாராஜா அவர்கள் தமிழ்ப் பாட்டைக் கேட்கக்கூடாது; கேட்டால் வம்சம் அழிந்துவிடும்" என்று பயமுறுத்தினார்கள். வரவரத் தம்முடைய சுதந்திர நிலையையும் சௌகரியங்களையும் இழந்துவந்த சிவாஜியரசர் அவர்கள் வார்த்தையை நம்பினார். இயல்பாக அதிர்ஷ்டக் குறைவுள்ள தமக்கு அந்தக் கீர்த்தனங்கள் ஏதேனும் தீமையை உண்டாக்கினால் என்ன செய்வதென்று அஞ்சினார். அவருக்கு உண்மையிலே சங்கீதத்திலும், வித்துவான்களிடத்திலும் அன்பு இருந்தால் அந்தப் பொறாமைக்காரர்களுடைய வார்த்தைகளைச் செவியில் வாங்கியிருக்கமாட்டார். "அரண்டவன் கண்ணுக்கு இருண்டதெல்லாம் பேய்" என்பதுபோல அவர் நிலை பலஹீனமாக இருந்தமையால், அவருக்கு எதைக் கண்டாலும் சந்தேகமும் அச்சமும் உண்டாயின. உண்மையில் வித்தையினிடத்தில் அன்பு இருந்தமையால் எந்த இடையூற்றையும் கவனியாமல் அதை வெளியிட்ட பெருவள்ளல்கள் தமிழ்நாட்டில் விளங்கவில்லையா? 'புகழெனின் உயிரும்' கொடுக்கும் தமிழ் வள்ளல்கள் எத்தனை பேர்! தன் இன்னுயிர் போவதாக இருப்பினும், தமிழினிமையை நுகருவதற்கு இடையூறு இருத்தல் கூடாதென்று *நந்திக்கலம்பகத்தைக்* கேட்டுத் தமிழின்பத்திலே உயிரை நீத்த பல்லவ மன்னனுடைய வரலாறு கலையின்பத்தை மதிக்கும் அறிஞர்களின் இயல்பை நன்றாக விளக்குகின்றதன்றோ?

சிவாஜி மன்னர் தமக்கு மான்யம் அளிப்பாரென்ற விஷயம் பலர் வாயிலாகச் சுப்பராமையருக்கு எட்டியது. பிறகு அந்த எண்ணம் மாறிப்போனதையும் உணர்ந்தார். 'நமக்குக் கிடைக்க வேண்டிய லாபத்தை இழந்தோமே' என்று அவர் வருந்தவில்லை. 'இத்தகைய இடத்தில் இருப்பதாலன்றோ நமக்கு இழிவு உண்டாவதோடு தெய்வத் தமிழுக்கும் இழுக்கு உண்டாயிற்று? இனி இங்கே இருப்பது தகாது' என்று கருதித் தம் ஊருக்கு உடனே புறப்பட்டு விட்டார்.

அது முதல் அவர் ஈசுவர பக்தி பண்ணிக் கொண்டு சங்கீத சாஹித்திய இன்பத்தை நுகர்ந்து வாழ்ந்து வந்தார். அவர் தஞ்சை

ஸமஸ்தானத்தின் தொடர்பை விட்டு விட்டாலும் சங்கீத உலகத்தில் அவருக்கு இருந்த மதிப்பு ஒரு சிறிதும் குறையவில்லை. சங்கீத வித்துவான்கள் அவருடைய கீர்த்தனங்களைப் பெரிய சபைகளி லெல்லாம் பாடி ஜனங்களை இன்புறுத்தி வந்தனர். ராகபாவங்களை நன்றாக வெளிப்படுத்தும் முறையில் அவருடைய கீர்த்தனங்கள் அமைந்திருப்பதை யறிந்து அவர்கள் மகிழ்ந்தனர். அவருடைய உருப்படிகள் பெரும்பாலும் இலக்கண வழுவின்றி எளிய நடையில் நல்ல பொருளுடையனவாக இருத்தலை அறிந்த தமிழ் வித்துவான்கள் பாராட்டினர்.

அவ்வப்போது தலங்களுக்குச் சென்று தரிசனம் செய்து இன்புறுவதும் அவ்வத்தல விஷயமாகக் கீர்த்தனங்களை இயற்றிப் பாடுவதும் சுப்பராமையருக்கு உவப்பைத் தரும் செயல்களாக அமைந்தன. அவருடைய கீர்த்தனங்கள் பெரியனவாகவே இருக்கும். அவற்றில் தல சம்பந்தமான வரலாறுகளைக் காணலாம். 'திருவாரூர் ஸ்ரீ முத்துசாமி தீக்ஷிதரவர்கள் வடமொழியில் இயற்றியுள்ள கீர்த்தனங்களைப்போல இவை தமிழில் விளங்குகின்றன' என்று அக்காலத்தில் வித்துவான்கள் பாராட்டினர்.

ஒரு சமயம் சுப்பராமையர் கும்பகோணம் சென்றிருந்தார். அங்கே உபய ஸமஸ்தான திவானாக விளங்கிய ஸ்ரீ வாலீஸ் அப்புராய ரென்பவர் வசித்து வந்தார்; அவர் வித்துவான்களிடத்தில் அன்புடையவராக விளங்கினார். அவருக்கும் சுப்பராமையருக்கும் பழக்கம் உண்டு. சுப்பராமையர் அப்புராயர் வீட்டிற்குப் போனார். சங்கராபரணத்தைச் சிலகாலம் அடகு வைத்தவராகிய *நரஸைய ரென்னும் வித்துவானும் அங்கே ஆஸ்தான வித்துவானாக இருந்தார். அப்புராயர் வீடே ஓர் அரசருடைய மாளிகைபோல விளங்கும். அடிக்கடி விருந்துகளும் சங்கீத வினிகைகளும் அங்கே நடைபெறுவதுண்டு. அன்று நரஸையருடைய வினிகை நடைபெற்றது. அப்போது வாலீஸ் அப்புராயர் சுப்பராமையரைப் பார்த்து, "சங்கராபரணத்தில் இப்போது புதிதாக ஒரு கீர்த்தனம் பாடவேண்டும்" என்று கூறினார். அப்புராயர் சுப்பராமையருடைய ஆற்றலை நன்கு உணர்ந்தவர். அதைப் பலரும் அறியும்படி செய்யவேண்டு மென்பது அவருடைய அவா. ராயருடைய விருப்பத்தின்படியே சுப்பராமையர் அங்கு அப்போதே அந்த ராயர் விஷயமாகவே சங்கராபரண ராகத்தில் திரிகாலமும் அமைத்து ஒரு கீர்த்தனம் பாடினார். 'மிஞ்சுதே விரகம்' என்பது அதன் பல்லவி. நரஸையரும் மற்றவர்களும் கேட்டு மகிழ்ந்தார்கள்.

* இவர் சங்கராபரணத்தை அடகு வைத்த வரலாறு தனியே எழுதி அச்சிடப்பெற்று வெளியிடப்பட்டுள்ளது.

சுப்பராமையர் ஆடம்பரமின்றி அடங்கியிருப்பதைக் கண்டு அவர்கள் வியப்புற்றார்கள்.

சுப்பராமையர் நெடுங்காலம் வாழ்ந்திருந்தார். தூய்மையான ஒழுக்க முடையவ ராதலின் அவர் தேக வன்மையோடு விளங்கினார். கனம் கிருஷ்ணையரும் வேறு சில சகோதரர்களும் அவருக்கு முன்பே காலமாயினர்.

ஒருவர்பின் ஒருவராக மூன்று மனைவியரை அவர் மணந்தனர். முதல் தாரத்திற்குச் சுப்பையரென்ற பிள்ளை ஒருவர் பிறந்தார். அவருக்கும் சங்கீதப் பயிற்சி உண்டு. அவரையன்றி மூன்று பெண்களும் பிறந்தனர்.

சுப்பராமையருக்குத் தேங்காய்ப்பாலில் மிக்க விருப்பம் உண்டாம். தம் முதிய பிராயத்தில் அவருடைய மூன்றாந் தாரத்தினிடம், 'தேங்காய் இருக்கிறதா?' என்று கேட்பாராம். அந்தப் பெண்மணி அவர் கருத்தை அறிந்து தேங்காய் இல்லாவிடினும் வருவித்துப் துருவிப் பால்காய்ச்சிக் கற்கண்டு சேர்த்து அவருக்குத் தருவது வழக்கமாம்.

சுப்பராமையருடைய கீர்த்தனங்களை அவர் சகோதரராகிய சுந்தரையருடைய புதல்வியார் தம் எழுபதாவது பிராயத்திலே பாட நான் கேட்டிருக்கிறேன். என் தந்தையாரும் சிறிய தந்தையாரும் வேறு பலரும் அவற்றைப் பாடுவார்கள். சுப்பராமையர் என் தந்தை யாருடைய தாயாருக்கு அம்மானாவார். காலம் மாறிக்கொண்டே வருகின்றது. பழைய சிருஷ்டிகளை நாம் மறந்துவிடுகின்றோம். சுப்பராமையருடைய கீர்த்தனங்களை இப்போது பாடுவாரே இல்லை. ஆனாலும், அவருடைய கீர்த்தனங்கள் முத்துசாமி தீக்ஷிதருடைய கீர்த்தனங்களை ஒப்ப அறிஞர்களால் மதிக்கப்பெற்ற காலம் ஒன்று இருந்ததென்பதை இவ்வரலாறு ஞாபகப்படுத்துகின்றது.

சுப்பராமையரின் சில கீர்த்தனங்கள்:

ஸ்ரீ வாஞ்சி நாதர் விஷயமானது

ராகம்: சஹானா தாளம்: ஆதி

பல்லவி

ஆராலும் சொல்லத்தர மல்லக் காணேன்
ஐயாவுன் திருவடி மகிமையை (ஆரா)

அநுபல்லவி

பாராளுங் கர்த்த கமல பவன் துதி
பகரும் ஸ்ரீ வாஞ்சி நாதரே உலகில் (ஆரா)

சரணங்கள்

கண்மலரா லருச்சனை செய்த மாலுக்குக்
 கண் களித்துச் சக்கரமொன் றளித்த
உண்மைப் பொருளா யுலகெங்கணும் நிறைந்த
 ஓருரு வாகிய பேரொளியே
வெண்மதிக் கலையும்பொற் கடுக்கையுங் கங்கையும்
 வேணியில் தரித்த தாணுவே
விண்முழு தாளும் இந்திரன் முதலனைவரும்
 மிகுந்துமன துவந்து நிதமும் வந்து அகந்தமுவி
 வணங்கவருஞ் சோதியே (ஆரா)

பாசக் கயிற்றுடன் வருங் காலனை யுதைத்துப்
 பரிந்து மார்க்கண்டர்க் கென்றும் பதினாறாக
ஆசி லாத ஆயுஸு தந்து விளங்கும்
 ஆனந்தத் தாண்டவ மூர்த்தியே
பாசுப தாஸ்த்ரம் வில் விஜயனுக் களித்த
 பரம புருஷபஞ் சாட்சரஸ்வரூபா
தாஸஸம் ரட்சண உல் லாஸஜக தீச
 தரங்க முறு துரும்பெனவே அலைந்து தியங்கும் உளம்
 இலங்கு பணி பூஷணா (ஆரா)

அங்கஜ னையுந்த்ரிபு ராதியை யும்எரித்த
 அமல பூர்ணபோதானந்த ரூப
மங்களாம்பிகைக் கன்பாம்முத்து வேலரை
 வளர்க்கும் வாஞ்சி நகர் வாசரே
சங்கர ஹித சாரங்க தரவருஷத்து ரங்க
 ஜகந்மோஹனாங்க பவபங்க
கங்காதரஹர வாஞ்சிலிங்க தவளாங்க
 கருவுறு பிறவிப் பிணியை விலக்கிக்
 கனத்தபுக ழெமக்கருள் தயாபர (ஆரா)

திருக்குடந்தைக் கீழ்க்கோட்டத்துப் பெரிய நாயகி அம்பிகை விஷயமான கீர்த்தனம்

ராகம்: பைரவி தாளம்: ஆதி

பல்லவி

தினந்தினமுன் பதந்தனை நினைந்துநான்
 பணிந்திடவும் வரம் தாருமென் – அம்மா

அனுபல்லவி

அனந்தவிதம் நினைந்துபணி அணிந்து
 கனம்பெறுமின் னெனும்பெரிய நாயகி (தினந்தினம்)

சரணங்கள்

பருந்தரள வடங்கலவை சேர்பொடி
 பதிந்ததனம் மிகுந்தகனி வாய்கிளி
திருந்துமொழி தெளிந்தபிறை வாணுதல்

செயங்கொள்சிலை எனும் புருவமும்
பொருந்துசெவி அணிந்தமணி ஓலைகள்
புறந்தனிலே இறங்குகதிர் வீசிட
விரிந்தமலர் புனைந்தகுழல் மேகலை
விளங்குமிடை சிலம்பினொலி யோடனு (தினந்தினம்)

அருந்தமிழின் விதந்தெரிகி லாதவர்
அகந்தனிலே இருந்துதமிழ் மாலைகள்
சொரிந்துபல னேதொன்றுமில் லாமலே
சுழன்றலைய வும்என்குறைகளோ
வருந்துயர மெனும்பிணிக ளான்மிக
வருந்துமென தகந்தொலைய வேஒரு
மருந்துதவி தெரிந்தடியன் மீதினில்
மகிழ்ந்தருள்செய் துரந்தரி தயாபரி (தினந்தினம்)

பெரும்பிறவி எனும்கடலில் மூழ்கியே
பெரண்டுடலம் வருந்துமெனை நீயுமுன்
அரும்பதவி உகந்துதவி ஆதரி
அரும்புநகை இலங்கமலை யே
சுரும்புவிழி மடந்தையர் சிரோமணி
சுபம்பெருகு குடந்தைநகர் மேவிய
அருந்தவமே புரிந்தமுத்து வேலரை
அகங்கொளவே பெறும்பெரிய நாயகி (தினந்தினம்)

சில்பஸ்ரீ – முதல் வால்யூம், 1939

[இக்கட்டுரையில் இடம்பெறும் இரண்டு கீர்த்தனங்களும் சில்பஸ்ரீ–யில் ஐயரின் உதவியால் வெவ்வேறு சமயங்களில் வெளிவந்தவை. அவரது நூலில் வேறெங்கும் இடம்பெற்றதாகத் தெரியவில்லை. தேவை கருதி இங்குச் சேர்க்கப்பட்டுள்ளது. (ப.ஆ.)]

11

பாபநாச முதலியார்

நந்தன் சரித்திரக் கீர்த்தனை பாடிய ஸ்ரீ கோபாலகிருஷ்ண பாரதியார் அடிக்கடி பழைய வித்துவான்களைப் பற்றிய கதைகளை என்னிடம் சொல்லுவார். சிவபக்தி மிக்க அவர் சிவஸ்தல சம்பந்தமான விஷயங்களையும் சொல்லிக்காட்டுவார். ஒருநாள் ஒரு கீர்த்தனத்தைப் பாடிக் காட்டி, "எவ்வளவு அழகாக அமைந்திருக்கிறது இது! இப்படித் தமிழ் வித்துவான்களால் பாட முடியுமா?" என்று அவர் கேட்டார்.

"இது யார் கீர்த்தனம்?" என்று கேட்டேன்.

"பாபநாச முதலியார் கீர்த்தனம்; சிவஸ்தல விஷயங்களை அமைத்து ராக பாவம் நன்றாகப் பொருந்தும்படி அவர் பாடியிருக்கிறார். சங்கீதம் தெரிந்தவர்களுடைய சாகித்திய மென்றால் அதற்கு ஒரு தனிக் கௌரவம் உண்டு" என்றார். அவர் அந்த வகையைச் சேர்ந்தவ ராகையால் தம்மையும் கருத்திற்கொண்டே அப்படிச் சொன்னாரென்று நான் எண்ணினேன்.

மகா சிவபக்தரும் தமிழில் அருமையான கீர்த்தனங்களைப் பாடியவருமான கோபாலகிருஷ்ண பாரதியாரே பாராட்டுவா ரென்றால் பாபநாச முதலியாருடைய பெருமையைத் தனியே நாம் வேறு எடுத்துச் சொல்வது அவசியமன்று.

என் தந்தையாராகிய வேங்கடசுப்பையரும் பாபநாச முதலியார் கீர்த்தனங்களைப் பாடுவார். ஒருநாள் கும்பகோணம் சம்பந்தமான கீர்த்தன

மொன்றைப் பாடிக்காட்டி, "இது *கும்பேசர் குறவஞ்சி*யிலுள்ளது; பாபநாச முதலியார் வாக்கு" என்று சொன்னார். நான் இயற்றமிழ் இலக்கிய ஆராய்ச்சியில் புகுந்து ஏடு தேடிய காலத்தில் *கும்பேசர் குறவஞ்சி*யையும் தேடிக்கொண்டிருந்தேன். நல்ல வேளையாக அந்தக் குறவஞ்சியின் ஏட்டுப் பிரதிகள் கிடைத்தன; பிரதி செய்து வைத்துக்கொண்டேன். பாபநாச முதலியாரைப் பற்றிச் சில புதிய விஷயங்களும் தெரியவந்தன.

பாபநாச முதலியார் கும்பகோணத்தில் பதினேழாம் நூற்றாண்டில் வசித்தவர். அந்நகரத்தில் வாணாதுறை வடக்கு வீதியில், திருவேங்கடம் பிள்ளை என்பவர் வசித்திருந்த வீடு அவர் வீடென்று சில தஸ்தாவேஜிகளால் தெரியவந்தது. அவர் காலத்தில் தஞ்சையில் மகராஷ்டிர அரசு ஸ்தாபிதமாகி யிருந்தது. மகாராஷ்டிர அரசராகிய ஏகோஜி என்பவர் அரசராக இருந்தார். அவருடைய ஆதரவு பாபநாச முதலியாருக்குக் கிடைத்தது. ஸ்தலங்கள்தோறும் உள்ள விஷயங்களை அமைத்து ரக்தி ராகங்களில் பல கீர்த்தனங்களை அவர் இயற்றினார். பெருபாலும் அவை முதற்காலத்திலே அமைந்திருக்கும்.

"நடமாடித் திரிந்த வுமக்கு" என்ற காம்போதி ராகக் கீர்த்தனம் அவர் இயற்றியதே. ஒருசமயம் திருக்கோடிகாவல் கிருஷ்ண ஐயர் இந்தக் கீர்த்தனத்தைப் பிடிலில் வாசித்துப் பாடியபோது அதைக் கேட்டு ராமநாதபுரம் அரசராகிய ஸ்ரீ ராஜராஜேசுவர ஸேதுபதி யவர்கள் மிக ஈடுபட்டு உடனே நானூறு ரூபாய் பரிசளித்தார். இந்தக் கீர்த்தனத்தைத் தாம் பாடம் செய்து பாடிக்கொண்டே யிருந்ததோடு தனியே அச்சிட்டு, விரும்பியவர்களுக்குக் கொடுத்தும் வந்தார்.

அவர் தம் கீர்த்தனங்களில் பாபநாசம் என்ற முத்திரையைப் பாட்டின் பொருளோடு இசைந்து நிற்கும்படி அமைத்திருப்பார்.

அக்காலத்தில் சிறந்த சிவஸ்தலங்கள் சிலவற்றில் விசேஷ காலங்களில் நாடகம் நடத்திவந்தார்கள். ஸ்தல சம்பந்தமான கதைகளை நாடகமாக்கி நடத்துவது வழக்கம். திருக்கழுக்குன்றத்தில் சுரகுரு நாடகமும், மயிலாப்பூரில் பூம்பாவை விலாஸமும் ஆடி வந்தனர். வேறு சில ஸ்தலங்களில் குறவஞ்சி நாடகத்தை நடத்தினர். இவ்வாறு ஏற்பட்ட குறவஞ்சிகளில் சிறந்தது *திருக்குற்றாலக் குறவஞ்சி*.

இயற்றமிழ்ப் புலவர்கள் பலர் குறவஞ்சிகளை இயற்றி யிருக்கிறார்கள். சங்கீத வித்துவான்களிற் சிலரும் சில குறவஞ்சி நூல்களை இயற்றியதுண்டு. உத்தமதானபுரம் லிங்கப்பையர், பெரிய திருக்குன்றம் சுப்பராமையர் முதலியோர் இதற்கு

உதாரணமாவர். பாபநாச முதலியார் அந்தக் கோஷ்டியில் முன்னவராக இருக்க வேண்டும்.

கும்பேசர்மீது ஒரு நாயகி காதல் கொண்டு விரகதாபத்தால் துன்பமடைகிறாள். நிலவையும் தென்றலையும் மன்மதனையும் வெறுத்துப் புலம்புகிறாள். அப்போது ஒரு குறத்தி வந்து தன் நாட்டு வளத்தையும் மலை வளத்தையும் சொல்லிக் குறி கூறுகிறாள்: "கும்பநாதர் உனக்கு அருள்செய்வார்" என்று சொல்லுகிறாள். அப்போது அவளைத் தேடிக்கொண்டு அவள் நாயகனாகிய குறவன் வருகிறான். குறத்தியும் குறவனும் சேர்ந்து கும்பேசரைத் துதிக்கிறார்கள். இதோடு நாடகம் முடிகிறது.

* * *

இந்த நாடகம் எளிய நடையில் சங்கீத அமைப்புக்கு ஏற்ற கீர்த்தனங்களையும் நாடக அமைப்புக்கு ஏற்ற பாடல்களையும் கொண்டுள்ளது. குறத்தி தான் கண்ட மலைகளை யெல்லாம் அடுக்கிச் சொல்லும்போது பல ஸ்தலங்களின் பெயர்கள் வருகின்றன. இறுதியில்,

தெரிசனம் பாவநாச மென்ற அசலகிரிக ளின்னஞ்
சொல்லித் தொலையாதே யடிமாதே நான்

என்று முடிக்கிறாள். இதில் பாபநாசம் என்ற முத்திரை வருகிறது.

குறி சொல்வதற்கு முன் பல தெய்வங்களை அவள் வேண்டிக் கொள்ளுகிறாள். ஆகாசவாணி, பூமிதேவி, எக்கலா தேவி, கண்ணனூர் மாரி முதலிய தெய்வங்களையும், கும்ப கோணத்திலுள்ள தெய்வங்களையும் அழைத்துப் பாடுகிறாள். பேராரவாரப் பிள்ளையார், குடந்தை ஊர் காக்கும் குலோத்துங்க காளி என்னும் இரண்டு தெய்வங்கள் எனக்குப் புதியனவாக இருந்தன.

இந்த நூலில் வரும் குறத்தி சாதாரணமானவள் அல்லள். மிகப் பழங்காலம் முதல் இருந்து வருபவள். அவள் சுபத்திரைக்குக் குறி சொன்னவளாம். 'இவன் சந்நியாசியல்ல, அரசன்' என்று ரகஸ்யத்தைச் சொல்லிப் பரிசு பெற்றவளாம்.

திரிதண்டு சந்நாசியல்ல ராச னென்று
திருச்சுபத் திரைக்குரைத் தேனந்தத்
தெள்ளமுது மெய்தா னுள்ள தென்று நல்ல
வெள்ளிபொன் னளித்தான் பார்

என்று அவள் தன் பெருமையைச் சொல்லிக் கொள்ளுகிறாள்.

குந்தி தேவிக்குக்கூடக் குறி சொல்லி, 'வர்ணச் சேலையும் மாமுத்துமாலையுங் கொந்தள வோலையும்' பரிசாகப் பெற்றாளாம் கவிஞன் படைத்த குறத்திக்கு முதலேது, முடிவேது?

இந்தக் குறவஞ்சி நாடகத்தைப் பிற்காலத்தில் கும்பகோணத்திலிருந்த கோப்பு நடராஜ செட்டியா ரென்பவர் நாட்டியக்காரர்களைக் கொண்டு மிகச் சிறப்பாக நடைபெறச் செய்தாரென்று ஒரு செய்யுள் தெரிவிக்கின்றது. அதில்,

அவனிபுகழ் முத்தமிழ்க் கவிராச சேகர
னருள் பாவநாச நேசன்

என்று பெரியா ரொருவரால் பாபநாச முதலியார் பாராட்டப் பெற்றிருக்கிறார். பாகவதம் தசம ஸ்கந்தத்தையும் உத்தர ராமாயணத்தையும் கீர்த்தன ரூபமாக இயற்றிய ஸ்ரீ அனந்த பாரதிகளாலும் முதலியார் பாராட்டப் பெற்றிருக்கிறார்.

இடையிடையே கீர்த்தனங்களில் சில சரணங்கள் தெலுங்கு மொழியில் உள்ளன. அதனால் பாபநாச முதலியாருக்குத் தெலுங்குப் பயிற்சியும் உண்டென்று தெரிகிறது. ஒருகால் இவர் தனித் தெலுங்கில் கீர்த்தனங்கள் இயற்றியிருத்தலும் கூடும்.

* * *

கீர்த்தனங்களின் நடை சாதாரணமாக இருந்தாலும் அவற்றின் சங்கீத அமைப்பு உயர்ந்ததென்பதைச் சங்கீத வித்துவான்கள் நன்கு அறிவார்கள். அதனாலேதான் பாபநாச முதலியார் கீர்த்தனங்களைக் கனம் கிருஷ்ணையர், மதுரகவி, அனந்தபாரதி முதலிய சங்கீத சாகித்திய வித்துவான்கள் பாடி இன்புற்றார்க ளென்று தெரிகிறது.

அவர் இயற்றிய குறவஞ்சி மறைவில் இருக்கிறது. அந்த நாடகம் உலக அரங்கில் ஏறுங்காலம் எப்போது வருமோ!

ஆனந்த விகடன், 28.12.1941

12

‘தலைமுறைக்கும் போதும்’

தஞ்சை ஜில்லாவில் உள்ள ஒரு பெரிய கிராமத்திலே பல வருஷங்களுக்கு முன்பு தனவந்தர் ஒருவர் இருந்தார். அவருக்கு மிக்க பணமும் பூஸ்திதியும் உண்டு. பொருளை விருத்தி செய்வதிலும் அதனைக் காப்பாற்றுவதிலும் நல்ல திறமையுள்ளவர்; அவற்றிற்குரிய வழிகளை யறிந்து அவ்வாறே பெருமுயற்சியுடன் ஒழுகிவந்தார். வயல்களுக்குத் தாமே நேரிற் சென்று வேலைக்காரர்களிடமிருந்து வேலை வாங்குவார்; தாமும் செய்து காட்டுவார். பயிர்த் தொழிலில் மிக்க ஊக்கமும் பயிற்சியும் உடையவர். ‘தொழுதூண் சுவையின் உழுதூணினிது’ என்பதை நன்றாக அறிந்தவர். ஆனால், கல்வியில் அவருக்கு ஒருவிதமான பழக்கமும் இல்லை. மற்ற ஜனங்களோடு அதிகமாக நெருங்கிப் பழகுவது மில்லை. யாவருக்கும் இன்பமளித்து மகிழ்விக்கும் சங்கீதத்திலோ சிறிதேனும் அவருக்கு விருப்பமில்லை. வயல்களில் நிகழும் நிகழ்ச்சிகளும் உண்டாகும் ஓசைகளுமே அவருக்கு எல்லாவித இன்பத்தையும் அளித்தன.

இப்படியிருக்கையில் அந்தக் கனவானுடைய வீட்டில் ஒரு கல்யாணம் நிகழ்ந்தது. உறவினர்களும் பிறரும் அவருக்கு ஊக்க மூட்டி அக்கல்யாணத்தை மிகவும் பிரபலமாக நடத்த வேண்டுமென்று சொன்னார்கள். அவர்களுடைய வசமாயிருந்த அவர் அக்கல்யாணத்தில் அவர்கள் விருப்பத்தின்படியே ஒரு சிறந்த சங்கீதக் கச்சேரி நடத்த உடன்பட்டார். பெரிய பணக்கார ரானமையால் எவரை வேண்டு மானாலும் வரவழைக்கலா மல்லவா? நண்பர்களுடன் கலந்து யோசித்து அக்காலத்தில் தஞ்சாவூர்

ஸம்ஸ்தானத்தில் பிரபல சங்கீத வித்துவான்களாக இருந்த ஆனை, ஐயா என்பவர்களை வருவித்து அவர்களைக் கொண்டு சங்கீதக் கச்சேரியை நடத்த நிச்சயித்தார்.

ஆனை, ஐயா என்பவர்கள் சகோதரர்கள்; இரட்டைப் பிள்ளைக ளென்று வழங்கப்படுவார்கள். வையைச்சேரி என்னும் ஊரில் அவர்கள் பிறந்தவர்கள். ஆனை என்பது ஒருவர் பெயர்; ஐயா என்பது மற்றொருவர் பெயர். இருவரும் சங்கீதத்தில் நல்ல பயிற்சியுடையவர்கள்; எக்காலத்திலும் பிரியாது சேர்ந்தே வசிப்பவர்கள்; சங்கீதத்தில் இணையற்ற வித்துவானாக விளங்கிய ஸ்ரீ *மகா வைத்தியநாதைய ரவர்களுடைய தாய்வழியில் முன்னோர்கள்; வடமொழி தென்மொழி தெலுங்கு என்னும் மூன்று மொழிகளிலும் சிறந்த பழக்கமும் அவற்றில் கீர்த்தனம் இயற்றும் வன்மையும் உடையவர்கள்; அவர்கள் ஸ்வரம், பல்லவி முதலியவற்றை எப்பொழுதும் சேர்ந்தே பாடுவார்கள்; சிவபக்திச் செல்வம் வாய்ந்தவர்கள்; விபூதி ருத்ராக்ஷங்கள் அணிபவர்கள்; திருவையாற்றிலுள்ள ஸ்ரீ தர்மசம்வர்த்தனி யம்பிகை விஷயமாகவும் ஸ்ரீ பிரணதார்த்திஹரர் விஷயமாகவும் பல கீர்த்தனங்களை இயற்றியுள்ளார்கள்.

ஒரு சமயம் தஞ்சாவூர் ஸம்ஸ்தானத்திற்கு ஹைதராபாத்தி லிருந்து பல விருதுகள் பெற்ற முகம்மதிய சங்கீத விற்பன்ன ரொருவர் வந்திருந்தார். அவர் இந்துஸ்தானி சங்கீதம் பாடி அரசரையும், பிறரையும் உவப்பித்தார். அரசர் மிக்க மகிழ்ச்சியை அடைந்து, "இந்த இந்துஸ்தானி சங்கீதத்தை யாரேனும் இங்கே கற்றுக்கொண்டு பாட முடியுமா?" என்று சபையிலுள்ள சங்கீத வித்துவான்களைக் கேட்டபோது அங்கு வீற்றிருந்த ஆனை, ஐயா இருவரும், "இரண்டு மாதம் அவகாசம் கொடுத்தால் நாங்கள் முயற்சி செய்து பார்ப்போம்" என்றார்கள். அவ்வாறே இரண்டு மாதம் பயின்று அந்தச் சங்கீதத்தைத் தவறின்றி அரசருக்குப் பாடிக் காட்டினார்கள். அதுவரையில் தஞ்சையிலேயே இருந்த முகம்மதிய வித்துவான் கேட்டு வியப்புற்று, "நாங்கள் எவ்வளவோ கஷ்டப்பட்டுத் தக்க ஆசிரியரிடம் பல வருஷங்கள் பயின்று கற்றுக்கொண்ட இந்த அருமையான வித்தையை இவர்கள் கேள்வியினாலேயே இவ்வளவு விரைவில் கற்றுக்கொண்டார்களே! இவர்கள் எதையும் எளிதிற் கற்றுக் கொள்வார்களென்று தோற்றுகின்றது!" என்று சொல்லி மிகவும் பாராட்டினரென்று சொல்வார்கள்.

இத்தகைய வித்துவான்கள் மேற்கூறிய கனவான் வீட்டுக் கல்யாணத்துக்கு வந்து சேர்ந்தார்கள். அவர்கள் வரவை அறிந்த

---

* இவருடைய சரித்திரம் தனியே எழுதப்பட்டுள்ளது.

'தலைமுறைக்கும் போதும்'

ஜனங்கள் யாவரும் அவர்களுடைய பாட்டைக் கேட்க மிக்க ஆவல்கொண்டு வந்து கூடினார்கள். வெளியூர்களிலிருந்தும் பலர் வந்தனர். அவர்களுடைய பெருமை எங்கும் பரவியிருந்ததாதலின் அவர்கள் பாட்டைக் கேளாவிடினும் அவர்களைப் பார்த்துவிட்டாவது போகலாமென்று பலர் வந்திருந்தனர். இவ்வளவு கூட்டத்தையும் கண்ட தனவந்தருக்கு உள்ளுக்குள்ளே மிக்க சந்தோஷம் உண்டாயிற்று. எல்லோரும் தம்மை உத்தேசித்தே வந்துள்ளார்கள் என்பது அவருடைய நினைவு.

முகூர்த்த நாளின் மாலையில் சங்கீத வினிகை நடந்தது. ஆனை, ஐயாவைச் சுற்றிலும் பிரபலர்களான வித்துவான்கள் பலர் அமர்ந்திருந்தார்கள். கூட்டம் அமைதியாகவிருந்து கேட்டு வந்தது. வீட்டு எஜமான் அப்போதுதான் தமது கௌரவத்தைக் காட்ட வேண்டுமென்று சுறுசுறுப்பாகப் பல காரியங்களையும் கவனித்து வந்தார். உணவுக்கு வேண்டியவற்றையும் பிற உபசாரங்களுக்கு உரியவற்றையும் செவ்வனே அமைக்குமாறு அங்கங்கே உள்ளவர்களை ஏவிக்கொண்டும் அடிக்கொருதரம் சங்கீதக் கச்சேரி நடக்குமிடத்திற்கு வந்து கூட்டத்தையும் பாடுபவர்களையும் சுற்றிப்பார்த்துக் கனைத்துக்கொண்டும் காற்றாடிபோல் சுழன்று வந்தார். உண்மையில் சங்கீதம் என்பது இன்னதென்று தெரியாதாதலின் அவருக்கு அதிலே புத்தி செல்லவில்லை.

ஆனை, ஐயா இருவரும் ஒரு பல்லவி பாட ஆரம்பித்தனர். பலபல சங்கதிகளையும் கற்பனை ஸ்வரங்களையும் அமைத்துப் பாடினர். அங்கிருந்தோர்கள், 'இதுவரையில் இவ்வாறு கேட்டதே இல்லை' என்று கூறி அதில் ஈடுபட்டனர். அதனால் ஊக்கம் மிக்க பாடகர்கள் இருவரும் தங்கள் மனோபாவ விரிவுக்கேற்றபடி பாடிக்கொண்டிருந்தார்கள். அங்கிருந்த யாவரும் ஒரே நோக்கமாக ஆனந்தக் கடலில் மூழ்கியிருந்தனர்.

அப்பொழுது ஒரு தூணருகில் நின்றுகொண்டு எஜமான் கவனித்தார். அவர் தம் மூக்கின்மேல் விரலை வைப்பதும் அடிக்கடி முகத்தைச் சுளிப்பதும் வாயினால் வெறுப்பிற்குரிய ஒலியை உண்டாக்குவதும் அவருக்கு ஏதோ மனதில் ஒருவித வருத்தம் இருப்பதை வெளிக்காட்டின. வரவரக் கண்கள் சிவந்தன. இரண்டு தடவை தூணில் தட்டினார். அவருக்குக் கோபம் வந்த காரணம் ஒருவருக்கும் தெரியவில்லை. திடீரென்று பலத்த குரலில், "வித்துவான்களே, நிறுத்துங்கள் உங்கள் சங்கீதத்தை. இங்கே இருப்பவர்களுக் கெல்லாம் ஒன்றும் தெரியாதென்று நினைத்து விட்டீர்களோ! நானும் ஒரு நாழிகையாக எல்லா வேலையையும் விட்டுவிட்டுக் கவனித்துக் கொண்டுதான் இருக்கிறேன். திருப்பித்

திருப்பிச் சொன்னதையே சொல்லிக் கொண்டிருக்கிறீர்களே! அதற்கென்ன அர்த்தமென்று நான் கேட்கிறேன்" என்று கர்ஜனை செய்தார். யாவருக்கும் உச்சந்தலை முதல் உள்ளங்கால் வரை ஊசியினாற் குத்தினதுபோல் ஓர் உணர்ச்சி பிறந்தது. "இவர்களைப் பெரிய சங்கீத வித்துவான்களென்று பொறுக்கி யெடுத்தார்கள்! இதற்குத்தான் முதலிலேயே கல்யாணத்துக்குப் பாட்டுக் கச்சேரி வேண்டாமென்று சொன்னேன். இருக்கிறவர்க ளெல்லாம் பிடுங்கி எடுத்துவிட்டார்கள். இவர்களுக்குக் கொடுக்கும் பணத்தை வைத்துக்கொண்டு விவசாயத்தை விருத்தி செய்யலாமே!" என்று மேலும் மேலும் கத்திக் கொண்டிருந்தார் பிரபு.

சங்கீதம் நின்றுவிட்டது. அப்போது ஆனை, ஐயா அவர்களின் மனநிலையை யாரால் சொல்ல முடியும்? அங்கிருந்தவர்களிற் பெரிய வித்துவான்க ளெல்லாம் கண்ணில் நீர் ததும்ப அவ்விருவருக்கும் சமாதானம் சொன்னார்கள். அவர்கள் உடனே கல்யாண வீட்டினின்றும் வெளியே போனார்கள். கூட்டம் அவர்களைத் தொடர்ந்து சென்றது. அவ்விருவரும் ஒரு வார்த்தையும் பேசவில்லை. அளவற்ற வருத்தத்தை அடக்கிக் கொண்டவர்க ளென்பதை அவர்கள் முகங்கள் காட்டின. அப்பால் நேராக அவ்வூரிலுள்ள வேங்கடேசப் பெருமாள் கோவிலுக்கு வந்து பெருமாளைத் தரிசித்தனர்; தரிசித்தபோதே ஓவென்று கதறிவிட்டார்கள். உடன் வந்தவர்க ளெல்லோரும் அசைவற்று நின்றனர். ஆனை என்பவர் தம்முடைய வருத்த மிகுதியினால் அடியிற் கண்ட கீர்த்தனத்தைப் பாடத் தொடங்கினார்.

இராகம்: புன்னாகவராளி – தாளம்: ஆதி

(பல்லவி)

போதும் போதும் ஐயா தலைமுறைக்கும் (போதும்)

(அநுபல்லவி)

மாதுவளர்வர காபுரி தனில் விளங்கிய
மங்கை யலர்மேலுமிக மகிழ் வேங்கடாசலனே (போதும்)

(சரணங்கள்)

1. அரியென் றெழுத்தையறி யாத மூடன்றன்னை
ஆதி சேஷ னென்றும்
ஆயுத மொன்றுமறி யாதவன்றனை
அரிய விஜய னென்றும்
அறிந்து மரைக்காசுக் குதவா லோபியைத்
தானக் கர்ண னென்றும்
அழகற்ற வெகுகோரத் தோனை யேமிக
அங்கஜனே யென்றும் – புகழ்ந்தலைந்தது (போதும்)

2. காசுக் காசைகொண்டு லுத்தனைச் சபைதனில்
கற்பக தருவென்றும்
கண்தெரி யாக்குருட னென்றறிந்துஞ் சிவந்த
கமலக் கண்ண னென்றும்
பேசுத லெல்லாம் பொய்யா மொருவனைப்
பிறங்கரிச் சந்த்ர னென்றும்
பெற்ற தாய்தனக்கு மன்னமிடான் றன்னைப்
பெரியதர்ம னென்றும் – புகழ்ந்தலைந்தது (போதும்)

3. அறிவில் லாதபெரு மடையர்த மருகினை
அல்லும் பகலும் நாடி
அன்னை *உமாதாச னுரைக்கும் பதங்களை
அவரிடத்திற் பாடி
அறிவரோ வறியா ரோவென் றேமிக
அஞ்சி மனது வாடி
ஆசை யென்னும்பேய்க் காளா யுலகினில்
அற்பரைக் கொண்டாடித் – திரிந்தலைந்தது (போதும்)

இந்தப் பாட்டைப் பாடி மேலும் சில தோத்திரங்களைச் செய்துவிட்டு அவ்வூராரிடத்தில் விடைபெற்று அவ்வித்துவான்கள் இருவரும் தங்கள் இருப்பிடம் போய்ச் சேர்ந்தார்கள். அதற்குப்பின் தெய்வ சந்நிதானத்திலன்றி வேறொருவரிடமும் அவர்கள் சென்று பாடியதில்லை யென்பர்.

●

(இந்தக் கீர்த்தனத்தையும் வரலாற்றையும் எனக்குச் சொன்னவர்கள் ஸ்ரீ மகாவைத்தியநாதைய ரவர்கள்.)

கலைமகள், தொகுதி 2, பகுதி 7 – 12, 1932

---

* உமாதாசனென்பது ஆனை யென்பவர் முத்திரை. அதனைத் தாம் இயற்றும் ஒவ்வொரு கீர்த்தனத்திலும் அமைத்துப் பாடுவது அவர் வழக்கம்.

13

'அவன் போய்விட்டான்'

வித்துவான்களை ஆதரித்துப் பாதுகாத்து வந்த ஸம்ஸ்தானங்களுள் ஒன்றான தஞ்சாவூர் அடைந்திருந்த புகழ் மிகவும் பெரிய தென்று தமிழ்நாட்டிலும் பிறநாட்டிலும் உள்ளவர்கள் அறிவார்கள். போஸல வம்சத்தினராகிய மகாராஷ்டிர மன்னர்கள் அருங்கலை விநோதர்களாக இருந்தார்கள். அவர்களுடைய உதாரகுணமும் கலைவல்லாரை அவர்கள் ஆதரித்து வந்த இயல்பும் வித்துவான்களுடைய கூட்டங்களில் இன்றளவும் பாராட்டப்பெற்று வருகின்றன. மகாராஷ்டிர மன்னர்களுடைய சபா மண்டபம் எப்பொழுதும் வித்துவான்கள் நிறைந்ததாகவே இருந்தது. தங்கள் தங்கள் திறமையைக் காட்டிப் பெருமையையும் பட்டங்களையும் அடைவதற்கு உரையாணியாக அச்சபை விளங்கிற்று. வித்துவான்கள் அங்கே பாடிப் பரிசு பெற்ற செய்தியைத் தம்முடைய கௌரவத்திற்குச் சிறந்த அறிகுறியாகக் கூறி மற்ற இடங்களிற் சென்று பெருமையை அடைவார்கள்.

அந்தச் சமஸ்தானத்தில் மிகவும் சிறப்பாக இருந்த அரசர்களுள் சரபோஜி அரசர் ஒருவர். அவருடைய காலத்திலேதான் தஞ்சை ஆலங்கிலேயர்பால் ஒப்புவிக்கப்பட்டது. அவருக்குப் பின்பு அவருடைய புதல்வராகிய சிவாஜி இருந்தார். அவரும் வித்துவான்களை ஆதரித்து வந்தார்; சங்கீத ரஸிகராகிய அவருடைய காலத்திற்குப் பின் அவருடைய மருகராகிய ஸகாரம் ஸாஹேப் என்பவர் ஒருவாறு ஆதரித்தனர். பின்பு தஞ்சை சமஸ்தான நிலையே மாறிவிட்டது.

சிவாஜியரசரால் ஆதரிக்கப்பெற்ற வித்துவான்களில் ஆதிமூர்த்தி ஐயர் என்பவர் ஒருவர்; அவர் இளமை தொடங்கியே முறையாக இசைப் பயிற்சி செய்து தேர்ந்தவர்; பச்சைமிரியன் ஆதிப்பையருடைய சிஷ்யராகிய பல்லவி கோபாலையரிடத்தும் கனம் கிருஷ்ணையரிடத்தும் அவருடைய தமையன்மார்களான சுப்பராமையர், சுந்தரமையர் என்பவர்களிடத்தும் சிக்ஷை சொல்லிக் கொண்டவர். தமிழ், தெலுங்கு, வடமொழி ஆகிய மூன்று மொழிகளிலும் ஆயிரக்கணக்கான கீர்த்தனங்கள் அவருக்குப் பாடம் உண்டு. எவ்வளவு பெரிய வித்துவான்களுடைய சபையிலும் இயற்றியவர்களுடைய அமைப்பு மாறாமல் வர்ண சுத்தமாகவும் இனிமையாகவும் கீர்த்தனங்களை அவர் பாடுவார். பல்லவி பாடுவதிலும், விரிந்த மனோபாவத்துடன் கற்பனை ஸ்வரங்களைப் பாடுவதிலும் வல்லவர்; கனம் கிருஷ்ணையருடைய கீர்த்தனங்களை மிகவும் நன்றாகப் பாடுவார். நல்லொழுக்கமுடையவர்; அடக்கமாக இருப்பார்; சிவாஜி மன்னருடைய சபையில் அவர் பிரகாசமுற்று விளங்கினார்; பலகாலமாக வழங்காமலிருந்த 72 மேளகர்த்தா ராகமாலிகையை மகாவைத்தியநாதையர் மெட்டு அமைத்துத் தஞ்சைச் சமஸ்தானத்திற் பாடும்போது பாடியது பொருத்தமாக உள்ளதென்பதைத் தேர்ந்து கூறுவதற்கு அவரே தகுதியானவ ரென்றெண்ணி அங்ஙனமே நியமிக்கப்பட்டார். என்னுடைய தந்தையாராகிய வேங்கடசுப்பைய ரவர்களுக்கும் அவருக்கும் இளமை தொடங்கியே பழக்கமுண்டு. கனம் கிருஷ்ணையருடைய கீர்த்தனைகளை அவர் பாடினால் கிருஷ்ணையர் பாடுவதைப் போலவேயிருக்குமென்று என் தந்தையார் கூறியுள்ளனர்.

தம்மிடம் சிவாஜி மன்னர் காட்டிய அபிமானத்தை யறிந்து ஆதிமூர்த்தி ஐயர் அவர்பால் அன்புடையவராகியிருந்தார். அருமை யறியாதவர்களிடத்திற் பழகுவதற்கு அவருடைய மனம் பொருந்தாது. சிவாஜி மன்னர் காலத்திற்குப் பிறகு அவர் தஞ்சாவூரிலேயே தெற்கு வீதியில் வராகப்பையர் சந்தில் மேல்சிறகில் தமக்குரிய வீடு ஒன்றில் வசித்து வந்தார். வேறு பிரபுக்களிடம் சென்று பழகுவதை அவர் விரும்பவில்லை.

சற்றேறக்குறைய ஐம்பது வருஷங்களுக்கு முன்பு நான் கும்பகோணம் காலேஜில் இருந்த காலத்தில் *சீவகசிந்தாமணி*, *பத்துப்பாட்டு* முதலிய பழைய நூற்சுவடிகள் தஞ்சைச் சுரசுவதி மஹாலில் இருக்குமோ என்று தேடியறிய எண்ணினேன். அதற்காக ஒருமுறை தஞ்சைக்குப் புறப்படுகையில் என் தந்தையார், ஆதிமூர்த்தி ஐயர் அங்கே இருப்பார்; அவரைப் பார்த்து க்ஷேமத்தை விசாரித்துவிட்டு வா" என்று சொல்லி அவர் இருக்கும் இடத்தையும் தெரிவித்தனர். எந்தையார் பலமுறை

அவரைப் பற்றிக் கூறியிருந்தமையின் அவரைப் பார்க்கவேண்டு மென்னும் ஆவல் எனக்கும் இருந்தது.

தஞ்சையில் நான் ஆதிமூர்த்தி ஐயருடைய வீட்டை விசாரித்துத் தேடிக்கொண்டு பிற்பகல் இரண்டு மணிக்கு அங்கே சென்றேன். வெளிக்கதவு திறந்திருந்தது. உள்ளேயிருந்து வெளியில் ஒருவரும் வரவில்லை; ஆதலின் விசாரிப்பதற்கு இயலாமல் அங்கே சிறிது நேரம் இருந்தேன். அப்பால் உள்ளே இருந்து ஒரு முதிய பிராமணர் வெளியே வந்தார். ஆஜானுபாகுவான அவர் தம் கையில் ஒரு செம்பில் ஜலம் வைத்துக்கொண்டிருந்தார். அவருடைய தலைமயிர் முழுவதும் நரைத்திருந்தது. நான்கு மாதங்களாக க்ஷவரம் செய்து கொள்ளவில்லையெனத் தோற்றியது. ஓர் அழுக்கு வஸ்திரத்தை அவர் தட்டுடையாக உடுத்தியிருந்தார். அவருடைய தோற்றம் எல்லாவற்றையும் வெறுத்து இருக்கும் துறவியின் தோற்றத்தைப்போல இருந்தது. அவரைக் கண்டவுடன் நான் எழுந்து நின்றேன். "சங்கீத வித்துவான் ஆதிமூர்த்தி ஐயரவர்களைப் பார்ப்பதற்காக இங்கு வந்தேன். அவர்கள் வீடு இது தானோ?" என்றேன். அவர் ஒருமுறை என்னை விழித்துப் பார்த்தார். பிறகு, "ஆதிமூர்த்தியா? அவன் போய்விட்டானே" என்றார்.

நான் சற்று நிதானித்தேன்; பிறகு, "அவர்கள் இப்போது இருக்கிறதாகக் கேட்டுத்தான் வந்தேன். என்னுடைய தகப்பனாரவர்கள் அவர்களுடைய க்ஷேமலாபத்தை விசாரித்து வரவேண்டுமென்று சொன்னார்கள்" என்றேன்.

அவர்: நீர் யார்? யாருடைய பிள்ளை?

நான்: உத்தமதானபுரம் வேங்கடசுப்பைய ரவர்கள் பிள்ளை.

அவர்: ஓ! அப்படியா? வேங்கடசுப்பையர் சௌக்கியமாக இருக்கிறாரா?

நான்: ஆம். சௌக்கியமாக இருக்கிறார்கள்.

அவர்: நீர் என்ன செய்கிறீர்?

நான்: கும்பகோணம் காலேஜில் தமிழ்ப் பண்டித வேலை பார்த்து வருகிறேன்.

அவர்: என்ன சம்பளம்?

நான்: ஐம்பது ரூபாய்.

அவர்: அப்படியா! வேங்கடசுப்பையர் பாக்கியசாலிதான். ஆதிமூர்த்தி போய்விட்டான் என்று நீர் அவரிடம் போய்ச்

சொல்லும். சிவாஜி மகாராஜா எப்போது இறந்து போனாரோ அப்போதே அவனும் இறந்து போய்விட்டான்.

நான்: "தாங்கள் பேசுவதைப் பார்க்கையில் தாங்களே ..." என்று கொஞ்சம் இழுத்தேன்.

அவர்: ஆம் ஐயா! நான் இருப்பதும் இல்லாததும் ஒன்றுதானே! இறந்ததற்குச் சமானந்தானே? எப்பொழுது என் வித்தைக்கு வினியோகம் இல்லையோ அப்பொழுது எனக்கு என்ன கௌரவம்? அருமை தெரியாதவர்களுக்கு நடுவில் நடைப்பிணமாக இருப்பதுதானே இப்போது கண்டது? எனக்குச் சங்கீதம் தெரியுமென்பதை வெளியில் சொல்ல வேண்டாம். என்னுடைய சங்கீதம் துருப்பிடித்துப் போய்விட்டது. தங்களைத் தாங்களே வித்துவான்களாக மதித்துக் கொண்டு புதுப்பேர்வழிகள் பலர் கிளம்பி விட்டார்கள். அவர்கள் பாடுவதைக் கேட்பதற்கு ஏற்ற பிரபுக்களும் இருக்கிறார்கள். இப்போது எல்லோரும் வித்துவான்கள், எல்லோரும் பிரபுக்கள். இந்தக் காலத்திலே என்னை யார் ஐயா மதிக்கிறார்கள்? நான் ஒருவன் இருக்கிறேனென்று யார் நினைக்கிறார்கள்? யார் இங்கே வருகிறார்கள்? ஏதோ அத்திப் பூத்தாற் போல நீர் வந்தீர். வேங்கடசுப்பையருக்கு மட்டும் பழைய அபிமானம் இருக்கிறது போலத் தோற்றுகிறது. அவருக்கு என் அருமை தெரியும்; அவர் அருமை எனக்குத் தெரியும்; அவர் இப்போது யாதொரு குறையுமில்லாமல் சௌக்கியமாக இருக்கிறாரா?

நான்: சௌக்கியமாக இருக்கிறார்கள். அவர்கள் தங்களை அவசியம் பார்த்துவிட்டு வரவேண்டுமென்று சொன்னார்கள். தங்களுக்குக் குமாரர்கள் இருக்கிறார்களா?

அவர்: ஒருவன் இருக்கிறான். அவன் இப்போது மைசூரில் சமஸ்தான வித்துவானாக இருக்கிறான். வேங்கடசுப்பையரை நான் மிகவும் விசாரித்ததாகச் சொல்லவேண்டும் உமக்குச் சங்கீதம் தெரியுமா?

நான்: சில வருஷங்கள் அப்பியாசம் செய்தேன். தமிழ் கற்றுக்கொண்ட பிறகு அதிகமாகக் கவனம் செலுத்த முடியவில்லை.

அவர்: அடடா? என்ன காரியம் செய்தீர்? அதை ஏன் ஐயா விட்டுவிட்டீர்? அப்பியாசம் பண்ணினால் கனம் கிருஷ்ணையருடைய கீர்த்தனங்களை யெல்லாம் வேங்கடசுப்பையரிடம் கற்றுக் கொண்டிருக்கலாமே!

நான்: இப்பொழுதும் சில தெரியும். ஆனாலும் தங்களைப் போன்ற மகாவித்துவான்களுக்கு முன் பாடுவதற்கு எனக்குத் தைரியமில்லை.

இங்ஙனம் சிறிது நேரம் பேசிக்கொண்டே இருந்துவிட்டுப் பிறகு விடைபெற்றுக்கொண்டு சென்று என் தந்தையாரிடம் நடந்தவற்றைத் தெரிவித்தேன்.

வித்துவான்கள் அருமை தெரிந்து ஆதரிப்பவர்களை மறவாமல் நினைப்பதற்கும், அருமையறியாதவர்கள் நடுவில் இருப்பதை வாழ்வாகக் கருதாமைக்கும் ஆதிமூர்த்தி ஐயருடைய இந்த வரலாறே சிறந்த உதாரணமாகும். அவருக்கு சிவாஜி மன்னரிடத்தில் இருந்த பேரன்பை நான் நினைந்து நினைந்து உருகினேன். *"இனிப் பாடுநருமில்லைப் பாடுநர்க்கொன் றீகுநருமில்லை" என்று சொன்ன ஔவையார் மனநிலையும்,

> பூமா திருந்தென்ன புவிமா திருந்தென்ன பூதலத்தில்
> நாமா திருந்தென்ன நாமிருந் தென்னநன் னாவலர்க்குக்
> கோமா னழகமர் மால்சீதக் காதி கொடைமிகுத்த
> சீமா னிறந்திட்ட போதே புலமையுஞ் செத்ததுவே

[பூமாது – திருமகள், சீதக்காதி – சையத் அப்துல் காதரென்ற முகம்மதியப் பிரபு; இவர் காயற்பட்டினத்தில் வாழ்ந்து வந்தவர்.]

என்று கூறிய படிக்காசுப் புலவருடைய மனநிலையும் இன்னபடி இருந்திருக்குமென்று ஆதிமூர்த்தி ஐயருடைய நிலையைக் கண்டு ஒருவாறு அறிந்து கொள்ளலாமன்றோ?

***கலைமகள்*, தொகுதி 6, பகுதி 31 – 36, 1934**

* புறநானூறு 235

14

சங்கீதப் பயிற்சி

இளமைப் பயிற்சி

கல்வியை எப்பொழுதும் கற்றுக்கொள்ளலா மென்று சொல்கிறார்கள். சங்கீதத்தை இளமையிலேயே கற்றுக்கொண்டு சாதகம் பண்ணினாலொழிய வராது. சிலர் பென்ஷன் பெற்றுக்கொண்ட பிறகு சங்கீதம் கற்றுக்கொள்கிறார்கள். அவர்களுடைய சங்கீதம் அவர்களுக்குத்தான் இனிமையாக இருக்கும். பிறரால் அதை ரஸிக்க முடியாது. சில உத்தியோகஸ்தர்கள் சங்கீதம் தெரியுமென்று தம்மைத் தாமே மதித்துக்கொண்டு ஆரவாரம் செய்வதுண்டு. அவர்களைச் சேர்ந்த சிலர் அவருடைய தயையை எதிர்பார்த்து அவருடைய சங்கீதத்துக்கு ஸமானமே இல்லை யென்று கை தட்டுவார்கள். இந்தக் காலத்தில் நடைபெறும் வேடிக்கைகளில் இவை சில.

சங்கீதக் கவர்ச்சி

இளமையிலேயே குழந்தைகளுக்குச் சங்கீதத்தில் கவர்ச்சி ஏற்படுகின்றது. சங்கீதம் குழந்தைகளுடைய நிர்மலமான மனத்தை வசீகரிக்கின்றது. பசுக்களையும், பாம்புகளையும் சங்கீதம் வசப்படுத்துமென்று சொல்லுகிறார்கள். "ஆடிக் கறக்கும் மாட்டை ஆடிக் கறக்கவேண்டும்; பாடிக் கறக்கும் மாட்டைப் பாடிக் கறக்க வேண்டும்" என்பது ஒரு பழமொழி. சில மாடுகள் எவ்வளவு துஷ்டத்தனம் செய்தாலும் பாடிக்கொண்டே இருந்தால் சாதுவாக நின்று பால் கறப்பதற்குத் தடை செய்யாமல் இருக்கும். ஆனாய நாயனாரும் கண்ணபிரானும் பசுக்களைச் சங்கீதத்தால் வசப்படுத்தினார்கள். ஆனாய நாயனார் பசுபதியையும் வசமாக்கினார்.

கண்ணன் தன்னுடைய வேய்ங்குழற் கானத்தால் செய்த அற்புதமான செயல்களைப் புலவர்கள் பலர் மனமுருகி வர்ணித்திருக்கிறார்கள். *பாகவதத்தில்* கண்ணன் வேய்ங்குழலூதிய அத்தியாயமென்ற தனிப் பகுதி ஒன்று இருக்கிறது. திவ்யகவி பிள்ளைப் பெருமாள் ஐயங்கா ரென்பவர். "ஆக்குவித்தார் குழலால் அரங்கேசர்" என்று பாடுகிறார். பல்லாயிரக் கணக்காக மேய்ந்து கொண்டிருக்கும் பசுக்களை மாலைக் காலத்தில் ஒருங்கே வரச்செய்து வீட்டிற்குக் கொண்டுபோய்ச் சேர்ப்பதற்குத் தன்னுடைய வேய்ங்குழற் கீதத்தை உபாயமாகக் கண்ணன் கொள்கின்றானாம். அவனுடைய வேணுகானத்தைக் கேட்ட மாடுகள் ஒன்றுபட்டு அவனைச் சுற்றிக் கூடுகின்றன. அப்படியே அவற்றை ஊருக்கு ஓட்டிச் செல்லுகிறான்.

அழகர் கலம்பகம் என்ற பிரபந்தத்தில் கண்ணன் வேய்ங்குழலூதிய சிறப்பை ஒரு கவிஞர் மிகவும் அழகாக வருணிக்கின்றார்.

"அவனுடைய குழலோசையினால் நீளத்திரிந் துழன்ற மேகம் தடைப்பட்டு அவ்வோசையின் குளிர்ச்சியினால் குறுந் துளிகளைத் துளிக்கின்றது. அப்பொழுது பந்தலிலிருந்து பன்னீர்த் துளிகள் துளிப்பது போன்ற காட்சி உண்டாகின்றது. பின்னும் கண்ணனது கானாமிர்தமானது பசுக்கள் தின்பதற்காக இடையர்கள் வெட்டிய மரங்களைத் தழைக்கச் செய்கின்றது. இடையர்கள் மரங்களை முழுவதும் அறும்படி வெட்டமாட்டார்கள். அப்படியே சாய்ந்து தொங்கும்படி வெட்டுவார்கள். அப்படி வெட்டப்பட்ட கிளையிலுள்ள தழையை ஆடுகளும் மாடுகளும் தின்னும். அங்ஙனம் தின்றதனால் தழையற்று மொட்டையாக இருந்த கிளைகள் தழைத்து அலர்ந்து பழுத்து அப்பழங்களை விரும்புவோருக்குத் தாழ்ந்து உதவுகின்றன. புலிகளும் பாம்புகளும் தம்முடைய கொடுமையை மறந்து ஈடுபட்டுக் கிடக்கின்றன. கருங்கல் வெண்ணெயைப் போல உருகி வழிகிறது. கன்றை நினைந்து ஓடிவந்த பசுக்களும் பசுக்களை நினைந்து ஓடிவந்த காளைகளும் தம் உணர்ச்சியை இழந்து மெய்ம்மறந்து நிற்கின்றன. இத்தகைய நிலையில் கண்ணன் மூன்று வகைக் கோணலோடு குழலூதுகின்றான். அம்மூவகை வளைவைத் திரிபங்கி என்பர். இத்தகைய காட்சியை அப்புலவர்,

> குறித்தமுகில் பந்தரிட்டுக் குறுந்துளிதூற் றிடவாயர்
> தறித்தமரம் அத்தனையும் தழைத்தலர்ந்து பழுத்துதவக்
> கடும்புலிகள் அயர்ந்துசித்ர காயமெனும் பெயர்விளக்கக்
> கொடும்பணிகள் மாலையதாக் குலரத்ன விளக்கேற்றக்
> கருங்கற்றான் வெண்ணெயெனக் கரைந்துருக விரைந்தோடி
> வருங்கற்றான் இமைப்பொழிய மழவிடையங் கயர்ந்துநிற்ப
> மிகவிளங்கோ வியரெழுத வெள்கியத்ரி பங்கியுடன்
> சுகவிளங்கோ வியர்மழலை தொனித்தகுழல் இசைத்தோய்கேள்

என்று வருணிக்கிறார்.

வண்டிக் காளைகள் வண்டிக்காரர்கள் பாடும் தெம்மாங்கு ராகத்தில் ஈடுபட்டு எவ்வளவு பாரமாக இருந்தாலும் இழுத்துச் செல்லுகின்றன. குழந்தைகள் தம் தாயார் பாடும் தாலாட்டுப் பாட்டில் மதிமயங்கித் தம் சண்டித்தனத்தை நீத்து உறங்குகின்றன.

இளைஞர் கடமை

சங்கீதத்தைப் பாதுகாக்க வேண்டியது இளைஞர்கள் கடமை. அதற்கு முக்கியமான சாதனம் நல்லொழுக்கம். மிகவும் நன்றாக இருந்த சாரீரம் ஒழுக்கக் கேட்டால் சீக்கிரத்தில் கெட்டுப் போனதைப் பலரிடம் நான் கண்டிருக்கிறேன். சங்கீதப் பயிற்சிக்கு ஆகார நியமம் அவசியமாகும். கண்ட கண்ட ஆகாரங்களைக் கண்ட பொழுதெல்லாம் உட்கொள்ளுவது சாரீரத்தைக் கெடுத்துவிடும். மகாவைத்தியநாதையர் ஆகார நியமத்தில் தவறியதே இல்லை. அவர் இரண்டு முட்டைக் கரண்டிகளுக்கு மேல் நெய்யைச் சேர்த்துக் கொள்ளார். பாலே சாப்பிடுவதில்லை. நீர்மோர் சாப்பிடுவார். இந்தக் காலத்தில் இது மிகவும் ஆச்சரியமாகவே தோற்றும். அப்படி அவர் இருந்ததனாலேதான் அவருடைய சாரீரம் அவர் சொன்னபடி கேட்டுக்கொண்டிருந்தது.

சிறுபிராய முதற்கொண்டு சங்கீத அப்பியாசம் செய்தவர்களுள் மகாவைத்தியநாதையர் ஒருவர். ஞானசம்பந்தரும் நம்மாழ்வாரும் சிறுபிராயத்திலே கடவுளைத் தம்முடைய பாட்டுக்களால் வசப்படுத்தினார்கள்.

சங்கீத மருந்து

சங்கீதத்தால் மனவருத்தமும் நோய் வருத்தமும் போய்விடும். இதைப் பல சமயங்களில் பலர் அறிந்திருக்கக்கூடும். திருவாவடுதுறை ஆதீனகர்த்தராக இருந்த மேலகரம் சுப்பிரமணிய தேசிக ரவர்கள் வாயுப் பிடிப்பினால் உபத்திரவமடைந்தார்கள். ஒருநாள் பெரிய வைத்தியநாதைய ரென்ற சங்கீத வித்துவானுடைய சங்கீதத்தைக் கேட்டு நோயின் துன்பத்தை மறந்தார்கள்.

காவடிச் சிந்து பாடிய அண்ணாமலை ரெட்டியார் சிலகாலம் என்னிடம் பாடம் கேட்டார். அவருக்கு இலக்கிய இலக்கணங்களில் அதிகமாகப் புத்தி செல்லவில்லை; புதிய செய்யுள் இயற்றுவதிலேயே போய்க் கொண்டிருந்தது. அவரை ஆதரித்துப் போற்றியவர் ஊற்றுமலை ஜமீன்தாராகிய ஹிருதயாலய மருதப்பத் தேவரென்பவர். அந்த ஜமீன்தார் தமிழ்ப் பயிற்சியுடையவர். ஒரு சமயம் கழுகுமலைக்குக் காவடியெடுக்கும் பிரார்த்தனை செய்து கொண்டார். அதன்படி காவடியெடுத்துபோது உடன் அண்ணா மலை ரெட்டியாரும் சென்றார். ரெட்டியார் அதற்கு முன் தாம் இயற்றி வைத்திருந்த காவடிச்சிந்தை வழி நெடுகப் பாடிக்கொண்டே சென்றார். அதைக் கேட்டு இன்புற்ற

ஜமீன்தாருக்கு வழி நடையில் உண்டான சிரமமே தோன்ற வில்லையாம். இந்தச் செய்தியை அந்த ஜமீன்தாரே என்னிடம் சொல்லியிருக்கிறார்.

பண்டைக் காலத்தில் நம்முடைய நாட்டில் பல வீரர்கள் இருந்தனர். போர்க்களத்தில் புண்பட்டு வீழ்ந்த வீரர்களை அவர்க ளுடைய மனைவிமார் சென்று பாதுகாப்பார்கள். அப்பொழுது அவர்கள் இனிய பாடலைப் பாடுவார்கள். அவற்றைக் கேட்டு அவ்வீரர்கள் தம்முடைய புண்ணால் உண்டாகும் வருத்தத்தை மறந்து விடுவார்கள். இந்த வரலாறு *புறப்பொருள் வெண்பாமலை* என்னும் நூலில் சொல்லப்படுகிறது. ஆகவே சங்கீதமும் ஒரு மருந்தாக உபயோகிக்கப்படு மென்பதை நாம் அறிகிறோம்.

சிவபெருமான் இசை விரும்புதல்

இசையைப் போன்ற வித்தை வேறு இல்லை. எல்லா வித்தைக்கும் தலைவராக இருக்கும் சிவபெருமான் சங்கீதத்தில் அதிக பக்ஷபாதமுடையவராக இருக்கிறார். சங்கீதத்துக்கு மூலமாகிய சாம கானத்தை அவர் எப்பொழுதும் செய்து கொண்டிருக்கிறார். கம்பளர், அசுவதரர் என்ற இரண்டு கந்தர்வர்களை அவர் இரண்டு தோடுகளாகத் தம் திருச்செவியில் அணிந்துகொண்டு எப்பொழுதும் அவர்களுடைய கானத்தைக் கேட்டு மகிழ்ந்து கொண்டிருக்கிறார். அப்படிக் கேட்டுக் கொண்டிருந்தால் மற்றவர்களுடைய தோத்திரங் களையும் நம்முடைய குறைகளையும் எப்படிக் கேட்பாரென்ற சந்தேகம் தோன்றலாம். அவருடைய செவிகள் நம்முடையவை போன்றன அல்ல. அவர் எங்கும் செவியுடையவர். ஆயிரம் முகம், ஆயிரம் தலை, ஆயிரம் பாதமுடையவர் என்று வேதம் கோஷிக்கிறது. "எங்கும் செவியுடையாய் கேளாயோ?" என்று ஓர் அன்பர் கூறியிருக் கிறார். ஆதலின் உலகத்தில் உண்டாகும் எல்லா ஒலிகளையும் அவர் கேட்டுக் கொண்டுதான் இருக்கிறார். ஆயினும் சங்கீதத்தைத் தாமே விரும்பி எப்பொழுதும் கேட்கிறார். அவரே வீணை வாசிப்பார். "எம்மிறை வீணை வாசிக்குமே" என்பது தேவாரம். தக்ஷிணாமூர்த்தி பேதங்களில் வீணா தக்ஷிணாமூர்த்தி என்பது ஒன்று. அந்த மூர்த்தி எப்பொழுதும் வீணை வாசித்துக் கொண்டே இருப்பார்.

தமிழ்ப் பண்

நம்முடைய தமிழ் நாட்டில் பண்கள், திறங்களென்ற வரையறை சங்கீதத்தில் உண்டு. ஸம்பூர்ண ராகத்தைப் பண்ணென்றும், ஜன்ய ராகத்தைத் திறமென்றும் சொல்லி வந்தார்கள். ஆகமங்களில் உத்ஸவத்தில் திக்பந்தன காலத்தில் இன்ன திக்கில் இன்ன பண்ணைப் பாடவேண்டு மென்ற வரையறை இருக்கிறது. இதனால் பண்களின் பழமையை உணரலாம். தமிழ்நாட்டில் இருந்த பண்களை யமைத்தே தேவாரங்கள் பாடப்பட்டன. *திவ்யப்பிரபந்தமும்* அத்தகையதுதான். ஆயினும் இக்காலத்தில்

புத்தகங்களில் ஒவ்வொரு பாட்டுக்கும் தனித்தனியே இராகம் அமைத்திருக்கிறார்கள். இப்பொழுது கோயில்களில் திவ்யப் பிரபந்தத்தை யோதுபவர்கள் அந்த ராகத்திற் பாடுவதில்லை. பழைய பண்ணும் இப்பொழுது தெரியவில்லை.

ஒவ்வொரு பண்ணும் இன்ன காலத்திற் பாடப்பட வேண்டு மென்ற ஒரு வரையறை உண்டு. எல்லாக் காலத்திற்கும் பொதுவான பண்களும் உள்ளன. பலர் கூடியுள்ள கூட்டத்தில் ஒருத்தி தன் நாயகனுக்கு இரவில் வரவேண்டுமென்று குறிப்பிக்க எண்ணினாள். அதன் பொருட்டு வீணையில் இராத்திரிக்குரிய குறிஞ்சிப் பண்ணை வாசித்தாள். அவன் அவளது குறிப்பை உணர்ந்து கொண்டான்.

ஒரு பெரிய செல்வருடைய பாதுகாப்பில் இருந்த சங்கீத வித்துவான் ஒருவன் காலம் மாறி ராகங்களை வாசித்தான். "ஏன் இப்படி மாறி வாசிக்கிறான்?" என்று அந்தச் செல்வர் கேட்டார். அருகிலிருந்த ஒரு புலவர், "எல்லாம் உங்களால்தான் ஏற்பட்ட விபத்து. அவனுக்குக் கவலையே இல்லாமல் விருந்து பண்ணி வைத்ததனால் அவன் வித்தையையே மறந்துவிட்டான். ராத்திரி வாசிக்கிறதைக் காலையில் வாசிக்கிறான். காலையில் வாசிக்கிறதை ராத்திரி வாசிக்கிறான்" என்றார். இது *புறநானூற்றில்* உள்ள வரலாறு.

ஒவ்வொரு காலத்துக்கும் தனித்தனியே ராகம் இருப்பதைப் போல ஒவ்வொரு ரஸத்துக்கும் தனித்தனி ராகம் உண்டு. இன்ன இன்ன வகையான பாட்டுக்களை இன்ன இன்ன ராகத்திற் பாட வேண்டுமென்ற நியதியும் உண்டு. வெண்பாவைச் சங்கராபரணத்திற் பாடவேண்டும். கலித்துறையைப் பைரவியிற் பாடவேண்டும். அகவலை ஆரபியிற் பாடலாம்.

சங்கீதமும் சாகித்தியமும்

சங்கீத வித்துவான்கள் தமிழ்ப் பாட்டுக்களைப் பிழை யில்லாமல் பாடவேண்டும். 'சாகித்தியம் எப்படி இருந்தாலென்ன' வென்று நினைக்கக்கூடாது. அவர்கள் பாஷையிலும் அறிவுடையவ ராக இருப்பது விசேஷம். ஆபாஸமான முறையில் பதங்களை வெட்டியும் கொலை பண்ணியும் விழுங்கியும் பாடுவதனால் அவர்கள் பாஷைக்குப் பெரிய தீங்கு இழைக்கிறார்கள். பழைய காலத்தில் சங்கீத வித்துவான்கள் சாஸ்திரப் பயிற்சி யுடையவராக இருந்தனர். படித்த வித்துவான்களாக இருந்தால், சாகித்தியத்தின் பொருளைத் தெரிந்து கவியினது மனோபாவத்தை உணர்ந்து பாடமுடியும். இந்த முயற்சியைச் சங்கீத வித்துவான்கள் மேற்கொண்டால் மிகவும் உபயோகமாக இருக்கும்.

சென்னை ஸங்கீதக் கழகத்தின் பரிசளிப்பு விழாவில் தலைமை வகித்தபோது செய்த பிரசங்கம். 1 ஜனவரி 1937.

15

பொறாமைத் தீ

பல அரிய சங்கீத வித்துவான்கள் பல வருஷங்களுக்கு முன்பு தஞ்சை ஸம்ஸ்தானத்தின் ஆதரவிலே வளர்ந்து சங்கீத வித்தையைக் கற்று வளர்த்துக் கீர்த்தி பெற்று வந்தார்கள். பல உருப்படிகளை இயற்றியும், மாணாக்கர்களுக்குப் பயிற்சியளித்தும் அவர்கள் விளங்கினார்கள். பலதிறப்பட்ட வாத்தியங்களில் வல்ல வித்துவான்களும் வாய்ப்பாட்டில் வல்லவர்களும், பரதத்தில் தேர்ந்தவர்களும், அந்நகரத்தில் வாழ்ந்திருந்தனர். மஹாராஷ்டிர அரசர்கள் அரசாண்ட காலத்தில் தஞ்சை ஒரு பெரிய சங்கீத நிலயமாகவே இருந்தது.

அந்நகரத்தில் இருந்து சங்கீத வித்தையில் மேம்பட்டு விளங்கினவர்களில் வீணைக் காளஹஸ்தி ஐயரென்பவர் ஒருவர். அவர் வீணையில் இணையற்ற தேர்ச்சி வாய்ந்தவர். அக்காலத்தில் இருந்த தஞ்சை அரசருக்குச் சங்கீதத்தில் மிக்க அபிமானமும் பயிற்சியும் இருந்தன. தினந்தோறும் அரண்மனையில் அரசர் பூஜை செய்யுங் காலத்தில் காளஹஸ்தி ஐயர் வீணை வாசித்து வருவார். அரசர் அதில் ஈடுபட்டு மிகவும் இன்புறுவார். இதனால் தஞ்சை ஸம்ஸ்தான வித்துவான்களுக்குள்ளே அவருக்கு ஒரு தனிமதிப்பு இருந்தது. அவரிடத்தில் ஒருவித தெய்வீக சக்தி அமைந்துள்ள தென்றும் சிலர் கூறலாயினர்.

அவர் சங்கீதத்தில் தம்மிலும் சிறந்தவர் இலரென்ற எண்ணம் உடையவராக இருந்தார். அதனால் மற்ற வித்துவான்கள் அவரோடு நெருங்கிப் பழகுவதில்லை. மாணாக்கர்கள் அவரிடம் இசைப்பயிற்சி பெறுவதற்கு அஞ்சினார்கள். சில

வித்துவான்களைப்போல் அவரும் பிறருக்குத் தம் வித்தையைக் கற்பித்தலில் விருப்பமின்றி இருந்தார்.

ஒரு சமயம் மைசூர் ஸம்ஸ்தானத்தி லிருந்து அவருக்கு அழைப்பு வந்தது. இந்தியாவின் பல இடங்களிலுமுள்ள வித்துவான்கள் அங்கே வருவார்க ளென்றும் அவர்களுடைய வினிகைகள் நடைபெறு மென்றும் அவர் அறிந்திருந்தார். ஆதலின் தாமும் அங்கே சென்று தம்முடைய ஆற்றலைக் காட்டி வரவேண்டுமென்று எண்ணினார். தக்க சமயம் கிடைக்கவே, அங்கேபோய்ச் சில நாட்களேனும் இருந்து வரலாமென்று நிச்சயித்தார். தஞ்சை அரசரிடம் உத்தரவு பெற்றுக்கொண்டு தினந்தோறும் அரசருடைய பூஜையில் வீணை வாசிக்கும் பணியை வேறு யாரைக் கொண்டேனும் செய்விக்கும்படி ஒரு சங்கீத அதிகாரியிடம் சொல்லிவிட்டு அவர் மைசூர் சென்றார்.

✶ ✶ ✶

மறுநாள் பூஜா காலத்தில் அரசர் ஒரு விசேஷத்தை அறிந்தார். என்றும் இல்லாதபடி அன்று வீணையின் இசை மிகவும் சிறப்பாக இருந்தது. அதனால் அவர் நெடுநேரம் பூஜை செய்திருந்து அந்த வீணாகானத்தில் இன்புற்றார். இடையே அருகிலிருந்தவரிடம், "இன்று யார் வீணை வாசிக்கிறார்கள்?" என்று கேட்டார். "காளஹஸ்தி ஐயருடைய குமாரர் வாசிக்கிறார்" என்ற விடை கிடைத்தது. அரசருக்கு அளவற்ற சந்தோஷம் உண்டாயிற்று.

அன்று முதல் இரண்டு மூன்று நாட்கள் வீணா கானம் ஒரு நாளைவிட ஒருநாள் உயர்வாகவே இருந்தது.

காளஹஸ்தி ஐயருக்கு ஒரே குமாரன் இருந்தான். அவன் பேசப் பழகுவதற்கு முன்பே பாடப் பழகினான். வர வர அவனுடைய பிராயத்திற்கு மேற்பட்ட சங்கீத ஞானம் அவனுக்கு உண்டாயிற்று. தன்னை யொத்த பிள்ளைகளோடு விளையாடும்போதும் வீட்டில் இருக்கும்போதும் பாடிப்பாடி இன்புறுவான்.

தன் தந்தையார் வீட்டில் இல்லாதபோது அவன் வீணையை எடுத்துப் பழகத் தொடங்கினான். தன் தந்தையார் வாசிக்கும் காலங்களி லெல்லாம் கவனித்து வருவான். அதனால் அவருடைய உதவியில்லாமலே அவன் சங்கீதத்தில் விருத்தியடைந்து வந்தான். தன்னுடைய தகப்பனாருக்கு முன்பு அவன் பாடுவதில்லை.

அவனுடைய வீணைப் பயிற்சியோ, விளையாட்டுப் பிள்ளைகள் மூலமாகப் பெரியவர்களுக்குத் தெரிந்தது. சில வித்துவான்கள் தனியே அவனை உத்ஸாகப் படுத்தி வீணை

வாசிக்கச் செய்வார்கள். பல காலம் பயின்றவர்களுக்கும் சாத்தியமில்லாத பல வகைகளில் அவன் மிக்க ஆற்றல் பெற்றிருப்பதை அவர்கள் அறிந்து பூர்வ ஜன்ம புண்ணியப் பயனென்று பாராட்டுவார்கள்.

நாளடைவில் ஊரார் அவனைப்பற்றிப் பாராட்டுவது அதிகமாயிற்று. "இவன் தகப்பனருக்கு மேல் வாசிக்கிறான்; அவருடைய கர்வத்தை அவருடைய பிள்ளையே அடக்கிவிடப் போகிறான்" என்று சிலர் கூறினர். "தமக்கு மிஞ்சி வீணைக்கு வித்துவானில்லை யென்று அவர் அகங்காரங் கொண்டிருக்கிறார். யாருக்கேனும் சொல்லிக்கொடுத்தால் தம் வித்தைக்குக் குறைவு வந்துவிடுமே யென்று நினைக்கிறவர் அவர். தம் பிள்ளைக்குக் கூடச் சொல்லிக் கொடுப்பதில்லை. அவன் எப்படியோ மிக்க திறமையுள்ளவ னாயினான்" என்று சிலர் பேசினர். சில வித்துவான்கள் அந்த இளைஞனை அரசருக்கு முன்பு வீணை வாசிக்கச் செய்ய வேண்டுமென்றும் விரும்பியதுண்டு.

காளஹஸ்தி ஐயர் ஊருக்குப் போன சமயத்தில் தஞ்சை அரண்மனையில் பூஜா காலத்தில் வீணையை வாசித்தவன் அவனே.

* * *

காளஹஸ்தி ஐயர் மைசூரிலிருந்து திரும்பிவரப் பத்து நாட்களுக்கு மேல் ஆயின. அது வரையில் அவருடைய குமாரன் அரண்மனையில் அரசருடைய பூஜா காலத்தில் வீணை வாசித்துவந்தான். முதல் நாளில் அவன் சிறிது அச்சத்தோடு வாசித்தான். வர வர அவனுடைய பயம் நீங்கவே தன் ஆற்றல் முழுவதையும் காட்டத்தொடங்கினான். சங்கீத ரஸிகராகிய அரசர் அந்த வீணாகானத்தில் ஈடுபட்டு அதிக மகிழ்ச்சியை அடைந்து வந்தார்.

காளஹஸ்தி ஐயர் மைசூரிலிருந்து மீண்டு வந்தார். வழக்கம்போல அன்று அவர் அரசருடைய பூஜையில் வீணைவாசிக்கச் சென்றார். அவருடைய குமாரன் செல்லவில்லை. அவர் மைசூர் சென்றிருந்தபோது தான் அரண்மனை சென்று வீணை வாசித்ததையும் அவன் அவருக்குச் சொல்லவில்லை.

அன்று பூஜையில் அரசர் சில நாளாகக் கேட்டுவந்த வீணைக்கும் அன்று கேட்டதற்கும் வேறுபாடு இருந்ததை உணர்ந்தார். காளஹஸ்தி ஐயர் வந்துவிட்டதை அறிந்துகொண்டார்.

அன்று மாலையில் காளஹஸ்தி ஐயர் அரண்மனைக்குச் சென்றார். தாம் மைசூர் சென்றதையும் அங்கே சம்மானங்கள் பெற்றதையும் எடுத்துக் கூறினார். பின்பு, "நான் ஊரிலில்லாத

காலத்தில் அரண்மனையில் வீணையை யார் வாசித்தார்களோ தெரியவில்லை. எப்போதும் இவ்விடத்து ஞாபகமாகவே இருந்தேன்" என்று கவலையோடு உரைத்தார்.

அப்போது அரசர், "நீங்கள் ஊரிலில்லையே என்ற குறை இல்லாதபடி உங்கள் குமாரன் செய்துவிட்டான். அவன் வீணை வாசிப்பா னென்பதை இதுவரையில் நீங்கள் என்னிடம் சொல்லாமல் மறைத்துவிட்டீர்களே. உங்களுக்கு ஏற்ற புத்திரன் அவன். அவனுடைய வாசிப்புக்கும் உங்கள் வாசிப்புக்கும் சிறிதளவுகூட வேறுபாடு தெரியவில்லை. சில சமயங்களில் உங்களுடைய வாசிப்பைக் காட்டிலும் சிறிது உயர்வாகக்கூட இருந்தது. இனிமேல் நீங்கள் இடையிடையே சில தினங்களில் நம்முடைய பூஜைக்கு அவனையே வாசிக்க வரச் சொல்லலாம். அவனுடைய வினிகை ஒன்று நம் சபையில் நடத்த ஏற்பாடு செய்ய வேண்டும்" என்று கூறினார்.

காளஹஸ்தி ஐயர் திடுக்கிட்டார். "இவ்வளவும் உண்மையா யிருக்குமா?" என்று அவர் எண்ணலானார். அவர் மனத்தில் ஒருவிதமான கலக்கம் உண்டாயிற்று. அரசரிடம் விடை பெற்றுக்கொண்டு வீடு சென்றார்.

போகும்போதே அவருடைய மனத்திலே பல வகையான எண்ணங்கள் எழுந்தன. தமக்குத் தெரியாமல் தம்முடைய பிள்ளை இவ்வளவு வன்மை பெற்றிருப்பதில் அவருக்குச் சிறிதும் சந்தோஷம் உண்டாகவில்லை. அவனைத் தம் குமாரனாக எண்ணிப்பார்க்க அவர் மனம் இடங்கொடுக்கவில்லை; யாரோ ஒரு வித்துவான் தமக்கு மேற்பட்டு வந்திருப்பதாக ஓர் எண்ணந்தான் தோற்றியது. பொறாமையின் முளை தலைகாட்டியது.

'மகாராஜா அவனையும் சில நாள் வாசிக்கச் சொல்லுகிறார். வினிகைவேறு நடத்த வேண்டுமாம். சரி சரி. வர வர அவனே மகாராஜாவுக்குப் பிரியமுள்ளவனாகி விடுவான். நாம் மூலையிலே கிடக்கவேண்டியதுதான். நம் வித்தை மங்கி ஒழியவேண்டுவதே' என்றெல்லாம் அவர் யோசனை விரிந்தது. அவர் வீடு போய்ச் சேர்ந்தார்.

* * *

"அடே குழந்தாய்! நான் இல்லாதபோது மகாராஜா பூஜையில் நீ வீணை வாசித்தாயாமே! நீ வாசிப்பது எனக்குத் தெரியாதே" என்று காளஹஸ்தி ஐயர் குமாரனைக் கேட்டார்.

"எல்லாம் உங்கள் ஆசீர்வாதம். விளையாட்டாகக் கற்றுக்கொண்டேன். நீங்கள் வாசிப்பதைப் பார்த்துக்

கற்றுவந்தேன். உங்களிடம் சொல்லுவதற்கு எனக்குப் பயமாகவும் வெட்கமாகவும் இருந்தது. நீங்கள் கூறுகிற படி நான் அவ்வளவு சிறந்த பழக்கத்தை அடையவில்லை. ஆசைமட்டும் அதிகமாக இருக்கிறது."

"அப்படியா! எங்கே கொஞ்சம் வாசித்துக் காட்டு, பார்ப்போம்" என்று தகப்பனார் கூறினார்.

குமாரன் வணக்கத்தோடு வீணையை எடுத்தான். மெல்ல வாசிக்கத் தொடங்கினான். வாசிக்க வாசிக்க அதனுடைய இனிமை அதிகமாகிக் கொண்டே வந்தது. அவனே அந்த இனிமையில் ஒன்றிப் போய்த் தன் தந்தையாரையும் மறந்து வாசித்து வந்தான். காளஹஸ்தி ஐயர் காதில் அந்த நாதம் புகப்புக அவனுடைய பெருமையை அவர் உணர்ந்தார். ஆனாலும் அவர் மனம் உருகவில்லை; அவருக்கு மகிழ்ச்சியே உண்டாக வில்லை. அந்த மெல்லிய இசை அவருடைய பொறாமைத் தீயையே மூட்டியது. அந்த இளைஞன் தம்முடைய பிள்ளையாகத் தோற்றவில்லை; பகைஞனாகவே தோற்றினான். பொறாமைப் பேய்க்குப் பிள்ளை தகப்ப னென்பதேது?

அவன் வாசித்துக் கொண்டிருந்தபோது காளஹஸ்தி ஐயருடைய மனம் அதை அனுபவிப்பதிலே செல்லவில்லை; பொறாமையினால் வெதும்பிக் குழம்பியது.

ஒருவாறு வாசிப்பதை நிறுத்தினான் குமாரன். "உன்னுடைய சாமர்த்தியத்தை இதுவரையில் அறிந்துகொள்ளவில்லையே!" என்று ஆவலோடு கட்டிக்கொள்ளப் போனார் தந்தையார்.

"வீணை வாசித்த அந்தக் கை எங்கே காட்டு, பார்ப்போம்" என்று சொல்லி அவனது இடக்கையை இழுத்து முத்தம் கொடுப்பவர்போல் வாய்க்கருகில் கொண்டுபோனார்; வெடுக்கென்று நடுவிரலைக் கடித்து விட்டார். வீணை வாசிப்பதற்கு இடக்கை நடுவிரல் இன்றியமையாதது.

குமாரன் வீரிட்டு அலறினான். விரல் துண்டுபட்டது. அதிலிருந்து ரத்தம் பீரிட்டது. சற்று நேரத்துக்கு முன் இனிய கானத்தை எழுப்பிய அந்த விரல் துண்டுபட்டு ரத்த ஊற்றாக நின்றது.

அவன் துடிதுடித்து நின்றான். அப்பொழுதுதான் தகப்பனாருக்கு 'இவன் நம் குழந்தை; நம் பெயரைக் காப்பாற்றப் பிறந்தவன்' என்ற நினைவு வந்தது. பெற்ற பிள்ளை துடித்துக்கொண்டு ரத்தம் பெருகியோடும் விரலுடன் நிற்கும் காட்சி காளஹஸ்தி ஐயர் மனத்திலிருந்து பொறாமையை ஓட்டியது.

“ஐயோ! படுபாவி! என்ன காரியம் செய்தேன்!” என்று புலம்பத் தொடங்கினார். “பொறாமையினால், பெற்ற பிள்ளைக்குத் துன்பம் உண்டாக்கினேனே! நான் மகாபாபி!” என்று கதறினார்.

இளைஞன் அறிவு மிக்கவன்; கையில் உண்டான நோவை அவனால் தாங்கமுடியவில்லை. ஆனாலும் தந்தையார் கதறுவதைப் பார்க்க அவன் மனம் சகிக்கவில்லை; “அப்பா! இனிமேல் வருந்தி என்ன பயன்? நீங்கள் எனக்கு உங்கள் வித்தையைச் சொல்லிக் கொடுக்கவில்லை யானாலும் உங்களுடைய கிருபையினாலேயே உங்களை என் மனக்கண்ணால் பார்த்துக்கொண்டு கற்றுவந்தேன். நான் உங்களிடம் நேரே கற்றுக்கொள்ளவில்லையே என்று எண்ணும்போ தெல்லாம் எனக்கு ஏகலைவன் ஞாபகம் வரும். அந்த ஏகலைவனைப் போல மறைவிலே கற்றுக்கொள்வதாக நினைத்துக்கொள்வேன். இப்போது என் விரல் போயிற்று. ஏகலைவனுக்கு ஒப்பாக என்னை நினைத்துக் கொள்வதற்கு மற்றொரு காரணமும் ஏற்பட்டது. அவன் அம்புவிடும் விரலை இழந்தான். நான் வீணை வாசிக்கும் விரலை இழந்தேன்” என்று சமாதானம் சொன்னான். கேட்கும் போது தகப்பனார் பின்னும் விம்மி விம்மிப் புலம்பினார்.

காளஹஸ்தி ஐயர் எவ்வளவோ வருந்தித் துடித்தார். இழந்த விரலை மீண்டும் பெற முடியுமா? ஆனாலும் அவருடைய அன்பன் ஒருவன் அப்புண்ணை ஆற்றிவிட்டுத் தந்தத்தினால் ஒரு விரல் செய்து கொடுத்தான். அவன் தந்த அந்தத் தந்த விரலைக் குமாரன் பொருத்திக்கொண்டு வீணை வாசிக்கத் தொடங்கினான். அது வரையில் காளஹஸ்தி ஐயர் துயிலை இழந்திருந்தனர். வீணை வாசிப்பதை மறந்திருந்தார். தம் அருமைக் குமாரன் மீண்டும் வீணை வாசிக்க ஆரம்பித்த பிறகு அவர் சிறிது ஆறுதலுற்றார்; அவனுடைய சங்கீதத்தை அனுபவிப்பதிலேயே பொழுது போக்கிக்கொண்டு வாழ்ந்து வந்தார்.

●

(இவ்வரலாற்றை யான் பச்சை மிரியன் ஆதிப்பையர் பரம்பரையினரும் என் தந்தையாருக்கு நண்பருமாகிய புதுக்கோட்டை வீணை சுப்பைய ரென்பவரிடமும் என் தந்தையாரிடமும் கேட்டிருக்கிறேன்.)

***சுதேசமித்திரன்* – விஜயதசமி மலர், 1938**

16

'கிர்ர்ர்ரனி'

சென்ற நூற்றாண்டில் தஞ்சாவூரில் பல சங்கீத வித்துவான்கள் தஞ்சை ஸமஸ்தானத்தின் ஆதரவு பெற்று வாழ்ந்து வந்தனர். அவர்களுள் துரைசாமி ஐயர் என்பவர் ஒருவர். அவர் பிறந்த இடம் திருவையாறு. அது காவிரியின் வடபால் அமைந்துள்ள சிறந்த சிவஸ்தலம். பல சங்கீத வித்துவான்கள் அவதரித்துப் புகழ்பெற்று விளங்கிய பெருமையை உடையது அது. அதில் உள்ள தெருக்களில் பதினைந்து மண்டபத் தெரு என்பது ஒன்று. அங்கே துரைசாமி ஐயர் வசித்து வந்ததால், பதினைந்து மண்டபம் துரைசாமி ஐயரென்றே யாவரும் அவரை அழைத்து வந்தனர்.

துரைசாமி ஐயர் சங்கீத மார்க்கங்கள் எல்லாவற்றிலும் பயிற்சியுடையவர். நல்ல உடல் வன்மையும் இனிய சாரீரமும் அமைந்தவர். அவர் வாய்ப்பாட்டில் வல்லவராக இருந்ததோடு பிடில் வாத்தியத்தையும் மிகவும் அருமையாக வாசிக்கும் ஆற்றல் பெற்றிருந்தார். அவரிடம் பல மாணாக்கர்கள் இசைப் பயிற்சி செய்து வந்தனர்.

தமிழ், தெலுங்கு ஆகிய பாஷைகளிலே துரைசாமி ஐயர் தக்க அறிவுடையவர். சங்கீத அமைப்புக்கேற்ற சாஹித்தியங்களை அமைக்கும் திறமையும் அவர்பால் இருந்தது. அவர் இயற்றிய சில கீர்த்தனங்கள் இன்றும் வழங்கி வருகின்றன. இவ்வாறு சிறந்த வாய்ப்பாட் டுடையவராகவும், வாத்திய வித்துவானாகவும், சாஹித்திய கர்த்தா வாகவும் விளங்கிய பெருமை தஞ்சாவூர் ஸமஸ்தான சம்பந்தத்தால் வரவர அவருக்கு விருத்தியாகி வந்தது.

தஞ்சாவூரில் அக்காலத்தில் இருந்த சங்கீத வித்துவான்களின் கோஷ்டியைப் போன்றதொன்றை வேறு இடங்களில் பார்த்தல் அருமை. ஒவ்வொரு

ஸமஸ்தானத்திலும் சிறந்த சில வித்துவான்கள் இருந்தாலும், எல்லாவகையிலும் சிறந்து விளங்கிய வித்துவான்களை ஒருங்கே பார்க்க வேண்டுமாயின் தஞ்சையிலே தான் பார்க்கலாம். அதனால் தஞ்சாவூர் ஸமஸ்தானத்துக்குச் 'சங்கீத வித்துவான்களைப் போஷித்து வளர்க்கும் தாயகம்' என்ற புகழ் வளரலாயிற்று. வேறு இடங்களில் உள்ள சங்கீத வித்துவான்கள் தஞ்சாவூருக்கு வந்து அங்குள்ள சங்கீத கோஷ்டியின் பெருமையையும், அவர்களை ஆதரிக்கும் ஸமஸ்தானாதிபதியாகிய அரசரின் இயல்பையும் அறிந்து செல்ல ஆசைப்படுவார்கள். அதனால் தஞ்சாவூருக்கு அடிக்கடி பிற இடங்களிலுள்ள வித்துவான்கள் வந்து சம்மானம் பெற்றுக்கொண்டு போவார்கள். அவர்கள் தஞ்சைக்கு வந்து அங்குள்ள வித்துவான்களோடு கலந்து மகிழ்ந்து சென்ற பின்பு தம்மை ஆதரிக்கும் ஸமஸ்தானாதிபதிகளிடம் சொல்லித் தஞ்சை வித்துவான்களைத் தம்மிடத்திற்கு வந்து உபசாரம் பெற்றுச் செல்லும் வண்ணம் செய்வர்.

இதனால் தஞ்சை வித்துவான்கள் மைசூர் முதலிய ஸமஸ்தானங்களுக்கும் சென்று தங்கள் வித்தையை வெளிப்படுத்திச் சம்மானமும் புகழும் அடைந்தனர். இத்தகையோரது வரிசையிலே ஒருவராக விளங்கியவர் துரைசாமி ஐயர்.

ஒரு சமயம் ஆந்திர தேசத்திலுள்ள ஒரு ஸமஸ்தானத்திலிருந்து வித்துவான் ஒருவர் தஞ்சைக்கு வந்தார். அவர் துரைசாமி ஐயரைப் போலவே வாய்ப்பாட்டிலும், பிடில் வாத்தியத்திலும் சிறந்தவர். அவர் வந்திருந்த காலத்தில் அவரது வினிகை அரசர் முன்னிலையில் நடைபெற்றது. தம்முடைய சிறந்த ஆற்றலை அவர் காட்டினார். யாவரும் அவருடைய சங்கீதத்தைக் கேட்டு இன்புற்றனர். அரசரும் அவ்வப்போது அந்த வித்துவானைப் பாராட்டிக்கொண்டே இருந்தனர். பல சங்கீத வித்துவான்களைப் பரிபாலித்து வரும் அரசர் அந்த வித்துவான்களுக் கிடையில் வீற்றிருந்து அவர்கள் முன்னிலையிலே தம்மைப் பாராட்டும் பொழுது ஆந்திர வித்துவானின் உள்ளத்தில் சிறிது கர்வம் உண்டாயிற்று; 'இங்கே நம்மைப்போலப் பாடுபவர் இல்லையெனத் தோற்றுகிறது. இவ்வரசர் நம்முடைய சங்கீதத்தில் மயங்கிவிட்டார். இவரிடத்தில் இன்னும் நமது ஆற்றலைக் காண்பிக்க வேண்டும்' என்று அவர் எண்ணினார். அரசர் மிகவும் சுலபராகப் பழகியதால் அவரிடம் ஒரு விண்ணப்பம் செய்து கொள்ளலானார்:

"இங்கேயுள்ள வித்துவான்களில் யாரேனும் என்னோடு போட்டிபோட்டால் என்னுடைய திறமை நன்றாக ளெியாகும்" என்று தம்முடைய உத்ஸாக மிகுதியால் அவர் அரசரை நோக்கிக் கூறினார். அரசர் அதைக் கேட்டுப் புன்முறுவல் பூத்துக்கொண்டே, "அதற்கென்ன ஆக்ஷேபம்? அப்படியே செய்யலாம். நாளைத்தினம்

நம்முடைய வித்துவான்களில் ஒருவர் உங்களோடு பாடுவார்" என்று கூறினார். ஆந்திரதேச வித்துவானுக்கு உச்சி குளிர்ந்து விட்டது.

அந்தச் சம்பாஷணையைக் கேட்டுக் கொண்டிருந்த தஞ்சை வித்துவான்களும் உள்ளம் பூரித்தனர். வந்த வித்துவான் அகங்காரம் கொண்டிருப்பதை அறிந்த அவர்கள், 'சோழநாட்டுச் சங்கீதம் அவருடைய பாட்டுக்கு இம்மியளவும் குறைந்ததன்று' என்பதை நிரூபிக்க வேண்டுமென்று ஒவ்வொரு விநாடியும் துடித்துக்கொண் டிருந்தனர். ஆனால் அதற்குரிய சமயத்தை மட்டும் அரசர் தரவேண்டுமே யென்று ஆவலோடு நோக்கியிருந்த அவர்கள் தங்கள் விருப்பப்படியே தக்க சமயம் வாய்த்ததை அறிந்து எல்லையற்ற மகிழ்ச்சியை அடைந்தனர். தமக்குள் எவ்வகையிலும் சிறந்த ஒருவரை அந்த ஆந்திர வித்துவானோடு பாடுவதற்குத் தேர்ந்தெடுத்து அரசரிடம் தெரிவித்தார்கள். அரசரும் அங்கீகரித்தார். அவர்களால் அங்ஙனம் தேர்ந்தெடுக்கப் பெற்றவர் பதினைந்து மண்டபம் துரைசாமி ஐயரே.

மறுநாள் சங்கீத வாதம் அரண்மனையில் நடைபெறும் என்ற செய்தி நகர்முழுவதும் பரவியது. வித்துவான்களும் சிஷ்யர்களும் மறுநாளை மிகுந்த ஆவலோடு எதிர்பார்த்தனர். ஆந்திர வித்துவானோ மறுநாள் தம்முடைய வித்தைக்கு ஒரு தனிமதிப்பு ஏற்படப்போவதாக எண்ணி மிக்க இறுமாப்புடன் இருந்தார்.

விடிந்தது. அரசர் முன்னிலையில் ஒரு மகாசபை கூடியது. வித்துவான்களும், ரஸிகர்களும் குழுமியிருந்தனர். தஞ்சை ஸமஸ்தானத்தின் சார்பில் பதினைந்து மண்டபம் துரைசாமி ஐயர் வித்துவான்களுடைய ஆசீர்வாதத்தைப் பெற்றுப் பணிவு தோன்ற முன்னே அமர்ந்திருந்தனர். அவருக்கு எதிரில் ஆந்திர தேச வித்துவான் இருந்தார். அரசர் தம்முடைய ஆசனத்தில் வீற்றிருந்தார். சங்கீத வித்தையிலும், பிராயத்திலும் முதிர்ந்த வித்துவான்கள் சிலர் அந்த வாதத்திற்கு விதாய கர்த்தர்களாக நியமிக்கப் பெற்று அரசருக்கு அருகில் உட்கார்ந்திருந்தனர். பிடில், வாய்ப்பாட்டு இரண்டிலும் வாதம் நடைபெறும்படி ஏற்பாடு செய்யப்பெற்றது. முதலில் இருவரும் வாய்ப்பாட்டைப் பாடுவதென்றும், அப்பால் வாத்தியத்தை வாசிப்பதென்றும், பிறகு ஒருவர் பாடுவதை மற்றவர் பிடிலில் வாசிப்பதென்றும் வரையறை செய்து கொண்டார்கள்.

முதலில் ஆந்திர வித்துவான் பாடினார். சங்கீதத்தில் அவருக்கிருந்த பயிற்சி அப்பொழுது நன்றாக வெளிப்பட்டது. துரைசாமி ஐயரிடம் பொறாமை கொண்டிருந்த சில இளைஞர்; "சரி சரி; நமது ஸமஸ்தானத்தின் கௌரவம் இன்றோடு

போய்விடும்” என்று எண்ணினார்கள். ஆனால் அப்படி ஒன்றும் நேரவில்லை. அவர் பாடியவற்றை யெல்லாம் துரைசாமி ஐயர் அப்படியே பாடிக்காட்டினார். பிறகு துரைசாமி ஐயர் பாடியவற்றை வந்த வித்துவான் பாடிக் காட்டினார். இவ்வாறு அந்தச் சங்கீத வாதத்தின் ஒரு பகுதி ஒருவருக்கும் வெற்றியோ தோல்வியோ இன்றி முடிந்தது. அப்பால் வாத்திய வாதம் தொடங்கியது. ஆந்திர சமஸ்தானத்து வித்துவான் பிடில் வாத்தியத்திலே சிறந்தவர். அவருடைய வாசிப்புக்கு முன் மற்ற ஸமஸ்தானங்களில் உள்ளோர் யாவரும் தலைவணங்கும் நிலையினரே யாவர்.

துரைசாமி ஐயர் தைரியமாகத் தம் வாத்தியத்தை எடுத்து வாசித்தார். எந்த நிமிஷத்தில் துரைசாமி ஐயர் தோல்வியுறுவாரோ வென்று பொறாமைக்காரர் எதிர்பார்த்திருந்தனர். தெலுங்கு நாட்டு வித்துவான் நிச்சயமாகத் தம் வாத்தியத்துக்கு நேராகத் துரைசாமி ஐயர் வாசிக்க இயலாது என்றே எண்ணியிருந்தார். அவர் நினைத்தபடி நடக்கவில்லை. தாம் பிடித்த பிடிப்பையெல்லாம் துரைசாமி ஐயர் தவறாமற் பிடிப்பதைப் பார்த்து அவரே ஆச்சரியமடைந்தார். பிறகு துரைசாமி ஐயருடைய முறை வந்தது. அவர் பிடிலில் வாசித்ததை மற்றவர் அணுவளவும் பிசகாமல் தம்முடைய வாத்தியத்திலே வாசித்துக்காட்டினார். இவ்வாறு இரண்டாம் பகுதியும் பூர்த்தியாயிற்று.

அப்பால் மூன்றாவது போட்டி தொடங்கியது. ஆந்திர வித்துவான் பாடினார்; துரைசாமி ஐயர் பிடில் வாசித்தார். அந்தப் போட்டியில் சபையிலுள்ள அத்தனை பேரும் ஒன்றியிருந்தனர். பொழுதுபோவதே தெரியவில்லை. அரசரும் தம்மை மறந்து அதில் ஈடுபட்டனர். தாம் நெடுநாளாக அப்பியாசம் செய்து கைவரப்பெற்ற அரிய வித்தியா சாமர்த்தியத்தை யெல்லாம் தெலுங்கு தேச வித்துவான் எடுத்துக்காட்டினார். அவருடைய குரல் போனவழியே துரைசாமி ஐயருடைய கை சென்றது. அந்த வித்துவானது சாரீர வீணையில் உண்டாகிய சங்கீதத்தின் ஒவ்வோர் அம்சத்தையும் துரைசாமி ஐயர் தம்முடைய பிடில் தந்தியிலே எழுப்பிக் காட்டினார். தஞ்சாவூர் வித்துவான்களுக்கே அவருடைய வாசிப்பு அளவற்ற ஆச்சரியத்தை உண்டாக்கியது. பிராயத்தில் முதிர்ந்த வித்துவான்களும், அவருக்கு ஆசிரிய நிலையிலே உள்ள பெரியோர்களும், “இந்தப் பிள்ளையாண்டான் இவ்வளவு வித்தையை இத்தனை நாள் எங்கே அடக்கி வைத்துக் கொண்டிருந்தான்! இதுவரையில் இந்தத் திறமையை வெளியிடாமல் இருந்தானே!” என்று வியந்து உள்ளம் பூரித்தனர். ஆந்திரதேச வித்துவானுடைய மனத்திலோ வரவர உத்ஸாகம் குன்றியது. ‘இனிமேல் இந்த ஸமஸ்தானத்தில் நம் ஜபம் பலியாது’ என்றே அவர் உறுதி செய்து கொண்டார்; ஆனாலும் அவருடைய

மானம் இறுதிவரையில் போராட வேண்டுமென்று அவரை ஊக்கியது. அவர் பாடிக்கொண்டே வந்தார்.

ஒருவகையாக அவர் பாடி நிறுத்தினார். அதுவரையில் வெற்றியோ தோல்வியோ ஒருவர் பக்ஷமும் காணப்படவில்லை. தம்மோடு யாராலும் போட்டி போட முடியாதென்று வந்தவர்

எண்ணிய எண்ணந்தான் தோல்வியுற்றது. அதன் பின்பு துரைசாமி ஐயர் பாட, மற்றவர் பிடில் வாசிக்க வேண்டியது ஒன்றுதான் எஞ் சியிருந்தது. அவ்வித்துவானுடைய முகம் ஒளியிழப்பதை அரசர் கண்டார். "இதோடு நிறுத்திக் கொள்ளலாமே; உங்களுக்கு மிகுந்த சிரமம். துரைசாமி ஐயர் பாடுவதை நீங்கள் வாசிக்க வேண்டியது இப்பொழுது அவ்வளவு அவசியமாகத் தோன்றவில்லை" என்றார். அவர் அதற்கு இணங்கவில்லை; "இல்லை இல்லை; நாம் செய்து கொண்ட நிபந்தனையிற் பிறழக்கூடாது. அவர் பாடட்டும்; நான் வாசிக்கிறேன். இவ்வளவு அருமையான வித்துவானோடு வாசிக்க நான் எவ்வளவு புண்ணியம் செய்திருக்க வேண்டும்" என்றார். அவருடைய குரலிலே பழைய மிடுக்கு இல்லை; பணிவின் சாயை புலப்பட்டது.

நிபந்தனையின்படியே துரைசாமி ஐயர் பாட ஆரம்பித்தார். அவருக்கு ஒவ்வொரு விநாடியும் உத்ஸாகம் ஏறிக்கொண்டே வந்தது. ஆந்திர வித்துவான் துரைசாமி ஐயருடைய வாய்ப்பாட்டைப் பிடிலில் வாசித்துக்கொண்டு வந்தார். ஒரு கீர்த்தனம் முடிந்தது. "இன்னும் ஒரு கீர்த்தனம் ஆகட்டுமே" என்றார் ஆந்திரர். துரைசாமி ஐயர் ஒரு சிறு கனைப்புக் கனைத்துக்கொண்டார். சிங்கமொன்று குகைக்கு வெளியிலே புறப்படுவதற்குமுன் செய்யும் கர்ஜனையிலுள்ள கம்பீரம் அதில் இருந்தது. அவர் தம்முடைய வாய்பாட்டையும், பிடில் வாத்தியப் பயிற்சியையும் அந்த மகாசபையில் நிரூபித்ததோடு திருப்தி உறவில்லை. தம்முடைய சாஹித்திய சக்தியையும் வெளிப்படுத்த வேண்டுமென் றெண்ணினார். அவருக்கிருந்த மனவெழுச்சி அவருக்குத் துணை செய்தது. போட்டிபோடும் வித்துவான் ஓர் ஆந்திரராதலின் ஒரு புதிய தெலுங்குக் கீர்த்தனத்தை அந்தச் சமயத்திலேயே பாடிக் காட்ட வேண்டுமென்றும், முடிந்தால் வாசிக்க முடியாமல் செய்து அந்த வித்துவானைக் கலங்க வைக்க வேண்டுமென்றும் அவர் யோசித்தார். அந்த யோசனையைச் செய்வதற்கு வெகு நேரம் ஆகவில்லை. மின்னல்போல் ஒரு கருத்து அவர் மனத்திலே தோற்றியது. கீர்த்தனம் ஒன்றைப் புதிதாகப் பாடத் தொடங்கி விட்டார்.

ஆடினம்ம ஹருடு த்ருகுடுத தையனி

என்று பல்லவியை ஆரம்பித்தார். சிவபெருமானது திருநடனத்தை வருணிக்கும் பொருளையுடையது அக்கீர்த்தனம். 'சிவபெருமாள் த்ரு குடுத தை யென்று ஆடினான்' என்பது அதன் பொருள். அனுபல்லவி அந்தப் பொருளைச் சிறப்பித்து நின்றது. 'அவனுடைய நடனத்தைக் கண்ட கிரிகன்யை யாகிய உமாதேவி சபாஷென்று சொல்ல, அதனைக் கேட்டுக் கொண்டும் அப்பிராட்டியைப் பார்த்துக் கொண்டும் வர வர வேகமாக நடனமாடினான்'

என்பது அதன் கருத்து. சரணமும் வெளியாயிற்று. 'சிவபெருமான் திருச்செவியில் குழையும் தோடும் ஆடின; கங்கை யணிந்த திருமுடி குலுங்கியது; சடை விரிந்தாடியது; சிறு நகை முத்துப்போலத் தோன்றியது; திரிபுரஹர னாகிய சிவபெருமான் கிர்ர்ர்ரென்று சுழன்று ஆடினான்' என்பது சரணப் பொருள். 'சுழன்று நடன மாடினான்' என்னும் கருத்துள்ள "கிர்ர்ர்ரனி திருகி யாடினம்மா" என்ற பகுதியைத் துரைசாமி ஐயர் பாடினபோது ஆந்திர வித்துவானது கை தளர்ந்து விட்டது. அதுகாறும் துரைசாமி ஐயருடைய உத்ஸாகமும் அவருடைய சாஹித்தியமும் அந்தச் சாஹித்தியப் பொருளும் ஆந்திர வித்துவானது கருத்தும் கையும் ஒன்றி யாவரையும் பிரமிக்க வைத்தன. 'கிர்ர்ர்ரனி' என்ற சப்தம் உண்டானவுடன் அதைப் பிடிக்க மார்க்கமில்லாமல் ஆந்திர வித்துவான் தவித்தார். உயிருள்ள சாரீர வீணையோடு உயிரற்ற நரம்பு போராட முடியுமா? சந்தோஷ ஆரவாரம் ஒன்று அப்பொழுது சபையில் எழும்பியது. 'கிர்ர்ர்ரனி' என்ற சாஹித்தியத்தைத் தொடர்ந்து எழுந்த அந்த ஆரவாரம் பரமேசுவரனது பரமானந்த தாண்டவத்தில் திசை முழுதும் எழுந்த முழக்கத்தை யொத்தது.

ஆந்திர வித்துவான் வாத்தியத்தைக் கீழே வைத்தார்; துரைசாமி ஐயருக்கு முன் சாஷ்டாங்கமாக விழுந்து நமஸ்கரித்தார்; "நான் தோற்றேன்; என் கர்வம் ஒழிந்தது" என்று தழுதழுத்த குரலில் கண்ணீர் துளிக்க அவர் கூறினார்.

அரசர் புன்னகை பூத்து அவரை இருக்கச் செய்து, "நீங்கள் மகாவித்துவான். பல இடங்களுக்குச் செல்லுபவர்கள். இந்தப் பால்ய வித்துவான் உங்கள் வாழ்த்தைப் பெறவேண்டியவர். உங்கள் காதிலே படும்படி இவருடைய சங்கீதம் உபயோகமானது இவருடைய பாக்கியம். உங்களுடைய வித்தையைப் பூர்ணமாக அனுபவிக்கும்படியான சந்தர்ப்பம் இன்று சேர்ந்தது நமக்கு மிகவும் சந்தோஷம்" என்று சமாதானமான வார்த்தைகள் கூறிப் பலவகையான சம்மானங்களைச் செய்தார்.

துரைசாமி ஐயருக்கு அன்று உண்டான கீர்த்தியும், அவர் அன்று இயற்றிய சுவைமிக்க அக்கீர்த்தனமும் சங்கீத உலகத்தில் இன்றும் நிலவி வருகின்றன.

●

(துரைசாமி ஐயருடைய பேரர் சாம்பசிவஐய ரென்பவர் ஸ்ரீமகா வைத்தியநா தையருடன் இருந்து பிடில் வாசித்துக் கொண்டு வந்தார். இந்த வரலாற்றை எனக்குக் கூறியவர்கள் அவரும் லாலுகுடி யிலிருந்த பிடில் ராஜுவையரு மாவர்.)

***ஹனுமான்* – ஆண்டு மலர், 1939**